सन १९९६ मध्ये आर्मस्ट्राँग या तरुण, लोकोत्तर स्पर्धकाला टेस्टीक्युलर कॅन्सर झाल्याचे निदान झाले आणि १९९९ मध्ये तो 'तूर दे फ्रान्स' जिंकला! आता तो एक अतिशय कृतज्ञ नवरा, पहिला-वहिला बाप आणि एक प्रसिद्ध आत्मकथनकार आहे. या आत्मकथनात काय नाही! धैर्य आहे, अपमान आहे; पण तशीच एक सृजनशील स्फूर्तीही आहे. या अनुभवकथनात त्याचं पूर्वायुष्य, खेलजगतातला त्याचा उदयाचा काळ आणि सगळ्या वैद्यकीय समस्या विस्ताराने आल्या आहेत. पुस्तकाची निवेदनशैली अतिशय संयत आणि नितळ आहे. त्यामुळे अखेरी ती खेळ आणि स्पर्धेच्याही पलीकडे जाऊन पोचते. सायकल-स्पर्धाप्रेमी स्पर्धा, चुरस आणि इतर सगळ्या गोष्टींचा आस्वाद घेतीलच; पण खुद्द आर्मस्ट्राँग मात्र त्यातल्या अर्थाच्या आणखी मोठ्या कक्षेकडे जातो. ''जेव्हा मी आजारी होतो तेव्हा एकाच दिवसात जितकं सौंदर्य, यश आणि सत्य मी पाहिलं असेल तितकं पूर्वीच्या सायकल-स्पर्धांच्या काळात मी क्वचितच पाहिलं.''

– एजंट, न्यूबर्ग, पब्लिशर्स वीकलीमधून

लान्स आर्मस्ट्राँग! जगातील अव्वल दर्जाचा खेळाडू! आर्मस्ट्राँग कॅन्सरग्रस्त झाल्यानंतरही त्यातून बरा झाला आणि अनेक दिवस चालणारी, अन्वर आणि थकवणारी सायकल-स्पर्धा जिंकला! त्याची ही कहाणी म्हणूनच जगभरातील सर्वांना भारीत करून टाकते! केमोथेरपी पासून बायकोच्या व्हिट्रो फर्टिलायझेशनपर्यंत अनेक गंभीर, तापदायक वैद्यकीय क्रिया-प्रक्रियांचा आलेख या कथनात येतो. अगदी प्रत्येक दुखरा स्नायू, प्रत्येक पावसाळी दुपार आणि तो बरा होण्याच्या दीर्घ, काळातला प्रत्येक लहान विजय स्वतःचा जिवंत रंग घेऊन या कथनात उतरतो. 'इट्स नॉट अबाउट द बाइक' हे या कथनाचं सर्वार्थानं योग्य शीर्षक आहे. कारण आयुष्य, मृत्यू, रोग, कुटुंब, माघार आणि विजय हे सर्व या कथनात आहे; पण तरी निव्वळ सायकल-स्पर्धांबद्दल निश्चितच नाही!

– जिल लाइटनर, ॲमेझॉन डॉट कॉम रिव्ह्यू

आपल्या स्नेहीजनांना पुस्तके भेट द्या

इट्स नॉट अबाउट द बाइक

माय जर्नी बॅक टू लाइफ

लान्स आर्मस्ट्राँग

सहलेखक

सॅली जेनकिन्स

अनुवाद

अंजनी नरवणे

मेहता पब्लिशिंग हाऊस

Please contact us at **Mehta Publishing House,** Pune 411030.

© +91 020-24476924 / 24460313 / Mob. No. 9545000513

Email : production@mehtapublishinghouse.com

Website : www.mehtapublishinghouse.com

- *या पुस्तकातील लेखकाची मते, घटना, वर्णने ही त्या लेखकाची असून त्याच्याशी प्रकाशक सहमत असतीलच असे नाही.*

IT'S NOT ABOUT THE BIKE

by LANCE ARMSTRONG AND SALLY JENKINS

Translation Published in Arrangement with

G.P. Putnam's Sons, a member of Penguin Group (USA) Inc.

Translated into Marathi Language by Anjani Naravane

इट्स नॉट अबाऊट द बाइक / आत्मकथन

अनुवाद : अंजनी नरवणे

Email : author@mehtapublishinghouse.com

मराठी प्रकाशनाचे व अनुवादाचे हक्क : मेहता पब्लिशिंग हाऊस, पुणे

प्रकाशक : सुनील अनिल मेहता, मेहता पब्लिशिंग हाऊस,
१९४१ सदाशिव पेठ, माडीवाले कॉलनी, पुणे ४११०३०.

मुद्रक : ट्रिनिटी ॲकॅडमी फॉर कॉर्पोरेट ट्रेनिंग लिमिटेड

मुखपृष्ठ : चंद्रमोहन कुलकर्णी

प्रकाशनकाल: मार्च, २००९ / नोव्हेंबर, २००९ / नोव्हेंबर, २०११ /
पुनर्मुद्रण : जानेवारी, २०१३

किंमत : ₹ २८०

P Book ISBN 9788184980127

---

* पायरेटेड पुस्तकांची खरेदी-विक्री हा कायद्याने गुन्हा आहे आणि अशा गुन्ह्याविरोधात कायदेशीर कारवाई होऊ शकते.

हे पुस्तक या सर्वांना -

- खऱ्या अर्थानं विजेता कोणाला म्हणायचं हे मला शिकवणारी माझी आई लिंडा.
- एक पुरुष म्हणून माझं जीवन परिपूर्ण करणारी कीक
- मला मिळालेली सर्वांत मोठी भेट ल्यूक, ज्याच्यापुढे 'तूर द फ्रान्स' अगदीच छोटी वाटली.
- माझे सर्व डॉक्टर्स आणि नर्सेस
- रोज फ्रिटर्स आणणारा जिम ऑकोविक्झ
- माझे टीममधले सहकारी केव्हिन, फ्रँकी, टायलर, जॉर्ज आणि ख्रिश्चन
- जोहान ब्रुइनील
- माझे स्पॉन्सर्स
- ख्रिस कार्मायकेल
- नेहमी साथ देणारा बिल स्टेपलटन
- माझे कायदा सल्लागार स्टीव्ह वोल्फ
- खरा मर्द बार्ट क्नॅग्ज
- कॅन्सरशी कडवी झुंज देणारा जे.टी. नील
- एक खूप विशेष लहान मुलगी केली डेव्हिडसन
- थॉम वीझेल
- जेफ गार्व्हे कुटुंब
- लान्स आर्मस्ट्रॉंग फाउंडेशनचे सर्व कर्मचारी
- ऑस्टिन, बून, सॅन्टा बार्बारा आणि नाइस ही शहरं.
- पुस्तकाच्या निमित्तानं भेटलेली, पण चांगली मैत्रीण झालेली सॅली जेनकिन्स.

तूर द फ्रान्स

'तूर द फ्रान्स' ही जगातली सर्वांत महत्त्वाची व प्रसिद्ध सायकल-स्पर्धा आहे. ह्या स्पर्धेची सुरुवात १९०३ मध्ये झाली. स्पर्धा २३ दिवसांची असते, तिचे २१ टप्पे केलेले असतात व तेवढ्या दिवसांमध्ये ३५०० कि. मी. (२२००मैल) पेक्षा जरा जास्तच अंतर कापायचे असते. स्पर्धेचा एकूण मार्ग फ्रान्समधून किंवा कधी कधी थोडासा शेजारच्या देशांमधूनही जातो, पण दरवर्षी मार्ग बदलण्यात येतो. प्रत्येक टप्प्यात स्पर्धकाला मिळणाऱ्या गुणांची बेरीज करून संपूर्ण शर्यत संपते तेव्हा टूरचा विजेता ठरतो, त्यामुळे शर्यत जिंकण्यास प्रत्येक टप्पा जिंकलाच पाहिजे असे नसते.

बहुतेक सर्व सायकलशर्यतींप्रमाणेच प्रत्येक स्पर्धक हा एखाद्या टीमचा सभासद असतो. स्पर्धेत साधारणपणे २० ते २२ टीम्स असतात, प्रत्येक टीममध्ये ९ लोक असतात. परंपरा अशी आहे, की व्यावसायिक टीम्सपैकी (प्रोफेशनल टीम्स) ज्या उत्तम असतात, त्यांना स्पर्धेत भाग घेण्यासाठी निमंत्रित केले जाते. प्रत्येक टीम त्यांच्या आश्रयदात्यांच्या (स्पॉन्सर्स) नावाने ओळखली जाते. उदा. 'सुबारु मॉंटगॉमेरी', 'यू.एस.नॅशनल टीम' इ. ॲमॅच्युअर टीम्स आहेत तर 'मोटरोला', 'कॉनाफिडिस', 'यू.एस.पोस्टल' / 'डिस्कव्हरी चॅनेल' इ. प्रोफेशनल टीम्स आहेत. प्रत्येक टीमची वेगळी ओळख येईल अशी जर्सी असते. टीममधील स्पर्धक एकमेकांना मदत करतात. टीममधील सर्वांच्या मदतीसाठी बरोबर येणारी एक गाडी असते. ह्या सर्व टीम्सच्या एकत्र ग्रुपला 'पेलोटोन' म्हणतात, त्यांचा 'व्यावसायिक सायकलस्पर्धकांचा ग्रुप' असाही अर्थ आता रुढ झाला आहे.

स्पर्धेचे मुख्य टप्पे असे असतात–

साधा टप्पा - सर्व स्पर्धक बरोबर निघतात. एकमेकांना स्पर्श झाला तर, किंवा ठरवून मागेपुढे राहून मदत केलेली चालते. टीममधले लोक लहान लहान ग्रुप्स करुन इतर टीम्सच्या स्पर्धकांबरोबर, युक्त्या प्रयुक्त्या करत आपापसात आळीपाळीने पेलोटेनच्या आघाडीला राहण्याचे अवघड काम करत राहतात. स्पर्धेच्या शेवटी प्रत्येक टीमपैकी जो स्पर्धक प्रथम पोहचेल, त्याच्याइतकेच गुण

त्या टीममधील प्रत्येकाला मिळतात. एखादा स्पर्धक शेवटच्या किलोमीटरमध्ये पडला तरी त्याचे गुण तेवढ्यासाठी जात नाहीत. कारण बऱ्याच टीम्समधले स्पर्धक एकाच वेळी एकावर एक असेही पडू शकतात.

दुसरा टप्पा - ह्या टप्प्यामध्ये दोन भागही पडू शकतात– ज्यात खूप वेगाने धावावे लागते असा टप्पा आणि जेथे डोंगर चढावे लागतात असा टप्पा. प्रत्येक टीममध्ये खूप वेगाने स्पर्धेच्या शेवटच्या भागात सायकल चालवू शकणारा एकजण असतो, त्याला संरक्षण देत बाकीचे त्याच्याभोवती व मागे सायकल चालवत राहतात आणि शेवटचे सुमारे २०० मीटर अंतर राहिले, की हे वेगवान स्पर्धक ७२ कि.मी. (सुमारे ४५ मैल) गतीनेही जाऊ शकतात, अशांना अर्थातच त्या त्या टीममधील लोक संपूर्ण पेलोटोनच्या पुढच्या भागातच ठेवतात.

डोंगराळ भागाचा टप्पा - ह्या टप्प्यात जिंकणारे संपूर्ण शर्यत जिंकण्याची शक्यता सर्वांत जास्त असते. ह्या टप्प्यात टीमचे सर्व लोक एकत्र राहू शकणे अवघड असते, पण प्रत्येक टीमचा जो जिंकू शकेल असा स्पर्धक असतो, त्याच्याबरोबर दोघे तिघे तरी राहतात, जे प्रतिस्पर्धी टीमच्या माणसाला पुढे जाऊ न देण्याचे व त्यांच्या स्पर्धकाला उत्तेजन देण्याचे काम करतात. शेवटचे काही किलोमीटर अत्यंत महत्त्वाचे असतात व तेव्हा पडू शकणारा एक दोन मिनिटांचा फरकही अतिशय महत्त्वाचा ठरतो. ह्या टप्प्यातील स्पर्धा बघायला हजारो लोक रस्त्याच्या कडेला उभे असतात.

टेकडयांचे टप्पे - संपूर्ण स्पर्धेत विजयी होऊ शकण्याची ज्यांच्यात क्षमता असते, असे स्पर्धक ह्या टप्प्यात आपले सर्व कौशल्य दाखवू शकतात, कारण ते स्प्रिंटर्स– वेगाने जाणारेही असतात व क्लाइम्बर्स– डोंगर चढू उतरु शकणारेही असतात. सर्व स्पर्धकांमध्ये ह्या दोन्हीत पारंगत असणारे फार थोडे असतात.

'तूर द फ्रान्स' च्या संपूर्ण स्पर्धेत प्रत्येक दिवसाच्या शेवटी ज्याचे गुण सर्वांत जास्त त्याला 'यलो जर्सी' घालायला मिळते व शेवटी संपूर्ण स्पर्धा जिंकणाऱ्याला ती मिळते. लान्स आर्मस्ट्रॉन्ग सलग सात वर्षे ही स्पर्धा जिंकले व स्पर्धा चालू असतानाही बऱ्याच दिवसांच्या शेवटी ती त्यांनाच मिळे, त्यामुळे त्यांचे टोपणनाव 'यलो जर्सी' पडून गेले होते!

अनुक्रमणिका

आधी आणि नंतर

मला शंभर वर्षांचं होऊन मग मरायचंय. माझ्या जर्सीच्या पाठीवर अमेरिकेचा ध्वज असेल, माझ्या हेल्मेटवर टेक्सासचा स्टार असेल. ताशी पंचाहत्तर मैलांच्या सुसाट वेगाने मी सायकलवरून आल्प्सच्या उतारावरून खाली येईन. माझी झुंजार पत्नी आणि माझी दहा मुलं आनंदानं टाळ्या वाजवत असतील, तेव्हा, रेसची शेवटची रेघ मी एकदा अखेरची ओलांडेन. ...आणि मग फ्रान्समधल्या त्या प्रसिद्ध सूर्यफुलांच्या शेतातल्या जमिनीवर पडून राहून शांत मनानं मी जगाचा निरोप घेईन. एके काळी सर्वांना वाटत होतं तशा अकाली, दुःखद मृत्यूच्या पूर्णतया उलट!

हळूहळू मृत्यूकडे जाणं हे मला शक्यच नाही. मला कुठलीच गोष्ट हळूहळू, सावकाश करताच येत नाही– अगदी श्वासोच्छ्वाससुद्धा. मी सगळं काही जलद गतीनंच करतो. खातो भराभरा, झोपतो पटदिशी. माझी बायको क्रिस्टीन गाडी चालवते, तेव्हा माझं डोकंच फिरतं! कारण ती प्रत्येक 'यलो लाइट'ला ब्रेक लावते, शेजारच्या पॅसेंजर सीटवर मी अस्वस्थपणे चुळबुळ करत राहतो.

"ए, बायकीपणा करू नको!" मी तिला सांगतो.

"लान्स," ती म्हणते, "तू एखाद्या पुरुषाशीच लग्न कर!"

जन्मभर मी माझ्या सायकलवरून रेसिंगच करत आलोय– अगदी टेक्सासमधल्या ऑस्टिनच्या गल्ली-बोळांपासून ते शांजेलीजे (फ्रान्स) पर्यंत सगळीकडे. मला नेहमी वाटायचं की, मला अकाली मरण आलं, तर ते एखाद्या रॅन्चरनं (बरीच गुरं पाळणारा मोठा शेतकरी) त्याच्या भल्यामोठ्या ट्रकनं मला डोकं खाली, पाय वर असं एखाद्या खड्ड्यात ढकल्यामुळं येईल! आणि खरंच सांगतो तुम्हाला, तसं होणं सहजशक्य होतं. सायकलस्वारांचं आणि मोठाले ट्रक्स घेऊन जाणाऱ्यांचं असं युद्ध नेहमीच चालू असतं. इतक्या वाहनांनी, इतक्या देशांमध्ये, इतके वेळा मला धक्के दिले आहेत की, त्यांची गणतीच मी ठेवलेली नाही! झालेल्या जखमांना घातलेले टाके आपले आपणच कसे काढायचे, ते मी शिकलो आहे– जरूर असते फक्त नेलकटरची आणि घट्ट मनाची!

माझ्या रेसिंग जर्सीच्या आतलं माझं शरीर जर तुम्ही बघितलंत, तर मी काय

म्हणतोय ते तुम्हाला कळेल. वाकड्यातिकड्या रेघा असलेले, लागलेल्याचे व्रण माझ्या दोन्ही हातांवर आहेत आणि तशाच विद्रूप झालेल्या खुणा दोन्ही पायांवरही आहेत. त्याही दिसतात, कारण मी माझ्या पायांवरची लव नेहमीच काढून टाकत असतो. कदाचित माझ्या तशा बायकी पोटऱ्या बघून ट्रकवाल्यांना ब्रेक मारावासा वाटत नसेल आणि म्हणून ते नेहमी माझ्या अंगावर ट्रक घालत असतात! पण सायकल रेसिंग करणाऱ्यांना पायावरची लव काढावीच लागते. कारण रेव (अतिशय बारीक वाळू) जेव्हा तुमच्या चामडीला चिकटते, तेव्हा पायांवर लव नसली, तर साफ करून बँडेज बांधणं सोपं जातं.

एका मिनिटाला तुम्ही एखाद्या हायवेवरून पॅडल मारत जात असता आणि दुसऱ्या मिनिटाला धप्पदिशी तोंडावर धुळीत पडलेले असता! गरम हवेचा एक झोत तुमच्या तोंडाजवळून जातो. तोंडात, टाळूवर ट्रकच्या एक्झॉस्टमधून निघालेली कडवट, उग्र, तेलकट चव येते आणि दूर जाणाऱ्या ट्रकच्या पाठीमागच्या लहान दिव्यांकडे बघत मुठी वळून हातवारे करण्यापलीकडे तुम्ही काहीच करू शकत नाही!

कॅन्सरही तसाच होता. एखाद्या ट्रकनं रस्त्यावरून बाजूला ढकलून द्यावं तसा. बऱ्याच खुणा आहेत माझ्या अंगावर, हे सिद्ध करायला! माझ्या छातीवर, हृदयाच्या जराशी वर एक सुरकुतलेली जखमेची खूण आहे, तिथं कॅथेटर घातलेलं होतं. एका ऑपरेशनच्या खुणेची रेघ जांघेच्या सांध्याच्या उजव्या बाजूनं मांडीच्या वरच्या भागात जाते, जिथून त्यांनी माझ्या वीर्योत्पादक ग्रंथी – वृषण – (Testicles) कापून टाकल्या होत्या; पण सगळ्यांत विशेष आहेत माझ्या डोक्यावरचे दोन अर्धचंद्राकार खोल खड्डे. एखाद्या घोड्यानं मला डोक्यावर दोनदा लाथा मारल्या असाव्यात, तसे दिसतात ते. माझ्या मेंदूवर केलेल्या शस्त्रक्रियेच्या त्या खुणा आहेत.

मी पंचवीस वर्षांचा होतो, तेव्हा मला वृषणाचा कॅन्सर झाला आणि मी जवळजवळ मेल्यातच जमा झालो होतो. माझी त्यातून वाचण्याची शक्यता चाळीस टक्क्यांपेक्षाही कमी होती आणि खरं म्हणजे तसं सांगतानाही माझे काही डॉक्टर माझी दया येऊन तसं सांगत होते. मला ठाऊक आहे की, मृत्यू हा काही कॉकटेल पार्टीमध्ये गप्पा मारायचा विषय नव्हे आणि तसं तर कॅन्सर किंवा मेंदूवरील शस्त्रक्रिया किंवा कंबरेच्या खालच्या भागांचे आजार हेही तसे विषय नव्हेत; पण मी हे सगळं शिळोप्याच्या गप्पा मारायला लिहीत नाहीये. जे खरं घडलं ते मला सांगायचंय. मला माहीत आहे की, लान्स आर्मस्ट्राँग हा तुम्हा सर्वांचं स्फूर्तिस्थान असा फार मोठा अमेरिकन कसा झाला, या पृथ्वीच्या पाठीवरची सर्वांत कठीण आणि प्रचंड श्रमांची समजली गेलेली २२९० मैलांची तूर द फ्रान्स (टूर द फ्रान्स) ही सायकल रेस तो कशी जिंकला, हे तुम्हाला जाणून घ्यायचं असणार. माझं चमत्कारसदृश असं सायकल रेसमध्ये परत येण्यामागचं गूढ आणि श्रद्धा तुम्हाला

समजून घ्यायचीय, ग्रेग लमाँ आणि मिग्युएल इन्डुरेन यांसारख्या महान व्यक्तींशेजारी माझं नाव रेकॉर्ड बुक्समध्ये कसं आलं, तेही. आल्पसमध्ये मी जवळजवळ कल्पनाविलास वाटेल अशा तऱ्हेनं कसा चढलो, पिरेने मी एखाद्या वीर योद्ध्यासारखा कसा जिंकलो आणि हे सगळं झालं तेव्हा मला कसं वाटलं, तेही. पण सगळ्या कथांपैकी 'तूर द फ्रान्स' हा फार छोटा भाग आहे.

सगळ्या कथेतला काही भाग सांगणं सोपं नाही, ऐकायलाही गोड वाटणारा नाही. या कथेच्या सुरुवातीलाच तुम्हाला सांगून टाकतो की, तुमच्या मनातल्या हीरो आणि चमत्कार यांविषयीच्या कल्पना बाजूला ठेवा. कारण मी कथा-कादंबऱ्यांमधल्या नायकासारखा नाही. हे डिस्नेलँड नाही किंवा हॉलिवूडही नाही. उदाहरणार्थ तुम्हाला सांगतो की, माझ्या रेसिंगबद्दलच्या बातमीमध्ये असं लिहिलेलं मी वाचलंय की, 'मी त्या टेकड्यांवरून जणू उडत उडत गेलो.' पण वस्तुतः तुम्ही उडत टेकडी पार करू शकत नाही. हळूहळू, धडपडत, वेदना सहन करत टेकडी चढावी लागते आणि तुम्ही खूप खूप प्रयत्न केलात, तर कदाचित इतरांच्या आधी तुम्ही त्या टेकडीच्या माथ्यावर पोहोचू शकता.

कॅन्सरचंही तसंच असतं. चांगल्या धट्ट्याकट्ट्या माणसांना कॅन्सर होतो. तो बरा करण्यासाठी जे जे करायला हवं, ते सगळं ती करतात आणि तरीही मृत्युमुखी पडतात. हे महत्त्वाचं सत्य तुम्ही शिकता– माणसं मरतात. एकदा तुम्ही तेवढं समजून घेतलंत की, इतर सर्व गोष्टींचं महत्त्व वाटेनासं होतं, त्या अगदी यःकश्चित वाटतात.

मी अजून जिवंत कसा, ते मला माहीत नाही. मी फक्त तर्क करू शकतो. माझी प्रकृती मुळात दणकट आहे आणि माझ्या पेशामुळे मी खूप अवघड संकटं आणि मोठाले अडथळे यांच्याशी झुंज द्यायला शिकलो आहे. मी सराव करण्यासाठी खूप मेहनत घेतो आणि रेसमध्ये जीव ओतून भाग घेतो. या गोष्टींचा उपयोग झाला, सुरुवात चांगली झाली; पण त्यामुळे मी जिवंत राहिलो असं नक्कीच म्हणता येणार नाही. मला तर असंच वाटतं की, मी जिवंत राहणं हा केवळ नशिबाचाच भाग होता.

मी सोळा वर्षांचा असताना डलासमधल्या कूपर क्लिनिकमध्ये मला तपासणीसाठी बोलावणं आलं. कूपर क्लिनिक ही एक सुप्रसिद्ध संशोधन प्रयोगशाळा आहे. एरोबिक एक्सरसाइझेसमध्ये त्यांनी क्रांती घडवून आणली. तिथल्या डॉक्टरांनी माझं VO_2 max मोजलं. VO_2 max वरून तुमचं शरीर किती ऑक्सिजन आत घेऊ शकतं आणि वापरू शकतं, हे समजतं. ते डॉक्टर म्हणतात की, आजतागायत त्यांनी जितक्या जणांचं VO_2 max मोजलं, त्यात माझे आकडे सगळ्यांत जास्त आहेत. शिवाय बहुतेक सर्व लोकांपेक्षा माझ्या शरीरात कमी लॅक्टिक ॲसिड तयार होतं. तुमचं शरीर जेव्हा थकून, दमून जातं, तेव्हा तुमच्या शरीरात लॅक्टिक ॲसिड तयार होतं आणि त्यामुळे तुमच्या फुप्फुसांची आग होते, पाय दुखतात.

मुळातच बहुतेक लोकांपेक्षा मी जास्त शारीरिक ताण सहन करू शकतो आणि ते करत असताना त्यांच्याइतका दमतही नाही. म्हणूनही कदाचित मला आजारातून वाचणं शक्य झालं असेल. मी नशीबवान म्हणायचा की, श्वासोच्छ्वास करण्याची माझी क्षमताही सर्वसामान्य माणसांपेक्षा जास्त आहे; पण तरीसुद्धा अत्यंत निराश वाटायला लावणारं आजाराचं सावट माझ्या मनावर बरेचदा असायचं.

माझा आजार मला नमतं घ्यायला लावणारा आणि विदारक सत्य उघडं करून दाखवणारा होता. माझ्या आयुष्याकडे दयामाया न दाखवता बघायला त्यानं मला भाग पाडलं. काही घटना अत्यंत शरम वाटावी अशा आहेत – मानसिक दुष्टपणाची उदाहरणं, अर्धवट ठेवलेली कामं, कमकुवतपणा, पश्चात्ताप वाटावा अशा घटना. माझा मलाच प्रश्न विचारावा लागला की, जर मी यातून वाचलो, तर माझ्या आयुष्याचं मला काय करायचंय? एक माणूस म्हणून मला आणखी बरंच काही शिकणं जरुरीचं होतं.

उगीच नाही सांगत, खरोखरीच कॅन्सर होण्यापूर्वीचा आणि नंतरचा असे दोन लान्स आर्मस्ट्राँग आहेत. प्रश्न विचारणाऱ्या प्रत्येकाचा एक आवडता प्रश्न असतो, 'कॅन्सरमुळं तुमच्यात कोणता फरक पडला?' खरं म्हणजे असं विचारायला हवं की, 'कॅन्सरनंतरही काय नाही बदललं तुमच्या आयुष्यात?' ऑक्टोबर १९९६ च्या दोन तारखेला मी घर सोडलं, तेव्हा मी एक तऱ्हेचा माणूस होतो, परत घरी आलो तो वेगळाच माणूस बनून. नदीकाठी मोठा, आलिशान बंगला असलेला जागतिक दर्जाचा खेळाडू होतो मी. गॅरेजमध्ये पोर्शे गाडी होती, स्वत: कमावलेली संपत्ती बँकेत जमा होती. जगातल्या सर्वोच्च कोटीच्या सायकलपटूंपैकी मी एक होतो आणि माझ्या करिअरमधल्या यशाची कमान चढती होती. मी परत आलो, तो अक्षरश: वेगळाच माणूस होऊन. एका दृष्टीनं पाहिलं तर पहिला मी मेलोच होतो आणि माझा पुनर्जन्म झाला होता. माझं शरीरही आता वेगळंच आहे. कारण तोपर्यंत कमावलेले मजबूत, सशक्त स्नायू केमोथेरपीनं पूर्णपणे नष्ट झाले होते आणि पुढे मी बरा झाल्यावरही ते पूर्वीसारखे झाले नाहीत.

खरं तर कॅन्सर ही माझ्या बाबतीत घडलेली सगळ्यांत चांगली गोष्ट होती. मला हे दुखणं का झालं मला ठाऊक नाही; पण या दुखण्यामुळं माझ्या बाबतीत काही अत्यंत चांगल्या गोष्टी घडल्या. तेव्हा माझं आयुष्य घडवणारी इतकी महत्त्वाची घटना व्हायलाच नको होती, असं मला कशाला वाटेल?

माणसं मृत्युमुखी पडतात, हे सत्य इतकं नाउमेद करणारं आहे की, कधीकधी मला त्याच्याबद्दल बोलवतही नाही. कोणी म्हणेल की, कशाला जगत राहायचं? आपण सगळे व्यवहार बंद करून असू तिथं गप्प पडून का नाही राहात? पण आणखीही एक सत्य आहे. माणसं जगतात हेही दुसऱ्या बाजूचं तितकंच प्रभावी सत्य आहे.

माणसं जगतात आणि दाद द्यावी असं जगतात. मी आजारी होतो त्या दिवसांमध्ये सायकल स्पर्धेत कधीच पाहिलं नसेल असं सौंदर्य, सत्य आणि विशेष नोंद घ्यावी असं साफल्य, अशी जीत मी एकेका दिवसात पाहिली; पण ते क्षण चमत्कारांचे नव्हते, मानवीय होते. कडेनं फाटायला लागलेला स्वेटसूट घातलेला एक माणूस अत्यंत हुशार सर्जन असल्याचं कळलं. कामाच्या ओझ्यानं वैतागलेल्या ला त्रीस नावाच्या नर्सशी माझी मैत्री झाली. ला त्रीसनं माझ्यासाठी इतकं केलं की, अगदी खरीखुरी सहानुभूती असेल तरच इतकं कोणी करेल. पापण्यांचे केस आणि भुवया गळून गेलेली मुलं मी बघितली. केमोमुळं त्यांचे केस जळून गेले होते; पण इन्डुरेनसारख्या चिवट शौर्यानं ती झुंज देत होती. (इन्डुरेन हा जगप्रसिद्ध सायकल-रेस चॅम्पियन आहे.)

अजूनही या सगळ्याचा अर्थ पूर्णपणे मला समजत नाही. मी एवढंच करू शकतो की, काय आणि कसं झालं हे तुम्हाला सांगू शकतो.

मला काहीतरी होतं आहे हे खरं म्हणजे माझ्या लक्षात यायलाच हवं होतं; पण मैदानी खेळाडू– विशेषत: सायकलिस्ट मंडळी स्वत:ला काही होत आहे, हे नेहमीच नाकारत असतात. ज्या स्पर्धेत भाग घेतला असेल तिच्यात शेवटपर्यंत टिकून राहायचं असेल, तर सर्व दुखणी-खुपणी स्वत:च्या मनाशीही नाकारावीच लागतात. या खेळात स्वत:चे हाल करून घ्यावे लागतात. कुठल्याही तऱ्हेच्या हवेत आणि परिस्थितीत गोल दगडांच्या आणि वाळूच्या रस्त्यावरून, चिखलातून, वाऱ्यातून, पावसातून, गारांच्या वर्षावातून तुम्ही संपूर्ण दिवस– सहा-सात तास सायकलवर असता आणि कुठेतरी दुखतंय, खुपतंय म्हणून माघार घ्यायची नसते.

सगळंच दुखत असतं– तुमची पाठ दुखते, पावलं दुखतात, हात दुखतात, मान दुखते, पाय दुखतात आणि अर्थातच तुमचे कुल्लेही दुखत असतात.

म्हणून १९९६ मध्ये मला बरं वाटत नव्हतं या गोष्टीकडे मी लक्ष दिलं नाही. त्या हिवाळ्यात माझ्या वृषणाचा उजवा अंड जरासा सुजला, तेव्हा 'सुजू दे सुजलाय तर' असं मी स्वत:ला सांगितलं. कारण सायकलवर मी स्वत:ला काहीतरी दुखापत करून घेतली असेल, असं मी धरून चाललो; किंवा असंही वाटलं की, पुरुषाच्या शारीरिक घडणीतलं काहीतरी उणं-अधिक असेल तर ते नीट होण्याची प्रक्रिया असेल. मी आतापर्यंत चालवत होतो तशीच चांगली सायकल चालवत होतो आणि ते चालवणं बंद करण्याचं काहीच कारण नव्हतं.

सायकल चालवणं हा खेळ असा आहे की, चांगले परिपक्व झाले असतील अशा चॅम्पियन्सनाच यश मिळतं. वर्षानुवर्षांच्या सरावानं कमावलेली शारीरिक ताण सहन करण्याची शक्ती आणि केवळ अनुभवानंच येणारी डावपेचांची जाण या

दोन्हींची अत्यंत जरूर असते. १९९६ पर्यंत मला असं वाटायला लागलं होतं की, आता मी माझ्यातल्या कौशल्याच्या सर्वोत्तम टप्प्यावर पोहोचतो आहे. त्या वर्षी वसंत ऋतूत मी फ्लेचे-वॅलोन (Fleche-Wallone) नावाची एक स्पर्धा जिंकलो होतो. आर्डेनेसमधून जायचं असणारी ही अत्यंत अवघड स्पर्धा त्यापूर्वी एकही अमेरिकन जिंकला नव्हता. लीएज-बास्तोन्य-लीएज (Liege-Bastogne-Liege) या एका दिवसात पूर्ण करायच्या महाकठीण स्पर्धेत मी दुसरा आलो होतो आणि तूर द्यू पों (Tour Du Pont) ही बारा दिवसांत कॅलिफोर्नियाच्या डोंगरांमधून १२२५ मैल जाण्याची स्पर्धा मी जिंकलो होतो. या स्पर्धांखेरीज पाच आणखी स्पर्धांमध्ये मी दुसरा आलो होतो आणि माझ्या करिअरमध्ये प्रथमच आंतरराष्ट्रीय मानांकन यादीत माझं नाव पहिल्या पाचांत येऊ घातलं होतं.

पण तूर द्यू पों स्पर्धा मी जिंकलो तेव्हा सायकलस्पर्धांच्या चाहत्यांना एक गोष्ट विचित्र वाटली. मी स्पर्धा जिंकायचो तेव्हा शेवटची रेषा पार करताना मी नेहमी दोन्ही हातांच्या मुठी आनंदानं पिस्टनसारख्या वरखाली करत असे; पण त्या दिवशी सायकलवरच विजय साजरा करण्यासाठी माझ्या अंगात त्राणच नव्हतं; मी अत्यंत थकून गेलो होतो. माझे डोळे लाल झाले होते आणि चेहरा फुलून येऊन लाल झाला होता.

त्या वसंत ऋतूतल्या माझ्या चांगल्या कामगिरीमुळे माझा आत्मविश्वास आणि उत्साह वाढलेला असायला हवा होता; पण त्याऐवजी मला जाणवत होता फक्त थकवा. माझी स्तनाग्रं हळवी, दुखरी झाली होती. मला त्या वेळी जास्त माहिती असती, तर माझ्या हे लक्षात आलं असतं की, हे आजाराचं एक लक्षण आहे. या लक्षणाचा अर्थ माझी HCG या हार्मोनची पातळी वाढली आहे असा होता. गर्भवती बायकांची ही पातळी अशी जास्त असते. पुरुषांच्या शरीरात हे हार्मोन अगदी थोड्या प्रमाणात असतं; अपवाद असतो, फक्त त्यांचे वृषण बरोबर काम करत नसतील तर.

पण मला वाटलं मला फक्त थकवा आला आहे. 'सवय करून घे!' मी स्वत:ला सांगितलं, 'असा थकवा येणं परवडणार नाही तुला!' त्या सीझनच्या दोन सर्वांत महत्त्वाच्या स्पर्धा अजून व्हायच्या होत्या – 'तूर द फ्रान्स' आणि अॅटलांटात होणार असलेल्या ऑलिंपिक गेम्स. या दोन स्पर्धांसाठीच तर मी स्पर्धांमध्ये भाग घेत होतो आणि सराव करत होतो.

'तूर द फ्रान्स' स्पर्धेत पाचव्याच दिवशी मी माघार घेतली. वादळी पावसातून मी सायकल चालवली आणि माझा घसा खराब होऊन मला ब्रॉंकायटिस झाला. खोकला झाला होता आणि पाठीचा खालचा भाग दुखत होता. सायकलवर चढताच येत नव्हतं मला. 'मला श्वास घ्यायला त्रास होत होता,' मी वार्ताहारांना सांगितलं. आता समजतं की माझे ते शब्द अनिष्टाची सूचना देणारे होते.

अॅटलांटामध्येही माझ्या शरीरानं मला परत निराश केलं. वेळेच्या स्पर्धेत

(Time Trial) मी सहावा आलो आणि रस्त्यावरच्या स्पर्धेत (Road Race) बारावा. निकाल तसे एकूण बरे होते; पण माझ्याकडून माझ्या स्वतःच्या ज्या अपेक्षा होत्या त्या मानानं विरस करणारे होते.

ऑस्टिनला परत आल्यावर मी स्वतःची अशी समजूत घातली की, मला फ्लू झाला असणार. मी खूप झोपत होतो आणि मला अंग कसकसत असावं तसं; पेंगुळल्यासारखं, तब्येत खालावल्यासारखं वाटायचं. मी तिकडे दुर्लक्ष केलं आणि स्पर्धांचा तो सीझन दमणूक करणारा आणि बराच लांब होता, असं कारण ठरवून टाकलं.

अठरा सप्टेंबरला मी माझा पंचविसावा वाढदिवस साजरा केला आणि दोन दिवसांनंतर बऱ्याच स्नेह्यांना पार्टीला बोलावलं. पार्टीनंतर जिमी बफेटचा संगीताचा कार्यक्रम होता. पार्टीसाठी आम्ही 'मार्गरिटा' मशीनही आणलं होतं. (कॉकटेल्स तयार करण्यासाठीचं मार्गरिटा नावाचं मशीन. त्यात तकिला नावाचं एक मद्यही असतं.)

प्लॅनोहून माझी आई लिंडा मला भेटायला आली होती. त्या रात्रीच्या पार्टीत मधेच मी तिला म्हटलं, "मी जगातला सर्वांत सुखी माणूस आहे!" मी माझ्या आयुष्यावर खुश होतो. टेक्सास युनिव्हर्सिटीत शिकणारी लिसा शील्स नावाची एक सुंदर मुलगी माझी तेव्हाची खास मैत्रीण होती. 'कोफिदी' नावाच्या नामांकित फ्रेंच रेसिंग टीमबरोबर मी पंचवीस लाख डॉलर्सच्या दोन वर्षांच्या नव्या कॉन्ट्रॅक्टवर नुकतीच सही केली होती. कितीतरी महिने काम करून घेऊन, स्थापत्य आणि सजावट नेमकी मला हवी तशी करून घेऊन मी छान नवं घर बांधून घेतलं होतं. भूमध्य सामुद्रिक शैलीचं हे घर लेक ऑस्टिनच्या काठावर होतं, त्याच्या उंच उंच काचेच्या खिडक्यांच्या बाहेर स्विमिंग पूल होता आणि डॉकपर्यंत जाऊन पोहचणारा इटालियन पद्धतीचा खुला चौक होता. डॉकमध्ये माझ्या मालकीची जेट स्की आणि पॉवरबोट होती.

त्या संध्याकाळची फक्त एका घटनेनं नासाडी झाली. संगीताचा कार्यक्रम चालू असतानाच माझं डोकं दुखायला लागलं. सुरुवातीला हळूहळू ठोकावं तसं ठसठसत होतं. मी ॲस्पिरीन घेऊन पाहिलं; पण त्यानं कमी न होता डोकं जास्तच दुखू लागलं.

मग मी आयबुप्रोफेन घेऊन पाहिलं. सगळ्या मिळून चार गोळ्या पोटात गेल्यानंतरही डोकं दुखणं उलट जास्त वाढलं. फार जास्त मार्गरिटा घेतल्याचा हा परिणाम असं मी ठरवलं आणि स्वतःला बजावलं की, पुन्हा कधीही मार्गरिटा घ्यायचं नाही. माझा एजंट, ॲटर्नी आणि मित्र बिल स्टेपलटनच्या बायकोच्या – लॉराच्या पर्समध्ये अर्धशिशीसाठीचं काही औषध होतं; त्यातून तिनं मला गोळ्या काढून दिल्या. मी तीन गोळ्या घेतल्या; पण त्यांचाही उपयोग झाला नाही.

एव्हाना आपण चित्रपटात बघतो तसे पाय लटपटायला लागलेले, डोकं हातांनी गच्च दाबून धरून ठेवलेलं दाखवतात, तसं माझं डोकं दुखत होतं. शेवटी

नाइलाजानं मी घरी गेलो, सगळे दिवे बंद केले आणि सोफ्यावर गप्प पडून राहिलो. दुखणं अजिबात कमी झालं नाही; पण वेदनांमुळं पार थकून गेल्यानं आणि पोटात गेलेल्या एवढ्या सगळ्या तकिलामुळं अखेर केव्हातरी मला झोप लागली.

सकाळी जाग आली तेव्हा डोकं दुखायचं थांबलं होतं. उठून स्वयंपाकघरात कॉफी करत असताना माझ्या लक्षात आलं की, मला जरा धूसर दिसत होतं. वस्तूंच्या आकारांच्या बाह्य रेषा स्पष्ट दिसत नव्हत्या. 'वय होत चाललं वाटतं,' मला वाटलं, 'चष्मा लागला असेल.'

प्रत्येक गोष्टीला मी सयुक्तिक कारणं शोधून काढत होतो. दोन दिवसांनंतर बैठकीच्या खोलीतल्या फोनवर बिल स्टेपलटनशी बोलत होतो. तेव्हा मला जोराची खोकल्याची उबळ आली. घशात आणि तोंडात काहीतरी अडकल्यासारखं होऊन त्याची विचित्र चव लागली. "थांब रे एक मिनिट," मी म्हटलं, "काहीतरी ठीक दिसत नाहीये." असं म्हणत मी भराभरा बाथरूममध्ये गेलो आणि बेसिनमध्ये थुंकून टाकलं.

बेसिनभर रक्ताचे शिंतोडे उडाले. मी डोळे फाडून बघत राहिलो. पुन्हा खोकला आला, थुंकून टाकलं, आणखी रक्त! ते रक्ताळलेले बेडके माझ्या तोंडातून निघाले होते, हे मला खरंच वाटेना.

घाबरून मी पुन्हा बैठकीच्या खोलीत गेलो आणि फोन उचलून बिलला सांगितलं, "बिल, तुला नंतर फोन करतो." त्याचा फोन बंद करून मी माझा शेजारी डॉ. रिक पार्कर याला लगेच फोन लावला. रिक माझा चांगला मित्र आणि ऑस्टिनमधला डॉक्टरही आहे. टेकडीच्या पायथ्याशीच तो राहतो.

"तुला आत्ता येता येईल? माझ्या खोकल्यातून रक्त पडतंय." रिक येतच होता तोपर्यंत मी बाथरूममध्ये जाऊन परत ते रक्ताचे बेडके बघितले. मग एकदम नळ उघडला. मला ते सगळं धुवून टाकायचं होतं. कधीकधी मी अमुक गोष्ट का करतो, हे माझं मलाही नीट समजत नाही. रिकनं ते बघायला मला नको होतं, मला त्याच्यामुळं अवघडल्यासारखं वाटत होतं, ते मला काढून टाकायचं होतं.

रिक आला, त्यानं माझं नाक आणि तोंड तपासलं, टॉर्च लावून घसा बघितला, पडलेलं रक्त कुठाय असं विचारलं. थोडंसं अजून बेसिनमध्ये होतं ते मी त्याला दाखवलं. 'अरे देवा!' मला वाटलं, 'खरं किती जास्त होतं ते नाही सांगायचं मला! किती किळसवाणं!' जेवढं शिल्लक होतं ते फारसं नव्हतं.

माझ्या सायनसच्या आणि ॲलर्जीच्या तक्रारींची रिकला सवय होती. ज्यांच्यामुळे ॲलर्जी होते अशा गवताच्या जाती आणि फुलांचे पराग ऑस्टिनमध्ये पुष्कळ आहेत; पण त्यांच्यामुळे कितीही त्रास झाला तरी, सायकल स्पर्धांच्या अमली पदार्थांबद्दलच्या कडक नियमांमुळे मला त्यासाठी औषधं घेता येत नाहीत. तो त्रास सहनच करावा लागतो.

''सायनसमधून कदाचित निघालं असेल रक्त, चिराळली असेल एखादी सायनस.'' रिक म्हणाला.

''फार बरं, म्हणजे विशेष असं काही नाहीये.'' मी म्हटलं.

मला इतकं सुटल्यासारखं वाटलं की, हा काही गंभीर प्रकार नाही, हा प्रथमदर्शनीचा खुलासा झटक्यात स्वीकारून टाकून मी मोकळा झालो. जाताजाता रिकनं मला नंतरच्या आठवड्यात त्याच्या आणि जेनीच्याबरोबर त्यांच्या घरी जेवायला बोलावलं.

थोड्या दिवसांनंतर एका रात्री मी स्कूटरवरून पार्कर मंडळींच्या घरी टेकडी उतरून खाली गेलो. मला असल्या वस्तूंचं वेड आहे आणि ती स्कूटर मला फार आवडायची; पण त्या रात्री माझ्या वृषणाचा उजवा अंड इतका ठणकत होता की, स्कूटरवर बसून मला खूपच त्रास झाला. जेवणाच्या टेबलावरही मी खूपच अस्वस्थ होतो. कसाही बसलो तरी दुखत होतं. कशीही हालचाल केली तरी वेदना होत होत्या.

रिकला सांगावंसं मला खूप वाटलं; पण फार भिडस्तही वाटलं. काही म्हटलं तरी जेवायला गेलेलं असताना बोलण्यासारखा तो विषयही नव्हता आणि ते रक्त निघालं तेव्हा मी त्याला त्रास दिला होताच. त्याला वाटायचं हा तक्रारखोरच प्राणी दिसतोय, असं मनात येऊन मी मग गप्पच राहिलो.

दुसऱ्या दिवशी सकाळी उठलो तेव्हा माझं उजवं वृषण भयंकरच सुजलं होतं. जवळ जवळ संत्र्याच्या आकाराएवढं. मी कपडे चढवले. गॅरेजमधून माझी सायकल काढली आणि माझ्या रोजच्या सायकलिंगच्या सरावासाठी निघालो; पण मला लक्षात आलं की, मला मुळी सीटवर बसताच येत नव्हतं. पॅडल्सवर पाय ठेवून उभ्यानंच मी सायकल चालवली. दुपारपर्यंत घरी परत आल्यावर नाइलाजानं मी पार्कर्सच्या घरी परत फोन केला.

''रिक, माझ्या वृषणाला काहीतरी झालंय. खूप सूज आलीय. सायकल मला उभ्यानंच चालवावी लागली.''

रिकच्या आवाजात जरब होती, ''हे तू ताबडतोब डॉक्टरांना दाखवलंच पाहिजेस.'' त्यानं, त्याच दुपारी तोच मला स्पेशालिस्ट डॉक्टरकडे घेऊन जाईल, असंही सांगितलं. मी फोन ठेवून दिल्यावर त्यानं ऑस्टिनमधले नामांकित युरॉलॉजिस्ट (मूत्रविकारतज्ज्ञ) डॉ. जिम रीव्ह्ज यांना फोन केला. रिकनं माझ्या त्रासाचं वर्णन केल्याबरोबर रीव्ह्जनी मी ताबडतोब त्यांच्याकडे जावं असं सांगितलं. ते माझ्यासाठी वेळ राखून ठेवणार होते. रिक म्हणाला, ''रीव्ह्जना शंका आहे की, कदाचित वृषण नुसतं जोरानं खेचलं किंवा पिरगळलं गेलं असेल; पण तरी जाऊन दाखवलेलं बरं, दुर्लक्ष केलं तर वृषण कामातून जाऊ शकतं.''

मी अंघोळ करून कपडे बदलले, पोर्शेच्या किल्ल्या घेतल्या आणि निघालो.

कसं काय ते कोणास ठाऊक; पण मी कोणते कपडे घातले होते हे मला अजूनही बरोबर आठवतं. खाकी पँट आणि हिरवा फॉर्मल शर्ट. रीव्ह्जचं ऑफिस शहराच्या मध्यभागात होतं. टेक्सास युनिव्हर्सिटीच्या आवाराजवळच्या एका साध्या तपकिरी विटांच्या, दवाखाने असलेल्या, इमारतीत.

रीव्ह्ज प्रौढ वयाचे गृहस्थ होते. खोल विहिरीतून यावा तसा छान घुमणारा आवाज होता त्यांचा आणि अगदी साधी तपासणी चालली आहे, असं दाखवण्याची त्यांची अस्सल वैद्यकीय पद्धत होती. खरं म्हणजे मला तपासल्यावर मनातून ते चांगलेच हादरले होते, तरीही.

माझं वृषण नेहमीच्या आकारापेक्षा तिप्पट आकाराचं झालं होतं, टणक झालं होतं आणि हात लागला की, दुखत होतं. रीव्ह्जनी कागदावर काहीतरी लिहिलं आणि मग ते म्हणाले, ''हे जरा शंकास्पद वाटतंय. आपण खबरदारी घेतलेली बरी, म्हणून मी तुला रस्त्याच्या पलीकडच्या बाजूला 'अल्ट्रासाउंड' करून घ्यायला पाठवतोय.''

मी कपडे चढवले आणि गाडीपर्यंत गेलो. रस्त्यापलीकडच्या अशाच एका तपकिरी विटांच्या इमारतीत ती लॅबोरेटरी होती. मी गाडी घेऊनच जायचं ठरवलं. आत लहान लहान ऑफिसेस आणि गुंतागुंतीच्या यंत्र-उपकरणांनी भरलेल्या खूप खोल्या होत्या. तिथल्या एका तपासायच्या टेबलावर मी आडवा झालो.

एका तासानंतर मी त्या टेबलावरच होतो. ती टेक्निशियन जणू माझ्या शरीराचा इंचन्इंच तपासत होती. मी अवघडलेपणा वाटून न घेण्याचा प्रयत्न करत गुपचूप पडून राहिलो. या तपासणीला एवढा वेळ का लागत होता? तिला काही वेगळं सापडलं असेल?

शेवटी एकदाचं तिनं ते उपकरण खाली ठेवलं. एक शब्दही न बोलता ती खोलीच्या बाहेर गेली.

''एक मिनिट थांबा,'' मी म्हटलं, ''अहो...''

मला वाटलं, 'ही कसली आलीय डोंबलाची नुसती खबरदारी? जराशानं ती परत आली. तिच्याबरोबर मी मघाशी ऑफिसमध्ये पाहिलेला एक माणूस होता. ते प्रमुख रेडिऑलॉजिस्ट (क्ष-किरणतज्ज्ञ) होते. त्यांनी ते उपकरण घेतलं आणि आता ते मला तपासू लागले. मी गप्प पडून होतो. आणखी पंधरा मिनिटं. इतका वेळ का लागत होता या तपासणीला?'

''ठीक आहे, कपडे घाला आणि बाहेर या.'' ते म्हणाले. मी भराभरा कपडे चढवून बाहेर गेलो, ते पॅसेजमध्येच भेटले.

''आपल्याला छातीचा एक्स-रे घेतला पाहिजे.'' ते म्हणाले.

मी डोळे विस्फारून त्यांच्याकडे बघत विचारलं, ''का?''

"डॉ. रीव्ह्जनी सांगितलंय." ते म्हणाले.

यांना आता छातीत काय बघायचं असेल? तिथे तर मला काहीच दुखत नव्हतं. दुसऱ्या तपासायच्या खोलीत जाऊन मी पुन्हा कपडे काढले. दुसरा एक टेक्निशियन आला आणि त्यानं एक्स-रे काढायचं काम केलं.

मला आता राग येऊ लागला होता, घाबरलोही होतो. पुन्हा कपडे चढवून मी तरातरा मुख्य ऑफिसात गेलो. कॉरिडॉरमध्ये मला ते मुख्य रेडिऑलॉजिस्ट दिसले.

"अहो," मी त्यांना अडवत विचारलं, "हे चाललंय तरी काय? ही काही साधी तपासणी नाही."

"डॉ. रीव्ह्ज तुमच्याशी बोलतील हे बरं." ते म्हणाले.

"नाही. काय चाललंय हे मला जाणून घ्यायचंय."

"खरं म्हणजे डॉ. रीव्ह्जच्या कामात मला ढवळाढवळ करायची नाहीये; पण असं वाटतंय की, कदाचित ते कॅन्सरशी संबंधित काही तपासण्या करत आहेत."

मी दगडासारखा उभा राहिलो.

"××××" मी म्हटलं.

"हे एक्स-रेज घेऊन तुम्हाला डॉ. रीव्ह्जकडे परत गेलं पाहिजे. ते त्यांच्या ऑफिसात तुमची वाट बघतायत."

माझ्या पोटात थंड गोळा आला आणि तो वाढत राहिला. मी माझ्या मोबाइलवर रिकला फोन केला.

"रिक, इथं काहीतरी चाललंय आणि ते मला सगळं सांगत नाहीयेत."

"लान्स, नेमकं काय चाललंय ते ठाऊक नाही; पण डॉ. रीव्ह्जना भेटायला तुझ्याबरोबर मी येईन. तिथं भेटू या आपण?"

"बरं." मी म्हटलं.

मी रेडिओलॉजी ऑफिसमध्ये थांबलो, माझे एक्स-रेज तयार होत होते. शेवटी एकदाचे रेडिओलॉजिस्ट आले, त्यांनी एक मोठा तपकिरी लिफाफा माझ्या हातात दिला आणि सांगितलं की, डॉ. रीव्ह्ज त्यांच्या ऑफिसमध्ये मला भेटतील. मी त्या लिफाफ्याकडे पाहत राहिलो. माझी छाती होती त्यात...

हे सगळं काहीच्या काहीच... मी गाडीत बसलो आणि पुन्हा माझ्या छातीचे एक्स-रेज असलेल्या त्या लिफाफ्याकडे पाहिलं. रीव्ह्जचं ऑफिस तिथून दोनशे यार्डांवरच असेल; पण ते त्यापेक्षा कितीतरी लांब वाटलं– दोन मैल– वीस मैल.

तिथं पोहोचून मी गाडी पार्क केली. एव्हाना अंधार पडला होता. नेहमीची ऑफिसची वेळ संपली होती. 'डॉ. रीव्ह्ज इतका वेळ माझ्यासाठी थांबून राहिले असतील तर तसंच काहीतरी कारण असणार' मला वाटलं आणि ते कारण भयंकर काहीतरी असणार.

मी डॉ. रीव्ह्जच्या ऑफिसमध्ये पोहोचलो तेव्हा इमारत रिकामी होती, सगळे घरी गेले होते, बाहेर अंधार झाला होता.

रिक येऊन पोहोचला. तो गंभीर दिसत होता. मी अंग दुमडून घेऊन एका खुर्चीत बसून राहिलो. डॉ. रीव्ह्ज तो लिफाफा उघडून माझे एक्स-रेज बघत होते. एक्स-रे एखाद्या फोटोच्या निगेटिव्हसारखा असतो. बिघाड असेल तिथे पांढरं दिसतं, काळा भाग असेल तर चांगलं, म्हणजे काही बिघाड नाही. काळं चांगलं– पांढरं वाईट.

डॉ. रीव्ह्जनी भिंतीवरच्या प्रकाशित ट्रेमध्ये माझे एक्स-रेज अडकवले. माझी छाती एखाद्या बर्फाच्या वादळाच्या फोटोसारखी दिसत होती.

''हंऽ! गंभीर परिस्थिती आहे. वृषणाचा कॅन्सर फुप्फुसांपर्यंत मोठ्या प्रमाणात पसरलेला दिसतो आहे.''

मला कॅन्सर झाला आहे!

''खात्री आहे तुमची?'' मी विचारलं.

''बऱ्यापैकी खात्री आहे.'' डॉ. रीव्ह्ज म्हणाले.

मी पंचवीस वर्षांचा आहे, मला का कॅन्सर होईल?

''मी दुसऱ्या डॉक्टरांचं मत घेऊ का?'' मी विचारलं.

''अर्थातच,'' डॉ. रीव्ह्ज म्हणाले, ''तुम्हाला तसं करण्याचा नक्कीच अधिकार आहे; पण मी तुम्हाला एवढं सांगतो की, मला माझ्या निदानाची खात्री आहे. मी उद्या सकाळी सात वाजता तुमचं वृषण काढून टाकण्याचं ऑपरेशन करायची व्यवस्था केली आहे.''

मला कॅन्सर झालाय आणि तो माझ्या फुप्फुसांमध्ये आहे!

डॉ. रीव्ह्जनी त्यांच्या निदानाबद्दल विस्तारानं सांगितलं. ते म्हणाले, ''वृषणाचा कॅन्सर हा क्वचित आढळणारा कॅन्सर आहे. अमेरिकेत वर्षातून साधारण सात हजार लोकांना तो झालेला आढळतो. अठरा ते पंचवीस या वयोगटातील मुलांना तो होतो आणि तो कॅन्सरचा एक बरा करता येणारा प्रकार मानला जातो. कारण केमोथेरपीत आता खूप प्रगती झाली आहे. परंतु निदान व उपचार लवकर होणं अत्यंत आवश्यक असतं. मला तो कॅन्सर झाला होता, याबद्दल डॉ. रीव्ह्जची खात्री होती. प्रश्न होता आजार किती पसरला होता हे समजण्याचा. ऑस्टिनमधले एका नामांकित कॅन्सरतज्ज्ञ डॉ. डड्ले यूमन यांना मी भेटावं, असं त्यांचं मत होतं. प्रत्येक दिवस महत्त्वाचा होता. लवकरात लवकर सर्व करणं अत्यावश्यक होतं. डॉ. रीव्ह्ज बोलायचं थांबले.

मी गप्पच राहिलो.

''तुम्हा दोघांना थोडा वेळ मी एकटं सोडतो.'' असं म्हणून ते बाहेर गेले. रिक

आणि मी दोघंच राहिलो तेव्हा टेबलावर डोकं ठेवून मी म्हणालो, ''माझा विश्वासच बसत नाहीये याच्यावर!''

पण विश्वास ठेवणं भागच होतं. मी बरा नव्हतोच. माझं ते डोकं दुखणं, कफातून रक्त पडणं, घसा खराब असणं, कोचावर चक्कर येऊन पडणं आणि खूप झोप येणं– मला बरं नव्हतंच आणि त्यालाही बरेच दिवस झाले होते.

''लान्स, मी काय म्हणतोय, ते ऐक. कॅन्सरच्या उपचारांमध्ये आता खूपच सुधारणा झाली आहे, तो बरा होऊ शकतो. जे काही करावं लागेल ते आपण करू या, सर्व उपचार करू या.''

मी म्हटलं, ''बरं.''

रिकनं डॉ. रीव्ह्जना आत बोलावलं.

''मला काय करावं लागेल?'' मी त्यांना विचारलं, ''जे असेल ते सुरू करू या. खलास करू या दुखण्याला. जे करावं लागेल, ते करू या.''

मला ताबडतोब बरं व्हायचं होतं. ताबडतोब त्याच रात्रीही ऑपरेशन करून घ्यायला मी तयार होतो. शक्य असतं तर माझं मीच रेडिएशनही घेतलं असतं; पण डॉ. रीव्ह्जनी शांतपणे मला दुसऱ्या दिवशी सकाळी काय करायचं ते सांगितलं. वेगवेगळ्या चाचण्यांसाठी मी सकाळी लवकर हॉस्पिटलमध्ये यायचं होतं. म्हणजे कॅन्सरतज्ज्ञांना कॅन्सर किती पसरला आहे ते समजलं असतं आणि मग वृषण काढायचं ऑपरेशन करून घ्यायचं होतं.

मी घरी जायला निघालो. मला बरेच फोन करावे लागणार होते आणि त्यातला एक माझ्या आईला असणार होता. कसंही करून मला तिला सांगणं भागच होतं की, तिच्या एकुलत्या एका मुलाला कॅन्सर झाला होता.

मी गाडीत बसलो आणि दुतर्फा झाडं असलेल्या, वळणावळणांच्या रस्त्यांवरून नदीकाठच्या माझ्या घराकडे निघालो. आयुष्यात प्रथमच मी गाडी हळू चालवत होतो. मी अजून धक्क्यातून सावरलो नव्हतो.

'अरे देवा! मी पुन्हा कधीही सायकल स्पर्धेत भाग घेऊ शकणार नाही!' मनातल्या गोंधळात खोल कुठेतरी हे विचारही होते, 'अरे देवा! मी मरेन!' 'अरे देवा! माझं कधी कुटुंबच असणार नाही!' पण तेव्हातरी पहिला विचार हाच होता की, 'अरे देवा! मी पुन्हा कधीही सायकल स्पर्धेत भाग घेऊ शकणार नाही!' मी गाडीतला फोन उचलला आणि बिल स्टेपलटनला लावला.

''बिल, एक खूप वाईट बातमी आहे.'' मी म्हटलं.

''काय?'' त्याचं नीटसं लक्ष नव्हतं.

''मी आजारी आहे. माझं करिअर खलास झालंय.''

''काऽय?''

“सगळं संपलंय. मी आजारी आहे. मी पुन्हा कधीही सायकल स्पर्धेत भाग घेऊ शकणार नाही. मी सगळं काही गमावणार आहे!”

मी फोन ठेवून दिला.

गाडी फर्स्ट गिअरमध्येच चालवत मी रस्त्यांमधून हळूहळू पुढे सरकत राहिलो. वेग वाढवायचंही त्राण राहिलं नव्हतं माझ्यात. तसं खुरडत खुरडत जाताना मी माझं जग, माझा व्यवसाय, मी स्वत: यांबद्दल विचार करत राहिलो. मी घरातून बाहेर पडलो तेव्हा मी अविनाशी, अजिंक्य, ठणठणीत असा पंचवीस वर्षांचा तरुण होतो. कॅन्सर माझं सगळं जगच बदलून टाकणार होता. त्याच्यामुळे माझं करिअर तर गडगडणार होतंच, माझी स्वत:बद्दलची संपूर्ण व्याख्याच बदलणार होती. मी शून्यातून सुरुवात केली होती. माझी आई टेक्सासमधल्या प्लॅनो गावी सेक्रेटरी होती; पण माझ्या सायकलमुळे मी विशेष कोणीतरी झालो होतो. शाळेतली इतर मुलं गावातल्या कंट्री क्लबच्या स्विमिंग पूलमध्ये पोहायला जायची, तेव्हा मी शाळा सुटल्यावर मैलोन्‌मैल अंतर सायकलनं कापायचो. कारण त्यामध्ये मला संधी दिसत होती. मिळवलेल्या प्रत्येक ट्रॉफीसाठी आणि प्रत्येक डॉलरसाठी मी प्रचंड घाम गाळला होता आणि आता मी काय करणार होतो? मी जागतिक दर्जाचा सायकलपटू लान्स आर्मस्ट्रॉंग नसणार असेन, तर मी काय असणार?

— एक आजारी माणूस!

मी घरी पोहोचलो. आत फोन वाजत होता. मी आत गेलो, किल्ल्या कडेच्या काउंटरवर फेकल्या. फोन वाजतच होता. मी तो उचलला. माझा मित्र स्कॉट मॅकइचर्न होता फोनवर. माझ्यासाठी काम करणारा नाइके कंपनीचा प्रतिनिधी.

“काय लान्स? कसं काय चाललंय?”

“हो, खूप काही चाललंय!” मी रागानं म्हटलं, “खूप काही!”

“काय म्हणायचंय तुला?”

“मी – मला – ”

मी अजून ते शब्द मोठ्यानं उच्चारलेच नव्हते.

“काय रे?” स्कॉट म्हणाला.

मी तोंड उघडलं, मिटलं, मग पुन्हा उघडलं, “मला कॅन्सर झालाय!” मी म्हटलं.

मी रडू लागलो.

आणि मग, त्या क्षणी माझ्या लक्षात आलं की, कदाचित माझा जीवही जाईल; नुसता माझा पेशा नव्हे.

मी मरण पावेन हेही शक्य होतं.

❍

सुरुवातीची रेषा

तुम्हाला आवडो की न आवडो, तुमचा भूतकाळ तुम्हाला घडवतो. प्रत्येक प्रसंग आणि अनुभव तुमच्यावर परिणाम करतात आणि माळरानावरच्या झाडाला जसा वाहणाऱ्या वाऱ्यानं आकार येतो, तसे त्या सर्व परिणामांनी तुम्ही जसे असता, तसे होता.

माझ्या लहानपणाबद्दल तुम्हाला एवढं समजणं पुरेसं आहे की, मला वडील असे कधी नव्हतेच आणि ते असायला हवे होते असं मला कधी वाटलंही नाही. मी जन्मलो तेव्हा माझी आई सतरा वर्षांची होती. अगदी पहिल्या दिवसापासून सर्वांनी तिला सांगितलं होतं की, आम्ही (ती आणि मी) काहीही विशेष करून दाखवू शकणार नाही. पण माझ्या आईची मतं वेगळी होती; आणि कधीही सूट न देता तिनं मला या नियमाला धरून राहून वाढवलं की, 'प्रत्येक अडचणीचा ती एक संधी असल्यासारखा उपयोग करायचा.' आणि तसेच आम्ही वागलो.

एका लहान चणीच्या स्त्रीसाठी तिचं बाळ म्हणून मी खूप मोठा होतो. माझ्या आईचं माहेरचं नाव होतं लिंडा मूनिहॅम. तिची उंची पाच फूट तीन इंच आहे आणि वजन सुमारे एकशेपाच पौंड. इतक्या छोट्या तिनं, मला कसा जन्म दिला कोण जाणे. जन्मत: माझं वजन नऊ पौंड बारा औंस होतं. प्रसूतीचा तिला बराच त्रास झाला, दुसऱ्या दिवशी तिला खूपच ताप होता. इतका की, नर्सेसनी तिला मला जवळही घेऊ दिलं नाही.

माझ्या तथाकथित बापाची आणि माझी ओळखही नव्हती. तो एक नसलेला गुणक होता– त्याचं नसणं हाच एक गुणक धरला तर वेगळी गोष्ट! माझ्या जन्माला आवश्यक असलेला DNA त्यानं दिला, एवढ्यानं तो माझा बाप होत नाही आणि माझ्यापुरतं बोलायचं, तर त्याचा माझा काहीही संबंध नाही, अजिबात नाही. तो कोण आहे, त्याच्या आवडीनिवडी काय आहेत याबद्दल मला काहीही माहिती नाही. गेल्या वर्षीपर्यंत तो कुठे राहतो, काय करतो हेही मला माहीत नव्हतं.

मी कधीच विचारलं नाही. त्याच्याबद्दल माझ्या आईचं नि माझं एकदाही काही बोलणं झालं नाही. एकदाही नाही. अठ्ठावीस वर्षांमध्ये ना तिनं कधी त्याचा विषय

काढला, ना मी कधी त्याचा विषय काढला. हे विचित्र वाटेल; पण हे खरं आहे. कारण असं की, मला त्याची काहीच पर्वा नाही आणि माझ्या आईलाही नाही. ती म्हणते की, मी विचारलं असतं तर तिनं सांगितलं असतं; पण खरं सांगायचं तर ते अगदी निरर्थक, उगीचच काहीतरी विचारणं झालं असतं, इतकं त्याचं महत्त्व माझ्या दृष्टीनं कमी होतं. माझ्या आईचं माझ्यावर खूप प्रेम होतं आणि माझंही तिच्यावर तितकंच प्रेम होतं आणि आम्हाला दोघांनाही तेवढं पुरेसं होतं.

पण माझ्या आयुष्याबद्दल लिहायला बसलो; तेव्हा वाटलं की, माझ्याबद्दल काही थोड्या गोष्टी मी जाणून घ्याव्यात. दुर्भाग्यवश, गेल्या वर्षी टेक्सासमधल्या एका वर्तमानपत्रानं माझ्या बापाचा छडा लावला आणि त्याची माहिती लिहिली. त्यांनी दिलेली माहिती अशी होती– त्याचं नाव गुण्डरसन आहे आणि 'डलास मॉर्निंग न्यूज'मध्ये तो रूट मॅनेजर आहे. टेक्सासच्या सेडर क्रीक लेकमध्ये तो राहतो आणि त्याला आणखी दोन मुलं आहेत. माझी आई माझ्या वेळी गर्भवती असताना तिचं त्याच्याशी लग्न झालेलं होतं; पण मी दोन वर्षांचा होण्यापूर्वी ते विभक्त झाले. त्या वर्तमानपत्रानं 'माझा बाप असल्याचा त्याला अभिमान आहे,' असं तो म्हणतो, असंसुद्धा लिहिलं होतं आणि त्याची मुलं मला त्यांचा भाऊ समजतात असंही तो म्हणाला होता; पण मला हे बोलणं संधीसाधूपणाचं वाटलं. त्याला भेटण्यात मला काहीही रुची नाही.

माझी आई एकटी होती. तिच्या आई-वडिलांचा घटस्फोट झाला होता. त्यावेळी तिचे वडील पॉल मूनिहॅम – म्हणजे माझे आजोबा – हे व्हिएतनामच्या युद्धात भाग घेऊन आलेले, खूप पिणारे गृहस्थ पोस्ट ऑफिसमध्ये नोकरी करत आणि मोबाइल होममध्ये (व्हॅनसारख्या मोटारीचं केलेलं 'घर') राहत असत. तिची आई एलिझाबेथ तीन मुलांना मोठं करायला काबाडकष्ट करत होती. कुटुंबातलं कोणीच माझ्या आईला फारशी मदत करू शकत नव्हतं; पण त्यांनी प्रयत्न केला. माझा जन्म झाला त्या दिवशी माझ्या आजोबांनी दारू सोडली. त्यानंतर गेल्या अठ्ठावीस वर्षांत, माझ्या संपूर्ण आयुष्यात ते पुन्हा कधीही प्यायले नाहीत. माझ्या आईचा धाकटा भाऊ ॲल मला सांभाळायचा. तो पुढे आमच्या कुटुंबातल्या परंपरेप्रमाणे सैन्यात गेला आणि तिथं यशस्वी कारकीर्द घडवत लेफ्टनंट कर्नलच्या हुद्द्यापर्यंत पोहचला. त्याला मिळालेली बरीच पदकं त्याच्या छातीवर लटकत असतात. तो आणि त्याची बायको यांना जेस्सी नावाचा मुलगा आहे. जो मला खूप आवडतो. एक कुटुंब म्हणून आम्हाला एकमेकांचा अभिमान वाटतो.

मी एक हवं असलेलं मूल होतो. मला जन्म देण्याची माझ्या आईची इतकी तीव्र इच्छा होती की, गर्भ काढून टाकण्याबद्दल कोणी तिच्याशी चर्चा किंवा वाद करू नये म्हणून पोट दिसणार नाही असे ढगळ शर्ट्स घालून ती पोट लपवायची.

माझ्या जन्मानंतर माझी आई आणि तिची बहीण कधीकधी वाण्याच्या दुकानात एकत्र जायच्या. एकदा माझी मावशी मला घेऊन उभी होती आणि काउंटरवरच्या मुली माझं कौतुक करत होत्या. "किती छान बाळ आहे!" त्यांच्यातली एक म्हणाली. माझी आई लगेच पुढे येऊन म्हणाली, "माझं बाळ आहे ते!"

डलासच्या ओक क्लिफ या उपनगरात एका अगदी साध्या, एका बेडरूमच्या फ्लॅटमध्ये आम्ही राहत होतो, माझी आई अर्धवेळची नोकरी करून शिक्षणही पूर्ण करत होती. जिथं बाहेर दोऱ्यांवर कपडे वाळत टाकलेले असतात आणि रस्त्याच्या कोपऱ्यावर केंटकी फ्राइडचे स्टॉल्स असतात, तशी ती वस्ती होती. माझी आई गुलाबी रेघांचा युनिफॉर्म घालून गिऱ्हाइकांच्या ऑर्डर्स घ्यायचं काम करायची. रस्त्याच्या दुसऱ्या बाजूला असलेल्या 'क्रोगर्स' या वाण्याच्या दुकानातही ती कॅश रजिस्टर सांभाळायचं काम करायची. नंतर तिला पोस्ट ऑफिसात 'डेड लेटर्स' वेगळी काढायची तात्पुरती नोकरी मिळाली आणि फाइल क्लार्क म्हणून आणखी एक नोकरी मिळाली. मला सांभाळत आणि अभ्यास करायचाही प्रयत्न करत असताना ती ही सगळी कामं करत होती. तिला महिन्याचे चारशे डॉलर मिळायचे, त्यातून दोनशे डॉलर भाडं जायचं आणि मला डे-केअर सेंटरमध्ये ठेवायचे आठवड्याचे पंचवीस डॉलर द्यावे लागायचे; पण माझ्या सर्व गरजा ती पुऱ्या करायची, त्याशिवायही काही ना काही द्यायची. लहान लहान 'चैनीच्या' गोष्टी देण्याची कला तिला अवगत होती.

मी लहान होतो तेव्हा ती मला आमच्या वस्तीतल्या सेव्हन-एलेव्हनमध्ये घेऊन जायची आणि माझ्यासाठी एक स्लर्पी घेऊन स्ट्रॉनं मला ते प्यायला द्यायची. मी डोकं मागे करायचो आणि ते गारगार, गोड सरबत ती हळूहळू माझ्या तोंडात जाऊ द्यायची! पन्नास सेंट्सच्या त्या सरबतानं ती माझे असे लाड करायची.

रोज रात्री ती मला पुस्तक वाचून दाखवायची. मी अगदी लहान बाळ होतो, मला एक अक्षरही कळत नसे; पण ती मला मांडीवर घेऊन बसायची आणि वाचून दाखवायची. ते काम करायला तिचा थकवा आड येत नसे. "तू मला केव्हा वाचून दाखवशील याची वाट बघतेय मी!" ती म्हणायची. त्यामुळे मी दोन वर्षांचा असल्यापासून कविता म्हणायला लागलो यात काही नवल नव्हतं. मी वयाच्या मानानं सगळंच लवकर करायला लागलो. नऊ महिन्यांचा असतानाच मी चालायला शिकलो.

होता होता माझ्या आईला वर्षाला बारा हजार डॉलर पगारावर सेक्रेटरीची नोकरी मिळाली. त्यामुळे मग डलासच्या उत्तरेकडच्या रिचर्डसन नावाच्या उपनगरात ती आमच्यासाठी जरा जास्त चांगलं अपार्टमेंट भाड्यानं घेऊ शकली. नंतर तिला एरिकसन नावाच्या टेलिकम्युनिकेशन कंपनीत नोकरी मिळाली आणि त्यानंतर ती

काम करत करत वर चढत राहिली आहे. ती आता सेक्रेटरी नाही, अकाउंट्स मॅनेजर आहे आणि शिवाय तिनं रिअल इस्टेट लायसन्सही मिळवलं आहे. या सगळ्यावरून तुम्हाला ती कशी आहे याची चांगली कल्पना आली असणार. ती अतिशय कुशाग्र बुद्धीची आहे आणि ती भरपूर काम करण्यात कोणालाही मागे टाकेल. शिवाय माझी बहीण शोभेल इतकी ती तरुण दिसते.

ओक क्लिफनंतर उपनगरांमध्ये राहणं तिला खूपच छान वाटायचं. डलासच्या उत्तर भागात ओळीनं उपनगरं आहेत, ती थेट जवळजवळ ओक्लाहामाच्या हद्दीपर्यंत, अगदी एकासारखी एक. टेक्सासच्या सपाट भूमीवर मैलोगणती पसरलेली घरं आणि शॉपिंग मॉल्स दिसतात, चांगल्या शाळाही आहेत आणि मुलांना खेळायला खूपशी मोकळी मैदानंही आहेत.

आमच्या अपार्टमेंटच्या समोरच्या बाजूला ओळीनं दुकानं होती, त्यातलं शेवटचं, रिचर्डसन बाइकमार्ट नावाचं एक लहान सायकलींचं दुकान होतं. जिम हॉइट नावाचा लहानखुरा; पण खुटखुटीत, खूप चमकदार डोळ्यांचा माणूस त्याचा मालक होता. सायकल स्पर्धांमध्ये भाग घेणाऱ्यांना त्याच्या दुकानाच्या नावानं स्पॉन्सर करायची त्याला हौस होती. अशा स्पर्धांमध्ये भाग घेणाऱ्या मुलांच्या तो नेहमी शोधात असायचा. आठवड्यातून एक दिवस माझी आई जवळच्या एका दुकानात मला गरमागरम ताजे डोनट्स द्यायला घेऊन जायची आणि तेव्हा आम्ही त्या सायकलीच्या दुकानावरून जायचो. तिला एकटीनं घर चालवणं खूप जड जात होतं हे जिमला ठाऊक होतं; पण त्याच्या हेही लक्षात आलं होतं की, ती नेहमी नीटनेटकी असायची आणि मलाही नीटनेटका ठेवायची, माझ्याकडे व्यवस्थित लक्ष द्यायची. त्याचं आमच्याबद्दल चांगलं मत झालं आणि त्यानं माझ्यासाठी चांगली सायकल घेता यावी म्हणून आईला सूट दिली. ती श्विन मॅग स्क्रॅम्ब्लर सायकल मिळाली तेव्हा मी जवळजवळ सात वर्षांचा होतो. तिचा रंग घाणेरडा तपकिरी होता आणि चाकं पिवळी होती; पण मला ती खूपच आवडली. लहान मुलांना सायकल का आवडते? सायकल म्हणजे मोकळीक आणि स्वातंत्र्य– तुमची पहिली चाकं! सायकल असणं म्हणजे नियमांशिवाय आणि मोठ्या माणसांच्या देखरेखीशिवाय भटकण्याचं स्वातंत्र्य.

आईनं मला एक गोष्ट दिली, जी मला फारशी नको होती– सावत्र वडील. मी तीन वर्षांचा असताना आईनं टेरी आर्मस्ट्राँग नावाच्या माणसाशी दुसरं लग्न केलं. टेरीचा कद लहान होता, मिशा मोठाल्या होत्या आणि तो खरोखर होता त्याहून जास्त यशस्वी असल्याचा आव आणीत असे. तो किराणा मालाच्या दुकानांमध्ये माल पुरवत असे, फिरते विक्रेते जसे असतात असं सर्वांना वाटतं, बरोबर तस्साच होता; पण त्याच्यामुळे घरात दोन पगार येऊ लागले आणि बिलं भागवायला मदत

होऊ लागली. इकडे माझ्या आईलाही तिच्या नोकरीत पगारवाढ मिळत होती. म्हणून मग तिनं प्लॅनो या जास्त चांगल्या दर्जाच्या उपनगरात आमच्यासाठी घर विकत घेतलं.

मी लहान असतानाच टेरीनं मला कायदेशीररीत्या दत्तक घेतलं आणि माझं नाव आर्मस्ट्राँग केलं. मला त्याचा आनंद किंवा विषाद काहीच वाटल्याचं मला आठवत नाही. एवढंच की, माझे DNA ज्याचे होते त्या गुण्डरसनला माझ्यावरचा हक्क कायदेशीरपणे सोडावा लागला. दत्तकविधी पूर्ण होण्यासाठी गुण्डरसननं होकार देणं, परवानगी देणं भागच होतं. त्यानं त्या कागदांवर सही केली.

टेरी आर्मस्ट्राँग ख्रिश्चन होता आणि त्याच्या कुटुंबातील रीतीप्रमाणे मला कसं वाढवलं पाहिजे हे माझ्या आईला सांगण्याचा त्याचा स्वभाव होता. धार्मिकपणा वगैरे असला तरी त्याचा स्वभाव खूप तापट होता आणि बारीकसारीक गोष्टींवरून तो मला फोडून काढायचा. लहान मुलांच्या हातून होतो तसा अव्यवस्थितपणा झाला तरी त्यासाठीही.

एकदा माझ्या खोलीतला एक ड्रॉवर उघडा राहिला आणि त्यातून एक मोजा बाहेर लोंबत होता. टेरीजवळ त्याच्या कॉलेजमधल्या क्लबचं एक लाकडाचं जाड, मोठं दांडकं होतं; ते त्यानं बाहेर काढलं. खरोखर लहान मुलावर अशा दांडुक्यासारख्या गोष्टीचा प्रयोग कधीही होऊ नये; पण टेरीनं मला पालथं घातलं आणि त्या दांडुक्यानं पिटलं.

शिस्त लावायसाठी त्याला दांडकं लागायचं. मला घरी यायला उशीर झाला की दांडकं बसायचं. मार बसला म्हणून विरोध दर्शवला तर परत दांडकं! शारीरिक वेदना तर व्हायच्याच; पण मानसिक त्रासही खूप व्हायचा. त्यामुळे मला टेरी आर्मस्ट्राँग आवडत नसे. तो मला एक रागीट, पुरुषी वर्चस्व गाजवणारा मद्दड माणूस वाटायचा आणि त्यामुळे धर्माचं स्तोम माजवणारी माणसं भोंदू, ढोंगी असतात असं मला वाटायला लागलं.

पेशानं खेळाडू असलेल्यांनी त्यांच्या लहानपणच्या आठवणींत फार डोकं घालूच नये. कारण फार विचार करण्यानं तुमच्या स्पर्धा जिंकण्याला काहीही मदत होत नाही. जेव्हा इटालियन किंवा स्पॅनिश प्रतिस्पर्धी तुमच्या सायकलीच्या चाकांना चाकं घासत असतात आणि तुम्ही ६५०० फुटांचा चढ चढत असता, तेव्हा किशोर वयात मनात असलेल्या रागांचा विचार करायचा नसतो. तुम्हाला फक्त मन एकाग्र करायचं असतं; पण असं जरी म्हटलं तरी मनात तो राग धुमसत असतोच आणि स्पर्धेत पेटून उठायला मदत होतेच. माझी आई म्हणते तसं, प्रत्येक पराभवातून विजयाचा मार्ग शोधावा. 'Make every negative into a positive.' काहीही फुकट जात नाही, सगळ्या गोष्टींचा उपयोग करून घेता येतो. जुन्या

जखमा आणि फार पूर्वी झालेले अपमान यांच्या आठवणींमधूनही स्पर्धेसाठी शक्ती मिळते; पण तेव्हा, त्या वेळी तर मी जेमतेम चार वर्षांचा मुलगा होतो आणि मला असं वाटायचं की, कदाचित माझ्या सायकलवर बसून मला या रस्त्यानं खूप दूर जाता आलं, तर सायकल मला इथून घेऊन जाईल.

प्लॅनो गावाचाही माझ्यावर परिणाम झाला. ते अगदी अस्सल अमेरिकन उपनगर होतं— ओळीनं दुकानं असलेलं, सळया घालून केलेले चांगले रस्ते असलेलं आणि Faux Antebellum कंट्री क्लब्ज असलेलं, मधेमधे ओसाड माळरान असलेलं. तिथे राहणारे पुरुष गोल्फ शर्ट्स आणि 'सान्सबेल्ट' (एका ब्रॅन्डचं नाव) पँट्स घालत असत; बायका खोट्या सोन्याचे चकचकीत दागिने घालायच्या आणि तिथली तरुण मुलं तुटकपणे, तुसडेपणानं वागायची. शाश्वत मूल्यं असलेलं, जुनं असं तिथे काहीही नव्हतं. मला ते आत्मा हरवलेलं गाव वाटायचं आणि म्हणूनच देशात हेरॉइन हे मादक द्रव्य घेणाऱ्यांचं सर्वांत जास्त प्रमाण तिथे होतं असं वाटतं. तरुण मुलांच्या आत्महत्यांचं प्रमाणही फारच जास्त होतं. या गावात प्लॅनो ईस्ट हायस्कूल होतं. टेक्सास प्रांतातली सर्वांत मोठी आणि फुटबॉलचं सर्वांत जास्त वेड असलेली शाळा. शाळेची इमारत आधुनिक होती. एखाद्या सरकारी ऑफिससारखी दिसायची ती. बंदरावरचे मालधक्के असतात तेवढे मोठाले दरवाजे होते शाळेचे. मी या शाळेत गेलो.

प्लॅनो– टेक्सासमध्ये तुम्ही फुटबॉल खेळू शकत नसाल तर तुमची खिजगणतीच नसे आणि तसंच तुम्ही उच्च मध्यमवर्गीय नसाल, तर तुमची काही पत्रास नसे. माझी आई तर सेक्रेटरी होती म्हणून मग मी फुटबॉल खेळायला शिकण्याचा प्रयत्न केला; पण मला माझ्या हालचाली नीट जुळवून घेता येत नसत. एका बाजूकडून दुसऱ्या बाजूला पटकन जाणे, हातांच्या आणि डोळ्यांच्या एकत्र, जरूर तशा हालचाली करणे, थोडक्यात बॉल कुठल्याही योग्य तऱ्हेने हाताळणे, यातलं काहीच मला अजिबात नीट जमत नसे.

ज्याच्यात मी यशस्वी होईन असं काहीतरी शोधून काढण्याचा माझा ठाम निश्चय होता. मी पाचवीत असताना माझ्या शाळेत काही अंतर पळण्याची स्पर्धा ठेवलेली होती. स्पर्धेच्या आदल्या रात्री मी आईला सांगितलं, ''मी जिंकणार आहे उद्या.'' तिनं नुसतं माझ्याकडे बघितलं; मग तिच्या जवळच्या काही सामानातून १९७२ सालचं चांदीचं एक डॉलरचं नाणं शोधून काढलं. ''हे शकुनाचं नाणं आहे.'' ती म्हणाली, ''आता बघ, फक्त जिंकायचं काम तू करायचंस.'' मी ती स्पर्धा जिंकलो.

थोड्या महिन्यांनंतर मी पोहण्याच्या क्लबचा मेंबर झालो. लॉस रिऑस कंट्री क्लबमध्ये ज्यांचे आई वडील मेंबर होते, तिथे जी मुलं पोहायला जायची, त्यांनी

मला 'त्यांच्यातला' समजावं यासाठी हा आणखी एक प्रयत्न होता. पोहण्याच्या सरावाच्या पहिल्या दिवशी मी इतका कच्चा होतो की, मला सात वर्षांच्या मुलांच्या गटात ठेवण्यात आलं. मी भोवताली बघितलं तर माझ्या एका मित्राची धाकटी बहीण तेथे होती. ही फारच ओशाळवाणी परिस्थिती होती. फुटबॉल न येणारा मी पोहायलाही न येणारा झालो होतो!

पण मी प्रयत्न करत राहिलो. चांगलं पोहायला शिकण्यासाठी मला जर लहान मुलांबरोबर पोहावं लागणार होतं, तर तेही करायला मी तयार होतो. मी तलावात डोकं आधी पाण्यात जाईल अशी उडी मारायचो आणि मग या टोकापासून त्या टोकापर्यंत, जणू काही मी सगळं पाणी बाहेर उडवून टाकणार होतो असं हातपाय झाडत पोहत राहायचो! ते आठवलं की, माझ्या आईला आजही भरून येतं. ''किती मनापासून प्रयत्न करायचास तू!'' ती म्हणते. मी 'अगदी कच्च्या' ग्रुपमध्ये फार दिवस राहिलो नाही.

बारा वर्षांच्या मुलाकडून पोहण्याच्या स्पर्धेत खूप अपेक्षा असतात आणि सिटी ऑफ प्लॅनो स्विम क्लबमध्ये त्या विशेष जास्त होत्या. ख्रिस मॅककर्डी नावाचा माणूस मला शिकवत असे आणि मला आतापर्यंत ज्यांनी ज्यांनी शिकवलं त्यातला तो सर्वांत चांगला होता. एका वर्षाच्या आत ख्रिसनं मला इतकं बदलून टाकलं की, पंधराशे मीटर्सच्या फ्री स्टाइलमध्ये मी सबंध प्रांतात चौथा आलो. तो अगदी मनापासून आमच्या टीमला शिकवत असे. रोज सकाळी साडेपाच ते सात आम्हाला सराव करायचा असे. जरा मोठा झाल्यावर मग मी या प्रॅक्टिससाठी पहाटेच्या अंधुक उजेडात दहा मैल सायकलवरून जायचो. शाळा सुरू होण्यापूर्वी चार हजार मीटर पोहायचो आणि शाळा सुटल्यावर दुपारी परत जाऊन पुन्हा दोन तास, सहा हजार मीटर पोहायचो. म्हणजे रोज पाण्यात सहा मैल पोहून व्हायचं आणि वीस मैल सायकल चालवणं व्हायचं. दोन कारणांसाठी माझी आई मला हे करू देत असे– ती नोकरी करत असल्यामुळे गाडीनं मला सोडायला येणं तिला शक्य नव्हतं आणि माझ्या स्वभावाला नीट वळण लावण्यासाठीही ते जरुरीचं होतं असं तिला वाटत होतं.

मी साधारण तेरा वर्षांचा असताना एक दिवस दुपारी मी रिचर्डसन बाइक मार्टजवळ इकडे तिकडे करत असताना 'आयर्न किड्स' नावाच्या स्पर्धेची जाहिरातपत्रकं बघितली. ती लहान मुलांसाठीची ट्रायथलॉन (तिहेरी) स्पर्धा होती, ज्यात सायकलिंग, पोहणं आणि पळणं तिन्ही करायचं होतं. मी अशा तिहेरी स्पर्धेबद्दल पूर्वी कधी ऐकलं नव्हतं; पण या तीनही गोष्टी मला चांगल्या येत होत्या, तेव्हा मी माझं नाव दिलं. माझी आई मला एका दुकानात घेऊन गेली आणि तिनं अशा तिहेरी स्पर्धेसाठीचे खास कपडे माझ्यासाठी विकत घेतले. त्यात मुख्यत: जे सर्व

शर्यतींमध्ये चालतील अशी अर्धी चड्डी आणि चटदिशी वाळून जाईल अशा कापडाचा शर्ट होता, म्हणजे कपडे न बदलता मला तीनही शर्यतींमध्ये भाग घेता येणार होता. तेव्हाच माझ्यासाठी पहिली रेसिंग सायकलही घेतली– सुटसुटीत, सुरेख मर्सियर.

मी जिंकलो आणि चांगला बऱ्याच मार्जिननं जिंकलो– काहीही खास प्रशिक्षणाशिवाय. पुढे थोड्याच दिवसांनी ह्यूस्टनला आणखी एक तिहेरी स्पर्धा होती; तीही मी जिंकलो. मी ह्यूस्टनहून परत आलो तेव्हा माझा आत्मविश्वास खूप वाढला होता. मी लहान मुलांच्या कक्षेत पोहण्याचा चॅम्पियन तर होतो; पण सर्वोत्तम कधीच झालो नव्हतो. तिहेरी स्पर्धांमध्ये प्लॅनोमधल्या कुठल्याही मुलापेक्षा मी वरचढ होतो आणि तसंच पाहिलं तर सबंध प्रांतातही. मी खुश होतो.

होऊ शकणारी फजिती स्वीकारून, तक्रार न करता शारीरिक त्रास ज्याला सहन करता येईल तो खरा चांगला, ताण पेलू शकणारा खेळाडू होतो. माझ्या आता हे लक्षात येऊ लागलं होतं की, दात घट्ट आवळून, काहीही झालं तरी इतरांपेक्षा जास्त वेळ टिकून राहण्याची बात असेल, अशी स्पर्धा मी जिंकत असे. कुठलाही खेळ असो, सरळसरळ लांब अंतराच्या स्पर्धेत मी कोणालाही हरवू शकत असे.

जिथे वेदना, त्रास सहन करायचीच गोष्ट असेल, ती मला चांगली यायची.

टेरी आर्मस्ट्राँगचं दांडकंही मी चालवून घेत राहू शकलो असतो; पण आणखी एक गोष्ट होती, जी माझ्या सहनशक्तीच्या बाहेर होती.

मी चौदा वर्षांचा असताना माझ्या आईला हिस्टेरेक्टोमी (गर्भाशय काढून टाकण्याची शस्त्रक्रिया) साठी हॉस्पिटलमध्ये दाखल व्हावं लागलं. कुठल्याही स्त्रीसाठी शारीरिक आणि मानसिकदृष्ट्या हे ऑपरेशन अवघड असतं आणि माझ्या आईला हे करून घ्यावं लागलं तेव्हा तर ती अगदी तरुण होती. सॅन अॅन्टोनिओमधल्या पोहण्याच्या स्पर्धेसाठी मी आधीच नाव दिलेलं होतं, त्यामुळे तिला पुरतं बरं वाटण्यापूर्वीच मला जावं लागलं आणि टेरीनं घरचं मोठं माणूस म्हणून माझ्याबरोबर यायचं ठरवलं. मला तो तिथं यायला नको होता. एखाद्या लहान मुलाच्या वडिलांसारखं तो माझ्याशी वागू बघायचा. ते मला आवडायचं नाही हे एक आणि त्यानं आईबरोबर हॉस्पिटलमध्ये असायला हवं असं मला वाटत होतं हे दुसरं; पण त्यानं येण्याचा आग्रह धरला.

विमानतळावर आमच्या विमानाची वाट बघत आम्ही बसलो होतो, तेव्हा मी टेरीकडे बघत होतो आणि मनातल्या मनात त्याला विचारत होतो, 'तू का आलायस माझ्याबरोबर?' मी त्याच्याकडे बघत होतो तेव्हाच तो एका पॅडवर चिठ्ठ्या लिहायला लागला. तो काहीतरी लिहायचा, मग त्या कागदाचा बोळा करून कचऱ्याच्या

कुंडीत टाकायचा आणि पुन्हा दुसरी चिठ्ठी लिहायला लागायचा. मला हे फार विचित्र वाटलं. जरा वेळानं टेरी उठून बाथरूममध्ये गेला तेव्हा मी त्या कचऱ्याच्या कुंडीतून ते बोळे काढून घेतले आणि माझ्या बॅगेत कोंबले.

नंतर एकटा असताना मी ते काढून उलगडले. त्या दुसऱ्या एका बाईला लिहिलेल्या चिठ्ठ्या होत्या. मी त्या एक एक करून वाचल्या. माझी आई ऑपरेशन होऊन दवाखान्यात असताना हा माणूस दुसऱ्या बाईला चिठ्ठ्या लिहीत होता!

ते चुरळगलेले कागद माझ्या बॅगच्या तळाशी ठेवून मी डलासला परत आलो; आणि घरी पोहचल्यावर माझ्या खोलीतलं 'द गिनेस बुक ऑफ वर्ल्ड रेकॉर्ड्स' हे पुस्तक काढलं. एक कात्री घेऊन पुस्तकाचा मधला भाग मी कापून काढला, तिथे ते कागद बसवले आणि पुस्तक परत शेल्फमध्ये ठेवून दिलं. का, ते नेमकं सांगता येत नाही; पण मला ते कागद सांभाळून ठेवायचे होते. कदाचित कधी जरूर पडली तर असावा 'दारूगोळा' किंवा एक भिस्त ठेवण्यासारखा पुरावा म्हणून असेल. टेरीनं पुन्हा दांडकं वापरायचं ठरवलं तर, म्हणून!

आतापर्यंत टेरी मला आवडत नसे, पण आता मला त्याच्याबद्दल काहीच वाटेनासं झालं. मी त्याच्याशी आदरानं वागेनासा झालो, त्याच्या अधिकाराला आव्हान देऊ लागलो.

माझ्या लहानपणच्या अनावर प्रक्षुब्ध मन:स्थितीबद्दल सांगितलं पाहिजे. लहान असताना मी 'फायरबॉल' नावाचा एक खेळ शोधून काढला होता. टेनिसचा बॉल रॉकेलमध्ये भिजवून तो पेटवायचा आणि हातात बागकामाचे हातमोजे घालून तो पेटलेला बॉल फेकायचा, झेलायचा, पुन्हा फेकायचा, झेलायचा, असा हा माझा मीच शोधलेला खेळ!

भांडी ठेवायच्या प्लास्टिकच्या टबमध्ये मी पेट्रोल ओतायचो, मग त्यात टेनिसबॉल्सचं एक नळकांडं उपडं करायचो. सगळे बॉल्स पेट्रोलमध्ये तरंगत ठेवायचो. मग त्यातला एक काढून पेटवायचो. मी आणि माझा खास दोस्त स्टीव्ह लुईस त्या पेटत्या बॉलनं फेकाफेकी खेळायचो. शेवटी आमच्या हातमोज्यांमधून धूर यायला लागायचा. कल्पना करा, टेक्सासमधलं गरम वारं वाहत असताना माळरानावर उभं राहून आम्ही दोन मुलं एकमेकांकडे पेटलेले चेंडू फेकत असू! कधीकधी हातमोजे पेटायचे आणि आम्ही ते अंगातल्या जीन्सवर आपटून विझवायचो. हवेत ठिणग्या उडत असायच्या.

एकदा माझा चेंडू चुकून छपरावर उडाला. छपरावरच्या काही लाकडी फळ्या (शिंगल्स– या अमेरिकेत कौलांसारख्या वापरलेल्या असतात.) पेटल्या! सगळं घर आणि शेजारचं घर पेटायच्या आत मी भराभरा वर चढलो आणि ती आग विझवून टाकली. एकदा एक पेटवलेला चेंडू चक्क पेट्रोलच्या टबमध्येच पडला आणि

सगळंच पेटलं! आगीचा लोळच्या लोळ आणि काळ्या धुराचा उंच टॉवर झाला. मी घाबरलो आणि ती आग विझवायला म्हणून टबला लाथ मारली. पण टब उलट चायना सिन्ड्रोम मधल्यासारखा विरघळत जमिनीत जायला लागला!

माझ्या अशा सगळ्या वागण्याच्या मुळाशी, माझी आई सुखी नाहीये माहीत असणं, हे होतं. ती दोघंही अगदी दु:खीकष्टी दिसायची, तरी माझी आई टेरीबरोबर का राहत होती, हे मला कळत नसे; पण एकटीच्या पगारावर जगणं आणि एकटीनं मुलाला वाढवणं, यापेक्षा त्याच्याबरोबर राहाणं कदाचित तिला जास्त चांगलं वाटत असेल.

सॅन ॲन्टोनिओच्या ट्रीपनंतर थोड्या महिन्यांनी शेवटी त्यांचं वैवाहिक जीवन संपुष्टात आलं. एका संध्याकाळी मला जेवायला घरी पोहचायला उशीर होणार होता, म्हणून तसं सांगायला मी तिला फोन केला. ती म्हणाली, ''बेटा, तू घरी येणं जरुरीचं आहे.''

''काही झालंय?'' मी विचारलं.

''मला तुझ्याशी महत्त्वाचं काही बोलायचंय.''

मी सायकलवर टांग मारली आणि घरी पोहोचलो. मी आत गेलो तेव्हा ती बाहेरच्या खोलीत बसलेली होती.

''मी टेरीला घर सोडून जायला सांगितलंय.'' ती म्हणाली, ''मी घटस्फोट मागणार आहे.''

मला इतकं सुटल्यासारखं वाटलं की, ते लपवण्याचाही मी प्रयत्न केला नाही. खरं म्हणजे मी खूप खुश झालो होतो. ''हे फार छान झालं!'' मी आनंदानं हसून म्हटलं.

''पण बेटा,'' ती म्हणाली, ''तू माझ्यासाठी अडचणी, प्रश्न उभे केले नाही पाहिजेस. ते सोडवणं सध्या मला जमणार नाही. तेव्हा प्लीज, मला आणखी अडचणींमध्ये टाकू नको.''

''बरं,'' मी म्हटलं, ''मी वचन देतो तसं.''

आणखी काही आठवडे मला आणखी काही बोलायचं नव्हतं; पण मग एक दिवस आम्ही स्वयंपाकघरात बसलेलो असताना मी एकाएकी आईला सांगितलं, ''तो नालायक माणूस होता.'' मी तिला त्या चिठ्ठ्यांबद्दल काही सांगितलं नाही– आधीच ती इतकी दु:खी होती! पण पुढे बऱ्याच वर्षांनी घर स्वच्छ करत असताना तिला त्या चिठ्ठ्या सापडल्या. तिला आश्चर्य वाटलं नाही!

काही काळापर्यंत टेरीनं वाढदिवसाची कार्ड्स इत्यादी गोष्टी पाठवून माझ्याशी संपर्क ठेवण्याचा प्रयत्न केला. पाकिटात घालून एक एक डॉलरच्या शंभर नोटा पाठवायचा. मी त्या आईकडे घेऊन जायचो आणि तिला सांगायचो, ''हे प्लीज परत

पाठवून देशील त्याच्याकडे? मला नकोयत ते.'' शेवटी एकदा मी त्याला पत्र पाठवून कळवलं ''शक्य असतं तर मी माझं नाव बदललं असतं.'' मला त्याच्याशी किंवा त्याच्या घरच्यांशी माझं काही नातं आहे असं कधी वाटलंच नाही.

माझ्या आईचं लग्न मोडल्यावर आम्ही जास्त जवळ आलो. मला वाटतं ती बरेच दिवस दुःखी होती आणि माणसं दुःखी असली म्हणजे ती नेहमीपेक्षा वेगळी वागतात. तिचा घटस्फोट झाल्यानंतर तिचं वागणं बदललं. मनावरून एखादं दडपण दूर व्हावं, तशी ती आता मनानं स्वस्थ वाटायची. अर्थात आम्हा दोघांच्या पालनपोषणाची जबाबदारी असलेली एकटी स्त्री म्हणून तिच्या मनावर एक वेगळ्या तऱ्हेचं दडपण असायचं; पण त्यातून ती पूर्वीही गेलेली होतीच. पुढील पाच वर्षं ती अविवाहित राहिली.

मी जबाबदारीनं वागायचा प्रयत्न करत असे. ख्रिसमसचे दिवे लावायला मी घराच्या छपरावर चढून तिला मदत करायचो आणि मी आमच्या रस्त्यावरच्या लोकांच्या गाड्या रात्री भटकायला पळवायचो. तो गुन्हा असला, तरी तो छोटा, कोणाला इजा न होईल असा गुन्हा होता. ती कामावरून घरी आली की, आम्ही जेवायला बसत असू. टी.व्ही. बंद करून गप्पा मारत असू. मेणबत्त्यांच्या उजेडात जेवण घ्यायची स्टाइल तिनं मला शिकवली. वागण्या-बोलण्याची पद्धत चांगली असली पाहिजे यावर तिचा कटाक्ष असे. ती टॅको सॅलड किंवा हॅम्बर्गर हेल्पर बनवायची आणि मग मेणबत्त्यांच्या उजेडात जेवताना तिचा दिवस कसा गेला त्याबद्दल सांगायची. कधीकधी तिच्या कामाच्या बाबतीत तिला किती विफलतेची भावना यायची त्याबद्दल ती बोलायची. ती एक सेक्रेटरी होती म्हणून तिला कमी लेखलं जाई, असं तिला वाटे.

''तू सोडून का नाही देत ही नोकरी?'' मी एकदा विचारलं. ''बेटा, कुठलंही हाती घेतलेलं काम सोडून नसतं द्यायचं. हेही दिवस जातील माझे.''

कधीकधी ती घरी यायची तेव्हा माझ्या लक्षात यायचं की, तिचा तो दिवस अगदी वाईट गेलेला असणार. मी स्टिरिओवर कुठलं तरी मोठ्या आवाजातलं संगीत लावलेलं असायचं, ते बदलून मग मी मंद मधुर संगीत लावायचो. ''मॉम, हे तुला आवडतं म्हणून हं!'' खरं सांगतो, माझ्यासाठी असं करणं म्हणजे स्वार्थत्यागच होता!

ती माझ्यासाठी कितीतरी छोट्या छोट्या गोष्टी करायची, म्हणून मीही तिला भावनिक आधार देऊ बघायचो. दर शनिवारी ती माझ्यासाठी पाच शर्ट्स धुवून इस्त्री करून ठेवायची– मला शाळेत जायला रोज स्वच्छ, इस्त्री केलेला शर्ट मिळावा म्हणून. मी किती श्रम घेऊन सराव करायचो आणि त्यामुळे दुपारी मला किती भूक लागायची याची तिला कल्पना होती, म्हणून स्पॅगेटीवर घालायचा, घरी करायचा

सॉस, ती मोठं भांडं भरून करायची आणि फ्रिजमध्ये ठेवायची. पास्टा आपला आपण शिजवून घ्यायला तिनं मला शिकवलं. तो शिजलाय ना, हे एक तुकडा भिंतीवर टाकून कसं ओळखायचं हे शिकवलं.

मी आपले आपले पैसे मिळवायला लागलो होतो. मी पंधरा वर्षांचा असताना लेक लॅव्हॉनमध्ये वयानं मोठ्या आणि खूप अनुभवी खेळांडूबरोबर १९८७ च्या प्रेसिडेंट्स ट्रायथलॉन स्पर्धेत भाग घेतला. मी बत्तीसावा आलो. इतर प्रतिस्पर्धी आणि प्रेक्षक यांना केवळ पंधरा वर्षांचा मुलगा या स्पर्धेत टिकून राहिला याचंच खूप नवल वाटलं. त्या स्पर्धेनंतर वर्तमानपत्रांनीही माझ्याबद्दल थोडं लिहिलं. एका वार्ताहराला मी सांगितलं, ''मला वाटतं आणखी थोड्या वर्षांमध्ये मी खूप वर पोहचेन आणि दहा वर्षांमध्ये मी सर्वांत उत्तम असेन.'' स्टीव्ह लुइससारख्या माझ्या मित्रांना हा माझा फारच हास्यास्पद आगाऊपणा वाटला. (पुढच्या वर्षी मी पाचवा आलो.)

ट्रायथलॉन्समध्ये चांगले पैसे मिळायचे. आता एकाएकी माझं पाकीट प्रथम क्रमांकावर येऊन मिळालेल्या चेक्सनी भरलेलं असू लागलं आणि जिथे कुठे ट्रायाथलॉन असल्याचं समजेल त्यात मी भाग घेऊ लागलो. भाग घेण्याला वयाची अट असायची. सोळा पूर्ण किंवा त्याहून जास्त असणं जरुरीचं होतं. इतर बहुतेक सर्व स्पर्धक वयानं मोठेच होते. मग मी माझी जन्मतारीख प्रवेशपत्रिकेवर खोटी लिहीत असे. मी प्रोफेशनल कॅटेगरीत जिंकलो नाही तरी पहिल्या पाच नंबरात येत असे. बाकीच्या स्पर्धकांनी मला 'ज्युनिअर' म्हणायला सुरुवात केली.

पण यावरून हे जिंकणं सोपं होतं असा समज होत असेल, तर तसं मात्र नव्हतं. सुरुवातीला ज्या दोन ट्रायाथलॉन्समध्ये मी भाग घेतला, त्यातल्या एका स्पर्धेच्या आधी चुकीचा नाश्ता मी खाल्ला. दोन कोक्स प्यालो आणि दोन सिनॅमन रोल्स खाल्ले. आणि त्याची शिक्षा मिळालीच. मला काही शक्तीच राहिली नाही. 'टाकी' रिकामी झाली होती! पोहण्याच्या शर्यतीत मी पहिला आलो, सायकलच्या शर्यतीतही पहिला आलो; पण पळण्याच्या शर्यतीत मात्र अर्धं अंतर पळून झाल्यावर मी जवळजवळ खाली पडायच्याच बेतात होतो. माझी आई शर्यतीच्या शेवटच्या जागेजवळ उभी होती. कारण सगळ्यांत प्रथम तिथे पोहोचणाऱ्यांच्यात मी एक असायचो याचीच तिला सवय होती आणि मला इतका वेळ का लागला हे तिला कळेना. शेवटी ती शर्यतीच्या ट्रॅक्सच्या कडेनं उलट्या दिशेनं चालत निघाली आणि मी कसाबसा पळत असलेलो तिला दिसलो.

''पळत राहा बेटा, जिंकशील तू.'' ती म्हणाली.

''पार खलास झालोय मी, शक्तीच उरली नाहीये.'' मी म्हटलं.

''हरकत नाही; पण म्हणून शर्यत सोडूनही द्यायची नाही. चालत जावं लागलं

तरी चालेल; पण शेवटच्या रेघेपर्यंत पोहोचायचंच.'' ती म्हणाली.

मी चालत चालत शेवटच्या रेषेपर्यंत पोहोचलो.

स्थानिक सायकल स्पर्धांमध्येही मी नाव मिळवू लागलो. गावाबाहेरच्या माळरानाच्या भोवतालून गेलेला एक गोल रस्ता होता. दर मंगळवारी रात्री तिथे कमी-जास्त अंतराच्या सायकल स्पर्धा व्हायच्या. गावातल्या वेगवेगळ्या क्लब्जचे सभासद अहमहमिकेनं या मंगळवार रात्रीच्या स्पर्धांमध्ये भाग घ्यायचे आणि स्पर्धा बघायलाही खूप गर्दी व्हायची. रिचर्डसन बाइक मार्ट या दुकानाच्या मालकानं– हॉइटनं एका टीमला स्पॉन्सर केलं होतं, त्या टीमतर्फे मी स्पर्धेत भाग घ्यायचो. माझ्या सायकलीसाठी लागणारी लहानमोठी साधनं ठेवायला आईनं मला एक टूल बॉक्स दिला. त्या गोल रस्त्यावर पॅडल मारत, दुसऱ्या मुलांना मागे टाकत पुढे जाणारा मी तिला अजून आठवतो, असं ती म्हणते. माझ्या अंगात इतकी शक्ती होती हे तिला खरंच वाटत नसे. अगदी शंभर डॉलरचं बक्षीस असलं तरी ते मिळवायला सगळ्या स्पर्धकांना मागे टाकून मी पुढे जायचो.

सायकल स्पर्धांमध्ये दर्जाप्रमाणे एक, दोन, तीन, चार असे विभाग केले जातात. क्रमांक एक ही अगदी वरच्या दर्जाची, तर क्रमांक चार ही सगळ्यांत खालच्या दर्जाची शर्यत असते. मंगळवार रात्रीच्या स्पर्धांमध्ये मी सुरुवातीला क्रमांक चारमध्ये होतो; पण मला वरच्या क्रमांकाच्या स्पर्धांमध्ये भाग घेण्याची घाई होती. तसा भाग घ्यायला मिळण्यासाठी अमुक इतक्या स्पर्धा जिंकाव्या लागतात; पण मला इतका दम निघत नव्हता. म्हणून मी स्पर्धांच्या व्यवस्थापकांना पटवून दिलं की, वयानं आणि अनुभवानं मोठ्या असलेल्या क्रमांक तीनच्या स्पर्धकांमध्ये मला जाऊ द्यावं. शेवटी ते म्हणाले, ''ठीक आहे, घे भाग तू त्यात, पण जिंकू नको.'' कारण लोकांचं माझ्याकडे फार लक्ष गेलं असतं, तर मला असं मधले टप्पे सोडून वरच्या क्रमांकावर जाता कसं आलं, यावरून खूप वाद झाला असता.

पण मी जिंकलो. माझा इलाजच नव्हता. इतर स्पर्धकांचा मी धुव्वा उडवला. नंतर मग आता माझं काय करायचं याविषयी चर्चा सुरू झाली. मला स्पर्धांमधून काढून टाकणं हा एक उपाय होता. त्याऐवजी त्यांनी मला वरच्या क्रमांकात घातलं. रिचर्डसन बाइक मार्टच्या वतीनंच स्पर्धेत भाग घेणारे, स्थानिक लोकांच्या कौतुकाचा विषय असलेले क्रमांक एकमधले दुसरे तीन-चार जण होते. मी त्यांच्याबरोबर सराव करू लागलो. ते सगळे पंचविशी उलटलेले होते आणि मी सोळा वर्षांचा.

कमी अंतराच्या, वेगानं जाण्याच्या (sprint) ट्रायाथलॉन्समध्ये मी आता त्या वर्षीच्या राष्ट्रीय दर्जाचा नवा खेळाडू (Rookie) झालो होतो. माझ्या आणि माझ्या आईच्या आता लक्षात आलं होतं की, एक खेळाडू म्हणून मला भविष्यकाळात चांगला वाव होता. मला वर्षाचे सरासरी वीस हजार डॉलर मिळत होते. जे मला

आर्थिक पाठिंबा देतील अशांशी संपर्क वाढवण्यासाठी मी नावं गोळा करू लागलो. मला अशा लोकांची जरूर होती, जे मला आर्थिक पाठिंबा देऊन माझी विमानाची तिकिटं आणि वेगवेगळ्या स्पर्धांमध्ये भाग घेण्यासाठी होणारा खर्च, यासाठीच्या पैशांची व्यवस्था करतील. आई मला म्हणाली, ''हे बघ लान्स, तुला जे स्थान मिळवायचं आहे, त्यासाठी कष्ट तुझे तुलाच करावे लागतील. कारण दुसरं कोणीही तुझ्यासाठी ते करणार नाहीये.''

माझी आई ही माझी सर्वांत चांगली मित्र आणि सर्वांत जास्त विश्वासपात्र मदतनीस झाली होती. ती माझी व्यवस्थापक, उत्तेजन देणारी प्रेरणामूर्ती होती. ''तुझ्या संपूर्ण शक्तीनिशी एकशेदहा टक्के जर तू स्वत:ला झोकून दिलं नाहीस, तर तू यशस्वी होऊ शकणार नाहीस.'' ती मला सांगायची.

माझ्या सरावाच्या कामात तिनं व्यवस्थितपणा आणला. ''हे बघ, तुला कशाकशाची जरूर पडते ते मला ठाऊक नाही,'' ती म्हणायची, ''पण मला वाटतं तू मनातल्या मनात सगळ्या गोष्टींची नीट उजळणी कर. तिथे पोहोचल्यावर आपल्याकडे अमुक वस्तू नाहीये, असं व्हायला नको.'' मला तिचा खूप अभिमान वाटायचा. आम्ही दोघं स्वभावानं खूप सारखे होतो, आम्हाला एकमेकांचं वागणं अगदी उत्तम समजायचं, त्यामुळे आम्ही एकत्र असलो की, आम्हाला जास्त बोलायची जरूरच पडत नसे. न बोलताच समजायचं. मला हवी असलेली अगदी नव्या मॉडेलची सायकल घेण्यासाठी ती मार्ग काढायचीच, तसंच सायकलला लावायच्या वेगवेगळ्या वस्तूही. अजूनही मी तेव्हा वापरून टाकून दिलेली वेगवेगळी गिअर्स आणि पॅडल्स तिनं सांभाळून ठेवली आहेत! ती इतकी महाग होती की, ती फेकून द्यायला तिचा जीव होत नाही!

आम्ही दोघं सगळीकडे बरोबर प्रवास करत असू. दहा कि.मी.च्या पळण्याच्या शर्यतीमध्ये आणि ट्रायाथलॉन्समध्ये मी भाग घेत असे. मी ऑलिंपिक्सपर्यंतही पोहचू शकेन असं आम्हाला वाटू लागलं. तो शकुनाचा चांदीचा डॉलर तर मी नेहमीच जवळ ठेवत असे. आता तिनं मला १९८८ हा आकडा असलेली कीचेन दिली. पुढच्या वर्षी– १९८८ च्या वसंत ऋतूत ऑलिंपिक्स होणार होते, त्यासाठी शकुनाची म्हणून.

रोज शाळा सुटल्यावर मी सहा मैल पळत असे आणि मग माझी सायकल घेऊन संध्याकाळी सरावाला जात असे. त्या सरावाच्या दिवसांमध्ये मला टेक्सास खूप आवडू लागलं. गावाबाहेरच्या त्या उजाड प्रदेशात एक तऱ्हेचं सौंदर्य होतं. मोठमोठाल्या चराई कुरणांमधून आणि कापसाच्या शेतांमधून जाणाऱ्या रस्त्यांवरून जाताना दूरवर पाण्याच्या टाक्या, धान्याची कोठारं आणि मोडकळीला आलेल्या जुनाट छपऱ्या सोडून काहीही दिसत नसे. गुरांनी गवत अगदी बुडख्यापर्यंत खाऊन

टाकलेलं असायचं आणि माती कॉफीच्या कपाच्या तळाशी राहिलेल्या गाळासारखी दिसायची. कधीकधी रानफुलांनी बहरलेली माळरानं दिसायची आणि कुठेकुठे विचित्र आकार झालेली एकटीदुकटी मेस्क्विटची झाडं; पण एरवी नुसता तपकिरी रंगाच्या गवताचा प्रदेश प्रचंड, सपाट. कापसाची शेतं, कुठेतरी एखादा पेट्रोल पंप. कमालीचा जोराचा वारा वाहत असायचा. देशात अत्यंत जोरात वारे वाहत असणारं हे तिसऱ्या नंबरचं शहर आहे; पण माझ्यासाठी ते चांगलंच होतं– प्रतिकारशक्ती वाढवायला.

एका दुपारी एका ट्रकनं मला रस्त्याच्या कडेला ढकललं. मी तोपर्यंत मधलं बोट वाकडं करून अपमानकारक खूण करायला शिकलो होतो, तसं बोट मी त्या ड्रायव्हरला दाखवलं. त्यानं ट्रक थांबवला आणि पेट्रोलचा डबा माझ्या अंगावर फेकून माझ्यावर धावून आला. माझी सुंदर मर्सियर सायकल रस्त्याच्या कडेला टाकून मी पळालो. त्या माणसानं ती पायाखाली तुडवून मोडून ठेवली.

तो ट्रक घेऊन निघून गेला, त्यापूर्वी मी त्याचा लायसन्स नंबर घेतला होता. माझ्या आईनं त्याला कोर्टात खेचला आणि ती केस जिंकली. मधल्या काळात तिच्या विम्याच्या पैशांमधून तिनं माझ्याकरिता रेसिंगसाठी खास वेगळी चाकं असलेली रॅले सायकल विकत घेतली. माझ्या सायकलला तेव्हा ओडोमीटर लावलेला नव्हता, त्यामुळे मी सरावासाठी किती मैल सायकल चालवली हे मला समजायला हवं असेल, तर माझ्या आईला तेवढं अंतर गाडी घेऊन यावं लागे. मला अंतर मोजायचं आहे असं मी तिला सांगितलं, तर उशीर झाला असला तरी ती गाडीत बसून निघायची. माझ्यासाठी सुमारे तीस मैल सायकल चालवणं म्हणजे काहीच नाही; पण कामावरून नुकत्याच परत आलेल्या बाईला पुन्हा तेवढी लांब गाडी चालवणं त्रासदायकच आहे; पण तिनं कधी तक्रार केली नाही.

माझी आई आणि मी एकमेकांशी अगदी मोकळेपणानं वागत असू. तिचा माझ्यावर पूर्ण विश्वास होता. माझ्या जे मनात येईल ते मी करायचो; पण गंमत म्हणजे मी काहीही केलं तरी मी ते तिला सांगायचो. मी तिला कधीही खोटं सांगितलं नाही. मला बाहेर जायचं असेल तर मला कधी कोणी थांबवलं नाही. माझ्या वयाची बहुतेक सगळी मुलं रात्री चोरून घराबाहेर पडायची, मी राजरोस समोरच्या दारातून बाहेर पडायचो.

कदाचित मला खूपच जास्त स्वातंत्र्य मिळत होतं. मी जरा जास्तच कडमड्या मुलगा होतो आणि काहीतरी अपघात करून घेऊ शकलो असतो. प्लॅनोमध्ये मोठमोठाले रुंद रस्ते आणि शेतं होती. सायकल चालवणाऱ्या किंवा गाडी चालवणाऱ्या तरुण पोराला नको ते काहीतरी करायला आमंत्रणच! त्या रस्त्यांवरून मी माझी सायकल घेऊन गाड्यांच्यामधून नागमोडी जायचो, वाहतुकीचे लाल दिवे

चुकवायला खूप जोरात जायचो; थेट डलासपर्यंत. एक आव्हान म्हणून मला वर्दळीच्या रस्त्यावरून जायला आवडायचं.

माझी नवी कोरी रॅले फारच उत्तम आणि सुरेख होती; पण मी तिचा चक्काचूर करून स्वत: मरता मरता वाचलो. त्याच्या आधी फारच थोडा काळ मी ती वापरू शकलो. एका संध्याकाळी वाहतुकीचे लाल दिवे चुकवत वेगानं जात असताना तो अपघात घडला. पाच लाल दिवे असे ओलांडून मी गेलो आणि सहापदरी दोन मोठे रस्ते एकत्र येत होते अशा मोठ्या चौकात पोहोचलो, तेवढ्यात दिवा पिवळा झाला.

तरीही मी पुढे गेलो – मी सदैव असंच करत असे – अजूनही करतो. मी रस्त्याचे तीन पदर ओलांडेपर्यंत दिवा लाल झाला. चौथा पदर वेगानं ओलांडत असताना डोळ्यांच्या कोपऱ्यातून फोर्ड ब्रान्को गाडी चालवणारी एक बाई मला दिसली. तिला मी दिसलो नाही. तिनं वेग वाढवला आणि ती सरळ माझ्यावर आदळली.

मी उडालो तो चौकाच्या पलीकडच्या भागात जाऊन रस्त्याच्या कडेला डोक्यावर पडलो. हेल्मेट घातलेलं नव्हतं.

मी एकटा होतो, माझ्याकडे ओळखपत्र वगैरेही काही नव्हतं. मी उठायचा प्रयत्न केला; पण तोपर्यंत माझ्याजवळ लोकांची गर्दी जमली होती, त्यातलं कोणीतरी म्हणालं, ''अंहं. नाही, हलू नको!'' म्हणून मग ॲम्ब्युलन्सची वाट बघत मी तसाच पडून राहिलो आणि ज्या बाईची ठोकर मला लागली होती तिची घाबरून गळाठी वळली. ॲम्ब्युलन्स आली आणि मला हॉस्पिटलमध्ये घेऊन गेली. माझा फोन नंबर सांगण्याइतपत मी शुद्धीवर होतो. हॉस्पिटलच्या लोकांनी माझ्या आईला फोन केला तेव्हा तिची दशाही घाबरून वेड्यासारखीच झाली.

माझ्या डोक्याला जबरदस्त मार बसला होता. डोक्याला टाकेही बरेच घालावे लागले. पायाला मोठी जखम झाली होती, तिथंही टाके घालावे लागले. गाडीचा मला एका बाजूनं धक्का लागला होता, त्यामुळे गुडघा मुरगळला होता आणि त्याला जखमही झाली होती. गुडघ्याला आधार द्यायला पट्ट्या लावून घट्ट बांधून ठेवावा लागला. सायकल तर काय, पुरतीच खलास झाली होती.

मी डॉक्टरांना सांगितलं की, सहा दिवसांनंतर लेक डलासमध्ये लुइव्हिले येथे होणार असलेल्या ट्रायथलॉनसाठी मी सराव करत होतो. डॉक्टर म्हणाले, ''प्रश्नच येत नाही. तीन आठवडे तू काहीही करू शकणार नाहीस. पळायचं नाही, चालायचंही नाही.''

दुसऱ्या दिवशी मी हॉस्पिटलमधून घरी आलो तेव्हा अंग ठणकत होतं, लंगडत होतो आणि आता बरेच दिवस कशातही भाग घेता येणार नाही असं वाटत होतं; पण दोन दिवस घरात बसून काढल्यावर मी कंटाळून गेलो. गावात एक छोटासा गोल्फ कोर्स होता. पाय तसाच बांधलेला घेऊन मी तिकडे गोल्फ

खेळायला गेलो. हिंडायला-फिरायला बरं वाटत होतं. मी पायावर आधारासाठी बांधलेल्या लाकडाच्या पट्ट्या काढून टाकल्या. 'काही फार त्रास होत नाहीये,' मला वाटलं.

चौथ्या दिवशीपर्यंत मला 'एवढा बाऊ करायचाच कशाला' असं वाटू लागलं. मला तसं ठीकच वाटत होतं. मी त्या ट्रायथलॉनसाठी नाव नोंदवलं आणि रात्री आईला सांगितलं, "मी जातोय त्या स्पर्धेत भाग घ्यायला."

"बरं. फारच छान." एवढंच ती म्हणाली.

मी एका मित्राला फोन केला. "मला तुझी सायकल उसनी घ्यावी लागेल रे." मग मी बाथरूममध्ये गेलो; आणि नखं कापायच्या नेलकटरनं पायावरचे टाके काढून टाकले. मला ते चांगलं जमलं. डोक्यावर मी पोहताना घालायची टोपी घालणारच होतो, म्हणून डोक्यावरचे टाके तसेच राहू दिले. मग माझ्या पळायच्या आणि सायकलिंगच्या बुटांमध्ये भोकं केली. पावलावरच्या जखमेवर ते घासले जाऊ नयेत म्हणून.

दुसऱ्या दिवशी सकाळी उजाडत इतर प्रतिस्पर्ध्यांबरोबर मी शर्यतीच्या सुरुवातीच्या रेघेवर उभा होतो. पोहण्याच्या शर्यतीत मी पहिला आलो. सायकलच्या शर्यतीतही मी पहिला आलो, दहा कि.मी. पळण्याच्या शर्यतीत मात्र दुसरे दोघे माझ्यापुढे गेले आणि मी तिसरा आलो. दुसऱ्या दिवशीच्या वर्तमानपत्रात, मोटारचा धक्का बसून जखमी होऊनही मी कसा तिसरा आलो, त्यावर बरंच लिहून आलं होतं. एका आठवड्यानंतर त्या डॉक्टरचं मला न् आईला एक पत्र आलं. त्यांनी लिहिलं होतं, "विश्वास बसत नाही!"

कशानंही माझ्या आयुष्याचा वेग मी कमी होऊ देत नव्हतो. कुठल्याही तऱ्हेच्या गतीची, वेगाची मला आवड आहे. त्या तरुण वयात खूप वेगानं जाऊ शकणाऱ्या गाड्यांचं मला वेड लागलं. ट्रायाथलॉन्समध्ये भाग घेऊन मिळालेल्या पैशांमधून पहिली खरेदी मी केली, ती एका जराशाच वापरलेल्या लाल फियाटची. ड्रायव्हिंग लायसन्सही नसताना मी प्लॅनोमध्ये ती घेऊन वेगानं चकरा मारत असे.

अकरावीत असताना एकदा मी अशी काही ती गाडी चालवली की, माझ्या त्या वेळच्या मित्रांना अजूनही त्याची कमाल वाटते. एका दोन पदरी रस्त्यावरून मी माझ्या काही वर्गमित्रांना घेऊन जात होतो, समोर दोन गाड्या अगदी सावकाश जात होत्या.

मला धीर राहिला नाही आणि मी वेग वाढवला. माझी छोटी फियाट मी त्या दोन गाड्यांच्या मध्ये घुसवली आणि वेगानं पुढे काढली. खिडकीतून हाताचं बोट बाहेर काढलं असतं, तर त्या दोन्ही गाड्या चालवणाऱ्यांच्या वासलेल्या तोंडात

गेलं असतं!

मी रात्री गाडी घेऊन बाहेर जायचो. माझ्याबरोबर मोठं कोणी नसेल तर असं जाणं बेकायदेशीर होतं. एका ख्रिसमसच्या वेळी मला 'Toys Яus' या खेळण्यांच्या दुकानात गिऱ्हाइकांचं सामान त्यांच्या गाड्यांपर्यंत नेऊन देण्याची अर्धवेळची नोकरी मिळाली. स्टीव्ह लुईसला 'Target' दुकानात नोकरी मिळाली. आम्हा दोघांनाही रात्रपाळ्या होत्या म्हणून आमच्या आई-वडिलांनी गाडी घेऊन कामाला जायची परवानगी दिली. चुकीचा निर्णय होता तो! स्टीव्ह आणि मी एकमेकांच्या पाठोपाठ ऐंशी-नव्वद कि.मी.च्या वेगानं गाड्या चालवत घरी जात असू.

स्टीव्हची गाडी 'पाँटियाक ट्रॅन्स ॲम' होती आणि मी 'कॅमॅरो IROCZ २८' ही धुडासारखी मोठी गाडी विकत घेतली. मला ती गाडी खूप खूप हवी होती. असं वेड असण्याच्या वयात होतो मी. त्या गाडीसाठीच्या कर्जाच्या कागदांवर जामीन म्हणून जिम हॉइटनं सही केली होती. मी दर महिन्याचे सगळे हप्ते भरले. विमाही उतरवला. ती गाडी खूप वेगानं जाऊ शकत असे आणि कधीकधी ताशी पंचेचाळीस मैल वेगाची परवानगी असलेल्या 'फॉरेस्ट लेन' रस्त्यावर आम्ही जात असू आणि ती गाडी ११५-१२० मैलांच्या वेगानं चालवत असू.

माझ्या मित्रांचे दोन वेगवेगळे गट होते. शाळेतली चांगली, लोकप्रिय मुलं, त्यांच्याबरोबर मी ड्रिंकिंग पार्ट्या करायचो आणि दुसरा गट होता खेळाडू मित्रांचा, जे सायकल रेस, पळण्याची रेस आणि ट्रायथलॉन्समध्ये भाग घ्यायचे. त्यांच्यातले काही बाप्येच होते. सामाजिक दबाव प्लॅनो ईस्टमध्ये होतेच; पण इतरांचं बघून, बरोबरी करून तशी राहणी ठेवणं आम्हाला परवडणारंच नव्हतं, तेव्हा आम्ही तसा प्रयत्नही केला नाही. इतर मुलं त्यांच्या आई-वडिलांनी त्यांना घेऊन दिलेल्या गाड्या वापरायची; पण मी माझ्या पैशांतून घेतलेली गाडी वापरायचो.

तरीही मला कधीकधी दूर ठेवलं गेल्यासारखं, टाळलं गेल्यासारखं वाटे. मी विचित्र खेळांच्या स्पर्धांमध्ये भाग घेणारा मुलगा होतो आणि माझे कपडे लोकप्रिय ब्रॅंडची लेबलं असलेले नसायचे. माझे काही मित्र बोलून दाखवायचे, ''मी असतो ना तुझ्या जागी, तर त्या 'लिक्रा ब्रॅन्ड'च्या शॉर्ट्स घालून मला अवघडल्यासारखं वाटलं असतं.'' मी खांदे उडवायचो. कपडे व इतर वस्तूंबद्दल एक अलिखित नियम होता की, समाजात अमुक स्थान असलेल्या सर्व लोकांचे कपडे युनिफॉर्म घातल्यासारखे 'पोलो' लेबल असलेले असायचे. त्यांना तसं वाटत नसेल; पण ते युनिफॉर्म्स होते असंच म्हटलं पाहिजे! त्याच, तशाच पॅंट्स, तेच, तसेच शूज, बेल्ट्स, वॉलेट्स, टोप्या. सगळं काही एकासारखं दुसऱ्याचं; ज्याच्या मी अगदी विरुद्ध होतो.

हायस्कूलमध्ये सीनियरच्या वर्षात असताना पानगळीच्या दिवसांमध्ये हिवाळ्यात न्यू मेक्सिकोमधील मॉरिआर्टी गावी होणार असलेल्या एका महत्त्वाच्या वेळेच्या (टाइम-ट्रायल) सायकल स्पर्धेसाठी मी नाव दिलं. सायकल स्पर्धांमध्ये भाग घेणाऱ्या तरुणांसाठी ही एक मोठी स्पर्धा होती. वारा जास्त नसतो अशा हायवेच्या एका भागात बारा मैल सपाट रस्त्यावर स्पर्धा होणार होती. त्या रस्त्यावर खूप वेगानं जाणं फार अवघड नव्हतं. हायवेवरून बरेच मोठाले ट्रक्स जात असत आणि त्यांच्यामुळं अंगावर येणाऱ्या गरम वाऱ्याचा झोत चांगलाच जाणवायचा. जुनी रेकॉर्ड्स मोडून सर्वांचं लक्ष वेधून घेण्यासाठी तरुण मुलं या स्पर्धेत भाग घेत असत.

आम्ही टेक्सासहून निघालो तेव्हा सप्टेंबर महिना होता. पण अजून उकाडा होता, म्हणून मी हलके कपडे घेतले. स्पर्धेच्या दिवशी सकाळी मी सहा वाजता उठून बाहेर पडलो, तो डोंगरावरच्या पहाटेचा गार वारा अंगावर आला. माझ्या अंगात फक्त स्पर्धेसाठीच्या शॉर्ट्स आणि स्पर्धेसाठीची अर्ध्या बाह्यांची जर्सी होती. पाच मिनिटं मी त्या रस्त्यावरून गेलो आणि मला वाटलं की 'हे जमणं शक्य नाही!' थंडी थिजवून टाकणारी होती.

मी परत फिरलो आणि खोलीवर गेलो. आईला म्हटलं, "आई, बाहेर इतकी थंडी आहे की, मला सायकल चालवणं शक्य नाही. स्वेटर वगैरे काहीतरी असलं पाहिजे." आम्ही बरोबर आणलेले कपडे बघितले, मी एकही गरम कपडा आणला नव्हता. मी अजिबातच तयारीनं आलो नव्हतो. अगदीच नवशिक्यासारखं वागणं होतं हे.

आई म्हणाली, "मी आणलेला एक छोटा स्वेटर आहे बघ माझ्याजवळ." आणि तिनं एक छोटासा गुलाबी स्वेटर बाहेर काढला. ती किती लहान चणीची आणि नाजूक आहे हे मी तुम्हाला सांगितलंच आहे. एखाद्या बाहुलीचा असावा तसा तो स्वेटर दिसत होता.

"मी घालीन हा." मी म्हटलं. थंडीच इतकी होती!

तो घालून मी बाहेर गेलो. बाह्या माझ्या कोपरापर्यंत येत होत्या आणि अंगाला तर सगळीकडूनच खूप घट्ट होता; पण तोच मी पंचेचाळीस मिनिटांच्या सरावासाठी घातला. स्पर्धा सुरू होणार होती तिथेही मी तोच घालून पोहोचलो. अशा तऱ्हेच्या स्पर्धेसाठी अंगात ऊब राहणं फार महत्त्वाचं असतं. जेव्हा 'गो!' म्हटलं जातं तेव्हा ताबडतोब खूप वेगानं बारा मैल जाण्याच्या पूर्ण तयारीत तुम्ही असणं अत्यंत जरुरीचं असतं; पण मी तर अजून गारठलेलोच होतो.

त्या बिकट परिस्थितीत मग मी आईला म्हटलं, "आई, गाडीचं इंजिन चालू कर आणि हीटर जितका जास्त गरम करता येईल तितका कर."

तिनं गाडी सुरू करून हीटर चालू केला आणि तो जितका गरम करता येईल तितका केला. मी गाडीत हीटरसमोर हातपाय जवळ घेऊन मुटकुळं करून बसलो; आणि तिला सांगितलं, ''स्पर्धेची वेळ झाली की सांग.'' ऊब येण्यासाठी मी असं केलं!

एकदाचा माझा नंबर आला. मी गाडीतून बाहेर पडून सरळ सायकलवर बसलो. स्पर्धा सुरू होणार होती तिथपर्यंत गेलो आणि सुरू झाली तसा झपाट्यानं निघालो. त्या स्पर्धेचं जुनं रेकॉर्ड मी पंचेचाळीस सेकंदांनी तोडलं.

प्लॅनोमधल्या लोकांना ज्या ज्या गोष्टींचं महत्त्व वाटायचं त्यांचं महत्त्व माझ्या लेखी कमी होत होतं. शाळा आणि लोकांच्यात मिसळणं दुय्यम झालं होतं, जागतिक दर्जाचा खेळाडू होणं ह्याला माझ्या दृष्टीनं सर्वोच्च प्राधान्य होतं. दुकानांजवळ असणाऱ्या घरांपैकी एक घर घेणं ही माझी महत्वाकांक्षा नव्हती. माझ्याकडे वेगानं जाऊ शकणारी गाडी होती आणि खिशात पैसे होते; पण ते मी शर्यती जिंकत होतो म्हणून होते, ज्या शर्यतींमध्ये माझ्याबरोबरच्या शाळेतल्या मुलांना रुची तर नव्हतीच, त्यांना त्यातलं काही कळतही नव्हतं.

मी एकटाच सरावासाठी दूरदूरपर्यंत जाऊ लागलो. आम्ही काही जण मिळून कधीकधी कँपिंग किंवा वॉटरस्कीइंगसाठी जात असू. नंतर सगळ्यांच्या बरोबर गाडीतून परत येण्याऐवजी मी एकटाच सायकलवरून घरी यायचो. एकदा टेक्सोमाला काही मित्रांबरोबर कँपिंगसाठी गेलो होतो, तेव्हा परत येताना मी साठ मैल सायकलवरून आलो.

शाळेतल्या शिक्षकांनाही मी काय करू बघत आहे हे कळत नसे. सीनियर वर्षाच्या दुसऱ्या टर्ममध्ये असताना यु.एस.ए.च्या सायकलिंग फेडरेशनकडून मला कोलोरॅडो स्प्रिंग्जला बोलावण्यात आलं. ज्युनियर नॅशनल यु.एस. टीमला तेथे प्रशिक्षण देणार होते अणि १९९० च्या ज्युनिअर वर्ल्ड चॅम्पियनशिपसाठी मला मॉस्कोला जायला मिळणार होतं. ती माझी जागतिक दर्जाची पहिलीच स्पर्धा असणार होती. न्यू मेक्सिकोमधल्या माझ्या कामाचा बोलबाला झाला होता.

पण प्लॅनो ईस्ट शाळेच्या व्यवस्थापकांनी हरकत घेतली. काहीही कारण नसताना गैरहजर राहण्याच्या बाबतीत त्यांचे नियम फार कडक होते. खरं तर कोणालाही वाटलं असतं की, मॉस्कोला जायला निवड होण्याबद्दल मला जास्तीचे पॉइंट्स मिळायला हवे होते आणि असंही वाटलं असतं की, ऑलिंपिक्सला जाऊ शकेल असा मुलगा आपल्या शाळेत असल्याचा शाळेला अभिमान वाटेल; पण या सगळ्याची त्यांना किंमतच नव्हती.

तरीही मी कोलोरॅडो स्प्रिंग्जना आणि तिथून मॉस्कोला गेलो. ज्युनियर वर्ल्ड चॅम्पियनशिप्समध्ये मी काहीच नीट समजून घेऊन करत नव्हतो. खूप शक्ती,

उत्साह माझ्यात होता; पण गतीचं कमी जास्त प्रमाण राखणं, डावपेच, अशा गोष्टींची मला काहीही कल्पनाच नव्हती. तरीही मी सुरुवातीला बराच पुढे होतो; पण फार लवकर फार शक्ती खर्ची घातल्यामुळे मी लवकर थकलो आणि मागे पडलो. तरीही यू.एस.ए. फेडरेशनच्या लोकांचं मत माझ्याबद्दल खूप चांगलं झालं आणि जे रशियन प्रशिक्षक होते, ते सगळ्यांना सांगत होते की, कित्येक वर्षांनंतर त्यांनी बघितलेला मी सर्वांत चांगला तरुण सायकलिस्ट होतो.

मी सहा आठवडे बाहेर होतो. मार्चमध्ये मी परत आलो तेव्हा गैरहजर असल्यामुळे माझ्या सर्व ग्रेड्स 'शून्य' होत्या. शाळेच्या सहा व्यवस्थापकांनी मला आणि माझ्या आईला भेटायला बोलावलं आणि सांगितलं की, काही थोड्या आठवड्यांच्या आत मी सर्व अभ्यास भरून काढला नाही, तर मी बाकीच्या मुलांबरोबर परीक्षेला बसू शकणार नाही. आई आणि मी सुन्नच झालो.

''पण मला हे करता येणं अशक्य आहे!'' मी म्हटलं.

सूट घातलेले सगळे माझ्याकडे नुसतेच बघत राहिले.

''तू पळपुटा तर नाहीयेस ना?'' त्यांच्यातला एक जण म्हणाला.

मी त्यांच्याकडे बघत राहिलो. मला चांगलं ठाऊक होतं की, मी फुटबॉल खेळत असतो, पोलो शर्ट्स घालत असतो आणि माझे आई-वडील लॉस रिऑस कंट्री क्लबचे मेंबर असते, तर परिस्थिती वेगळी असती.

''ही मीटिंग संपली आहे.'' मी म्हणालो.

आम्ही उठलो आणि बाहेर पडलो. ग्रॅज्युएशनचे रिझल्ट, कॅप, गाउन आणि सीनियर प्रॉम (डान्स पार्टी) सगळ्याचे पैसे आम्ही आधीच भरलेले होते. आई म्हणाली, ''तू शाळेतच थांब उरलेला वेळ. तू घरी परत येईपर्यंत मी या बाबतीत काहीतरी करते.''

ती तिच्या ऑफिसात परत गेली आणि डलासच्या टेलिफोन डिरेक्टरीतल्या प्रत्येक खासगी शाळेच्या नंबरवर तिनं फोन केला. ती त्यांना विनंती करायची की, त्यांनी मला शाळेत घ्यावं आणि मग सांगून टाकायची की, फी द्यायला तिच्याकडे पैसे नव्हते. ते मला नादारी देतील का? तिनं आमच्या आसपासच्या प्रत्येक शाळेला फोन करून आम्ही कशा अडचणीत होतो ते समजावून सांगितलं. ती त्यांना विनवून सांगायची, ''तो वाईट मुलगा नाहीये हो. तो ड्रग्ज घेत नाही. मी खात्रीपूर्वक सांगते तुम्हाला, तो खूप वर जाईल.''

दिवस संपता संपता तिला एक खासगी शाळा सापडली 'बेन्डिंग ओक्स' नावाची. अभ्यास भरून काढण्यासाठी मी एक-दोन कोर्सेस केले तर ते मला घ्यायला तयार होते. माझी प्लॅनो ईस्टमधली क्रेडिट्स आम्ही त्या शाळेत मागवून घेतली आणि इतर मुलांबरोबरच मलाही डिग्री मिळाली. दीक्षान्त समारंभात माझ्या

वर्गातल्या सगळ्या मुलांच्या टोप्यांमध्ये किरमिजी रंगाचे गोंडे होते आणि माझ्या टोपीत प्लॅनो ईस्टचा सोनेरी गोंडा; पण मला मुळीच अवघडल्यासारखं वाटलं नाही.

सीनियर प्रॉमसाठी मात्र मी प्लॅनो ईस्टलाच जायचं ठरवलं. आम्ही त्याचे पैसे आधीच भरले होते, तेव्हा मला ते वाया जाऊ द्यायचे नव्हते. मी माझ्या 'डेट'साठी एक टॉप घेतला, माझ्यासाठी डिनर जॅकेट भाड्यानं आणलं आणि एक 'लिमोझीन' भाड्यानं घेतली. त्या रात्री डिनर जॅकेट आणि टाय घालून तयार होत होतो, तेव्हा मला एक कल्पना सुचली. माझी आई 'लिमोझीन'मध्ये कधीच बसली नव्हती.

तिनं तो अनुभव घ्यावा अशी माझी इच्छा होती. आपल्या आईबद्दलच्या आपल्या भावना, आपण तिचे किती ऋणी आहोत हे शब्दातं कसं व्यक्त करायचं? कुठल्याही शिक्षकानं किंवा पित्याच्या भूमिकेतून कुठल्याही पुरुषानं कधी केलं असेल, त्याहून जास्त माझ्या आईनं माझ्यासाठी केलं होतं, तेही कितीतरी वर्षं. तो काळ अवघड, लांबच लांब आणि टेक्सासमधल्या उजाड, तपकिरी माळरानांसारखा वाटला असेल तिला कधीकधी. कधीही पळपुटेपणा न करणं, कोण काय म्हणेल याची पर्वा न करणं आणि पराकाष्ठेच्या प्रयत्नांनी काम तडीला नेणं, या बाबतींमध्ये मला माझ्या आईसारखी सहनशक्ती आणि ताकद मिळावी, अशी केवळ आशा मी करू शकत होतो. शिवाय अपुरा पगार आणि पदरी लहान मुलगा असलेल्या त्या एकट्या स्त्रीला, एवढं केल्याबद्दल कुठलीही ढाल किंवा पहिल्या नंबरचं बक्षीस मिळणार नव्हतं. तिच्यासाठी एवढं जाणून असणं पुरेसं होतं की, मनापासून केलेला प्रयत्न हा आमूलाग्र बदलून टाकणारा अनुभव असतो. तिचं प्रेम बंधनमुक्त करणारं होतं. ती जेव्हा जेव्हा म्हणायची, 'प्रत्येक अडचणीचा एका संधीसारखा उपयोग करावा आणि प्रत्येक नकारात्मक घटना सकारात्मक करून टाकावी,' तेव्हा तिनं मला जन्म देण्याचं ठरवलं त्याबद्दल आणि मला जसं वाढवलं त्याबद्दल ती बोलत असायची, हे माझ्या लक्षात आलं होतं.

"तुझा डान्सला जायचा ड्रेस घाल," मी तिला सांगितलं. तिच्याकडे एक सुंदर 'सनड्रेस' होता (चांगल्या हवेत घालायचा समरड्रेस) ज्याला ती तिचा 'प्रॉम ड्रेस' म्हणायची. तिनं तो घातला आणि मी व माझी मैत्रीण यांच्याबरोबर गाडीत बसली. माझ्या ग्रॅज्युएशनची मजा म्हणून हसत खेळत गप्पा मारत आम्ही एक तासाहून जास्त वेळ गावात हिंडलो आणि मग डान्सला जायची वेळ झाली, तेव्हा तिला घरी सोडून आम्ही पुढे गेलो.

माझ्या आईनं एक नवं नातं जोडलं होतं आणि ती खुशीत होती. मी सतरा वर्षांचा असताना तिला जॉन वॉलिंग नावाचा एक चांगला माणूस भेटला, ज्याच्याशी पुढे तिनं लग्न केलं. मला तो आवडत असे आणि आमची चांगली मैत्री झाली होती. १९९८ मध्ये त्यांचं लग्न मोडलं, तेव्हा मला वाईट वाटलं.

ही एक गंमत आहे. लोक नेहमी मला सांगत असतात, 'अरे, मला तुझे वडील भेटले होते.' तेव्हा मला जरा विचार करावा लागतो की, हे नेमके कोणाबद्दल बोलतायत? तीन जणांपैकी कोणीही असणं शक्य होतं. खरोखरीच माझे जन्मदाते वडील आणि बँकेतला क्लार्क मी वेगवेगळे ओळखू शकलो नसतो. आणि टेरीशी बोलण्यासारखं माझ्याकडे काहीही नसतं. कधीकधी आर्मस्ट्राँग कुटुंबापैकी कोणीतरी माझ्याशी संपर्क साधून आम्ही एकाच कुटुंबातले असल्यासारखं वागायचा प्रयत्न करतं; पण आमचं नातं नाहीये आणि या विषयावर माझ्या भावनांची त्यांनी कदर करावी अशी माझी इच्छा आहे. मूनिहॅम मंडळींना मी माझे कुटुंबीय समजतो. आर्मस्ट्राँग आडनावाबद्दल बोलायचं तर ते जणू मी बनवलेलं माझं नाव आहे, असं काहीतरी मला वाटतं.

माझी खात्री आहे, आर्मस्ट्राँग कुटुंबातले लोक मला वडिलांची कशी आणि का जरूर आहे, याची पन्नास हजार कारणं तुम्हाला सांगतील आणि त्यांनी माझ्यासाठी किती किती केलंय हेही सांगतील; पण मला त्यांचं बोलणं मान्य नाही. माझ्यासाठी फक्त माझ्या आईनंच सर्व काही केलं आहे. त्या मंडळींबद्दल मला एक तऱ्हेचा दुरावा आणि अविश्वास फक्त वाटत आला आहे.

ग्रॅज्युएशननंतर काही महिने मी प्लॅनोमध्येच इकडे तिकडे करत काढले. प्लॅनो ईस्टमधले माझे बरेचसे वर्गमित्र टेक्सास स्टेट युनिव्हर्सिटीत गेले. माझा मित्र स्टीव्ह याला नॉर्थ टेक्सास स्टेट युनिव्हर्सिटीमधून १९९३ मध्ये डिग्री मिळाली. (नुकताच प्लॅनो ईस्टनं दहावा पुनर्मीलन समारंभ साजरा केला. मला बोलावणं नव्हतं.)

प्लॅनोमध्ये राहण्याचा मला कंटाळा आला होता. सुबारू-मॉंटगॉमेरीचा आर्थिक पाठिंबा असलेल्या आंतर्देशीय टीमतर्फे मी देशात सगळीकडे सायकल स्पर्धांमध्ये भाग घेत असे. पण मी हे जाणून होतो की, खऱ्या महत्त्वाच्या सायकल स्पर्धा युरोपमध्ये होत होत्या आणि असंही की, मी तिथे असलं पाहिजे. शिवाय माझ्या ग्रॅज्युएशनपूर्वी प्लॅनोमध्ये जे जे झालं, त्यामुळे माझ्या मनात खूप राग होता.

असा मी अधांतरी असल्यासारखा होतो. ज्यांच्याबरोबर मी स्पर्धांमध्ये भाग घ्यायचो, त्या वयानं मोठ्या असलेल्या सर्व स्पर्धकांना आता मी हरवत होतो– मग ते ट्रायथलॉन असो की, दहा किलोमीटर पळायचं असो की, मंगळवार रात्रीची प्लॅनो लूप रेस असो. वेळ घालवायसाठी अजूनही मी जिम हॉइटच्या रिचर्डसन बाइक मार्टच्या आसपास हिंडायचो.

जिम तरुण होता तेव्हा तो सायकल शर्यतीत खूप आवडीनं भाग घ्यायचा; पण एकोणीस वर्षांचा असताना त्याला व्हिएतनाममध्ये जावं लागलं. तिथं तो

दोन वर्षं पायदळात होता, जे अतिशय कठीण काम होतं. तो परत आला तेव्हा त्याची इच्छा फक्त सायकल चालवायची होती. 'श्विन' कंपनीचा वितरक म्हणून त्यानं काम सुरू केलं आणि नंतर तो आणि त्याची बायको ऱ्होंडा दोघांनी मिळून स्वत:चं दुकान उघडलं. गेली कितीतरी वर्षं डलास भागातल्या तरुण होतकरू मुलांना हप्त्यानं सायकली आणि इतर सामग्री देत आणि वरखर्चाला भत्ताही देत त्यांनी सायकल स्पर्धांसाठी तयार केलं आहे. चांगली कामगिरी करून दाखवली तर त्याचं बक्षीस दिलं पाहिजे, यावर जिमचा विश्वास होता. तो बक्षीस म्हणून काही वस्तू फुकट देऊ करायचा किंवा पैशांचं बक्षीस लावायचा. ते मिळवण्यासाठी आम्ही रेसमध्ये खूप हिरिरीनं भाग घ्यायचो. शाळेतल्या शेवटल्या वर्षात जिम हॉइटच्या वतीनं सायकल शर्यतींमध्ये भाग घेऊन मी महिना पाचशे डॉलर्स मिळवत होतो.

जिमच्या दुकानाच्या मागच्या बाजूला त्याचं ऑफिस होतं, तिथे बसून आम्ही गप्पा मारत असू. शाळेचे प्रमुख किंवा माझे सावत्र वडील यांच्या बोलण्याकडे मी विशेष लक्ष देत नसे; पण मधून मधून जिमबरोबर बसून बोलायला मला आवडायचं. ''मला खूप काम करावं लागतं; पण माझं आयुष्य मला आवडतं,'' तो म्हणायचा, ''पैशानंच प्रत्येक माणसाची किंमत तुम्ही ठरवू लागलात, तर आयुष्यात अजून तुम्हाला खूप शिकायचं आहे असं म्हणावं लागेल. कारण माझे काही मित्र स्वत:च्या कंपनीचे मालक आहेत, तर काही दुसऱ्यांची लॉन्स कापून द्यायचं काम करतात.'' पण जिम तसा कडकही होता. वाटेल तसं वागलेलं त्याला खपत नसे आणि त्याच्या रागाला मी घाबरून असे.

एका मंगळवारी रात्री प्लॅनो लूप रस्त्यावरच्या शर्यतीत, कमी अंतर वेगाने काटायच्या स्पर्धेत (Sprint) माझी एका स्पर्धकाशी जुंपली. तो वयानं मोठा होता आणि मला तो आवडत नसे. स्पर्धेच्या अगदी शेवटच्या भागात आम्ही पोहोचलो तेव्हा आमच्या सायकली एकमेकींवर आपटल्या. शेवटच्या रेषेवर आम्ही एकमेकांना ढकलतच पोहोचलो. सायकली पुरत्या थांबायच्याही आधी आम्ही एकमेकांना गुद्दे मारू लागलो होतो. आमची रस्त्यावरच कुस्ती जुंपली. जिमनं आणि इतर लोकांनी आम्हाला बाजूला केलं. मला कुस्ती निर्णयापर्यंत न्यायची होती, म्हणून मला सगळे हसायला लागले होते; पण जिमला माझा खूप राग आला होता. हे असलं वागणं तो चालवून घेणार नव्हता. त्यानं जाऊन माझी सायकल उचलली आणि तिच्यावर बसून तो तिथून निघून गेला! सायकल जाताना बघून मला वाईट वाटलं.

ती 'श्विन पॅरमाउंट' सायकल होती. मॉस्कोमधल्या जागतिक स्पर्धेत मी तीच, फारच चांगली सायकल वापरली होती आणि पुढच्या आठवड्यात एक टप्प्यांची स्पर्धा होणार होती, तेव्हा तीच वापरायची माझी इच्छा होती. जरा वेळानं मी

जिमच्या घरी गेलो. तो समोरच्या अंगणात आला.

"मला माझी सायकल परत मिळेल?" मी विचारलं.

"नाही!" तो म्हणाला, "बोलायचं असलं माझ्याशी, तर उद्या माझ्या ऑफिसमध्ये ये."

मी मागे सरकलो. तो इतका चिडलेला होता की, तो मला एक थप्पड लगावेल अशी मला भीती वाटली. आणखीही एक गोष्ट होती, जी त्याला आवडत नसे. मी कॅमॅरो गाडी घेऊन फार वेगानं जात असे, हे त्याला कळलं होतं.

थोड्या दिवसांनी त्यानं ती गाडीही परत घेऊन टाकली. मला खूपच राग आला. मी त्या गाडीचे सगळे हप्ते – जवळजवळ पाच हजार डॉलर्स – भरले होते; पण हेही खरं की, त्यातले काही पैसे त्याच्या टीममधून भाग घेण्याबद्दल तो जो भत्ता द्यायचा, त्यातले होते. पण मला इतका राग आला होता की, एवढा नीट विचार तेव्हा मी करू शकलो नाही. तुम्ही फक्त सतरा वर्षांचे असता आणि एखादा माणूस तुमची कॅमॅरो IROCZ घेऊन टाकतो, तेव्हा त्याला खाऊ का गिळू असं तुम्हाला वाटतं. म्हणून मग मी जिमला भेटायला कधी गेलोच नाही. मला त्याचा खूप राग आला होता आणि त्याची खूप भीतीही वाटत होती.

कित्येक वर्षांनंतर आम्ही पुन्हा एकमेकांशी बोललो.

त्याऐवजी मी गावच सोडलं. कोलोरॅडो स्प्रिंग्ज आणि मॉस्कोला जाऊन आल्यानंतर मला यु.एस. राष्ट्रीय सायकलिंग टीममध्ये घेतलं गेलं. टीमचा नवा डायरेक्टर ख्रिस कार्मायकेल याचा मला फोन आला. ख्रिसनं माझी कीर्ती ऐकली होती. माझ्या अंगात ताकद खूप होती; पण स्पर्धेबद्दलचे बरेच डावपेच, युक्त्या-प्रयुक्त्या यातलं बरंच मला समजत नव्हतं. ख्रिस मला म्हणाला की, यु.एस.मध्ये हा खेळ नीरस, सुस्त होत चालला होता. नव्या दमाचे तरुण अमेरिकन सायकल स्पर्धक घेऊन, त्यांना प्रशिक्षण देऊन या खेळाचं पुनरुज्जीवन करण्याची त्याची इच्छा होती. ज्यांच्यामध्ये कुवत जाणवत होती अशा बॉबी ज्युलिच आणि जॉर्ज हिन्कापासारख्या आणखीही काही मुलांची त्यानं नावं घेतली. मी त्या टीममध्ये यावं, असं त्याला वाटत होतं. युरोपला जायला मला आवडेल का, असं त्यानं विचारलं.

घर सोडायची वेळ आली होती.

मी माझ्या आईला दाराशी उभं करणार नाही!

सायकल स्पर्धांमध्ये भाग घेणाऱ्याचं आयुष्य म्हणजे वेगवेगळ्या देशांच्या या टोकापासून त्या टोकापर्यंत तासन्‌तास, दिवसचे दिवस, ताशी वीस ते चाळीस मैलांच्या गतीनं पावलं पॅडलवर जणू चिकटवलेली असणं; सीटवर बसल्याबसल्याच पाणी ढोसणं, सीटवर बसल्याबसल्याच गपागप कॅन्डी बार्स खाणं; कारण त्या वेगात सायकल चालवल्यानं दररोज तुमच्या शरीरातून दहा ते बारा लिटर पाणी बाहेर फेकलं जातं आणि सहा हजार कॅलरीज खर्च होतात. तुम्ही लघवी करायला थांबत नाही की, रेनकोट चढवायला. प्रचंड वेगानं कशासाठीही न थांबता चिकटून चिकटून जाणाऱ्या सायकलस्वारांच्या घोळक्याला – यांना 'पेलोटोन' म्हणतात – 'बुद्धिबळाची मॅच' खेळत पावसातून सुसाट पुढे जावं लागतं, थंडगार डोंगरांचे चढ पार करावे लागतात, पावसानं घसरड्या झालेल्या फुटपाथवरून तोल सांभाळत जावं लागतं, दगडी रस्त्यांवरून गडगडत जावं लागतं. हे माहीत असताना की, गांगरलेल्या एखाद्या सायकलस्वारानं एकदम ब्रेक मारला किंवा एकदम हॅण्डल बार्सवर जोर देऊन ती जोरात वळवली, तर त्याच्या सायकलचा चेंदामेंदा होऊ शकतो आणि तो संपूर्ण सोलून निघू शकतो.

मी कशा तऱ्हेच्या आयुष्यात शिरत आहे, माझ्या पुढ्यात काय वाढून ठेवलं आहे, याची मला मुळीच कल्पना नव्हती. अठराव्या वर्षी मी घर सोडलं तेव्हा माझी सायकलरेसची कल्पना म्हणजे सायकलवर टांग मारायची आणि पॅडल मारत सुटायचं, अशी होती. सुरुवातीच्या दिवसांमध्ये मला तापट डोक्याचा आणि आगाऊ म्हटलं जाई; तेव्हापासून आतापर्यंत मला ते लेबल चिकटलेलंच आहे. कदाचित ते बरोबरही असेल! मी खूप लहान होतो आणि मला बरंच काही शिकायला हवं होतं. कदाचित बोलायला नको होत्या अशा गोष्टी मी बोललो, करायला नको होत्या अशा गोष्टी केल्या; पण मी आगाऊपणानं वागायचं म्हणून वागत नव्हतो– मी अस्सल टेक्सन होतो, एवढंच. तोरो द तेक्सास (तोरो द तेक्सास– टेक्सासचा बैल) स्पॅनिश प्रेसनं मला नाव दिलं होतं!

माझ्या पहिल्या आंतरराष्ट्रीय शर्यतीत जे जे करू नको असं माझ्या प्रशिक्षकानं

मला सांगितलं होतं, ते सगळं मी केलं! उत्सुनोमिया-जपान इथे १९९० साली, हौशी खेळाडूंसाठी एकशे पंधरा मैलांची, अवघड, बराच लांब आणि कठीण चढ असलेली ती जागतिक स्पर्धा होती. नव्वदच्या वर तपमान असल्यानं गदमदणाऱ्या उकाड्यानं ती आणखी अवघड झाली होती. करडे केस आणि तोंडावर पिंगट वांग असलेला तरुण प्रशिक्षक ख्रिस कार्मायकेल ह्याच्या प्रशिक्षणाखाली मी यु.एस. नॅशनल टीमतर्फे या स्पर्धेत भाग घेत होतो. ख्रिसला मी अजून फारसं ओळखत नव्हतो– आणि त्यानं सांगितलेलं ऐकत नव्हतो.

ख्रिसनं मला सक्त सूचना दिल्या होत्या. रेसचा बराचसा वेळ मी मागे मागे राहायचं होतं आणि काहीही करण्याआधी त्यानं खूण करायची वाट बघायची होती. उकाडा खूपच होता आणि समोर राहून वारा तोंडावर घेत सायकल चालवण्यासाठी रस्ता अतिशय अवघडही होता. विशेष निवड करून मला मागे ठेवून माझी शक्ती शिल्लक ठेवणं हा शहाणपणाचा मार्ग होता.

"तू मागे राहून वाट बघायची," ख्रिस म्हणाला, "वाऱ्याला तोंड द्यायला तू समोर राहायला नको आहे मला."

मी होकारार्थी मान डोलावली आणि शर्यत जेथून सुरू होणार होती तिकडे गेलो. पहिल्या टप्प्यात त्यानं सांगितल्यासारखा मागे राहून मी सायकल चालवत राहिलो; पण मग मला राहवेचना. मला माझ्या पायांची ताकद आजमवायची होती. मी पुढे पुढे सरकू लागलो. दुसऱ्या टप्प्यावर मी सगळ्यांत पुढे होतो आणि चेकपॉइंटवर पोहोचलो तेव्हा माझ्या आसपास कोणीच नव्हतं. पंचेचाळीस सेकंदांनी मी पुढे होतो. मी ख्रिसच्या जवळून पसार झालो तेव्हा मी त्याच्याकडे ओझरतं बघितलं. 'हे करतोयस तरी काय तू?' अशा अर्थानं त्यानं हात पसरले होते.

मी त्याच्याकडे हसून बघत हात हलवत बोटांनी 'टेक्सास लाँगहॉर्न'ची खूण केली. ('दाखवतोच त्यांना आता!' अशा अर्थी असावी.)

यु.एस. टीमच्या स्टाफच्या लोकांकडे बघत ख्रिस ओरडून विचारू लागला, "हा करतोय तरी काय?"

मी काय करत होतो? मी आपला वेगानं जात सुटलो होतो. 'आर्मस्ट्राँगच्या करिअरमधलं त्याचं सुरुवातीचं वागणं' म्हणून माझं हे वागणं प्रसिद्ध झालं. नेमका नको तो, भलत्याच चुकीच्या पद्धतीचा डावपेच. पुढचे तीन टप्पे मी एकटाच होतो आणि दीड मिनिटानं सर्वांच्या पुढे होतो. मला स्वत:बद्दल फारच विशेष वाटत होतं; पण मग उन्हाळ्याचा मला त्रास होऊ लागला होता आणि मग काय होतंय हे मला कळेपर्यंत दुसरे तीस स्पर्धक माझ्या जोडीला येऊन पोहचले. अजून अर्धं अंतर बाकी असतानाच मला त्रास होऊ लागला. मी पुढे राहण्याचा प्रयत्न करत राहिलो; पण माझ्यात पुरेसा जोम राहिला नव्हता. चढ आणि उन्हाळा यांनी माझी

ताकद खच्ची झाली होती. मी अकरावा आलो.

तरीही, अमेरिकन सायकल स्पर्धेच्या इतिहासातली ती सर्वोत्तम कामगिरी होती. स्पर्धा संपेपर्यंत ख्रिसच्या रागापेक्षा आनंद जास्त होता! नंतर आम्ही दोघं हॉटेलच्या बारमध्ये गेलो आणि बिअर पीत चर्चा केली. ख्रिसबद्दल माझं अजून ठाम मत झालेलं नव्हतं. मी प्लॅनोहून प्रथम आलो तेव्हा यु.एस. नॅशनल टीमचे दोन भाग करून त्यानं मला 'बी' टीममध्ये ठेवलं होतं. या अपमानाबद्दल मी त्याला अजून पूर्णपणे माफ केलं नव्हतं. नंतर मात्र माझ्या लक्षात आलं की, त्याच्या वागण्यातल्या साधेपणामागे एखाद्या भावासारखी आपुलकी आणि सायकल स्पर्धांबद्दलची प्रचंड जाण होती. तो भूतपूर्व ऑलिंपियन होता आणि लहान असताना त्यानं ग्रेग लमाँबरोबर स्पर्धेत भाग घेतला होता.

'किरिन'चे घोट घेता घेता आम्ही त्या दिवसभरात जे घडलं त्याबद्दल बोलून हसत होतो. मग ख्रिस एकदम गंभीर झाला. अकरावा आल्याबद्दल त्यानं माझं अभिनंदन केलं आणि त्यानं जे निरीक्षण केलं त्याबद्दल तो खुश होता असंही म्हणाला. "तुला हरण्याची भीती वाटली नाही," तो म्हणाला, " 'मी नाही जिंकलो तर काय?' असा विचार तू करत नव्हतास." त्या स्तुतीनं मला खूप बरं वाटलं.

पण मग तो पुढे म्हणाला, "अर्थात आपण काय करतो आहोत हे तुला कळलं असतं आणि तुझी ताकद तू जपली असतीस, तर तू पदक मिळवलं असतंस!"

आतापर्यंतच्या कुठल्याही अमेरिकनपेक्षा मी चांगलं काम केलं होतं आणि ते 'होऊ शकलं असतं तितकं चांगलं नव्हतं' असं ख्रिस सुचवत होता. खरं म्हणजे अप्रत्यक्ष रीतीनं त्याला असं म्हणायचं होतं की, मी एक संधी घालवली होती. तो पुढे बोलत राहिला, "मी अगदी मनापासून सांगतोय तुला की, तू याच्याहून कितीतरी जास्त चांगलं काम करू शकशील. माझी खात्री पटलीय की, तू जागतिक विजेता होशील; पण त्यासाठी खूप काम करायला हवंय."

ख्रिस म्हणाला की, सर्वोत्तम स्पर्धक मार्को पॅन्टानिस, मिग्युएल इन्डुरिन हे माझ्याइतकेच किंवा माझ्याहूनही जास्त ताकदवान होते आणि सध्या स्पर्धेत भाग घेणारे सगळेच तसेच होते. मी त्यांच्या वरचढ तेव्हा होऊ शकेन, जेव्हा मी चांगले डावपेच शिकेन.

स्पर्धेत भाग घेण्यासाठी मला प्रशिक्षण घेणं जरुरीचं होतं आणि त्यासाठी एकमेव जागा सायकलवर असणं ही होती. त्या पहिल्या वर्षी मी परदेशात दोनशे दिवस राहिलो असेन, युरोपभर सायकल चालवत. कारण खरी परीक्षा रस्त्यावरच होऊ शकणार, जिथं एकशे साठ मैलांच्या रेसमध्ये कुठे लपायला जागाच नसणार. शेवटच्या टप्प्यावर एकतर तुमच्यात दम शिल्लक असतो किंवा मुळीच नसतो.

इकडे मायदेशात परतल्यावर मी ऑस्टिनला येऊन राहिलो. या डोंगराळ

भागातील गावातल्या तळ्याभोवती खडकाळ हिरवा प्रदेश आहे. कोलोरॅडो या रुंद पात्र आणि खूप खळखळाट असलेल्या नदीचं पाणी या तळ्याला मिळतं. ऑस्टिनमध्ये मी कसले कपडे घालतो किंवा मी 'वरच्या' वर्गातला आहे की नाही याची पंचाईत कोणी करत नाही. उलट एकसारखे एक कपडे घातलेली दोन माणसंसुद्धा मला कधी दिसली नाहीत. गावातल्या सर्वांत श्रीमंत लोकांपैकी काही तर अगदी उडाणटप्पू माणसांसारखी दिसायची. सहाव्या रस्त्यावर वरचेवर आपलं सुशोभन बदलणारे बार्स, म्युझिक क्लब्ज आणि मला चटपटीत खायला मिळणारे 'टेक्स मेक्स' ढाबे असलेलं हे गाव तरुण पिढीसाठीच वसलं असावं असं वाटे.

मला सायकल सरावासाठीही हे गाव फारच छान होतं. सायकलीनं जाण्यासाठी केलेले खूप रस्ते होते; तसंच हमरस्त्यांखेरीज इतर रस्तेही खूप होते, जिथे मैलोन्‌मैल अंतर सायकलनं जाता यायचं. युनिव्हर्सिटी ऑफ टेक्सासच्या आवाराजवळ मी एक लहान बंगला भाड्यानं घेतला. मी अर्थातच कॉलेजमध्ये जाणारा विद्यार्थी नव्हतो; पण सायकलस्पर्धेचा सराव करणारा विद्यार्थी होतोच, तेव्हा ते योग्यच होतं.

माझ्या हे लक्षात येऊ लागलं होतं की, सायकलस्पर्धांचा खेळ बराच गुंतागुंतीचा आणि खूप राजकारण चालणारा आहे; तसंच प्रेक्षकांना वाटतं त्यापेक्षा खूपच जास्त प्रमाणात तो सांघिक खेळ आहे. या खेळाची आपली अशी एक विशिष्ट भाषा आहे. जी युरोपियन शब्द आणि वाक्यरचना मिसळून बनलेली आहे. तसंच त्याचं एक वेगळंच नीतिशास्त्रही आहे. कुठल्याही टीममधल्या प्रत्येक सायकलस्वाराकडे एक विशिष्ट काम सोपवलेलं असतं आणि स्पर्धेच्या विशिष्ट टप्प्याची जबाबदारी त्याची असते. जे सायकल जरा मंदगतीनं चालवतात त्यांना 'डोमेस्टिक्स' (नोकर) म्हणतात; कारण टेकड्या 'ओढून धरायचं' म्हणजे टीममधल्या इतर स्पर्धकांना तोंडावर वारा लागण्यापासून वाचवण्याचं, विशेष डोळ्यांत न भरणारं काम ते करतात, तसंच टप्प्यांच्या स्पर्धेत संघाच्या प्रमुख खेळाडूंचं वेगवेगळ्या धोक्यांपासून रक्षण करतात. संघाचा प्रमुख हा मुख्य सायकलस्वार असतो. ज्याच्या पायात शेवटच्या टप्प्यात दीडशे मैल जाऊ शकण्याची ताकद आहे असा तो असतो. मी सुरुवात 'डोमेस्टिक' म्हणून काम करण्यापासून केली; पण माझं प्रशिक्षण संघप्रमुख होण्याच्या दिशेनं केलं जात होतं.

'पेलोटोन' म्हणजे काय तेही मी शिकलो. हा सायकलस्पर्धेत भाग घेणाऱ्या सर्व संघांचा प्रमुख गट असतो. प्रेक्षकाला तो झगमगत जाणारा अस्पष्टसा, गुंऽऽऽ आवाज येणारा असा घोळका जेमतेम दिसतो; पण त्या अस्पष्ट रंगीबेरंगी गटात प्रत्यक्षात एकमेकाला घासटून जाणे, कोपरे, गुडघे एकमेकांवर आपटणे असे प्रकार आणि आंतरराष्ट्रीय स्तरावरची कारस्थानं आणि योजना चाललेल्या असतात. पेलोटोनचा वेग कमी जास्त होत असतो. कधीकधी सायकलस्वार ताशी वीस

मैलांच्या गतीनं हळूहळू, गप्पा मारत जात असतात. कधीकधी हा गट रस्ताभर पसरतो आणि आम्ही ताशी चाळीस मैलांच्या वेगानं जात असतो. पेलोटोनमधल्या प्रतिस्पर्धी सायकलस्वारांमध्ये सदैव समजुती-करार होत असतात. आज माझ्या तोंडावरचा वारा तू अडव, उद्या मी तुझ्यासाठी अडवेन. इंचभराची तडजोड करून मैत्री करता येते. तुमच्या किंवा तुमच्या संघाच्या कामगिरीला बाधा येईल, असं अर्थातच तुम्ही काही करत नाही; पण इतर सायकलपटूंना मदत करता येईल असं शक्य असेल तर ती तुम्ही करता, कारण तेही तुम्हाला कधीतरी मदत करतील.

नवशिक्या सायकलपटूला स्पर्धेतलं राजकारण समजायला अवघड आणि गोंधळात टाकणारं असू शकतं. १९९१ मध्ये मला या बाबतीत एक कटू धडा मिळाला. १९९२ मध्ये बार्सिलोनाला होणाऱ्या ऑलिंपिक्समध्ये हौशी सायकलपटू म्हणूनच भाग घेऊन त्यानंतर लगेच प्रोफेशनल (व्यावसायिक) खेळाडू व्हायचा माझा बेत होता. अमेरिकेत मी सुबारू-मॉंटगॉमेरीच्या वतीनं स्पर्धांमध्ये भाग घेत राहिलो. तसं तांत्रिकदृष्ट्या बघायला गेलं, तर मी दोन वेगवेगळ्या संघांचा सदस्य होतो. आंतरराष्ट्रीय स्तरावर मी यु.एस. राष्ट्रीय टीमचा खेळाडू (ख्रिस कार्मायकेलच्या प्रशिक्षणाखाली) म्हणून भाग घेत होतो, तर राष्ट्रीय स्तरावर मी सुबारू-मॉंटगॉमेरीचा खेळाडू होतो.

१९९१ मध्ये मी राष्ट्रीय संघाबरोबर परदेशात होतो तेव्हा आम्ही इटलीमध्ये 'सेट्टिमाना बर्गामास्का' नावाच्या एका महत्त्वाच्या समजल्या जाणाऱ्या स्पर्धेत भाग घेतला. उत्तर इटलीमध्ये दहा दिवसांची टप्प्यांची रेस होती आणि जगातले उत्तमोत्तम सायकलपटू भाग घेणार होते. आतापर्यंत कधीही एकाही अमेरिकननं ही स्पर्धा जिंकली नव्हती; पण ख्रिसच्या मार्गदर्शनाखाली एक टीम म्हणून आमचं काम छान होत होतं आणि आमचं मनोबलही उत्तम होतं; कदाचित आम्ही जिंकूही असं आम्हाला वाटत होतं.

पण एक परिस्थिती जरा चमत्कारिक होती. सुबारू-मॉंटगॉमेरी टीमनंही या स्पर्धेत भाग घेतला होता आणि मी माझ्या स्टार्स अँड स्ट्राइप्सच्या अमेरिकन राष्ट्रीय टीमच्या युनिफॉर्ममध्ये त्यांच्या विरुद्ध स्पर्धेत भाग घेणार होतो. सुबारू-मॉंटगॉमेरी टीममधले बाकी सर्व जण त्या टीमच्या जर्सीमध्ये असणार होते. दहातले नऊ दिवस ते माझे सहकारी असायचे; पण या रेसमध्ये आम्ही प्रतिस्पर्धी असणार होतो.

स्पर्धेच्या सुरुवातीला सुबारू-मॉंटगॉमेरीतर्फे भाग घेणारा माझा मित्र नॅट रीस आघाडीला होता; पण मीही चांगलं काम करत होतो. मी हळूहळू त्याच्या पाठोपाठ दुसऱ्या नंबरला पोहोचलो. मला खूप मजा वाटत होती की, आम्ही दोघंही आघाडीला होतो; पण सुबारू-मॉंटगॉमेरीच्या टीम डायरेक्टरला तसं वाटत नव्हतं. मी प्रतिस्पर्धी होतो हे त्याला आवडलं नाही आणि त्यानं मला तसं सांगितलं. दोन

टप्प्यांच्या मध्ये बोलावून घेऊन तो मला म्हणाला, "तू नॅटचा फायदा होईल असं बघ." मी काही न समजून त्याच्याकडे बघत राहिलो. त्याला असं तर नव्हतं म्हणायचं ना की, मी नॅटच्या 'डोमेस्टिक'सारखं काम करावं? पण त्याला तसंच म्हणायंच होतं. "तू हल्ला चढवायचा नाहीस," त्यानं हुकूम सोडला. नंतर मग तो सरळच म्हणाला की, नॅटला जिंकू देणं हे माझं कर्तव्य होतं.

मी माझ्या राष्ट्रीय टीमबद्दल अत्यंत निष्ठावान होतो. बाकीच्या प्रतिस्पर्ध्यांच्या तुलनेत आम्ही कुठेच नव्हतो. एका छोट्याशा हॉटेलमध्ये एकेका खोलीत आम्ही तिघं तिघं राहत होतो. आमच्याकडे पैसेच नव्हते! इतकी अवस्था होती की, आमच्या पाण्याच्या बाटल्या रोज रात्री धुवून आम्ही त्याच परत भरून घेत असू. सुबारू-मॉंटगॉमेरीसारख्या प्रोफेशनल टीम्स त्यांच्या वापरलेल्या बाटल्या फेकून देत असत. मी सेट्टिमाना बर्गामास्का जिंकलो असतो तर अमेरिकन राष्ट्रीय टीमसाठी तो खूप मोठा विजय झाला असता आणि एकूणच अमेरिकन सायलिंगसाठीही; पण माझ्या प्रोफेशनल टीमचा मॅनेजर मला 'तू मुद्दाम मागे राहा' असं सांगत होता!

मी ख्रिसकडे गेलो आणि खरं खरं सांगून टाकलं की, सुबारू-मॉंटगॉमेरीचा डायरेक्टर मला 'चांगलं काम करू नको' असं सांगत होता. ख्रिस म्हणाला, "लान्स, ही स्पर्धा तू जिंकू शकतोस. चांगलं काम करायचंच नाही असं वागणं तू करूच शकत नाहीस. तू जिंकू शकतोस."

दुसऱ्या दिवशी मी वेगानं जात होतो. कल्पना करा की, दुसऱ्या शंभर प्रतिस्पर्ध्यांबरोबर पेलोटोनमध्ये तुम्ही एखादी टेकडी चढत असता. हळूहळू त्यातले पन्नास मागे पडतात, मग आणखी वीस मागे राहतात. मग आणखी दहा. तुम्ही पंधरा-वीस जणच उरता. प्रतिस्पर्ध्यांना दमवून टाकण्याचीच रेस असते ही. त्यांच्यासाठी परिस्थिती आणखी कठीण करायला तुम्ही वेग आणखी वाढवता. ज्यांना त्या वेगानं जाता येत नाही, ते मागे राहतात. रस्त्यांवरून जायच्या ज्या स्पर्धा होतात, त्यांचं मर्म हेच असतं.

पण मला नॅटची वाट बघायला सांगण्यात आलं होतं. मी याबद्दल जास्त विचार केला तसतसं मला वाटू लागलं की, मला तो पर्याय नव्हताच. त्याला जर टिकून राहण्याची ताकद असेल, तर उत्तमच; पण तो मागे राहिला, तर मी त्याची वाट बघू शकत नाही. तो मागे राहिला आणि मी त्याची वाट बघत थांबलो नाही.

जे आघाडीला होते, त्यांच्याबरोबर मी पुढे गेलो आणि दिवस संपला तेव्हा मला लीडरची जर्सी मिळाली. नॅट वीस मिनिटांनी मागे पडला होता. सुबारू-मॉंटगॉमेरीचा डायरेक्टर खूप संतापला होता आणि नंतर तो ख्रिसच्या आणि माझ्या पुढ्यात येऊन उभा राहिला. "काय चालवलंय तू?" त्यानं विचारलं. ख्रिस लगेच माझ्या बचावासाठी पुढे आला.

"अरे! स्पर्धा आहे ही सायकलची, जिंकायसाठी भाग घेतलाय त्यानं."

आम्ही तिथून बाजूला झालो; पण मी खूप अस्वस्थ झालो होतो. एकीकडे माझ्या टीम डायरेक्टरनं माझा विश्वासघात केला आणि मला वाऱ्यावर सोडून दिलं असं वाटत होतं, तर दुसरीकडे परस्परविरोधी निष्ठा आणि अपराधीपणाची भावना यांचा मनात संघर्ष होता. त्या रात्री ख्रिसनं आणि मी बसून पुन्हा चर्चा केली. "हे बघ, लोक जर असं सांगू लागले की, तू जोरानं पुढे जाऊ नकोस, तर ते तुझ्या कल्याणाचा विचार करत नाहीयेत." ख्रिस म्हणाला, "ही ऐतिहासिक महत्त्वाची रेस आहे. एकही अमेरिकन ही रेस कधी जिंकलेला नाही आणि तू ही स्पर्धा इटलीतल्या उत्तम प्रोफेशनल खेळाडूंबरोबर खेळत आहेस. तू जिंकलास तर तुझ्या करिअरला त्याचा खूप फायदा होईल. शिवाय तू यु.एस. राष्ट्रीय टीमच्या वतीनं खेळतो आहेस. तू जर तुझ्याकडून उत्तम प्रयत्न केला नाहीस, तर सर्वांची काय कल्पना होईल?"

माझ्या मते अतिशय वाईट कल्पना झाली असती की, 'सॉरी, मी जिंकू शकतो; पण या प्रोफेशनल खेळाडूला जिंकू देणं मला भाग आहे!' मी असं करूच शकत नव्हतो; पण मला काळजी वाटत होती की, माझ्याबद्दल वाईट बोलून सुबारू-मॉंटगॉमेरीचा टीम डायरेक्टर एक प्रोफेशनल म्हणून माझ्या भविष्याचं नुकसान करेल.

ख्रिस म्हणाला, "काळजी करू नको. तुला जे योग्य वाटेल ते तू कर. तू ही स्पर्धा जिंकलास तर तुझं स्थान पक्कं होईल."

मला माझ्या आईशी बोलावंसं वाटलं. तिथल्या फोनवरून अमेरिकेत कसा फोन करायचा तेही मला धड कळत नव्हतं; पण शेवटी एकदाचा तिला फोन लागला.

"काय झालं बेटा?" तिनं विचारलं.

मी सगळं उलगडून सांगितलं. मी इतका अस्वस्थ झालो होतो की, मी जवळजवळ तोतरं, अडखळत बोलत होतो. "आई, काय करावं मला समजत नाहीये," मी म्हटलं, "मी जिंकू शकेन अशा स्थितीत आहे; पण सुबारूचा डायरेक्टर सांगतोय की, नॅट रीस जिंकू शकेल आणि मी त्याला मदत केली पाहिजे."

माझ्या आईनं सगळं ऐकून घेतलं आणि मग ती म्हणाली, "लान्स, तुला जर असं वाटत असेल की, तू ही रेस जिंकू शकशील, तर तू ती जिंकली पाहिजेस."

"मला वाटतंय की मी जिंकू शकेन."

"मग त्यांची मुळीच पर्वा करू नकोस. तू ही रेस जिंकणार आहेस. कोणाच्याही धमक्यांनी दबून जाऊ नकोस. पक्का निश्चय कर आणि सायकल चालव."

मी पक्का निश्चय केला आणि सायकल चालवली. मी टीम-लीडर म्हणून

लोकप्रिय नव्हतो. केवळ सुबारू-माँटगॉमेरीच नाही, तर इटालियन प्रेक्षक जे रस्त्याच्या दोन्ही बाजूंना उभे होते, त्यांनाही एका अमेरिकनला आघाडीला बघून राग आला आणि माझ्या सायकलचं पंक्चर करायला ते रस्त्यावर माझ्यासमोर काचांचे तुकडे, काटेकुटे टाकू लागले; पण स्पर्धा जसजशी चालू राहिली, तसतसं इटालियन प्रेक्षकांना माझं कौतुक वाटू लागलं आणि रेस संपून मी जिंकलो तेव्हा त्यांनी आनंद व्यक्त केला.

मी विजेता होतो. मी जिंकून दाखवलं होतं. यु.एस. नॅशनल टीमला मी एका युरोपियन रेसमध्ये विजय मिळवून दिला होता. ख्रिस आणि आमची सर्व टीम अतिशय आनंदात होती. त्या रात्री पोडियम (विजेत्यांचा स्टँड) वरून मी खाली उतरलो तेव्हा ख्रिस मला जे म्हणाला, ते मी कधीही विसरलो नाही.

तो म्हणाला, ''एक दिवस तू 'तूर द फ्रान्स' जिंकशील!''

सायकल रेसिंग हा खेळ असा आहे की तो तरुण मुलांना उत्तेजन वाटण्याऐवजी ओशाळायला लावू शकतो. मी ठरवलं होतं त्याप्रमाणे ऑलिंपिक्सनंतर लगेचच मी 'प्रोफेशनल' झालो आणि नंतरच्या पहिल्याच स्पर्धेत शेवटचा आलो!

बार्सिलोना गेम्समध्ये माझं काम निराशाजनक झालं होतं – मी चौदावा आलो होतो; पण का कोण जाणे, अमेरिकन सायकलिंग क्षेत्रात खूप वजन असलेले, एक महत्त्वाचे समजले जाणारे गृहस्थ जिम ऑकोविक्झ यांचं मत माझ्याबद्दल खूप चांगलं झालं होतं. त्यांनी माझ्यावर विश्वास टाकायचं ठरवून माझ्याबरोबर प्रोफेशनल खेळाडू म्हणून करार केला. मोटोरोला कंपनीचा आर्थिक पाठिंबा असलेल्या आणि बहुतेक सर्व अमेरिकन मुलं असलेल्या टीमचे 'ऑक' हे डायरेक्टर होते. सायकलिंगमध्ये अमेरिकेत ऑक यांनीच सर्वप्रथम पुढाकार घेतला होता. १९८५ मध्ये परदेशात पाठवल्या गेलेल्या, मुख्यत: अमेरिकन खेळाडू असलेल्या टीमचं व्यवस्थापन त्यांनी केलं होतं आणि हे दाखवून दिलं होतं की, परंपरेनं युरोपियन असलेल्या या खेळात भाग घेण्याइतके अमेरिकन खेळाडू चांगले होते. (त्या सुरुवातीच्या खेळाडूंमध्ये ऑकच्या ७-११ टीममधला ख्रिस कार्मायकेल हा एक होता.) त्यानंतर एक वर्षानं १९८६ मध्ये ग्रेग लमाँ 'तूर द फ्रान्स' जिंकला आणि त्यामुळे अमेरिकन लोकांना या स्पर्धेबद्दल औत्सुक्य निर्माण झालं.

नव्यानं पुढे येणाऱ्या अमेरिकन मुलांच्या शोधात ऑक नेहमीच असे, ख्रिस मला त्याच्याकडे घेऊन गेला. 'तूर द्यू पों' या अमेरिकन धरतीवर होणाऱ्या सर्वांत मोठ्या टप्प्यांच्या स्पर्धेच्या वेळी एका रात्री त्यानं माझी ऑकशी ओळख करून दिली. जवळजवळ नोकरीसाठीचा इंटरव्ह्यूच म्हणता येईल अशा भेटीसाठी मी ऑकच्या हॉटेलवर गेलो. तेव्हा मला कल्पना आली नाही; पण मी जणू माझ्या

दुसऱ्या पित्यालाच भेटत होतो.

पहिल्या भेटीतच तो मला चाळिशीतला, मृदुभाषी, दिलखुलास मोकळेपणानं हसणारा माणूस वाटला. आम्ही गप्पा मारत बसलो, मी कुठल्या गावचा वगैरे त्यानं विचारलं आणि तो कशा प्रकारच्या खेळाडूच्या शोधात होता ते सांगितलं. ग्रेग लमाँच्या पावलावर पाऊल टाकून जो 'तूर द फ्रान्स' जिंकेल असा अमेरिकन तरुण त्याला शोधायचा होता. ऑकच्या टीमतर्फे दोनदा त्या स्पर्धेमध्ये मुलं पाठवण्यात आली होती; पण त्यातलं कोणीच जिंकलं नव्हतं.

माझी महत्त्वाकांक्षा काय आहे असं ऑकनं मला विचारलं. "मला सर्वोत्तम सायकलपटू व्हायचंय." मी सांगितलं. मला युरोपला जाऊन प्रोफेशनल सायकलपटू व्हायचंय. मला नुसतंच 'चांगला खेळाडू' व्हायचं नाहीये. मला सर्वांत उत्तम व्हायचंय." ऑकसाठी हे पुरेसं होतं. त्यानं मला करारपत्र दिलं आणि युरोपला पाठवून दिलं.

माझी पहिली स्पर्धा होती 'क्लासिका सां सेबास्तिआँ' त्यांनी या स्पर्धेला 'क्लासिक' हे नाव दिलं असेल; पण प्रत्यक्षात अत्यंत वाईट हवेत, हाडं खिळखिळी होतील अशा प्रदेशातून, भयानक त्रास सहन करत, एका दिवसात शंभर मैल जाण्याची ती स्पर्धा असते. ती अत्यंत वाईट वातावरणाची, क्रूर पद्धतीची स्पर्धा असते. सां सेबास्तिआँ हे गाव बास्क कन्ट्रीमधलं समुद्रतीरावरचं अतिशय सुंदर गाव आहे; पण माझ्या स्पर्धेच्या पहिल्या दिवशी आभाळ गच्च भरून आलेलं होतं, पाऊस कोसळत होता आणि हवेत अतिशय बोचरी थंडी होती. पावसात सायकल चालवण्याइतकं त्रासदायक काहीच नसेल. कारण तुम्हाला कधीही ऊब अशी येतच नाही. तुमची लायका जर्सी तर जशी तुमची दुसरी चामडीच असेल अशी तुम्हाला चिकटलेली असते. थंडगार पावसानं भिजून ती तुमच्या अंगाला चिकटून बसते, त्यामुळे बोचरी थंडी तुमच्या घामात मिसळून तुमच्या हाडांमध्ये शिरते. तुमचे स्नायू ताठर होतात आणि चिंब भिजून जड, गोठल्यासारखे होऊन जातात.

माझ्या पहिल्या स्पर्धेच्या दिवशी पाऊस इतका जोरात होता की, त्याचा अंगावर मार बसत होता. आम्ही त्या तशा मुसळधार थंडगार पावसात स्पर्धेला सुरुवात केल्याबरोबर लवकरच मी मागे पडलो आणि दिवस पुढे सरकत राहिला तसतसा मी आणखी मागे मागे पडत गेलो. कुडकुडत पॅडल मारायची धडपड करत राहिलो. थोड्याच वेळात मी सगळ्यांत शेवटी राहिलो. माझ्या समोरच्या रस्त्यावर जसजसे स्पर्धक गळत चालले, तसतसा रस्ता रिकामा दिसू लागला. दर थोड्या वेळानं एखादा स्पर्धक सायकल बाजूला घेऊन उतरायचा आणि स्पर्धेतून बाहेर व्हायचा. मलाही ब्रेक्स लावून, बार्सवरून डोकं वर उचलून, सायकल कडेला घेऊन उतरून जावंसं वाटत होतं. किती सोपं झालं असतं ते! पण प्रोफेशनल

खेळाडू म्हणून मी भाग घेत असलेल्या माझ्या पहिल्याच स्पर्धेत असं करणं माझ्या मनाला पटेना. किती शरमेची गोष्ट झाली असती ती! माझ्या टीममधल्या सगळ्यांना काय वाटलं असतं? मी काही पळ काढणारा नव्हतो!

तू सरळ हार मानून बाजूला का नाही होत?

बेटा, कधीही हार मानून पळ काढायचा नाही!

पन्नास स्पर्धकांनी रेस सोडली; पण मी पॅडल मारत राहिलो. एकशे अकरा स्पर्धकांमध्ये मी अगदी शेवटचा आलो. विजेत्या स्पर्धकांनंतर जवळजवळ अर्ध्या तासानं मी शेवटच्या रेघेवर पोहोचलो. शेवटची टेकडी मी कशीबशी चढत होतो तेव्हा स्पॅनिश प्रेक्षक माझ्याकडे बघून हसू लागले, कुजबुजू लागले. "तो बघा तरी शेवटी आलेला कसा केविलवाणा दिसतोय!" एकानं टर उडवत म्हटलं.

त्यानंतर काही तासांनी मी माद्रिद विमानतळावरच्या एका खुर्चीत गळून जाऊन बसलेलो होतो. मला हे सायकल रेसिंग सोडून द्यायचं होतं. या स्पर्धेनं माझे डोळे चांगलेच उघडले होते. सां सेबास्तिआँला जायला निघालो होतो तेव्हा तर मला मी जिंकेन असं वाटत होतं आणि आता मला शंका वाटत होती की, मी कधी भाग तरी घेऊ शकेन की नाही! प्रेक्षक हसले होते मला!

मला वाटत होतं त्यापेक्षा प्रोफेशनल होऊन सायकल रेसिंग करणं फारच अवघड होतं. वेग जास्त असणार होता, स्पर्धेचा प्रदेश अवघड असणार होता, मला वाटलं होतं त्याहून स्पर्धा खूपच जास्त चुरशीची असणार होती. खिशातून मी न वापरलेल्या विमानाच्या तिकिटांची थप्पी काढली, त्यात एक तिकीट अमेरिकेला परत जायचंही होतं. ते वापरायचा मी विचार केला. 'घरीच जावं आपलं' मला वाटलं; 'आणि दुसरं काहीतरी जे चांगलं करता येईल ते करावं.'

फोन बूथवर जाऊन मी ख्रिस कार्मायकेलला फोन केला. मला किती हताश, उदास वाटत होतं ते सांगितलं आणि हे सगळं सोडून द्यायचा विचार करत होतो, हेही. ख्रिसनं नुसतं ऐकून घेतलं आणि मग तो म्हणाला, "लान्स, आतापर्यंत कुठल्याही स्पर्धेतून जे शिकलास, त्याहून जास्त या अनुभवातून शिकणार आहेस." मी मध्येच सोडून न देता सायकल चालवत राहून शेवटपर्यंत गेलो होतो; म्हणजे माझ्या टीमच्या लोकांना मी हे दाखवून दिलं होतं की, मी कणखर स्पर्धक होतो. ते माझ्यावर विसंबून राहणार असले तर त्यांना हे समजणं आवश्यक होतं की, मी पळ काढणाऱ्यातला नव्हतो. आता ते त्यांना कळलं होतं.

"ठीक आहे," मी म्हणालो, "मी काम चालू ठेवेन."

मी फोन खाली ठेवला आणि पुढच्या स्पर्धेला जाण्यासाठी प्लेन पकडलं. मला दोन दिवस मोकळे होते, त्यानंतर झुरिचच्या चॅम्पियनशिप स्पर्धेत मला भाग घ्यायचा होता. मला स्वत:ला आणि इतर सर्वांनाच बरंच काही सिद्ध करून

दाखवायचं होतं आणि आता मी शेवटचा येणार नव्हतो, छाती फाटली तरच मी आता हार मानणार होतो.

झुरिचमध्ये मी दुसरा आलो. पहिल्यापासून मी आघाडी मारली आणि जवळजवळ संपूर्ण स्पर्धेत तसाच राहिलो. स्पर्धेत सायकल कशी चालवायची, याचं तंत्र मला जवळजवळ अजिबातच अवगत नव्हतं. मी फक्त डोकं खाली घालून जोरात सायकल मारत राहिलो आणि पदक घेण्यासाठी स्टँडवर उभा राहिलो तेव्हा यशाच्या आनंदापेक्षा सुटकेचा आनंद मोठा होता! ठीक तर! मी स्वत:शी म्हटलं, 'हे करता येईलसं वाटतंय आता मला!'

मी ख्रिस कार्मायकेलला फोन केला, "बघितलंस?" तो म्हणाला. थोड्या दिवसांच्या अवधीतच मी अवसान गळालेल्या नवशिक्यातून चांगला स्पर्धक झालो होतो. माझ्यातल्या या बदलानं या खेळाच्या जगात कुजबूज सुरू झाली होती की, 'हा मुलगा आहे तरी कोण आणि कसा आहे हा?' लोकांना समजून घेण्याची इच्छा होती.

त्या प्रश्नाचं उत्तर मला स्वत:साठीही अजून शोधायचंच होतं.

सायकल स्पर्धांमध्ये एखादा अमेरिकन येणं म्हणजे बेसबॉलच्या जागतिक स्पर्धांमध्ये फ्रेंच टीम उतरण्यासारखंच होतं. खूप जुनी परंपरा असलेल्या आणि प्रतिष्ठा असलेल्या या खेळात मी एक घुसखोर होतो आणि त्या खेळाचे लिखित-अलिखित नियम, शिष्टाचार यांबद्दल मला फार थोडी कल्पना होती किंवा जवळजवळ नव्हतीच. एवढं म्हटलं तरी पुरेसं आहे की, माझी 'खास' टेक्सासमधली वागण्याची पद्धत युरोपमध्ये फारशी कोणाला पसंत नव्हती!

युरोपमधली हुशारीनं विचारपूर्वक सायकल स्पर्धेचं आयोजन करण्याची पद्धती आणि ज्या तऱ्हेनं मला शिकवण्यात आलं होतं, ती फुकटच्या ऐट्या मारत, वायफळ बडबड करत शर्यती लावण्याची अमेरिकन कल्पना ह्यांच्यात खूप फरक होता. बहुतेक सर्व अमेरिकनांप्रमाणेच मलाही सायकलस्पर्धा म्हणजे नेमका काय खेळ आहे, याची कल्पनाच नव्हती. १९८६च्या 'तूर द फ्रान्स' मध्ये लमाँ जिंकल्यानंतर माझं लक्ष या खेळाकडे वेधलं. हा खेळ खेळण्याच्या विशिष्ट पद्धती होत्या, दृष्टी होती, जी मला समजतच नसे आणि नंतर जरी ती मला समजायला लागली, तरी मी त्या पद्धती, ती दृष्टी आत्मसात केली पाहिजे असं मला वाटतच नसे. मी तिकडे दुर्लक्ष करत असे.

मी स्पर्धेत भाग घेत असे तेव्हा आदरानं वागत नसे. मुळीचच नाही! मी बढाया मारत, हवेत मुठी उगारत सायकलवरून जात सुटायचो, कधीही नमतं घेत नसे. पत्रकारांना मी आवडत असे. कारण मी 'वेगळा' होतो. माझ्याबद्दल सनसनाटी लिहिता येत असे; पण त्याच वेळी मी शत्रूही निर्माण करत होतो.

कुठलाही रस्ता म्हटला की, तो अमुक इतका रुंद असतो. स्पर्धक सदैव इकडून तिकडे सरकत जागा मिळवायला धडपडत असतात. बरेचदा दुसऱ्या स्पर्धकाला जागा करून देण्यात हुशारी आणि सूज्ञपणा असतो. लांब अंतराच्या स्पर्धेत जरासं नमतं घेण्यानं तुम्ही एखादा मित्र मिळवता; स्पर्धेमध्ये पुढे केव्हातरी तुम्हाला त्याची जरूर पडू शकते. थोडंसं नमतं घेण्यानं मैत्री होऊ शकते; पण मी तसं करत नसे. याला थोडंसं कारण माझा तेव्हाचा स्वभाव होता. असुरक्षिततेची भावना मनात असल्यानं मी नेहमी स्वत:चा बचाव करण्याच्या पवित्र्यात असे. माझ्या शक्तीवर माझाच पूर्णपणे विश्वास नव्हता. अजूनही मी मनानं असुरक्षित वाटत असणारा प्लॅनोमधला रागारागानं जोरजोरात पॅडल मारत राहणारा मुलगा होतो. थोडंही नमतं घेणं मला परवडणारच नाही, असं मला वाटायचं.

कधीकधी मी पेलोटोनमधल्या इतर स्पर्धकांवर वैतागून ओरडायचो, "पुढे तरी जा नाहीतर माझ्या वाटेतून बाजूला तरी हो!" माझ्या हे अजूनही लक्षात येत नसे की, एखादा स्पर्धक वेगवेगळ्या कारणांमुळं मुद्दाम मागे राहत असेल – कदाचित त्याच्या संघप्रमुखानं त्याला तसं करायला सांगितलं असेल, किंवा तो थकला असेल किंवा त्याला काही दुखत खुपत असेल. शिवाय मला वाट करून देणं हे त्याचं काम नव्हतं, किंवा मला वेगानं जाता यावं म्हणून त्यानं लवकर पुढे जावं हेही. (आता मी अशा गोष्टी घडतात तेव्हा इतका चिडत नाही आणि पुष्कळदा मलाच काही दुखत-खुपत असतं म्हणून मी मागे मागे राहत असतो!)

मला अजून हेही शिकायचं होतं की, तुम्हाला जिंकता येऊ नये म्हणून तुमच्या सायकल चालवण्यात इतर स्पर्धकांना पुरा गोंधळ करता येतो. सायकल स्पर्धेच्या खेळात 'फ्लिकिंग' हा शब्द वापरला जातो. 'फक' (Fuck) अशा अर्थाच्या 'फिकेन' या जर्मन शब्दावरून तो आला आहे. पेलोटोनमध्ये तुम्ही एखाद्याला 'फ्लिक' केलं याचा अर्थ धक्का मारणं, जबरदस्तीनं दबाव आणणं असा होतो. पेलोटोनमध्ये फ्लिकिंग खूप होतं.

इतर स्पर्धक मला धक्के मारायचे, ठरवूनच धक्के मारत असत. मी जिंकू नये म्हणूनच ते स्पर्धेत भाग घ्यायचे. केवळ एवढ्यासाठी की, मी त्यांना आवडत नसे. ते मला एकटा पाडायचे, बाजूला ढकलायचे, माझा वेग कमी होईल असं करायचे, किंवा एकदम खूप वेगानं पुढे जायचे – मला ज्या वेगानं जायचं असेल त्यापेक्षा जास्त वेगानं जावं लागावं म्हणून, मला कमकुवत करण्यासाठी. सुदैवानं माझ्याबरोबर माझ्या टीममधले माझे इतर सहकारी माझं संरक्षण करत असत –सीन येट्स, स्टीव्ह बॉयर, फ्रँकी अॅन्ड्र्यू सगळे मला नीटपणे समजावून सांगू बघायचे की, असं वागण्यानं मी स्वत:ला किंवा त्यांना कोणालाच मदत करत नव्हतो. "लान्स, तुला स्वत:वर काबू ठेवायला शिकलंच पाहिजे, तू स्वत:साठी शत्रू निर्माण करतो

आहेस,'' फ्रँकी म्हणायचा. मला अजून जरा समज येणं जरुरीचं होतं हे त्यांना समजत असावं. ते माझ्या वागण्यानं वैतागत असतील, तर त्यांनी तसं कधी दाखवलं नाही; परंतु शांतपणे मला योग्य दिशा दाखवत राहिले.

टीममधले इतर सहकारी अत्यंत महत्त्वाचे असतात. 'मोटोरोला स्क्वॉड'मध्ये माझे आठ सहकारी होते आणि त्यातल्या प्रत्येकाची मला खूप गरज होती. खूप वाईट चढ असेल तेव्हा एखाद्या सहकाऱ्याच्या मागे मागे हळूहळू जात राहण्यानं माझी तीस टक्के तरी शक्ती वाचत असे किंवा एखाद्या दिवशी खूप वारा असेल, तेव्हा माझे आठही सहकारी वाऱ्यापासून माझं रक्षण करायला माझ्यासमोर सायकल चालवत राहायचे, त्यामुळे मला एरवी जितकी शक्ती खर्च करावी लागली असती, त्यातली पन्नास टक्के शक्ती वाचत असे. प्रत्येक टीममध्ये काही जण खूप वेगानं थोडं अंतर जाऊ शकणारे, तर काही जण चढ चढू शकणारे असणं आवश्यक असतं. ही कामं कष्टाची असतात. प्रत्येकाच्या कामाला दाद देणं, ते वाया जाऊ न देणं याचं खूप महत्त्व असतं. ऑकनं मला विचारलं होतं, ''जो जिंकणार नसेल त्याच्यासाठी कोणीही का म्हणून मेहनत करेल?'' चांगला प्रश्न होता तो.

कोणतीही स्पर्धा तुम्ही एकट्यानं जिंकू शकत नाही. तुम्हाला तुमच्या सहकाऱ्यांची जरूर असते आणि तुमच्या प्रतिस्पर्ध्यांच्या सदिच्छा आणि सहकार्याचीही. इतरांना तुमच्यासाठी सायकल चालवावी, तुमच्याबरोबर सायकल चालवावी, असं मनापासून वाटलं पाहिजे. पण त्या पहिल्या काही महिन्यांमध्ये माझ्या एक-दोन स्पर्धकांची इच्छा अक्षरश: मला बाहेर ढकलून द्यायची होती.

फार मोठमोठ्या युरोपियन चॅम्पियन्सचा मी अपमान करत असे. प्रोफेशनल झाल्यानंतरच्या सुरुवातीच्या स्पर्धांपैकी 'तूर ऑफ दि मेडिटरेनियन'मध्ये माझा मुकाबला मोरेनो अर्जेन्टिनशी झाला. तो एक खूप विवेकी, सन्मान्य इटालियन सायकलपटू होता. या खेळातला तो एक उच्च दर्जाचा भूतपूर्व जागतिक विजेता होता. युरोपमध्ये सर्वत्र अनेक स्पर्धांमध्ये तो जिंकला होता; पण मी सरळ पुढे घुसलो आणि त्याला आव्हान दिलं. दीडशे स्पर्धक तिथे एकत्र झालेले होते, स्वत:ला जागा मिळवण्यासाठी विचारपूर्वक आयोजन करत होते, फ्लिकिंगही करत होते, एकमेकांना वाटेतून बाजूला ढकलत होते.

मी अर्जेन्टिन होता तिथं पोहोचलो तेव्हा जराशा आश्चर्यानं त्यानं माझ्याकडे बघितलं आणि म्हणाला, ''तू इथं काय करतोयस बिशप?''

का माहीत नाही, पण मला त्या प्रश्नाचा खूप राग आला. त्याला माझं नाव माहीत नव्हतं. मी अमेरिकन टीममधला दुसरा एक मुलगा – अँडी बिशप – आहे असं त्याला वाटलं होतं. मला वाटलं, या माणसाला माझं नाव माहीत नाही?

''अरे चल जा तिकडे ××× चियापुक्की!'' त्यालाही त्याच्या टीममधल्या

दुसऱ्या एकाच्या नावानं हाक मारत मी म्हटलं.

अत्यंत आश्चर्यानं अर्जेन्टिन दचकलाच. तो एक जगप्रसिद्ध चॅम्पियन होता आणि त्याच्या दृष्टीनं मी अजून स्वत:ची काहीच 'ओळख' नसलेला एक अमेरिकन पोरगा होतो, ज्यानं अजून एकही स्पर्धा जिंकली नव्हती; आणि असा मी त्याला अपशब्द बोलत होतो! पण माझ्या दृष्टीनं मी बऱ्यापैकी काम करून दाखवत असलेला, आशादायक मुलगा होतो आणि त्याला मी कोण आहे हे माहीत असायला हवं होतं.

"हॅलो चियापुक्की," मी म्हणालो; "माझं नाव लान्स आर्मस्ट्राँग. स्पर्धा संपेपर्यंत कळेलच तुला ते."

स्पर्धेचा उरलेला सर्व वेळ माझं एकमेव ध्येय अर्जेन्टिनला त्याच्या उच्चपदावरून खाली खेचणं हे होतं; पण शेवटी मी मागे पडलो. ती पाच दिवसांची रेस होती आणि काहीही अनुभव नसलेला मी टिकाव धरू शकलो नाही. स्पर्धेनंतर अर्जेन्टिन आरडाओरडा करत आमच्या टीमच्या आवारात आला आणि माझ्या सहकाऱ्यांवर तणतणला. हीही एक रूढ पद्धत होती की, टीममधला एखादा नवशिका मुलगा जर नीट वागत नसेल, तर त्याला सरळ करणं, हे त्याच्या अनुभवी सहकाऱ्यांचं काम असतं. अर्जेन्टिन जे बोलत होता त्याचा थोडक्यात अर्थ असा होता की, 'याला जरा तुम्ही शिष्टाचार शिकवा.'

थोड्या दिवसांनंतर इटलीमधल्या 'ट्रॉफी लायगुएग्लिया' या रेसमध्ये मी भाग घेतला. या रेसमध्ये अर्जेन्टिनच जिंकणार असं सर्वांना वाटत होतं आणि मला ते ठाऊक होतं. इटलीमधल्या कुठल्याही स्पर्धेत साहजिकच इटालियन्सच प्रेक्षकांचे आवडते असत, विशेषत: त्यांचा म्होरक्या अर्जेन्टिन तर खासच. अनुभवी सायकलपटूचा त्याच्या देशात, त्याचे चाहते आणि आर्थिक पाठिंबा देणारे यांच्यासमोर कोणी अपमान करायचा नाही हाही एक अलिखित नियम; पण मी पुन्हा त्याचा पिच्छा पुरवला. कोणीही त्याला आव्हान द्यायला धजावत नसताना मी ते दिलं आणि या वेळी निकाल वेगळा झाला. लायगुएग्लियामधल्या ट्रॉफीचं द्वंद्व मी जिंकलो.

स्पर्धेच्या शेवटी शेवटी चार स्पर्धक पुढे होते. त्यात अर्जेन्टिन, चियापुक्की, सिएरा नावाचा व्हेनेझुएलाचा एक स्पर्धक आणि मी होतो. शेवटचं थोडं अंतर राहिलं तेव्हा एकदम जोर करून मी पुढे गेलो. माझ्यासारख्या अशिष्ट, उच्छृंखल अमेरिकनबरोबर तो हरायच्या बेतात होता, यावर अर्जेन्टिनचा विश्वासच बसत नव्हता. त्यानं मग जे काय केलं ते माझ्या कायम स्मरणात राहिलं आहे. शेवटच्या रेषेपासून पाच यार्ड अंतरावर असताना त्यानं ब्रेक मारले. तो जाणूनबुजून थांबला. त्यानं चौथ्या नंबरचं पदक घेतलं. स्पर्धा मी जिंकलो.

पदकांच्या स्टँडवर तीन जागा असतात आणि अर्जेन्टिनला माझ्याजवळ उभं

राहायचं नव्हतं. कुठल्याही भाषणबाजीचा किंवा गुद्दागुद्दीचा झाला नसता, एवढा विलक्षण परिणाम माझ्यावर त्याच्या या कृतीचा झाला. त्या कृतीतून त्यानं सांगितलं की, त्याला माझ्याबद्दल आदर वाटत नव्हता. अपमान करण्याची ही आगळीच, सभ्य, सुरेख पद्धत होती; आणि परिणामकारकही.

त्यानंतरच्या वर्षांमध्ये माझ्या वागणुकीत प्रौढत्व आलं आहे, बऱ्याच इटालियन गोष्टी मला आवडू लागल्या आहेत. त्यांचं उत्तम शिष्टाचारपूर्ण वर्तन, त्यांच्या कला, त्यांचं जेवण आणि विचार छान व्यक्त करता येण्याची कला आणि अर्थातच त्यांचा महान सायकलपटू मोरेनो अर्जेन्टिन. एवढंच नाही, तर अर्जेन्टिन आणि मी आता चांगले मित्र झालो आहोत. मला तो खूप आवडतो आणि अलीकडे आम्ही जेव्हा भेटतो तेव्हा इटालियन पद्धतीनं गळाभेट घेतो आणि हसतो.

पेलोटोनमध्ये जसा मी वाटेल तसा जात असे; तसंच मी भाग घेत होतो त्या स्पर्धांमधले माझे निकालही खाली वर होत राहिले. मी स्पर्धा चालू असताना एकदम मुसंडी मारायचो आणि जोरात कसाही जात राहायचो. दुसरा कोणीतरी एकदम पुढे यायचा, मग मी आणखी वेगानं जायचो. काही नीटपणे विचार करून वगैरे नव्हे तर 'बस? एवढ्याच जोरात जाऊ शकतोस तू?' असं जणू त्याला म्हणायला.

माझे काही निकाल चांगले यायचे. कारण माझ्या अंगात खूप ताकद होती आणि इतरांच्या युक्त्या आणि डावपेच बघून मी त्यांच्या मागे मागे जायचो; पण बहुतेकवेळा मी जरुरीपेक्षा जास्त चढाई करायचो; जपानमध्ये ख्रिस कार्मायकेलच्या हाताखाली जी घोडचूक केली होती, तीच पुन्हा करायचो. एकदम पुढे जाऊन एकटाच सायकल चालवत राहायचो आणि मग लडखडायचो. कधीकधी मी पहिल्या विसांमध्येसुद्धा येत नसे. नंतर मग माझ्या टीममधलं कोणीतरी म्हणायचं, "अरे तू करत तरी काय होतास?"

"मला मजा येत होती," मी गुळमुळीत उत्तर द्यायचो.

पण माझ्या सुदैवानं दोन फार हुशार आणि समजूतदार प्रशिक्षक मला मिळाले. राष्ट्रीय टीममध्ये ख्रिस कार्मायकेलच्या हाताखाली माझं प्रशिक्षण चालू होतं, तर 'मोटोरोला' टीमच्या वतीनं करायचा रोजचा सराव ऑक आणि त्याच्या टीमचा डायरेक्टर हेन्री कुइपर यांच्या देखरेखीखाली होत होता. ते माझ्या कामाबद्दल फोनवर एकमेकांना सांगून बराच वेळ चर्चा करत असत. एक महत्त्वाची गोष्ट दोघांच्याही लक्षात येऊन त्याबद्दल त्यांचं एकमत झालं की, माझ्यामध्ये जी ताकद होती ती प्रशिक्षणानं किंवा शिकवून येणारी नव्हती. एखाद्याला त्याच्या ताकदीवर नियंत्रण कसं ठेवायचं हे शिकवता येतं; पण ताकदवान व्हायला शिकवता येत नाही.

माझ्या भांडखोरपणामुळं माझी पेलोटोनमध्ये कोणाशी मैत्री होत नव्हती. तरी त्या दोघांनाही असं मात्र वाटलं की, या स्वभावाचा एक दिवस मला फायदाही होऊ शकेल. ऑक आणि ख्रिस दोघांनाही असं वाटलं की, सहनशक्तीची परीक्षा होते अशा स्पर्धांमध्ये, तुम्ही किती शारीरिक वेदना सहन करू शकता याची परीक्षा असते. तशीच तुम्ही किती वेदना दुसऱ्याला देऊ शकता याचीही असते आणि माझ्या हल्लेखोर स्वभावात त्यांना दुसऱ्यांना मारून स्वत:ला जगवणारा जंगलीपणा जाणवला. ख्रिस एकदा म्हणाला, ''कोणी तरी कोणाला तरी भोकसतं तेव्हा ती भावना अगदी व्यक्तिगत असते असं म्हणतात, हे ऐकलंयस तू? तितकीच व्यक्तिगत सायकलची स्पर्धा असते. तू भ्रमात राहू नकोस, सुरामारीसारखीच असते ही स्पर्धा.''

ऑक आणि ख्रिसना वाटत होतं की, माझ्या स्वभावावर मी काबू मिळवू शकलो, तर मी पट्टीचा सायकलपटू होईन. तसं होईपर्यंतच्या काळात ते दोघं माझ्याशी सावधगिरीनं वागत होते. कारण त्यांना मनातून जाणवलं होतं की, ते दोघं मला रागावू, ओरडू लागले तर मी विरोध करेन किंवा ऐकेनासाच होईन. माझी मला हळूहळू समज येईल तोपर्यंत वाट बघायचं त्यांनी ठरवलं.

बऱ्याच गोष्टी अनुभवानंच जास्त चांगल्या लक्षात येतात. ऑक आणि ख्रिसनं माझं मला अनुभवानंच शिकू द्यायचं ठरवलं. सुरुवातीला माझ्या स्पर्धांनंतर त्यांचं मूल्यमापन मी कधीच करत नसे. मला वाटायचं, 'मीच सगळ्यांत ताकदवान स्पर्धक होतो तिथं, त्या बाकीच्यांचा माझ्यासमोर टिकाव लागणार नाही!' पण मग मी जेव्हा बऱ्याच स्पर्धा हरलो तेव्हा मला पुन्हा विचार करणं भाग पडलं; आणि शेवटी एक दिवस माझ्या लक्षात आलं की, 'अरे! मी जर सगळ्यांत ताकदवान आहे, तर मग मी जिंकलो का नाही?'

हळूहळू, जपून जपून ऑक आणि ख्रिसनं वेगवेगळ्या स्पर्धांचे रस्ते कसे असतात. त्याबद्दल त्यांना असलेली सगळी माहिती मला सांगितली. स्पर्धांचे डावपेच कसे असतात ते समजावलं. ''कधी अशी वेळ येते की, तुमचा जोम तुम्ही तुमच्या फायद्यासाठी वापरू शकता; तर कधी असंही होतं की, तो वापरून काहीही उपयोग नसतो. तेव्हा तो वापरला तर वाया जातो.'' ऑकनं सांगितलं.

मी इतर स्पर्धक काय सांगतात तिकडे लक्ष देऊ लागलो. त्यांना मला आवर घालू देऊ लागलो. सीन येट्स आणि स्टीव्ह बॉअर या दोन अनुभवी खेळाडूंबरोबर मी एका खोलीत राहू लागलो, त्यांचा माझ्यावर खूप प्रभाव पडला. जेवता जेवता सुद्धा मला खूप काही शिकायला मिळायचं. माझे पाय जमिनीवरच टिकून राहावेत, डोकं ताळ्यावर राहावं, यासाठी त्यांची मला मदत झाली. माझ्या अंगात उत्साह नुसता सळसळत असायचा आणि मी, 'चला, जाऊ या जरा बाहेर लाथा झाडायला?'

असलं बोलायचो. ते नुसते आढ्याकडे बघायचे!

ऑकनं मला वळणावर तर आणलंच, मला शिकवलंही. वर्षातले सात महिने युरोपमध्ये काढून मी अस्वस्थ व्हायचो. मला मेक्सिकन खाणं, शॉइनर बॉक बिअर यांची आठवण व्हायची. टेक्सासमधल्या कोरड्या गरम जमिनीची आठवण व्हायची. ऑस्टिनमधल्या माझ्या अपार्टमेंटची, तिथे शेकोटीच्या वरच्या फळीवर लाल-पांढऱ्या-निळ्या कातड्यानं मढवून कपाळावर एक तारा चिकटवलेली लाँगहॉर्नची खोपडी ठेवलेली होती ती आठवायची. मी गाड्या, हॉटेल्स, जेवण सगळ्याबद्दल कुरकूर करायचो. “आपण इथं या भिकार जागेत का राहतोय?” मी विचारायचो. सायकल स्पर्धांची एक परंपरा अशीही होती की, स्पर्धांमध्ये होणारा शारीरिक त्रास राहत्या जागेच्या बाबतीतही असायचा. आम्ही ज्या हॉटेल्समध्ये राहत असू त्यातल्या काहींपुढे तर सहा नंबरची मोटेल्सही चांगली वाटतील. कार्पेट नसलेल्या जमिनींवर ब्रेडचा चुरा पडलेला असायचा, चादरींवर केस पडलेले असायचे. मला जेवणात मिळणारं मांस विचित्र वाटायचं. पास्ता गिच्च गोळा झालेला असायचा आणि कॉफी नुसत्या तपकिरी पाण्यासारखी; पण हळूहळू मला सवय झाली आणि माझ्या टीममधल्या सहकाऱ्यांमुळं मला न आवडणाऱ्या गोष्टी हा एक गमतीचा विषय झाला. आमच्या पुढच्या हॉटेलपाशी आम्ही पोहोचलो की, ते मी तक्रार करायला लागायची वाट बघत असायचे!

तेव्हाचा मी जो नवशिका तरुण सायकलपटू होतो, त्याची आज आठवण झाली की, मला त्यांचं तेव्हाचं ते वागणं असह्य वाटायचं; पण आता त्यांच्याबद्दल सहानुभूतीही वाटते. माझं ते बढाया मारत बोलणं, सदैव भांडायच्या पवित्र्यात असणं आणि कुरकूर करत राहणं या सगळ्यांच्या मुळाशी माझी भीती होती. ट्रेन्सची टाइमटेबल्स, विमानतळ, रस्ते सगळ्यांबद्दल माझ्या मनात भीती असायची. तिथल्या फोन्सची भीती वाटायची. कारण तिथून धड फोन करायला मला जमत नसे. तिथल्या हॉटेल्समधल्या मेनूंची भीती वाटायची. कारण मला ते वाचता येत नसत.

एकदा ऑकनं जपानी उद्योगधंद्यातल्या काही अधिकाऱ्यांना जेवायला बोलावलं. तेव्हा तर मी बावळटपणाची कमालच केली. ऑकनं आम्हाला सगळ्यांना आपापली ओळख करून देऊन आपलं नाव, देश वगैरे सांगायला सांगितलं. मी उभा राहिलो, “हॅलो! मी टेक्सासचा लान्स!” मी जरुरीपेक्षा खूप मोठ्यानं म्हणालो. सगळे पुन्हा मला हसायला लागले.

पण अटळपणे, युरोपमध्ये राहण्यानं माझ्या वागण्यात जरा सफाई येऊ लागली. इटलीच्या लेक कोमो भागात मी एक अपार्टमेंट भाड्यानं घेतलं. धूळ आणि धुकं यांनी वेढलेलं इटालियन आल्प्सच्या कुशीतलं ते गाव मला खूप आवडू

लागलं. ऑकला वाइन्स खूप आवडायच्या आणि त्याच्या आवडींचा मला फायदा झाला. चांगलं जेवण, चांगली वाइन हे मला ओळखता येऊ लागलं. माझ्या लक्षात आलं की, मला भाषा लवकर यायला लागायच्या. थोडं थोडं स्पॅनिश, इटालियन, फ्रेंच मला यायला लागलं होतं. जरूर पडली तर मोडकंतोडकं डचही मला जमायचं. मिलानमध्ये मी दुकानांच्या शोकेसेस बघत हिंडायचो. खरा उत्तम शिवलेला सूट कसा दिसतो, हे मला तेव्हा समजलं. एका दुपारी मी हिंडत हिंडत दुओमोमध्ये गेलो आणि कला म्हणजे काय, याबद्दलच्या माझ्या कल्पना त्या क्षणी कायमसाठी पार बदलल्या. तिथले रंग, प्रमाणबद्धता, स्तब्ध उभ्या असलेल्या कमानींचे करडे रंग, मेणबत्त्यांचा उबदार प्रकाश आणि उंच उंच जाणाऱ्या, लहान लहान रंगीत काचांचे तुकडे बसवलेल्या काचांच्या खिडक्यांची तावदानं आणि अत्यंत बोलकी परिणामकारक शिल्पं.

उन्हाळा जवळ येत होता आणि मी मनानं वाढत होतो. सायकलवरून जाताना माझ्यामध्ये जास्त स्थैर्य येत होतं. ''सगळं व्हायला हवं तसं होतंय,'' ऑक म्हणाला आणि ते खरंच होतं. थ्रिफ्ट ड्रग्ज नावाच्या एका अमेरिकन माणसानं अमेरिकेतल्या तीनही मोठ्या, महत्त्वाच्या स्पर्धा जिंकेल त्याला दहा लाख डॉलरचा बोनस जाहीर केला. मी भाग घ्यायचं ठरवलं. प्रत्येक स्पर्धा वेगळी होती. तो बोनस मिळवण्यासाठी प्रथम पिट्सबर्गमधली एक दिवसाची खूप अवघड स्पर्धा जिंकायची होती; मग वेस्ट व्हर्जिनियामध्ये सहा दिवसांची एक टप्प्यांची रेस आणि मग अमेरिकन प्रोफेशनल सायकलपटूंसाठीची चॅम्पियनशिप स्पर्धा, जी फिलाडेल्फियात एका दिवसात एकशे छप्पन मैल जाण्याची होती. ज्यांनी हे बक्षीस ठेवलं होतं त्यांना ठाऊक होतं की, एका माणसाला या सगळ्या स्पर्धा जिंकणं खूप अवघड होतं. एक परिपूर्ण तयारी असलेला स्पर्धकच त्या जिंकू शकणार होता. असा स्पर्धक, जो कमी अंतर खूप वेगानं काटायची स्पर्धा, चढ चढून जाण्याची स्पर्धा आणि टप्प्याटप्प्यांची स्पर्धा अशा सगळ्या तऱ्हेच्या स्पर्धांमध्ये भाग घेऊ शकेल आणि सर्वांत महत्त्वाचं म्हणजे जो आपल्या सर्व कामगिरीचा दर्जा खाली-वर होऊ न देता टिकवून ठेवू शकत असेल, त्यालाच हे शक्य होतं.

आम्ही सर्वच स्पर्धक बोनस बक्षिसाबद्दल बोलायचो आणि मग लगेच हे किती अशक्य होतं त्याबद्दलही; पण एका रात्री मी फोनवर आईशी बोलत होतो तेव्हा तिनं विचारलं, ''हे बक्षीस जिंकणं कितपत शक्य वाटतंय?''

''बऱ्यापैकी शक्य वाटतंय.'' मी सांगितलं.

जूनपर्यंत पहिल्या दोन स्पर्धा मी जिंकल्या होत्या, वर्तमानपत्रांमध्ये खूपच उत्कंठा होती आणि ज्यांनी बक्षीस जाहीर केलं होतं ते हादरले होते. फक्त फिलाडेल्फियातील प्रोफेशनलांसाठीची स्पर्धा बाकी होती; पण मला ११९ दुसऱ्या

स्पर्धकांशी मुकाबला करायचा होता. लोकांमध्ये प्रचंड उत्सुकता होती आणि असा अंदाज होता की, रेसच्या रस्त्याच्या दोन्ही बाजूंना उभ्या असलेल्या प्रेक्षकांची संख्या पन्नास हजारांच्या वर जाईल.

स्पर्धेच्या आदल्या दिवशी मी आईला फोन केला आणि तिला फिलाडेल्फियाला यायला सांगितलं. वेळ इतका कमी होता की, तिला जाऊन येऊन तिकिटाचे हजार डॉलर पडले असते; पण तिनं असा विचार केला की हे म्हणजे लॉटरीचं तिकीट घेण्यासारखं होतं– ती आली नसती आणि मी जिंकलो, तर ती आली नाही याचं तिला कायम वाईट वाटत राहिलं असतं.

मी अगदी हुशारीनं, पुढे मुसंडी न मारता, अगदी विचारपूर्वक स्पर्धा पार पाडायची ठरवलं.

जवळजवळ दिवसभर मी तसं केलंही, मग साधारण वीस मैल शिल्लक होते तेव्हा मी एकदम वेग वाढवला. अत्यंत कठीण चढ असलेला त्या रस्त्यावरचा मानायुन्क नावाचा भाग मी चढू लागलो, तेव्हा माझं डोकं जणू फिरलंच होतं. काय झालं ते मला माहीत नाही – मला एवढंच माहीत आहे की, मी सीटवरून उठून उभा राहून पॅडल्स मारत होतो आणि तसा जात असताना तब्बल पाच सेकंद जोरात किंचाळत होतो. रस्त्यावर मला बरीच मोकळी जागा मिळाली.

शेवटच्या भागाच्या आधीच्या टप्प्यात मी पोहोचलो तेव्हा मी इतका पुढे होतो की, आईकडे बघून एक फ्लाइंग किसही दिला आणि स्पर्धेच्या इतिहासातलं सर्वांत जास्त अंतर राखून मी शेवटची रेषा पार केली! मी खाली उतरलो तो वार्ताहरांच्या गराड्यातच; पण त्यांच्यातून तसाच बाहेर पडून मी सरळ आईकडे गेलो आणि एकमेकांच्या खांद्यांवर डोकी ठेवून रडलो!

त्या सीझनची ती स्वप्नातल्यासारखी सुरुवात होती. त्यानंतर 'तूर द फ्रान्स'च्या एका टप्प्यात शेवटी असाच जोर मारण्यानं मला एक आश्चर्यजनक विजय मिळाला. चॅलॉन्स-सुर-मार्नेपासून व्हर्दूनपर्यंतच्या एकशे चौदा मैलांच्या स्पर्धेत स्पर्धा संपायला पन्नास यार्डांचं अंतर बाकी असताना, मी इतर स्पर्धकांच्या गर्दीतून इतक्या वेगानं एकदम पुढे गेलो की, शेवटच्या रेषेपलीकडे रस्ता बंद करण्यासाठी लावलेल्या दोरांवर जाऊन जवळजवळ आदळलोच. 'तूर द फ्रान्स'चा टप्पा जिंकणं फार महत्त्वाचं समजलं जात असे आणि एकविसाव्या वर्षी मी तसा टप्पा जिंकणारा सर्वांत कमी वयाचा स्पर्धक होतो.

पण 'तूर द फ्रान्स'ची स्पर्धा पूर्ण करायला तुम्हाला किती अनुभवी असावं लागतं ते तुम्हाला सांगतो. त्या स्पर्धेतून नंतर दोन दिवसांनी मला पुढे जाणंच शक्य न झाल्यानं बाहेर पडावं लागलं. बाराव्या टप्प्यानंतर सत्याण्णवव्या नंबरावर, थरथर कापत मी स्पर्धा सोडली. आल्प्स पर्वतांनी मला हरवलं. ''अंतर खूप होतं आणि

अतिशय गारठा होता.'' मी नंतर वार्ताहरांना सांगितलं. मी इतका मागे राहिलो की, शेवटी एकदाचा मी शेवटच्या रेषेपर्यंत पोहोचलो, तेव्हा आमच्या टीमची गाडी हॉटेलकडे निघून गेली होती. मी चालत चालत, चढावर सायकल वाळूत ढकलत आमच्या खोल्यांवर पोहोचलो. ''शर्यतीचा रस्ता पुरेसा नाही म्हणून की काय हा आणखी एक चढ आम्हाला चढावा लागतो,'' मी वार्ताहरांना म्हटलं. डोंगराळ भागातले अवघड टप्पे पार करण्याइतकी शारीरिक परिपक्वता अजून माझ्यात आली नव्हती.

माझा घायकुता स्वभाव अजूनही कधीकधी उफाळून येई. मी थोडा वेळ शहाण्यासारखा जात असे आणि मग गाडी घसरायची. जिंकायचं असलं तर सुरुवातीला कमी वेगानं गेलं पाहिजे हे माझ्या डोक्यात कसं काय ते जातच नव्हतं जणू. दमानं घेणं म्हणजे कमकुवत असणं नव्हे, हे मला पटायला काही वेळ लागला, तसंच डावपेच लढवत रेस करणं म्हणजे आपण आपली पूर्ण कुवत लावली नाही असं नव्हे, हे समजायलाही.

जागतिक स्पर्धेत एक आठवडा बाकी असताना झुरिचच्या स्पर्धेमध्ये मी अशीच घोडचूक केली आणि स्पर्धेच्या महत्त्वाच्या अवघड टप्प्यापूर्वीच दमून गेलो. पुन्हा एकदा मी पहिल्या वीस जणांमध्येही आलो नाही. ऑक माझ्यावर चिडू शकला असता, पण त्याऐवजी तो पुढचे दोन दिवस झुरिचमध्ये राहिला आणि माझ्याबरोबर सायकलवर आला. मी हुशारीनं सायकल चालवली तर आणि तरच ऑस्लोमध्ये मी जागतिक स्पर्धा जिंकू शकेन याची त्याला खात्री होती. आम्ही दोघं बरोबर सराव करत होतो तेव्हा संयम राखण्याबद्दल तो माझ्याशी बोलत राहायचा.

''तू फक्त एकच गोष्ट करायला हवीस – वाट बघायची. फक्त वाट बघायची! दोन किंवा तीन टप्पे जाईपर्यंत. त्या आधी घाई केलीस, तर तू जिंकायची संधी घालवून बसशील. त्यानंतर मात्र तुला हवं तितक्यांदा तू चढाई करू शकतोस.''

जागतिक स्पर्धेमध्ये साधेसुधे स्पर्धक नव्हतेच. आपापल्या कारकिर्दीच्या उच्च स्तरापर्यंत पोहोचलेल्या मोठमोठाल्या सायकलपटूंबरोबर मला स्पर्धा करायची होती. संभाव्य विजेता मिग्युएल इन्डुरेन होता, ज्यानं नुकतीच तिसऱ्यांदा 'तूर द फ्रान्स' जिंकली होती. मला जिंकायचं तर आणखीही ऐतिहासिक अडथळे पार करायचे होते. आतापर्यंत फक्त एकवीस वर्षांचा एकही मुलगा जागतिक स्पर्धा जिंकला नव्हता.

स्पर्धेपूर्वीच्या शेवटच्या दिवसांमध्ये मी पुन्हा आईला फोन केला आणि 'माझ्याबरोबर येऊन राहा.' असं सांगितलं. मला यातून एकट्यानं जायचं नव्हतं आणि ती नेहमीच माझ्या आत्मविश्वासाचा स्त्रोत राहिली होती. शिवाय अशा प्रतिस्पर्ध्यांबरोबर स्पर्धा करताना तिनं मला बघावं असंही मला वाटत होतं.

एरिकसनमधून रजा मिळवून ती आली आणि माझ्याबरोबर माझ्या हॉटेल रूममध्ये राहिली.

पूर्वी करायची तसं ती माझं सगळं करू लागली. खोलीतल्या बेसिनवर ती माझे कपडे धुवायची, मला हवं असेल ते जेवण मिळतंय ना, हे बघायची, कोणाचे फोन येतील ते घ्यायची आणि मला पुरेशी विश्रांती मिळते आहे ना, हे बघायची. तिच्याबरोबर सायकल स्पर्धांबद्दल चर्चा करण्याची किंवा मला काय आणि का वाटतं हे सांगण्याची जरूरच नसे– तिला कळायचंच. तो दिवस जवळजवळ येऊ लागला तसतसा मी जास्त जास्त गप्प राहू लागलो. मी मनातल्या इतर विचारांना बंदीच घातली आणि मनातल्या मनात स्पर्धेबद्दल योजना आखू लागलो. खोलीतल्या एका टेबललँपजवळ बसून ती वाचत राहायची, मी आढ्याकडे बघत गप्प बसायचो किंवा डुलकी काढायचो.

शेवटी एकदाचा स्पर्धेचा दिवस उजाडला; पण मी जागा झालो तेव्हा पाऊस पडत होता. मी डोळे उघडले आणि खिडकीच्या काचेवर थेंब बघितले. मी ज्याचा तिटकारा करायचो, ज्याला घाबरायचो, ज्याच्यामुळं सां सेबास्तिआँमध्ये माझ्या मनाला इतका त्रास झाला होता आणि माझी इतकी फजिती झाली होती, तो पाऊस!

सबंध दिवस खूप जोराचा पाऊस पडला. पण माझ्याहूनही त्या पावसाचा त्रास त्या दिवशी एका व्यक्तीला झाला – माझ्या आईला. त्या पावसात, एकदाही न उठता ती ग्रँडस्टँडमध्ये बसून राहिली. ग्रँडस्टँडच्या समोर एक मोठा स्क्रीन लावलेला होता, त्यावर १८.४ किलोमीटरच्या स्पर्धेच्या रस्त्यावर प्रेक्षक आम्हाला बघू शकत होते. संपूर्ण भिजलेली असताना, स्पर्धक रस्त्यावर इतके तिकडे आपटत असताना ती स्पर्धा बघत राहिली.

युरोपमध्ये पाऊस पडतो, तेव्हा रस्त्यांवर धूळ आणि पेट्रोल यांच्या मिश्रणानं चिकट असा थर बसतो. स्पर्धकांच्या सायकलींची चाकं घसरून ते खाली पडत होते. मीही दोनदा पडलो, पण दर वेळी चटदिशी परत उठून सायकलवर आरूढ होऊन स्पर्धेत टिकून राहिलो.

या सगळ्यामध्ये मी शांतपणे वाट बघत राहिलो. ऑकनं सांगितलं होतं तसा मागे मागे राहिलो. चौदा टप्पे शिल्लक होते तेव्हा मी सर्वांत समोर असलेल्या ग्रुपमध्ये होतो आणि स्पेनचा अत्यंत नामांकित कुशल स्पर्धक इन्डुरेनही होता. शेवटच्या टप्प्याच्या आधीच्या टप्प्यावर शेवटी मी एकदम वेग वाढवला. एक टेकडी मी जोरात चढून गेलो आणि वरच्या टोकावर पोहोचलो, तेव्हा माझ्या सायकलीचं चाक सगळ्यांच्या सायकलींच्या पुढे होतं. मग तितक्याच वेगानं मी उतारावरून खाली गेलो, तो सरळ 'एकबर्ग' नावाच्या दुसऱ्या अवघड चढाशी जाऊन थडकलो. बाकीचे सगळे माझ्या पाठोपाठ होतेच; मी मनाशी म्हटलं 'आता

कधी नाही तितका जोर करून पुढे गेलंच पाहिजे!' सीटवरून उठून उभा राहून मी वेग वाढवला आणि या वेळी इतरांच्या आणि माझ्यामध्ये अंतर पडलं.

एकबर्गच्या दुसऱ्या बाजूला चार किलोमीटर्सचा धोकादायक आणि लांबलचक उतार होता आणि पाऊस पडत असताना काहीही होणं शक्य होतं. खालच्या निसरड्या जमिनीवर तुमची चाकं घसरून सायकलीवरचं नियंत्रण सुटू शकतं; पण मी पकड घट्ट ठेवली आणि पायथ्याशी पोहचून मागे वळून बघितलं, कोण येतंय बरोबर ते बघायला.

कोणीच नव्हतं!

मी घाबरलो, पुन्हा मी तीच चूक केलीय! पुन्हा एकदा फार घाई केलीय! हा कितवा टप्पा आहे ते मी विसरलो असणार! आणखी एक टप्पा असेल नक्कीच, कारण मी इतका पुढे असणं कसं शक्य होतं?

मी नजर खाली वळवून माझ्या कॉम्प्युटरवर बघितलं, शेवटचा टप्पाच होता तो! मी जिंकणार होतो!

पुढच्या सातशे मीटर अंतरात मी आनंद व्यक्त करायला सुरुवात केली. मुठी मिटून हात हवेत नाचवले, कडेच्या प्रेक्षकांना फ्लाइंग किसेस फेकले, अभिवादन केलं. शेवटच्या रेषेवर पोहचतापोहचता तर मी जणू रॉकेटसारखा उडत होतो. शेवटी एकदाचा ब्रेक मारून मी खाली उतरलो आणि सर्वांत प्रथम त्या गर्दीत मी माझ्या आईला शोधू लागलो. मला ती सापडली आणि त्या पावसात एकमेकांना मिठी मारून आम्ही उभे राहिलो. "जिंकलो! आपण जिंकलो!" आणि आम्हाला रडू फुटलं.

रेस संपता संपता जो गोंधळ, धमाल, समारंभ असतो, त्यातच नॉर्वेच्या राजाचे एक दूत येऊन पोहोचले आणि त्यांनी सांगितलं की, नॉर्वेचे राजे किंग हेराल्ड यांची माझं अभिनंदन करण्याची इच्छा होती. मी होकारार्थी मान डोलावली आणि आईला म्हटलं, "चल आई, राजाला भेटायला जाऊ या."

ती म्हणाली, "ठीक आहे, चल."

सुरक्षेचे ठिकठिकाणी लावलेले थांबे ओलांडत आम्ही निघालो. अखेर आम्ही एका दरवाज्यापाशी आलो. त्या दाराच्या पलीकडे नॉर्वेचे राजेसाहेब माझं अभिनंदन करायला माझी वाट बघत होते.

सुरक्षा कामावर असलेल्या एका पहारेकऱ्यानं आम्हाला थांबवलं. "यांना इथंच थांबावं लागेल," तो माझ्या आईला उद्देशून म्हणाला, "तुम्हाला एकट्यालाच राजेसाहेबांनी बोलावलंय."

"मी माझ्या आईला दाराशी उभी करून येणार नाही." मी सांगितलं. तिचा हात धरून मी परत जायला निघालो. "चल आई, परत जाऊ या." तिला तिथे उभी

करून मी कुठेही जाण्याचा प्रश्नच नव्हता.

पहारेकरी नरम आला. "ठीक आहे. तुम्ही दोघंही माझ्याबरोबर चला." आणि आम्ही दोघंही जाऊन राजेसाहेबांना भेटलो. ते खूपच चांगले होते. खूपच थोडा वेळ अगदी मृदू, नम्र पद्धतीनं आमचं बोलणं झालं. आम्ही पुन्हा बाहेरच्या समारंभात भाग घ्यायला गेलो.

आईला आणि मला असं वाटत होतं की, आम्ही कशाच्या तरी शेवटच्या टप्प्यावर येऊन पोहोचलो होतो. आमच्या संघर्षाचा कठीण काळ जणू संपला होता. आता आम्हाला कोणी म्हणू शकणार नव्हतं की, आम्ही काहीच करून दाखवू शकणार नाही. बिलं भागवण्यासाठी किंवा जरूर ती साधनं, विमानाची तिकिटं विकत घेण्यासाठी आता पैशांचा तुटवडा भासणार नव्हता. लहानपणापासून चढत असलेला लांबच्या लांब, अवघड चढ चढून आम्ही वर येऊन पोहोचलो होतो.

मी जागतिक स्तरावरचा विजेता झालो होतो, तरी मला अजून बरंच काही शिकायचं होतं आणि पुढची तीन वर्षं स्वत:चीच परीक्षा घेत, शैली, वर्तणूक, अभिरुची सगळ्यांमधली सुसंस्कृतता, अभिजातपणा शिकण्याची होती. मी आणखी स्पर्धांमध्येही यशस्वी होत होतो; पण इथून पुढचं आयुष्य या सर्व बाबतीत सुधारणा करत राहण्याचं होतं, इतर स्पर्धक आणि मी यांच्यातल्या सूक्ष्म फरकाची जाणीव करून घेत सुधारत राहण्याचं होतं.

स्पर्धा जिंकण्याचंही एक शास्त्र होतं. प्रेक्षकांना सायकल स्पर्धांची तांत्रिक बाजू क्वचितच दिसते; पण पेलोटोनच्या सुंदर इंद्रधनुष्यासारख्या दिसणाऱ्या आणि वेगानं डोळ्यांसमोरून जाणाऱ्या अंधुक दृश्याच्या पाठीमागे एक कंटाळा आणू शकेल अशी वस्तुस्थिती ही आहे की, सायकल स्पर्धा ही एक खूप श्रम घेऊन, मोजून मापून आखलेली गोष्ट आहे. बरेचदा एखादी स्पर्धा जिंकली जाते, त्याच्यामागे स्पर्धा सुरू होण्याच्या बऱ्याच आधी, कार्यसिद्धीसाठी तयार केलेल्या प्रयोगशाळेत किंवा वाऱ्याचा वेग नियंत्रित केलेल्या बोगद्यात किंवा वेग नियंत्रित केलेल्या खास जागेत किंचितसा वाढवलेला वेग असतो. सायकल रेस स्पर्धक हे कॉम्प्युटरचे गुलाम असतात. चढ, उतार, चाल, कार्यक्षमता, शारीरिक बळ आणि कमी-जास्त विद्युतशक्ती यांच्या नेमकेपणानं केलेल्या हिशेबाप्रमाणे आम्ही काम करत असतो. सायकल चालवत असताना काही सेकंदांनी मी कसा पुढे जाऊ शकेन याचा अभ्यास करण्यासाठी, किंवा असं एखादं साधन शोधण्यासाठी, जे वायुगतिशास्त्राच्या (aerodynamics) दृष्टीनं जास्त फायद्याचं होईल; सर्वांगावर विजेच्या बॅटऱ्यांची टोकं (Electrodes) जोडून घेऊन मी एका जागी स्थिर असलेल्या सायकलवर बसलेला असे, पॅडल मारत असे.

जागतिक स्पर्धा जिंकल्यानंतर थोड्याच आठवड्यांनी ख्रिस कार्मायकेलबरोबर मी कोलोरॅडो स्प्रिंग्जमधल्या ऑलिंपिक ट्रेनिंग सेंटरवरच्या कार्यसिद्धी प्रयोगशाळेत गेलो. गेलं वर्ष माझ्यासाठी खूप चांगलं गेलं होतं, तरी माझ्या कामात अजूनही काही उणिवा बाकी होत्या. अंगभर विजेच्या बॅटऱ्या लावून घेऊन मी त्या प्रयोगशाळेत कितीतरी दिवस काढले. एकीकडे डॉक्टर मला रक्त तपासणीसाठी येता जाता सुया टोचतच असत. या मागचा विचार माझी वेगवेगळ्या गोष्टींसाठीची सहनशक्ती किती आहे हे जाणून घेणं आणि ते समजल्यावर मग माझं सायकल रेसिंगचं काम जास्त चांगलं कसं करता येईल हे बघणं हा होता; माझ्या हृदयाचे ठोके, माझा vo_2max या सगळ्याचा अभ्यास करायचा हा होता. एकदा माझ्या बोटातून रक्ताचा नमुना घ्यायला त्यांनी मला एका दिवसात पंधरा वेळा टोचलं होतं.

मी जास्तीत जास्त किती श्रम करू शकतो हे त्यांना ठरवायचं होतं आणि श्रमांचा तो वेग मी किती वेळ टिकवू शकतो हेही. माझा चढावरचा आणि उतारावरचा सायकल चालवण्याचा जास्तीत जास्त वेग किती होता हे आम्हाला बघायचं होतं. तसंच माझा पॅडल मारण्याचा सर्वांत चांगला वेग, माझ्या पॅडल मारण्याच्या तंत्रात कुठे चुका होत असतील, तर त्या कोणाच्या लक्षात न येता मी शक्ती कोठे वाया घालवत होतो का, इत्यादी. पॅडल मारण्याची माझी पद्धत एकसारख्या खालीवर होणाऱ्या घणासारखी होती; म्हणजे मी जितक्या प्रमाणात मेहनत करत होतो, त्या मानानं माझा वेग कमी होता. मग मी कशा पोझिशनमध्ये सायकलवर बसत होतो आणि त्यामुळे माझी शक्ती कोठे वाया जात होती का? हे बघायला आम्ही वेग नियंत्रित केलेल्या व्हेलोड्रोममध्ये गेलो. सायकल स्पर्धेत कमीत कमी श्रमांमध्ये जास्तीत जास्त वेग कसा मिळवता येईल हे बघायचं असतं. वॅटचा (watts) निर्देशांक तुम्ही पॅडल मारताना किती श्रम करता हे दाखवतो. मग आम्ही माझ्या सायकलची सीट थोडी खाली केली, त्याबरोबर माझ्या कामात सुधारणा झाली.

याच सुमारास माझी भेट सुप्रसिद्ध बेल्जियन सायकलपटू एडी मर्क्सशी झाली. तो 'तूर द फ्रान्स' पाच वेळा जिंकला होता आणि जगातल्या अत्यंत आक्रमक स्पर्धकांपैकी एक अशी त्याची ख्याती होती. तो किती धाडसी आणि आक्रमक सायकलपटू होता याबद्दल मी खूप गोष्टी ऐकल्या होत्या आणि मला वाटायचं की, मला त्याच्यासारखं व्हायचं होतं. मला नुसतं जिंकायचं नव्हतं, मला अमुक एका पद्धतीने जिंकायचं होतं. आमची मैत्री झाली. एडी मला म्हणाला की, मी 'तूर द फ्रान्स' एक दिवस जिंकू शकेन; पण मी वजन उतरवणं आवश्यक होतं. मी फुटबॉलच्या टीममधल्या लाइनबॅकरसारखा होतो. माझी मान जाडजूड होती आणि छातीही खूपच भरदार होती. ट्रायथलॉन रेसेस आणि पोहण्याच्या शर्यतींमध्ये पूर्वी

भाग घेत असे त्याचा हा परिणाम होता. एडी म्हणाला की, तीन आठवडे एवढं वजन पेलत डोंगर चढणं-उतरणं फार अवघड होतं. मी अजूनही निव्वळ शक्तीच्या जोरावर स्पर्धा जिंकत होतो. 'तूर द फ्रान्स' जिंकायची तर मला शक्ती कमी न करता वजन कसं कमी करायचं हे शोधायला हवं होतं. म्हणून मग मी पेस्ट्री खाणं बंद केलं, टेक्समेक्सपासून लांब राहू लागलो आणि एक समजून चुकलो की, स्वत:ला शिस्त लावून घेण्यासाठी एक 'स्वयंशिस्त' नावाची आंतरिक शक्ती मी मिळवली पाहिजे.

१९९५ पर्यंतही मी 'तूर द फ्रान्स' संपूर्ण पार करू शकलो नव्हतो, फक्त काही भागच करता आले होते. माझी पूर्ण तयारी आहे असं माझ्या प्रशिक्षकांना वाटत नव्हतं आणि त्यांचं बरोबर होतं. इतकी अवघड स्पर्धा पूर्ण करण्याइतका शरीरानं आणि मनानं मी अजून मजबूत झालो नव्हतो. स्पर्धा पूर्ण करून शिवाय नंतर प्रकृती ठीकठाक राहण्यासाठी एखाद्या तरुण स्पर्धकाला काही वर्षं खूप काळजीपूर्वक प्रशिक्षण देऊन तयार करावं लागतं. माझ्यामध्ये सातत्यानं सुधारणा होत होती. १९९४ मध्ये लीएज-बास्तोन्य-लीएजमध्ये मी दुसरा आलो होतो. 'सां सेबास्तिआँ'मध्ये दुसरा आणि 'तूर द्यू पों' मध्येही दुसरा आलो होतो. १९९५ च्या सुरुवातीला मी 'सां सेबास्तिआँ' जिंकलो होतो. 'तूर द्यू पों'ही जिंकलो होतो; पण ऑकला आता वाटत होतं की, मी आणखी वरच्या पायरीपर्यंत पोहचायला हवं होतं. 'तूर द फ्रान्स'मध्ये मी नुसताच भाग घेणं पुरेसं नव्हतं, ती मला पूर्ण करता आली पाहिजे होती. जगातली सर्वांत मोठी टप्प्यांची रेस जिंकायला नेमकं कसं असलं पाहिजे, हे मी शिकायची वेळ आली होती.

एक दिवसाच्या स्पर्धेत जिंकणारा म्हणून माझं नाव झालं होतं. एकदा का सुरुवातीच्या रेषेशी मी उभा राहिलो की, आवेश आणि अॅड्रेनलीन यांच्या बळावर एकामागून एक सर्व स्पर्धकांचा खातमा करत मी स्पर्धा जिंकत असे. दुसरा कोणीही प्रयत्न करून बघायला धजणार नाही इतक्या वेदना मी सहन करू शकत असे आणि स्पर्धा जिंकण्यासाठी काहीही करायला मी तयार असे.

परंतु 'तूर द फ्रान्स'ची गोष्टच वेगळी होती. या अशा तऱ्हेनं तुम्ही 'तूर द फ्रान्स'ची स्पर्धा खेळलात तर दोनच दिवसांत तुम्ही गळलाच म्हणून समजा. त्या स्पर्धेसाठी जास्त दूरदृष्टीची जरूर होती. 'तूर द फ्रान्स'साठी हालचाली व शक्ती यांचा अपव्यय न करता, नेमक्या वेळी नेमक्या गोष्टी मिळवणं, चिवटपणानं जरूर तेव्हा जरूर तेवढीच शक्ती खर्च करणं यांची गरज होती आणि जेव्हा तुमच्यामध्ये पुढे जात राहण्यासाठी जराही जोम शिल्लक नसेल तेव्हाही; कितीही गळून गेल्यासारखं, चैतन्यहीन वाटत असलं, तरीही सायकल चालवतच राहणं जरुरीचं होतं.

एखाद्या मुलाचा पुरुष बनणं यात कोणता मुख्य गुण त्याच्या अंगी येणं आवश्यक असेल, तर तो त्याचा सोशिकपणा, चिकाटी वाढणं हा असत असेल. १९९५ मध्ये अखेर मला 'द तूर'चं कठीण स्वरूप— त्यातल्या अत्यंत अवघड कसोट्या आणि त्यातले धोके यांचं स्वरूप समजलं. मी 'तूर' पूर्ण केली आणि शेवटच्या दिवसांमधला एक टप्पा चांगल्या तऱ्हेनं जिंकलो. पण ही समज यायला मला फार मोठी किंमत मोजावी लागली आणि मला असं वाटत राहतं की, ज्या तऱ्हेनं मला हे शिकावं लागलं, तसं झालं नसतं तर फार बरं झालं असतं.

स्पर्धेमध्ये बऱ्याच उशिरा आमच्या मोटोरोला टीममधला एक जण, १९९२ चा ऑलिंपिक चॅम्पियन फॅबिओ कॅसरटेल्ली एका खूप वेगानं जायचं असलेल्या उताराच्या रस्त्यावर मारला गेला! उतारावर एकेका स्वाराला एका पाठोपाठ एक असं ओळीनं जावं लागतं आणि त्यातला एक जण जर का खाली पडला, तर भयंकर प्रत्याघातांची एक साखळीच तयार होत जाते. फॅबिओ एकटाच कोसळला नाही. त्याच्या पाठोपाठ वीस स्वार कोसळले! फॅबिओच्या डोक्याची मागची बाजू रस्त्याच्या कडेच्या फुटपाथवर आपटली आणि त्याचं डोकं आणि मान यांचं फ्रॅक्चर झालं!

मी तिथून गेलो तेव्हा इतक्या वेगात होतो की, मला खूप काही दिसलं नाही. बरेचसे स्वार खाली पडले होते आणि जमिनीवर पडलेल्या कोणाच्या तरी भोवताली जमलेले सगळे खाली वाकले होते; पण 'तूर' मध्ये असं बरेचदा दिसतं. काही वेळानंतर टीम रेडिओवर मला काय झालं होतं ते कळलं. फॅबिओ मृत्यू पावला होता! तुम्हाला असं काही सांगितलं जातं, तेव्हा तुमचा जवळजवळ विश्वासच बसत नाही.

माझ्या आयुष्यातल्या सर्वांत लांब दिवसांपैकी तो एक होता. इटालियन सायकल स्पोर्ट्सच्या फॅबिओकडून खूप आशा होत्या. एवढंच नाही, तर त्याचं नुकतंच लग्न झालं होतं आणि अलीकडेच त्यांना बाळ झालं होतं. ते बाळ फक्त एक महिन्याचं होतं!

आम्हाला प्रचंड धक्का बसला होता आणि आम्ही सगळे दुःखानं विव्हळ, दिङ्मूढ झालो होतो; पण आम्हाला तो टप्पा पूर्ण करावा लागलाच. १९९१ मध्ये मी आंतरराष्ट्रीय स्पर्धांमध्ये भाग घ्यायला लागल्यापासून माझी फॅबिओशी ओळख होती. कोमोमध्ये माझं अपार्टमेंट होतं, तिथे जवळच तो राहत असे आणि १९९२ च्या बार्सिलोना ऑलिंपिक्समध्ये आम्ही एकमेकांचे प्रतिस्पर्धी होतो तेव्हा त्यानं गोल्ड मेडल मिळवलं होतं. तो खूप गमत्या, मजा करायला आवडणारा, नेहमी खुशमिजाज असणारा माणूस होता. इटालियन सायकलपटूंमध्ये जे खूप वरच्या दर्जाचे होते, ते बहुतेक सगळे गंभीर स्वभावाचे होते; पण फॅबिओ तसा नव्हता. तो खूप गोड स्वभावाचा होता.

त्या रात्री आमच्या मोटोरोला टीमची मीटिंग झाली, आम्ही स्पर्धेत पुढे भाग घ्यावा की नाही हे ठरवायला. आमच्यात दोन पक्ष पडले होते. आमच्यातल्या अर्ध्यांना स्पर्धा सोडून देऊन घरी जायचं होतं, आमच्या घरची माणसं, आमचे मित्र यांच्याबरोबर रडायचं होतं आणि अर्ध्यांना फॅबिओच्या सन्मानार्थ स्पर्धा चालू ठेवायची होती. मला स्वत:ला स्पर्धा सोडायची होती, माझ्याच्यानं सायकल चालवली जाईल असं मला वाटत नव्हतं. मृत्यूला आणि खऱ्याखुऱ्या दु:खाला मी प्रथमच सामोरा जात होतो. त्याचा सामना कसा करायचा ते मला समजत नव्हतं; पण मग फॅबिओची बायको आम्हाला भेटायला आली आणि तिनं आम्हाला सांगितलं की, आम्ही रेस चालू ठेवावी अशी तिची इच्छा होती. कारण फॅबिओचीही तशीच इच्छा असती, असं तिला वाटत होतं. म्हणून मग हॉटेलच्या मागच्या बाजूला गवतावर बसून आम्ही काही प्रार्थना म्हटल्या आणि स्पर्धेत भाग घेणं चालू ठेवायचं ठरलं.

दुसऱ्या दिवशी संपूर्ण पेलोटोननं फॅबिओच्या सन्मानार्थ सायकली फिरवून त्या टप्प्याचा विजय आम्हाला दिला. तो आणखी एक लांबलचक, भयंकर दिवस होता. सगळे शोकाकूल अवस्थेत आठ तास सायकली फिरवत होते. पेलोटोननं स्पर्धा केली नाही, त्याऐवजी आम्ही मुकाट्यानं शांतपणे एकत्र जात राहिलो. जवळजवळ स्मशानयात्रेसारखंच होतं ते आणि शेवटी एकदाची आमची टीम शेवटची रेषा ओलांडून गेली. आमच्या मागे मागे काळी रिबन बांधलेली फॅबिओची सायकल एका गाडीच्या वर ठेवून आणली गेली होती.

दुसऱ्या दिवशी सकाळी आम्ही पुन्हा नेहमीसारखी स्पर्धेला सुरुवात केली आणि बोर्दोला पोहोचलो. पुढच्या टप्प्यात लिमोजेसला पोहोचायचं होतं. त्या रात्री ऑक आमच्या खोल्यांवर आला आणि त्यानं टीमला सांगितलं की, फॅबिओनं त्या 'तूर' साठी दोन उद्दिष्टं ठेवली होती – एकतर तो स्पर्धा सबंध पूर्ण करणार होता आणि विशेष करून लिमोजेसपर्यंतचा टप्पा जिंकण्याचा तो प्रयत्न करणार होता. ऑकचं बोलणं संपलं, तेव्हाच मी मनोमन ठरवलं की, फॅबिओला जर लिमोजेसपर्यंतचा टप्पा जिंकण्याची इच्छा होती, तर त्याच्या वतीनं ती जिंकण्याचा प्रयत्न करायचा आणि संपूर्ण रेसही पूर्ण करायची.

दुसऱ्या दिवशी त्या टप्प्याचं अर्धं अंतर गेलो होतो तेव्हा मी समोरच्या पंचवीस जणांबरोबर होतो. लीडरच्या पिवळ्या जर्सीमधला इन्डुरेन जरा मागे होता. माझा जो नैसर्गिक स्वभाव होता त्याप्रमाणे मी केलं – मी चढाई केली.

चूक ही होती की, मी फार घाईनं चढाई केली होती – नेहमीप्रमाणे! अजून पंचवीस मैल अंतर उताराच्या रस्त्यावर जायचं असताना मी चढाई केली होती. दोन गोष्टी कधीही करायच्या नसतात – स्पर्धेच्या सुरुवातीला वेगानं पुढे जायचं नसतं

आणि उताराच्या रस्त्यावर चढाई करायची नसते; पण मी त्या उतारावर इतक्या वेगानं गेलो की, चुटकीसरशी मी इतरांच्या तीस सेकंदांनी पुढे झालो. इतर स्पर्धक पार चकितच झाले. मला अगदी जाणवत होतं की, त्यांना वाटतंय की हा काय करतोय काय?

काय करत होतो मी? मी मागे बघितलं होतं आणि विशेष महत्त्वाकांक्षा न ठेवता जरा आरामातच येत असलेले स्पर्धक बघितले होते. त्या दिवशी उकाडा होता आणि विशेष वेगानं जावंसं वाटण्यासारखं नव्हतं. प्रत्येक जण शेवटच्या रेषेच्या जवळ पोहचल्यावर मग तेथून डावपेच सुरू करणारसं दिसत होतं. मी मागे नजर टाकली – एक जण पाणी पीत होता. पुन्हा एकदा मागे बघितलं दुसरा एक त्याची हॅट नीट करत होता. म्हणून मग मी सुटलो – सूंऽऽऽ आणि पुढे गेलो.

तुमच्या मागे पंधरा वेगवेगळ्या टीम्समधले पंधरा जण असतात, तेव्हा ते कधीच एकत्रित कामगिरी करू शकत नाहीत. ते एकमेकांकडे बघत राहतात आणि मनातल्या मनात 'तू जा पुढे', 'नाही, तूच जा' असं म्हणत राहतात. म्हणून मग मी पुढे गेलो, पूर्वी कधीही गेलो नव्हतो इतक्या वेगानं. हा डावपेच तोंडावर फटका मारण्यासारखा होता. त्यात शक्ती किंवा युक्ती कशाचाच भाग नव्हता. एकदम बसणारा धक्का आणि अंतर वाढणं यावर सगळं अवलंबून होतं. वेड्यासारखं होतं ते करणं; पण तो डावपेच सफल झाला.

त्यानंतर माझ्यापासून पंचावन सेकंदांच्या अंतरावरही कोणी पोहोचलं नाही. आमच्या टीमची पाठराखी गाडी मधूनमधून मला रिपोर्ट देत होती. आमचा टीम डायरेक्टर हेन्री कुइपर सांगायचा, "तू तीस सेकंदांनी पुढे आहेस." मग थोड्या मिनिटांनी परत सांगायचा, "तू पंचेचाळीस सेकंदांनी पुढे आहेस."

तो तिसऱ्यांदा का चौथ्यांदा आला, तेव्हा मी म्हटलं, "हेन्री, आता तू पुन्हा सांगायला येऊच नकोस, कोणी पोहोचणार नाहीये माझ्यापर्यंत."

"बरं, बरं." तो म्हणाला आणि मागे गेला.

माझ्यापर्यंत कोणीही पोहोचलं नाही.

मी एका मिनिटानं जिंकलो होतो आणि मला बिलकूल त्रास झाला नव्हता. मनात काहीतरी छान पवित्र भावना होती. कारण त्या दिवशी काही एका जास्त उच्च हेतूनं मी स्पर्धेत उतरलो होतो. मी जायला हवं त्यापेक्षा जास्त आधी पुढे गेलो होतो; पण मला काहीही त्रास झाला नव्हता. मला वाटलं, फॅबिओलाही तसंच वाटलं असेल तर किती चांगलं! तो एकदम पुढे निघून गेला होता, जगापासून वेगळा झाला होता! मनोमन मला तिळमात्र शंका नाही की, त्या दिवशी त्या सायकलवर आम्ही दोघं होतो – फॅबिओ माझ्याबरोबर होता.

त्या दिवशी शेवटच्या रेषेवर पोहचताना माझ्या मनात जी भावना होती, तसं

मला नंतर पुन्हा कधीही वाटलं नाही. मला वाटलं की, मी फॅबिओ, त्याचं कुटुंब, त्याचं बाळ आणि शोकमग्न इटली सर्वांच्या वतीनं जिंकत होतो. शेवटच्या रेषेपलीकडे जाताना मी वर बघितलं आणि स्वर्गस्थ फॅबिओला अभिवादन केलं.

ती 'तूर' संपल्यानंतर ऑकनं फॅबिओसाठी स्मारक बांधलं. पांढऱ्या 'करारा' संगमरवरात ते बनवण्यासाठी त्यानं कोमोमधला एक शिल्पकार नेमला. जगभरातून टीमचे सर्व लोक आले आणि त्या डोंगराच्या शिखरावर फॅबिओच्या नावानं ते स्मारक उभं करायला आम्ही सर्व जण जमलो. त्या स्मारक शिळेवर एक (sun-dial) छायाघडी होती, तिचा प्रकाश तीन तारखा आणि तीन वेळांवर पडत होता– त्याचा जन्मदिवस, तो ऑलिंपिक्समध्ये जिंकला तो दिवस आणि तो मृत्यू पावला तो दिवस.

'तूर द फ्रान्स'मध्ये भाग घेणं म्हणजे काय हे मी शिकलो होतो. ते नुसतं सायकल चालवणं नसतं. ते आयुष्याचं एक रूपक असतं. ती नुसती जगातील सर्वांत जास्त लांबीची रेस नसते; पण ती अत्यंत विरळा आनंद देणारी किंवा तुमचं हृदय दुभंगून टाकणारी आणि कधीकधी अत्यंत दु:खदही होऊ शकते. जेवढ्या अडचणी येणं शक्य वाटतं त्या सर्व स्पर्धकांसमोर उभ्या राहतात, कधीकधी त्याहून जास्तही! थंडी, उन्हाळा, डोंगर, मैदानं, गाड्यांच्या चाकांनी पडलेल्या चाकोऱ्या, पंक्चर झालेली टायर्स, जोराचे वारे, अशक्य वाटेल इतकं वाईट नशीब, कल्पना येणार नाही इतकं सुंदर निसर्गसौंदर्य, जाणीव नाहीशी होते अशी पोकळी आणि सर्वांत जास्त म्हणजे मनात खोलवर उठणारे प्रश्न. आपल्या आयुष्यामध्येही कितीतरी वेगवेगळ्या घटना होत राहतात. कितीदा तरी आपण पीछेहाट होण्याचा सामना करतो, अपयशाशी दोन हात करत लढतो, पावसात डोकं खाली घालून नुसतं ताठ उभं राहण्याचा प्रयत्न करत थोडी का होईना, आशा धरून राहतो. 'तूर' ही केवळ सायकल स्पर्धा नाही, मुळीचच नाही. ती एक परीक्षा आहे. ती तुमची शारीरिक परीक्षा घेते, मानसिक परीक्षा घेते, नैतिक परीक्षाही घेते.

आता मला हे सगळं समजलं होतं. या स्पर्धेसाठी कोणताही सोपा मार्ग नव्हता हे आता माझ्या लक्षात आलं होतं. वर्षानुवर्षं स्पर्धांमध्ये भाग घेतल्यानंतर तुमच्या शरीराची, मनाची आणि चारित्र्याची तितकी तयारी व्हायला शेकडो स्पर्धांमध्ये भाग घेऊन हजारो मैलांचा रस्ता कापावा लागतो. 'तूर द फ्रान्स' मी तोपर्यंत जिंकू शकणार नव्हतो, जोपर्यंत माझ्या पायांमध्ये, फुप्फुसांमध्ये, मेंदूमध्ये आणि मनामध्ये पुरेशी ताकद येत नव्हती. जोपर्यंत मी खऱ्या अर्थाने 'माणूस' होत नव्हतो. फॅबिओ खऱ्या अर्थाने 'माणूस' होता. मी तिथपर्यंत पोहोचण्याचा प्रयत्न करत होतो.

❍

वाइटातून जास्त वाइटाकडे

'**तु**ला कॅन्सर झाला आहे' हे शब्द ऐकेपर्यंत भीती म्हणजे काय हे आपल्याला ठाऊक आहे, अशी माझी समजूत होती. ते शब्द ऐकले तेव्हा एका वेगळ्याच संवेदनेनं खरी भीती मला जाणवली. जणू माझं सगळं रक्त उलट्या दिशेनं वाहू लागलं होतं. आतापर्यंत मी ज्याला भीती ही भावना समजत होतो – म्हणजे आपण कोणाला आवडत नाही ही भीती, लोक आपल्याला हसतील ही भीती, आपले पैसे संपतील ही भीती – त्या सगळ्या गोष्टी नुसता भ्याडपणा होता असं आता मला वाटलं. बऱ्याच गोष्टींना किती महत्त्व द्यायचं, यांचे मनात असणारे क्रम आता बदलले. दैनंदिन आयुष्यातल्या अनेक गोष्टींनी येणारी अस्वस्थता उदा. टायर पंक्चर होणं, करिअर संपुष्टात येणं किंवा खाली जाणं, ट्रॅफिक जॅम, या सर्व गोष्टी आता खरी अडचण असणं किंवा नुसती उणीव भासणं; खरा मोठा प्रश्न असणं किंवा क्षुल्लक बाबींबद्दल चिंता करणं, अशा तऱ्हेनं विभागल्या जाऊ लागल्या. हवा खराब असल्यामुळं विमान खालीवर होणं, हे फक्त विमान खालीवर होणंच असतं, कॅन्सर नसतो.

'मानवी' या शब्दाची एक व्याख्या अशी आहे – 'माणसामध्ये असलेलं एक वैशिष्ट्य; जे परमेश्वर, जनावरं किंवा यंत्रं ह्यांच्यात नसतं.' कमकुवतपणा असू शकणं, म्हणून त्यातून माणसामध्ये असलेली गुणवैशिष्ट्यं दिसून येणं. खेळाडू मंडळी स्वत:च्या बाबतीत अशा व्याख्यांचा विचार करत नाहीत. स्वत:भोवती अजिंक्य असल्याचं वलय निर्माण करण्यात मग्न असल्यानं ते घाबरलेले असणं, कमकुवत असणं, बचाव करू न शकणं, सहज कोणी आक्रमण करू शकेल असं असणं, पराभूत होऊ शकेल असं असणं अशा गोष्टी त्यांच्या स्वत:च्या बाबतीत ते नाकारतात आणि म्हणूनच ते स्वत:बरोबर किंवा भोवतालच्या कोणाबरोबरही मायेनं, समजूतदारपणानं, क्षमाशील वृत्तीनं, सौम्यपणानं, दयाळूपणानं वागू शकत नाहीत; परंतु त्या रात्री मी पहिल्यांदा माझ्या घरी एकटाच बसलो होतो, तेव्हा मला वाटणाऱ्या भीतीनं मला विनम्र केलं. त्याहूनही जास्त म्हणजे मला 'सामान्य मानवी' बनवलं.

माझ्या आईला मी आजारी आहे हे सांगण्याइतका मी मनानं कणखर नव्हतो. डॉ. रीव्ह्जच्या ऑफिसमधून मी घरी आलो, त्यानंतर थोड्या वेळानं रिक पार्कर आला. कारण मी एकटं असणं त्याला योग्य वाटलं नाही. मी रिकला सांगितलं की, आईला ही बातमी सांगण्याची कल्पनाही मला सहन होत नव्हती. ''मला नाही सांगायचं तिला,'' मी म्हटलं. रिक माझ्या वतीनं ते काम करतो म्हणाला, मी कबूल झालो.

ही गोष्ट हळुवारपणे सांगण्याचा कोणताही मार्ग नव्हता. फोन केला तेव्हा ती कामावरून नुकतीच घरी आली होती आणि वर्तमानपत्र वाचत बाहेर तिच्या बागेत बसली होती. रिक म्हणाला, ''लिन्डा, लान्सलाच या गोष्टीबद्दल तुझ्याशी बोलायचं आहे, पण काय झालं आहे तेवढं मी तुम्हाला सांगतो. त्याला वृषणांचा कॅन्सर असल्याचं निदान झालं आहे आणि उद्या सकाळी सात वाजता त्याचं ऑपरेशन होणार आहे.''

माझी आई म्हणाली, ''छे, नाही! हे कसं शक्य आहे?''

रिकनं तिला सांगितलं, ''सॉरी लिन्डा,पण मला वाटतं तुम्ही आज रात्री इथं यायला हवं.''

आईला रडू फुटलं. रिकनं तिचं सांत्वन करायचा प्रयत्न केला; पण ऑस्टिनला येणारं विमान तिनं शक्य तितक्या लवकर पकडावं असंही तो सांगत राहिला. माझ्या आईनं स्वत:ला सावरलं आणि म्हणाली, ''ठीक आहे, मी ताबडतोब तिथे पोहचते.'' मग माझ्याशी बोलत न बसता तिनं फोन ठेवून दिला आणि जे सुचेल ते सामान एका छोट्या बॅगेत भरून ती विमानतळाकडे धावली.

रिकचं माझ्या आईशी बोलणं झाल्यावर मला परत रडू आलं. रिक शांतपणानं माझ्याशी बोलत राहिला. ''तुला रडू येणं अगदी स्वाभाविक आहे. रडलास तर तुझ्यासाठी आत्ता चांगलंच आहे ते; पण लान्स, हे बरं होऊ शकतं. अतिवेगानं जाण्यामुळं आलेली गाठ आहे ती, ती आत्ताच काढून टाकली पाहिजे.''

जरा सावरल्यावर मी माझ्या ऑफिसमध्ये गेलो आणि ज्यांना ताबडतोब सांगणं गरजेचं आहे असं मला वाटलं, त्यांना फोन करू लागलो. मोटोरोला टीममधला माझा मित्र केव्हिन लिव्हिंग्स्टन रेससाठी युरोपमध्ये गेलेला होता. मला तो धाकट्या भावासारखा होता आणि आमची मैत्री इतकी चांगली होती की, पुढच्या सीझनमध्ये युरोपमध्ये दोघांनी मिळून एक अपार्टमेंट घ्यायचा बेत आम्ही करत होतो, तसंच सरावासाठी त्यानं ऑस्टिनला यावं असं मी त्याला पटवून दिलं होतं. इटलीत मी त्याला फोन जोडला तेव्हा मी अजून पुरता सावरलो नव्हतो.

''तुला काहीतरी सांगायचंय. काहीतरी वाईट घडलंय.''

''काय? एखाद्या रेसमध्ये काही चुकलं का?''

“मला कॅन्सर झालाय.”

मला कसं वाटतंय ते आणि त्याला भेटावंसं किती वाटतंय ते केव्हिनला सांगायचं होतं मला; पण यु.एस. नॅशनल टीमच्या दुसऱ्या तिघांबरोबर तो एका अपार्टमेंटमध्ये होता आणि त्यांना काही समजायला नको होतं मला. त्यामुळे आम्हाला सांकेतिक, त्रोटक असं बोलावं लागलं.

“कळलं ना?” मी म्हटलं.

“हो कळलं.” तो म्हणाला.

बस्स तेवढंच! आम्ही फोन बंद केला. दुसऱ्याच दिवशी त्यानं घरी यायला विमान पकडलं. मी मग बार्ट नॅग्जला फोन केला. ऑस्टिनमधला माझा खूप जुना आणि खूप चांगला मित्र, पूर्वी सायकल रेसिंग करायचा. आता एका कॉम्प्युटर टेक्नॉलॉजी कंपनीमधे काम करत होता आणि मी फोन केला तेव्हा नेहमीप्रमाणे उशिरापर्यंत ऑफिसमध्ये काम करत होता. “बार्ट, मला वृषणांचा कॅन्सर झालाय.” मी म्हटलं. काय म्हणावं ते न समजून बार्ट चाचरू लागला. मग म्हणाला, “लान्स, हल्ली कॅन्सरवर खूप चांगले इलाज निघाले आहेत आणि जर व्हायचाच असेल तुला कॅन्सर, तर हा झालाय तो त्यातल्या त्यात चांगला म्हणायचा.”

“कोण जाणे,” मी म्हटलं, “मी इथं एकटा बसलोय माझ्या घरात आणि बार्ट, खूप भीती वाटतेय रे!”

त्याच्या स्वभावाप्रमाणे बार्टनं त्याच्या कॉम्प्युटरवर ताबडतोब सर्च सुरू केला आणि त्या आजाराबद्दल जी काही माहिती उपलब्ध होती, ती मिळवली. तो उशिरापर्यंत तिथे काम करत बसला आणि वृषणाच्या कॅन्सरवर फूटभर जाडीची माहितीच्या कागदांची थप्पी त्यानं गोळा केली. काय काय परीक्षणं कुठल्या औषधांवर झाली आहेत, काय काय संशोधन सुरू आहे. काय काय तऱ्हेचे उपचार करता येतात इ. ही सगळी माहिती घेऊन तो माझ्या घरी येऊन पोहोचला. दुसऱ्या दिवशी सकाळी त्याच्या वाग्दत्त वधू बार्बाराबरोबर त्याला ऑर्लन्डोला जायचं होतं; पण तो मला एवढं सांगायला आला की, मी त्याचा खूप आवडता मित्र होतो. त्यानं ते सगळे कागद मला दिले.

एक एक करत माझे मित्र आणि कुटुंबातली माणसं येऊन पोहचू लागली. मी लिसाला कळवलं तेव्हा ती लायब्ररीत अभ्यास करत होती. ती आली. या बातमीच्या धक्क्यानं तिचे डोळे पार निस्तेज झाले होते. पाठोपाठ बिल स्टेपलन लॉरा, त्याच्या बायकोबरोबर आला. बिल ऑस्टिनमधल्या एका कंपनीचा वकील होता. त्याची कर्तव्यनिष्ठा त्याच्या वागण्यातूनही दिसायची. त्यामुळे माझ्या कायदेविषयक कामांचा प्रतिनिधी म्हणून मी त्याला नेमलं होतं. तो एरवी संथ, शांत वाटायचा; पण तो एक चांगला स्पर्धकही होता. टेक्सास युनिव्हर्सिटीतर्फे तो जलतरण स्पर्धेत

ऑलिंपिक्समध्ये गेला होता. अजूनही तो एखाद्या खेळाडूसारखाच दिसायचा. तो आत आला तेव्हा एव्हाना माझ्या मनात जे ठामपणे ठसलं होतं, त्याबद्दलच मी बोलू लागलो.

''माझे रेसिंगचे दिवस संपले बिल,'' मी म्हणालो, ''मला आता एजंटची जरूर नाही.''

''लान्स, मला वाटतं आपण एका वेळी एक गोष्ट करू या.'' बिल म्हणाला, ''यामुळे काय होणार आहे किंवा याचा अर्थ काय आहे, हे तुला पुरतं ठाऊकच नाहीये.''

''तुझ्या लक्षात येत नाहीये बिल. मला आता एजंटची जरूर नाही. मला आता करार मिळणार नाहीत.''

''बरं, ठीक आहे; पण मी इथे तुझा एजंट म्हणून आलेलो नाही, तुझा मित्र म्हणून आलोय. मी काय मदत करू शकतो?''

त्या क्षणी सगळं चित्र बदललं! माझं करीअर संपलं याचाच फक्त एवढा वेळ मी विचार करत होतो, आत्ताच्या क्षणी दुसऱ्या जास्त महत्त्वाच्या गोष्टी करायच्या होत्या.

''माझ्या आईला विमानतळावरून घेऊन यायचंय.'' मी म्हटलं.

बिल आणि लॉरा ताबडतोब उठून उभे राहिले आणि माझ्या आईला घेऊन यायला विमानतळावर गेले. मी तिला आणायला गेलो नाही तेच बरं झालं. कारण बिलला बघितल्याबरोबर तिला रडू आलं. ''माझा राजाबेटा आहे तो,'' ती बिल आणि लॉराला म्हणाली, ''असं कसं झालं? काय करायचं आता?'' पण घरी पोहोचेपर्यंत तिनं स्वतःला सावरलं. स्वतःची कीव करणं तिच्या रक्तातच नव्हतं. घरी आली तोवर ती पुन्हा खंबीर झाली होती. ती आत आली तेव्हा बाहेरच्या खोलीच्या मध्यावरच मी तिला भेटलो आणि घट्ट मिठी मारली.

आई माझ्या कानाशी तोंड आणून म्हणाली, ''आपण ठीक होणार आहोत, याच्यापुढे हार खाणार नाही आहोत. खूप गोष्टींशी सामना केलाय आपण, यानं तुला काहीही होणार नाही. मला घाबरवायला बघूच नको तू!''

मग आम्हाला दोघांनाही रडू आलं; पण थोड्याच वेळात आम्ही सावरलो. कारण खूप गोष्टी ठरवायच्या होत्या. माझे मित्र आणि आई यांच्याबरोबर मी बसलो आणि डॉ. रीव्ह्जनी जे निदान केलं होतं, ते सगळं नीट सांगितलं. काही गोष्टींचा पुन्हा विचार करायचा होता, काही निर्णय घ्यायचे होते. आमच्याजवळ फार वेळ नव्हता, कारण सकाळी सात वाजता माझं ऑपरेशन व्हायचं होतं. डॉ. रीव्ह्जकडून आणलेली एक्स-रे प्लेट मी बाहेर काढली आणि ती सगळ्यांना दाखवली. माझ्या फुप्फुसांमध्ये तरंगत असलेल्या गोल्फच्या चेंडूसारख्या दोन गाठी दिसत होत्या.

माझे स्पॉन्सर्स (आर्थिक पाठीराखे) आणि टीममधले सहकारी यांना सांगायला

मला वेळ मिळेपर्यंत माझ्या आजाराची बातमी बाहेर फुटू नये याची मला काळजी वाटत होती. मी आईशी बोलत होतो तेवढ्या वेळात बिलनं हॉस्पिटलला फोन केला आणि सांगितलं की, माझ्या रोगाचं निदान सध्या गुप्त ठेवावं आणि मला वेगळ्या नावानं दवाखान्यात दाखल केलं जावं. मग माझ्या प्रवर्तकांना आम्हाला सांगायचं होतं – नाइके, गिरो, ओक्ले, मिल्टन-ब्रॅडले, तसंच कोफिदी संस्था – सर्वांना. एक पत्रकार परिषद घ्यायला हवी होती; पण सर्वांत आधी माझ्या अगदी निकटच्या लोकांना मला सांगायचं होतं – ऑक आणि ख्रिस हे मित्र, मग माझ्या टीममधले माझे सहकारी. यांपैकी बरेच जण परदेशात कुठेकुठे गेलेले होते आणि त्यांना फोन लागणं अवघड होतं.

बातमी मिळाल्यावर प्रत्येकाची प्रतिक्रिया वेगळी होती. काही जण गडबडून गेले. काहींनी मला धीर द्यायचा प्रयत्न केला; पण माझ्या सर्व मित्रांची एक प्रतिक्रिया समान होती – त्यांना सर्वांना शक्य तितक्या लवकर ऑस्टिनला यायचं होतं. ऑक त्याच्या घरी विस्कॉन्सिनला होता, जेवायला बसला होता. आणि आता लक्षात येतं की, त्याची प्रतिक्रिया खास ऑकचीच अशी होती.

''तू जेवायला बसला आहेस?'' मी विचारलं.

''का? काय झालंय?''

''मला कॅन्सर झालाय.''

''बरं, पण म्हणजे नेमकं काय?''

''म्हणजे मला वृषणांचा कॅन्सर झालाय आणि उद्या माझं ऑपरेशन आहे.''

''बरं, मला विचार करू दे यावर.'' शांतपणे ऑक म्हणाला, ''उद्या भेटतो तुला.'' शेवटी झोपायची वेळ झाली. गंमत म्हणजे त्या रात्री मला अगदी शांत झोप लागली. एखाद्या स्पर्धेसाठी तयारी करत असेन तसा मी पूर्ण विश्रांती घेण्याच्या मन:स्थितीत पोहोचलो होतो. जेव्हा मला एखाद्या अवघड स्पर्धेत भाग घ्यायचा असेल, तेव्हा मी आदल्या रात्री जास्तीत जास्त झोप घेत असे. हे तसंच तर होतं ना? पुढील काही दिवसांमध्ये मला ज्या गोष्टींना तोंड द्यावं लागणार होतं, त्यासाठी मला वाटतं मी माझ्या अंतर्मनात सर्वोत्तम तयारी करत होतो.

दुसऱ्या दिवशी पहाटे पाच वाजता मी हॉस्पिटलमध्ये पोहोचलो. मी स्वत:च गाडी चालवली. आई माझ्याजवळ बसली होती. सैलसा स्वेटसूट घालून प्रवेशद्वारातून एक कॅन्सर पेशंट म्हणूनच्या दिवसांची सुरुवात करायला मी आत गेलो. सुरुवातीला काही आवश्यक चाचण्या झाल्या– ब्लड टेस्ट, एम.आर.आय. इ. मनात कुठेतरी अंधुक आशा होती की, डॉक्टर या सगळ्या चाचण्या करतील आणि मग मला सांगतील की, त्यांची चूक झाली होती, माझा आजार एवढा गंभीर नव्हता; पण तसं काही झालं नाही.

मी कधीच हॉस्पिटलमध्ये असा राहिलो नव्हतो, त्यामुळे नाव नोंदवावं लागतं वगैरे मला काही ठाऊकच नव्हतं, मी माझं पैशांचं पाकीटही आणलं नव्हतं! मला वाटतं मी नेहमी कुबड्या फेकून द्यायच्या, टाके आपले आपण काढून टाकायचे असले उद्योग करायचो, त्यामुळे असेल! मी आईकडे बघितलं आणि तिनं लगेच सर्व फॉर्म्स भरून पूर्ण करण्याचं काम स्वत:कडे घेतलं. माझ्या ब्लड टेस्ट्स वगैरे होत होत्या. तेवढ्या वेळात हॉस्पिटलच्या सर्व फॉर्म्सची थप्पी तिनं भरून काढली होती.

मी ऑपरेशन थिएटर आणि रिकव्हरी रूममध्ये सुमारे तीन तास होतो. माझ्या आईसाठी तो वेळ जाता जात नव्हता. ती बिल स्टेपलटनबरोबर हॉस्पिटलमधल्या माझ्या खोलीत बसून होती. डॉ. रीव्हजनी येऊन तिला सांगितलं की, सर्व काही ठीक झालं होतं आणि काही अडचण न येता त्यांनी त्या गाठी काढल्या होत्या. तेवढ्यात ऑक येऊन पोहोचला. म्हटल्याप्रमाणं त्यानं ऑस्टिनला येणारं पहिलं विमान पकडलं होतं. मी अजून थिएटरमधे असतानाच आईनं त्याला सर्व काही सांगितलं. ती असंही म्हणाली की, सगळं काही नीट होणारच आहे. तसा तिनं ठाम निश्चय केला होता – जणू काही तिच्या इच्छाशक्तीच्या बळावर सर्व काही नीट होणार होतं!

सरतेशेवटी त्यांनी मला माझ्या खोलीत नेलं. माझी भूल अजून पूर्ण उतरली नव्हती; पण माझ्या कॉटजवळ येऊन वाकून ऐकलं तर बोलण्याइतका मी शुद्धीवर होतो. "हे जे काय आहे, त्याच्यावर मी कुरघोडी करणार आहे." मी ऑकला सांगितलं.

त्या रात्री मला हॉस्पिटलमध्ये ठेवलं, आई माझ्याबरोबर राहिली आणि एका छोट्या सोफ्यावर झोपली. आम्हाला दोघांनाही नीट झोप आली नाही. ऑपरेशननंतर मला खूप वेदना होऊ लागल्या होत्या. ऑपरेशनसाठी घेतलेला कट (चीर) खूप लांब आणि खोल होता, नाजूक जागी होता. आईला जितकेदा माझी हालचाल जाणवायची, तितकेदा चटदिशी उठून ती मी ठीक आहे ना बघायची. मला सलाइन लावलेलं होतं आणि मला जेव्हा जेव्हा बाथरूमला जायचं असायचं, तेव्हा तेव्हा ती मला अंथरुणातून उठायला मदत करायची. मी लंगडत खोली ओलांडायचो तेव्हा सलाइनचा स्टँड ढकलत माझ्याबरोबर यायची, मग मला परत येऊन झोपायला मदत करायची. हॉस्पिटलच्या गादीवर प्लॅस्टिकचं कव्हर घातलेलं होतं आणि त्यामुळे घाम येत होता. दर दोन तासांनी माझ्या अंगाखालची चादर सबंध भिजून जायची, आई मला पुसून काढायची.

दुसऱ्या दिवशी सकाळी डॉ. यूमन आले आणि त्यांनी पॅथॉलॉजीचे पहिले रिपोर्ट्स मला दिले. अजूनही मला कुठेतरी वाटतच होतं की, आम्हाला वाटलं होतं

तितका माझा कॅन्सर वाईट नसेल; पण मग डॉ. यूमननं सांगितलं बायॉप्सी आणि ब्लड टेस्ट्सवरून असं दिसत होतं की, कॅन्सर झपाट्यानं पसरत होता. वृषणांचा कॅन्सर असाच रक्तातून लिम्फ ग्लँड्समध्ये पसरतो आणि त्यांना माझ्या पोटात तो थोडा पसरलेला सापडला होता.

माझ्या आजाराचं निदान होऊन जे चोवीस तास उलटले होते, तेवढ्यात जेवढं 'होमवर्क' करता येईल तितकं मी केलं होतं. मला हे ठाऊक होतं की, वृषणांच्या कॅन्सरचे, कॅन्सरतज्ज्ञ सर्जन तीन टप्पे मानतात. पहिल्या टप्प्यात कॅन्सर फक्त वृषणांमध्येच झालेला असतो आणि बरा होण्याची शक्यता खूप असते. दुसऱ्या टप्प्यात कॅन्सर पोटातल्या लिम्फ नोड्स पर्यंत पोहोचलेला असतो आणि तिसऱ्या टप्प्यात तो महत्त्वाचे अवयव उदा. फुफ्फुसांपर्यंत पोहोचलेला असतो. परीक्षणांवरून असं दिसत होतं की, माझा कॅन्सर तिसऱ्या टप्प्यात होता आणि तीन वेगवेगळे कॅन्सर माझ्या शरीरात होते. त्यातला सर्वांत वाईट होता रिओकार्सिनोमा – झपाट्यानं वाढणारा, रक्तातून पसरणारा प्रकार, ज्याला थांबवणं फार अवघड असतं.

एका आठवड्यानंतर छातीत बसवलेल्या ग्रॉसजीन कॅथेटरमधून माझ्या केमोथेरपी ट्रीटमेंट्स सुरू होणार होत्या आणि तीन महिने चालणार होत्या. ग्रॉसजीन कॅथेटर वापरण्याखेरीज गत्यंतरच नव्हतं. कारण माझ्या इतकेदा रक्ताच्या तपासण्या कराव्या लागणार होत्या आणि शिरेमधून इतकी औषधं द्यावी लागणार होती की, प्रत्येक वेळी साध्या सुया वापरणं सोयीचं झालं नसतं. त्वचेच्या आतला त्या कॅथेटरचा फुगवटा आणि छातीवर असलेलं त्याचं तोंड इतकं कसंतरीच, माशाच्या गिलसारखं (माशाचं श्वसनेंद्रिय) दिसायचं.

आणखीही एका गोष्टीची चर्चा करून निर्णय घ्यायचा होता. निदान काही काळापुरतं तरी मला वंध्यत्व येणार होतं. पुढच्या आठवड्यात माझी केमोथेरपी सुरू होणार होती. डॉ. यूमननी सल्ला दिला की, त्याच्या आधी जाऊन मी स्पर्म बँकमधे जितकं साठवता येईल तितकं वीर्य साठवून ठेवून यावं. वंध्यत्व येऊ शकण्याचा विषय पहिल्यांदाच काढला गेला होता, त्यामुळे मी हबकलोच. डॉ. यूमननी स्पष्टीकरण दिलं की, या केमोथेरपीनंतर काही रोग्यांचं वंध्यत्व जातं, काहींचं जात नाही. आतापर्यंत झालेल्या याबद्दलच्या अभ्यासाप्रमाणे साधारणपणे पन्नास टक्के लोक सुमारे वर्षभरानंतर या बाबतीत पूर्वीसारखे सामान्य होतात. सॅन अँटोनिओपासून दोन तासांच्या अंतरावर एक स्पर्म बँक होती तिथं मी जावं, असं डॉ. यूमननं सांगितलं.

त्या रात्री आम्ही हॉस्पिटलमधून परत येण्यापूर्वी माझी आई कॅन्सर रुग्णांवर उपचार केले जात होते, त्या विभागात (ऑंकॉलॉजी युनिट) गेली आणि माझ्या

कॅथेटरसाठी लागतील अशा सर्व गोष्टी— मळमळू लागलं तर किंवा मळमळू नये म्हणून घेण्याची औषधं आणि वृषणांच्या कॅन्सरवरची आणखी माहिती देणाऱ्या पुस्तिका घेऊन आली. तुम्ही पूर्वी कधी ऑंकॉलॉजी युनिटमधे गेला नसाल तर मी तुम्हाला सांगतो, तो अनुभव उद्विग्न करणारा असतो. निरनिराळ्या पद्धतीनं सलाइन जोडलेले, अत्यंत फिकट आणि आजारी दिसणारे, सर्व केस गळलेले लोक, ब्लँकेटमध्ये गुरफटून झोपलेले तुम्हाला दिसतात. तिला हवं असलेलं सामान मिळेपर्यंत माझी आई त्या लोकांकडे बघत राहिली. सर्व सामान मिळाल्यावर ते सगळं तिनं एका मोठ्या कॅनव्हासच्या पिशवीत भरलं. ती पिशवी ही आमची 'प्रवासी कॅन्सर किट' झाली. आई माझ्या खोलीत परत आली आणि मला म्हणाली, ''बेटा, तुला एक सांगते. तू तुझ्या उपचारांसाठी जाशील, तिथलं दृश्य सुखद नसतं; पण माझं एवढंच सांगणं आहे की, एक गोष्ट लक्षात ठेव – ते सगळे रुग्णही तू इथे आहेस त्याच कारणासाठी तिथे आलेले आहेत – बरं व्हायला.''

आणि मग ती मला घरी घेऊन गेली.

शनिवारी सकाळी मी लवकर उठलो आणि बाथरूममध्ये गेलो. आरशात बघितलं आणि फुटू बघणारी किंकाळी दाबली. माझ्या कॅथेटरमध्ये खूपसं रक्त साखळलं होतं आणि छाती सुजून रक्तानं माखली होती. बेडरूममध्ये परत जाऊन मी ते लिसाला दाखवलं. वाचा बसल्यासारखी प्रचंड घाबरून ती त्याकडे डोळे फाडून बघत राहिली. मी मोठ्यानं ओरडून आईला हाक मारली, ''आई, जरा आत येतेस?'' माझी आई धावतच आत आली आणि तिनं ते कॅथेटर बघितलं. ती एकदम प्रचंड घाबरली वगैरे नाही, तिनं एक नॅपकिन घेतला आणि शांतपणे ते पुसून काढलं आणि मग हॉस्पिटलला फोन केला. तिथल्या नर्सनं तिला सांगितलं की, कॅथेटरमध्ये रक्त साकळणं ही गोष्ट असामान्य नव्हती, मग तिनं आईला इन्फेक्शन होऊ नये म्हणून काय काय करायचं ते सर्व सांगितलं; पण तरी ते भयंकर तर दिसतच होतं.

फोन खाली ठेवून माझी आई दुकानात पळाली, परत आली ती अंधारात चमकणाऱ्या बँड-एड्‌सची पॅकेट्‌स घेऊन. त्यातलं एक तिनं त्या कॅथेटरवर लावलं, ते बघून मला आणि लिसाला हसू फुटलं. आईनं मग डॉ. यूमनना फोन केला. ती म्हणाली ते कॅथेटर फार बरोबर दिसत नाहीये. जितकं स्वच्छ करता येईल तितकं मी केलंय; पण कदाचित ते काढावं लागेल.

डॉ. यूमन म्हणाले, ''इतक्यात काहीही करू नका, कारण मी ठरवलं आहे की लान्सला त्याची केमोथेरपी लवकर सुरू करावी लागेल. सोमवारी एक वाजता.''

''का?'' आईनं विचारलं.

मी फोन घेतला. डॉ. यूमनने सांगितलं की, पॅथॉलॉजीचे नंतरचे जे रिपोर्ट्स आले, ते काळजी वाटेल असे होते. केवळ चोवीस तासांच्या आत कॅन्सर जास्त पसरला होता. कॅन्सरतज्ज्ञ रोग किती पसरतो आहे ते बघण्यासाठी 'ब्लड मार्कर' वापरतात, ज्यांच्यामुळे रोग किती पसरतो आहे हे कळतं. तुमच्या रक्तात असलेली वेगवेगळी प्रथिनं, उदा. ह्यूमन कोरिऑनिक गोनाडोट्रॉपिन (HCG) आणि अल्फा फेटोप्रोटीन (AFP) किती प्रमाणात आहेत त्यावरून शरीरात किती कॅन्सर आहे, ते कळतं. एका दिवसातच माझ्या रक्तातल्या या प्रथिनांचं प्रमाण वाढलं होतं. कॅन्सर नुसताच पसरत नव्हता, तो खूप वेगानं पसरत होता आणि म्हणून डॉ. यूमनना केमो सुरू करण्यासाठी मी एक आठवडा थांबणं अयोग्य वाटत होतं. मी ताबडतोब सुरुवात करायला हवी होती. कारण कॅन्सर जर झपाट्यानं पसरत असेल तर प्रत्येक दिवस महत्त्वाचा होता.

मी हताश होऊन फोन खाली ठेवला; पण विचार करत उदास बसायलाही वेळ नव्हता. मला सॅन अॅन्टोनिओमधल्या स्पर्म बँकेत जाऊन यायला एक फक्त एकच संधी होती – त्याच दुपारी! "ही खरंच कीव करण्यासारखी परिस्थिती आहे ना?" मी अत्यंत वैतागानं आईला म्हटलं.

सॅन अॅन्टोनिओपर्यंतचा प्रवास मनाला अतिशय पीडा देणारा होता. माझ्या मनावरचा ताण एकाच गोष्टीनं जरा कमी झाला होता– केव्हिन लिव्हिंग्स्टन घरी आला होता आणि मला मानसिक आधार द्यायला तो माझ्याबरोबर आला. त्याला बघून मला बरं वाटलं. त्याच्या चेहेऱ्यावरचे भाव मनमोकळे, आनंदी आहेत. डोक्याबरोबर कापलेले काळे केस, निळेशार डोळे आणि तो कुठल्याही क्षणी हसणार आहे असा दिसणारा चेहेरा. तो बरोबर असताना उदास राहणं अवघडच. आम्हाला आणखीही मदत मिळाली. माझा मित्र आणि आर्किटेक्ट डेव्हिड शिफ्लेट याचा मुलगा कॉर्ड शिफ्लेट गाडी चालवायला आमच्याबरोबर आला.

प्रवासात मी मागच्या सीटवर मुकाट्यानं बसलो होतो आणि एकामागून एक बेचैन, अस्वस्थ विचार मनात येत होते. बँकेमध्ये वीर्य ठेवायची मला केवळ एक संधी होती. मग कदाचित मला मुलं होऊच शकणार नव्हती. मला पहिली केमो ट्रीटमेंट सुरू करायची होती. त्यानं खूप त्रास होईल मला?

शेवटी आम्ही सॅन अॅन्टोनिओच्या मेडिकल सेंटरमधे पोहोचलो. कॉर्ड आणि केव्हिन माझ्या आईबरोबर वेटिंगरूममधे बसले. स्टाफमधली एक नर्स मला एका खोलीत घेऊन गेली, तेव्हा केव्हिननं अतिशय वाईट मनोवस्था जरा हलकी करायला एक फालतू विनोद केला, "काय रे लान्स, तुला एखादं मासिक वगैरे लागेल का?" मी कसाबसा हसायचा प्रयत्न केला.

मला एका खोलीत नेण्यात आलं, तिथं आरामखुर्चीसारखी खुर्ची होती.

बहुतेक 'वातावरण' निर्मितीसाठी असावा, म्हणून प्रकाश मंद होता. एका छोट्या टेबलावर मासिकांचा एक गठ्ठा होता – होय, अश्लील मासिकं! मला तिटकारा आला. मी कसाबसा लंगडत त्या खुर्चीवर जाऊन बसलो आणि मला जवळ जवळ रडूच फुटलं. मला खूपच वेदना होत होत्या. ऑपरेशनचा कट जांघेच्या वरपासून पोटापर्यंत होता. मी खूप उदास मन:स्थितीत होतो आणि रोगाच्या निदानामुळं बसलेल्या धक्क्यानं मनानं मोडून पडायच्या अवस्थेत होतो. अशा परिस्थितीत माझी लैंगिक भावना उद्दिपित कशी होणार होती? शक्य नव्हतं. त्या खुर्चीत पडल्या पडल्या मला वाटत होतं, 'मला हे असं घडायला नको होतं! बाळाला जन्म देण्याचा प्रयत्न आशास्पद वातावरणात व्हायला हवा. या अशा दु:खी, एकाकी, हताश, बिकट परिस्थितीत नाही!'

मला पिता होण्याची इच्छा खूप होती; पण मी नेहमीच असं धरून चाललो होतो की, मी प्रेमात पडेन तेव्हा ते होईल! विशीच्या सुरुवातीच्या वर्षांमध्ये माझी खूपदा 'तशी' मैत्री झाली होती. मी एखाद्या मुलीबरोबर मैत्री करायचो, थोड्या महिन्यांनी मैत्री कमी व्हायची, आम्ही एकमेकांपासून दुरावायचो, मैत्री संपायची. माझ्याबरोबर शाळेत असलेल्या एका मुलीशी मैत्री झाली होती. मग हॉलंडमधल्या एका मॉडेलबरोबर; पण माझी मैत्री कोणाशीच एका वर्षापेक्षा जास्त काळ टिकली नाही. माझ्या टीममधले माझे मित्र मी भराभरा मैत्रिणी बदलायचो म्हणून मला 'फेडएक्स' या नावानं चिडवायचे. 'फेडएक्स'चा अर्थ होता 'जेव्हा तुम्हाला ते अगदी खासच, हवंच असतं– एका रात्रीपुरतं!' माझं लग्न झालेलं नव्हतं, माझी कोणाशी बांधिलकीही नव्हती आणि कोणाशीही अगदी खास मैत्री करण्याच्या मनोवस्थेत मी नव्हतोच; परंतु लिसा शील्सबरोबरची मैत्री वेगळी होती. माझ्या आजाराचं निदान झालं त्या वेळेस आम्ही खूप जवळ आलेले होतो. ती एक गंभीर प्रकृतीची, हुशार मुलगी होती. टेक्सास युनिव्हर्सिटीत ती मनापासून अभ्यास करत होती आणि तिच्याबरोबर विवाह करावा, आम्हाला मुलं असावीत, असा विचार माझ्या मनात नक्कीच होता. आम्ही खूप वर्षं एकमेकांबरोबर छान सुखात राहू शकूच, याची मला खात्री नव्हती; पण माझ्या मनात एवढं ठाम होतं की, मला पती व्हायचं होतं आणि हेही ठाम होतं – की मी जे 'वडील' बघितले होते त्यांच्याहून खूप चांगलं वडील मला व्हायचं होतं.

माझ्यासमोर दुसरा विकल्प नव्हताच, तेव्हा डोळे मिटले आणि जे काय करायला हवंच होतं ते केलं.

बाहेर प्रतीक्षा कक्षात माझी आई आणि दोघं मित्र गप्प बसून होते. नंतर मला समजलं की, ते तिथे बसले होते तेव्हा माझी आई एकाएकी कॉर्ड आणि केव्हिनकडे वळली आणि जवळ जवळ धमकीच्या सुरातच म्हणाली, ''पोरांनो, मी काय

सांगतेय ते ऐका, तो बाहेर येईल तेव्हा तुमच्या तोंडून एक शब्दही मला ऐकायचा नाही – एकही शब्द!'' ती जाणून होती, कोण जाणे कसं काय ते; पण माझ्यासाठी हा अत्यंत त्रासदायक आणि काहीही आनंद नसलेला अनुभव असणार होता, हे ती जाणून होती.

काम झालं तेव्हा मी बाहेर आलो आणि ती कुपी एका डॉक्टरांना दिली. कॉर्ड आणि केव्हिन गप्प होते. मी घाईघाईनं काही कागदांचे रकाने भरले आणि नर्सेसना सांगितलं की, बाकीची माहिती मी नंतर पाठवेन. मला तिथून लवकरात लवकर बाहेर पडायचं होतं; पण आम्ही बाहेर पडत होतो तेव्हा डॉक्टर बाहेर आले. ''संख्या खूपच कमी आहे.'' ते म्हणाले.

डॉक्टरांनी सांगितलं की, माझ्या वीर्यामधल्या शुक्राणूंची संख्या असायला हवी त्याच्या एक तृतियांशच होती. माझ्या प्रजननशक्तीवर कॅन्सरचा परिणाम एव्हाना झालेला दिसत होता. आता केमो आणखी हल्ला करणार होती.

परतीचा प्रवास जातानाच्या प्रवासापेक्षाही मनाला पीडादायक होता. आम्ही काही खाल्लं की नाही तेही मला आठवत नाही. कॉर्ड आणि केव्हिनशी मी त्या मासिकांबद्दल बोललो. ''तुमचा विश्वास बसेल तिथे काय वाचायला, बघायला देतात ते सांगितलं तर?'' मी म्हटलं. केव्हिन आणि कॉर्ड खरंच अतिशय समंजस होते. दोघंही असं वागत होते जसं काही एक शहाणपणाचं काम, जे करायलाच हवं होतं ते केलं, त्यात काही विशेष नव्हतं. त्यांनी घेतलेला पवित्रा मला इतका आवडला की, मीही त्यांच्यासारखंच वागायचं ठरवलं. माझ्या दुखण्याच्या स्वरूपाबद्दल त्यानंतर मी कधीही अवघड वाटून घेतलं नाही.

उरलेला शनिवार-रविवारचा वेळ मी कोचावर पडून राहून ऑपरेशननंतरची विश्रांती घेण्यात घालवला. ॲनेस्थेशियामुळं मला गुंगी येत होती आणि ऑपरेशनच्या वेळी घेतलेला कट खूपच दुखत होता. मी विश्रांती घेतली आणि टीव्हीवर फुटबॉल बघत राहिलो. आईनं माझ्यासाठी स्वयंपाक केला, आम्ही दोघांनीही कॅन्सरवर खूप वाचलं. ''काही वाचायचं बाकी ठेवायचं नाही,'' आई म्हणाली. वाचताना मधे मधे थांबून आम्ही काय करावं याबद्दल बोलत राहायचो. ''याला कसं हाकलून लावायचं?'' मी तिला म्हटलं. आम्ही असा आव आणत होतो, जसं काही आजाराला पळवून लावायला आम्हाला काही योजना आखता येईल, पूर्वी सायकल रेसच्या सरावाची आखायचो तशी!

त्या पहिल्या आठवड्यात माझ्या आईनं औषधांची सगळी प्रिस्क्रिप्शन्स ताब्यात घेतली, माझी सगळी मेडिकल रेकॉर्ड्स क्रमवार लावली, कॅन्सरवरच्या पुस्तकांसाठी पुस्तकांची दुकानं पालथी घातली आणि माझं सगळं वेळापत्रक लावलं. मला सगळ्या नोंदी करून ठेवण्यासाठी एक वही आणली आणि एक व्हिजिटर्स बुक

आणलं – मला भेटायला कोण कोण आलं त्याची नोंद ठेवण्यासाठी. माझ्या मित्रांना ती आळीपाळीनं वेळा ठरवून यायला सांगायची, मला कधीही एकटं वाटू नये म्हणून. आम्ही त्याला कम्युनिटी कॅलेंडर म्हणायचो. त्या कॅलेंडरमुळं मला भेटायला येणारे लोक आळीपाळीनं येत असत, एका वेळी फार कधीच नसत आणि मला उदास, एकटं वाटेल इतके थोडेही कधी नसत.

माझ्या केमोथेरपीच्या ट्रीटमेंटचं तीन महिन्यांचं कॅलेंडर तिनं तयार केलं, माझ्या औषधांची यादी तयार केली; मी केव्हा काय घ्यायचं ते लिहून ठेवलं. माझा आजार हा जसा काही एखादा प्रोजेक्ट असावा आणि ती प्रोजेक्ट मॅनेजर असावी तसं ती काम करत होती. तिनं रंगीत पेन्सिली, चार्ट्स आणि वेळापत्रकं आणली होती. तिच्या मते सर्व जाणून घेणं आणि व्यवस्थित आखणी करणं, यांमुळे आजार बरा व्हायला मदत होणार होती.

एका आहारतज्ज्ञाबरोबर तिनं भेटीची वेळ ठरवली. मी लंगडत कोचावरून उठलो, आम्ही त्याच्याकडे गेलो. त्यानं मला कॅन्सरशी लढा द्यायला चांगलं अन्न कुठलं ते सांगितलं आणि केमोथेरपीची औषधं चालू असताना खाता येतील किंवा येणार नाहीत अशा पदार्थांची यादी दिली, बरीच चिकन आणि ब्रोकोली खायची, चीज आणि कुठलंही तेल नाही. बरंच व्हिटॅमिन सी, ज्याच्यामुळं केमोच्या टॉक्सिनशी लढायला मदत होईल. आई ताबडतोब मोठाले वाडगे भरून ब्रोकोली उकडून काढू लागली.

पण या सर्व झपाटल्यासारखं करत असलेल्या कामाच्या आड लपून माझी आई दु:खाशी झगडत होती हे मला समजत होतं. कुटुंबातल्या इतरांशी ती फोनवर बोलायची तेव्हा तिच्या आवाजातला कंप मला ऐकू यायचा. शेवटी मी जवळपास असेन तेव्हा फोन करायचंच तिनं बंद केलं. तिला काय वाटत होतं हे मला दिसू नये म्हणून ती प्रयत्न करत होती; पण मला ठाऊक होतं की, रात्री तिच्या खोलीत गेल्यावर तिला रडू येत होतं.

सोमवारी सकाळी जाहीर करायचं होतं— मी आजारी होतो आणि सायकलरेसिंग करणार नव्हतो, हे सांगायला मी पत्रकार परिषद बोलावली. माझे अनेक स्पॉन्सर्स, माझी आई, लिसा, बिल सगळे तिथं होते; आणि युरोपमधल्या वार्ताहरांसाठी कॉन्फरन्स कॉलचीही सोय होती. ज्या 'कोफिदी' कंपनीबरोबर फ्रेंच टीममधे पुढच्या सीझनला मी काम करणार होतो, त्यांचे प्रतिनिधीही फोनवर होते. खोलीभर कॅमेरे लावलेले होते आणि तयार केलेलं भाषण मला वाचून दाखवायचं होतं. माझ्या तोंडून 'कॅन्सर' शब्द गेल्याबरोबर खोलीभर झालेली कुजबूज स्पष्ट ऐकू आली आणि वार्ताहर आणि कॅमेरामन यांच्या चेहऱ्यांवर त्यांना बसलेला धक्का मला दिसला. कोफिदीचा एक मनुष्य फोनवर आला आणि 'मी बरा होऊन पुन्हा सायकलरेसिंगमधे

येईपर्यंत त्यांचा मला पूर्ण पाठिंबा असेल.' असं जाहीरपणे सांगितलं.

"माझा या दुखण्याशी लढा देण्याचा ठाम निश्चय आहे," मी शेवटी म्हणालो, "आणि मी खात्रीनं जिंकेन."

त्या दिवशी दुपारी आणखी एका तपकिरी विटांच्या हॉस्पिटलच्या इमारतीत मी माझ्या पहिल्या केमोथेरपी उपचारासाठी गेलो. तेथील अगदी साधं, अनौपचारिक वातावरण बघून मी चकितच झालो. काही खुर्च्या, स्टुलं, आरामखुर्च्या, कॉफी टेबल आणि टी.व्ही. असलेली ती एक साधी प्रतीक्षागृहासारखी खोली होती. कोणाची तरी बरेच पाहुणे आले असलेली बैठकीची खोली असावी तशी. एखादी पार्टी असू शकेल असं एकूण चित्र; पण फरक हा होता की, प्रत्येकाला एक आय.व्ही. ड्रिपची बाटली जोडलेली होती.

डॉ. यूमननं मला समजावून सांगितलं की, वृषण कॅन्सरसाठीच्या उपचाराला BEP म्हणतात. ब्लिओमायसिन, एटोपोसाइड आणि सिस्प्लाटिन या तीन औषधांचं मिश्रण असतं आणि ती औषधं इतकी विषारी असतात की, ती हाताळताना नर्सेस रेडिओ ॲक्टिव्हिटीपासून संरक्षण करणारे कपडे घालतात. या तीनपैकी सर्वांत महत्त्वाचं औषध सिस्प्लाटिन होतं. ते खरं म्हणजे प्लॅटिनम असतं आणि इंडियाना पोलीसमधील इंडियाना युनिव्हर्सिटी मेडिकल सेंटरमधे प्रॅक्टिस करणाऱ्या डॉ.लॉरेन्स ऐनहॉर्न यांनी त्याचा उपयोग वृषण कॅन्सरसाठी प्रथम केला होता. ऐनहॉर्ननी हा शोध लावण्यापूर्वी वृषणांचा कर्करोग बहुतेकदा मृत्यूलाच कारण होत असे. पंचवीस वर्षांपूर्वी इतर अनेक जणांसारखा ब्रायन पिकोलो हा शिकागो बेअर्सतर्फे खेळणारा फुटबॉल खेळाडू या रोगानं मृत्यू पावला होता; परंतु डॉ. ऐनहॉर्ननी हे औषध ज्या पहिल्या रुग्णाला दिलं, ते इंडियाना पोलीसमधील शाळा शिक्षक अजून हयात होते.

वीस वर्षांपूर्वी हा आजार मला झाला असता, तर सहा महिन्यांत माझा मृत्यू ओढवला असता. बऱ्याच लोकांची समजूत आहे की, ब्रायन पिकोलो फुफ्फुसांच्या कॅन्सरनं गेला; परंतु त्याच्या आजाराची सुरुवात वृषण कॅन्सरनं झाली होती आणि डॉक्टर त्याला वाचवू शकले नव्हते. वयाच्या सव्विसाव्या वर्षी तो १९७० साली गेला. त्यानंतर सिस्प्लाटिन हे वृषण कॅन्सरसाठी जादूची गोळी ठरलं आहे. इंडियाना पोलीसमधले ते शिक्षक गेली वीस वर्षं अगदी ठीक आहेत. दर वर्षी त्यांच्या घरी ते बरे झाले, त्या दिवशी वाढदिवसासारखी मोठी पार्टी होते. डॉ. ऐनहॉर्न आणि त्या वेळच्या सर्व नर्सेस त्या पार्टीला जातात.

मला वाटलं, 'चला चला, देऊन टाका मला प्लॅटिनम!' पण डॉ. यूमननं मला बजावलं की, त्या उपचारांमुळं मला खूप त्रास होऊ शकणार होता. ती तीनही

औषधं माझ्या शरीरात हळूहळू रोज पाच तास, अशी पाच दिवस घातली जाणार होती. त्यांचा एकत्रित परिणाम होणार होता. अतिशय मळमळू नये म्हणून त्या औषधांबरोबरच उलट्या बंद करणारी औषधंही दिली जाणार होती; पण तरी मळमळणं, उलट्या हे पूर्णपणे थांबवता येणार नव्हतं.

केमोथेरपी इतकी प्रखर परिणाम करणारी असते की, ती तुम्ही रोज घेऊच शकत नाही. म्हणून ती तीन तीन आठवड्यांच्या आवर्तनांमध्ये दिली जाते. म्हणजे असं की, एक आठवडा औषधं द्यायची, दोन आठवडे तुमच्या शरीराला विश्रांती देऊन त्याला लाल रक्तपेशी पुन्हा निर्माण करायला अवधी द्यायचा.

डॉ. यूमननी सर्व काही व्यवस्थित समजावून सांगितलं, मला ज्याला तोंड द्यायचं आहे त्यासाठी माझी मानसिक तयारी करण्यासाठी. त्यांचं सांगून झाल्यावर मी एकच प्रश्न विचारला. तो प्रश्न पुढे कित्येक आठवडे मी पुन:पुन्हा विचारणार होतो– ‘‘बरं होण्याचं प्रमाण किती असतं? मी बरा होण्याची शक्यता किती आहे?’’

डॉ. यूमन म्हणाले, ‘‘साठ ते पासष्ट टक्के.’’

माझ्या पहिल्या केमोत काहीच घडलं नाही! एक म्हणजे मला अजिबात मळमळलं नाही. मी त्या खोलीत गेलो आणि कोपऱ्यातली एक खुर्ची निवडली. भिंतीजवळच्या सहा-सात लोकांच्या रांगेतली शेवटची खुर्ची. माझ्या आईनं माझा पापा घेतला आणि मला इतर पेशंट्स बरोबर ठेवून, काही दुसरी कामं करून येण्यासाठी ती बाहेर गेली. मी तिथे बसलो.

इतर कॅन्सर पेशंट्स बघून मी अस्वस्थ होऊ नये यासाठी तिनं माझी पूर्वीच मानसिक तयारी केली होती; पण मी अस्वस्थ झालोच नाही. उलट आपण यांच्यातलेच एक आहोत असं वाटलं मला. तोच आजार असलेल्या इतर लोकांशी बोलण्यानं, एकमेकांचे अनुभव सांगण्यानं मला बरं वाटलं. माझी आई परत आली तेव्हा मी शेजारच्या माणसाशी मजेत गप्पा मारत होतो. तो साधारण माझ्या आजोबांच्या वयाचा होतो; पण आमचं छान जमलं आणि आई आली तेव्हा आम्ही दोघंही मजेत बडबड करत होतो. ‘‘हाय मॉम!’’ मी उत्साहानं म्हटलं, ‘‘हा पॉल, त्याला प्रोस्टेटचा कॅन्सर झालाय!’’

मी हालचाल करत राहिलं पाहिजे असं मी स्वत:ला बजावलं. केमोच्या पहिल्या आठवड्यात मी लवकर उठून तयार होऊन हेडफोन्स लावून चालायला जायचो. तासभर चांगला घाम येईपर्यंत दीर्घ श्वासोच्छ्वास करत मी चालायचो. रोज संध्याकाळी मी सायकलवर जायचो.

बार्ट नॅग्ज ऑरलॅन्डोहून परत आला. तो डिस्नेवर्ल्डमधून माझ्यासाठी एक मिकीमाउस हॅट घेऊन आला. त्यानं ती मला दिली आणि म्हणाला की, माझे केस

गळतील तेव्हा घालायला काहीतरी लागेल असं त्याला वाटलं.

आम्ही सायकलवरून बरोबर जायचो, बरेचदा केव्हिन लिव्हिंग्स्टनही आमच्याबरोबर यायचा. बार्टनं सहा सहा फूट रुंद असे नकाशे आमच्यासाठी तयार केले. हायवेज डिपार्टमेंटकडून तो तालुक्यांचे नकाशे आणायचा आणि ते कापून एकमेकांना चिकटवायचा. मग ते टेबलावर पसरून त्यांच्याकडे बघून आम्ही आमच्यासाठी नवे नवे रस्ते निवडायचो. कुठूनही कुठेही न जाणारे लांब लांब रस्ते. कल्पना अशी होती की, रोज नवा रस्ता शोधायचा, पूर्वी कधी गेलेलो नसू असा. त्याच त्या 'जा आणि परत या' अशा रस्त्याऐवजी. एकाच रस्त्यानं दोनदा जायला मला मुळीच आवडत नसे. सरावासाठी सायकल चालवण्यात इतका तोचतोपणा येऊ शकतो की, नावीन्याची जरूर भासते. जरी बरेचदा तुम्ही वाईट रस्त्यावर जाऊन पोहोचता किंवा हरवता, तरीसुद्धा! कधीकधी हरवून जाणं चांगलं असतं.

मला कॅन्सर झालेला असताना मी सायकल सरावाला का जायचो? कारण तसं सरावाचं सायकल चालवणं इतकं अवघड असतं, वेदना इतक्या असतात की, नंतर अगदी मोकळं मोकळं वाटतं. साऱ्या जगाचं ओझं तुमच्या खांद्यावर आहे असं वाटत असताना सायकल घेऊन बाहेर पडलं आणि खूप वेदना सहन करत सहा सहा तास सायकल चालवली, तर नंतर अगदी शांत वाटतं. वेदना इतक्या प्रचंड आणि तीव्र असतात की, तुमच्या मेंदूवर पडदा पडल्यासारखा तो बधिर होतो. मग काही वेळ तरी तुम्ही मुक्त असता. तुम्हाला तुमच्या अडचणींचा विचार येत नाही, इतर सगळं डोक्यातून काढून टाकता येतं; कारण करावे लागलेले श्रम आणि त्यानंतर येणारा थकवा यांनी मन व शरीर संपूर्ण व्यापलेलं असतं.

इतके श्रम करणं ही एक विचार न करता केलेली साधी सरळ क्रिया असते, म्हणून कदाचित एक जी कल्पना आहे की, जागतिक दर्जाचे खेळाडू हे वास्तविक कशापासून तरी पळ काढू बघत असतात, त्यात काही तथ्य असावं. मला कोणीतरी एकदा विचारलं होतं की, इतकाला वेळ सायकल चालवण्यात मला काय आनंद मिळतो? "आनंद?" मी म्हटलं, "मला कळला नाही तुमचा प्रश्न." मी ते आनंदासाठी करतच नसे, वेदनांसाठी करत असे.

कॅन्सर होण्यापूर्वी सायकलवर टांग मारून सहा तास सायकल चालवण्यामागच्या मानसिकतेचा मी कधीच विचार केला नव्हता. त्यामागची कारणं माझ्या फारशी लक्षात आली नव्हती. आपण करत असतो त्यातल्या बऱ्याच गोष्टींचा अर्थ त्या करत असताना आपल्याला कळत नाही. मला त्या कारणांची चिरफाड करायचीच नव्हती. कारण नाहीतर खरं उत्तर मला मिळालं असतं!

पण आता मला नेमकं कारण कळलं होतं. मी जर सायकल चालवत राहू शकलो, तर मला इतकं आजारी वाटणार नाही, असं माझ्या मनात असणार.

कॅन्सरनं होणाऱ्या शारीरिक वेदनांचा मला फार त्रास होत नव्हता. कारण मला त्यांची सवय झाली होती. खरं तर वेदना झाल्या नसत्या, तर आपल्याला फसवलं जातंय असं मला वाटलं असतं. मी जितका याबद्दल विचार करत गेलो, तितका कॅन्सर मला रेससारखाच वाटू लागला. फक्त अंतिम ध्येय बदललं होतं. दोन्हीमध्ये प्रचंड शारीरिक वेदना होत्या, वेळेचं बंधन होतं, दर थोड्या वेळानं आपण कुठवर आलोय त्याचे रिपोर्ट्स बघायचे होते, वाटेत थांबे होते; आणि आकडेवारी आणि रक्ताच्या तपासण्या यांवर सर्वस्वी अवलंबून राहणं होतं. एक फरक एवढाच होता की, सायकलरेसमध्ये कधी घातलं नव्हतं इतकं बारीक लक्ष यामध्ये घालावं लागत होतं. या आजारात धीर सोडून किंवा एकाग्रता घालवून चालणार नव्हतं. आपल्याला जिवंत राहायचं आहे, यातून बाहेर पडायचं आहे, याचं प्रत्येक सेकंदाला भान ठेवणं आवश्यक होतं आणि हा विचार दिलासा देणारा होता. माझं आयुष्य जिंकून परत मिळवणं हा सर्वांत मोठा विजय असणार होता.

केमोथेरपीच्या पहिल्या आठवड्यात मी बरं होण्यावर लक्ष इतकं केंद्रित केलं होतं की, मला काहीच त्रास झाला नाही. काहीही नाही. मी डॉ. यूमनना म्हणालोसुद्धा, ''कदाचित तुम्ही माझा डोस वाढवू शकाल.'' माझ्या हे लक्षात नव्हतं आलं की, माझ्या शरीरानं केमो सहन केलं होतं ही अतिशय सुदैवाची गोष्ट होती. माझी केमो संपण्यापूर्वी मला काही रुग्ण भेटले, ज्यांना पहिल्या टप्प्यांवर असह्य मळमळत असे आणि माझी संपूर्ण ट्रीटमेंट होत आली, तेव्हा मला कुठल्याही औषधानं कमी होणार नाही इतकं मळमळत असे.

सुरुवातीला मला त्रास झाला तो फक्त भूक कमी होण्याचा. तुम्ही केमोथेरपी घेता, तेव्हा शरीरात जाणाऱ्या औषधांमुळे पदार्थांची चव वेगळी लागते. आई काहीतरी बनवून माझ्यासमोर प्लेट भरून ठेवायची आणि म्हणायची, ''बेटा, तुला भूक नसली आणि हे नसलं खावंसं वाटत, तर मला वाईट वाटेल म्हणून खाऊ नको.'' पण मी खायचा प्रयत्न करत असे. मी एक झोप काढून उठलो की, ती माझ्यासमोर कापलेली फळं आणि एक मोठी बाटली पाणी ठेवायची. हिंडतं फिरतं राहण्यासाठी मी खाणं आवश्यक होतं.

'हलत राहा' मी स्वत:ला सांगायचो. मी उठायचो, अंगावर चालण्याचे कपडे चढवायचो, वॉकमन घ्यायचो आणि चालायचो. किती चालायचो हेही मला माहीत नाही. चढाची टेकडी चढून मी पुढच्या गेटातून बाहेर पडायचो आणि रस्त्यावर जात राहायचो. वाटायचं, 'जोवर मी हिंडता-फिरता राहू शकत होतो, तोवर मी बरा राहीन.'

केमो सुरू केल्यानंतर हॉस्पिटलमधून एक पत्र आलं, 'आमच्या रेकॉर्ड्सवरून

असं दिसतं की, तुमच्याकडे आरोग्य विमा नाही.'

काही न समजता मी डोळे फाडून त्या पत्राकडे बघत राहिलो. हे शक्य नव्हतं. मोटोरोलाबरोबर माझा आरोग्य विमा होता, त्यामधून सर्व खर्च दिला जायला हवा होता. त्रासून मी फोन उचलला आणि बिल स्टेपलटनला फोनवर ते पत्र वाचून दाखवलं. बिलनं मला शांत केलं आणि सांगितलं की काय प्रकार आहे ते तो बघेल.

थोड्या तासांनंतर बिलचा फोन आला. आजारपण अशा भलत्या वेळी आलं होतं की, त्यामुळे घात झाला होता. तो म्हणाला की, मी मोटोरोला सोडून कोफिदीबरोबर तेव्हाच करार केला होता; पण करार झाला असला तरी तो झाला त्या वेळी मला कॅन्सर आधीच झालेला होता आणि म्हणून कोफिदीबरोबरच्या करारात कॅन्सरचे उपचार होणार नव्हते. मोटोरोलाबरोबरच्या माझ्या विम्याची मुदत संपली होती. हॉस्पिटलचा आणि उपचारांचा खर्च माझा मलाच करावा लागणार होता – जर बिलला यातून काही मार्ग सुचला नाही, तर.

मला कॅन्सर झाला होता आणि आरोग्यविमा नव्हता!

त्या पहिल्या दिवसांमध्ये एकामागून एक बरेच घाले माझ्यावर पडत गेले होते. अर्थात ही गोष्ट फक्त पैशांची होती, तरीही खूप नुकसान त्यामुळे होऊ शकलं असतं. मी घरात इकडे तिकडे बघितलं आणि काय काय विकून टाकता येईल याचा विचार करू लागलो. मी असं धरून चालू लागलो की, आर्थिकदृष्ट्या मी कफल्लक होणार होतो. वर्षाला वीस लाख डॉलर्स उत्पन्न होतं ते आता शून्य होणार होतं. शारीरिक इजा झाल्यास त्याचा विमा उतरवलेला होता, एवढंच. माझी आवक बंद होणार होती, कारण ज्या कंपन्या मला पैसे देत होत्या किंवा आर्थिक पाठिंबा देत होत्या, त्यांनी तो देणं बंदच केलं असतं, कारण मी रेसमध्ये भाग घेऊ शकणार नव्हतो. मला अतिशय प्रिय असलेली पोर्शे गाडी आता मला निव्वळ चैनीची वस्तू वाटू लागली. औषधं विकत घेण्यासाठी आता मला एक एक पेनी साठवावी लागणार होती. मी 'सेल' लावायचा विचार करू लागलो. पोर्शे विकून टाकावी, तसंच काही मौल्यवान पेंटिंग्ज आणि अशाच इतर कलेच्या वस्तू विकून टाकाव्या.

थोड्याच दिवसांत पोर्शे गेली. दोन कारणांसाठी मी हे केलं. प्रमुख कारण हे होतं की, मला माझ्या उपचारांसाठी असतील ते सर्व पैसे लागणार आहेत; असं मला वाटत होतं. आणि जे शिल्लक राहील त्यावर मला उरलेलं आयुष्य काढायचं होतं. पण मला वाटतं, मला सर्व गोष्टी सोप्या करायचीही जरूर वाटू लागली होती.

मी कॅन्सरचा अभ्यास करू लागलो. ऑस्टिनमधल्या पुस्तकांच्या सर्वांत

मोठ्या दुकानात जाऊन या विषयावर तिथे जेवढी पुस्तकं होती ती सर्व विकत घेतली. दहा पुस्तकं घेऊन आलो — आहारावर, मनानं कसं सावरावं ह्यावर, मेडिटेशन कसं करावं, यावरही मी काहीही करून बघायला तयार होतो. कितीही विचित्र असलं तरी फ्लॅक्सीड तेल, जे संधीवात, हृदयरोग, कॅन्सर आणि अशा अनेक इतर आजारांवर गुणकारी असल्याचा दावा केला जात होता, त्याबद्दल वाचलं. कॅन्सरशी खात्रीनं लढा देणाऱ्या सोया पावडरबद्दल वाचलं. 'उत्तम आरोग्य मिळवण्यासाठी' 'दि राज' नावाच्या उपचारांमध्ये योगावरचं मासिक वाचून मला काही काळ बरीच रुची निर्माण झाली. 'डिस्कव्हर' मासिकातली संबंधित पानं मी फाडून काढली; वर्तमानपत्रांमधली लांब अंतरावरच्या उपचार केंद्रांवरची 'अमेरिकाज् इन द डोमिनियन रिपब्लिक' या पुस्तिकेत वर्णन केलेल्या 'कॅन्सरवरच्या अक्सीर इलाजां'वरही वाचलं.

बार्टनं दिलेली सगळी माहिती वाचून काढली आणि दर वेळी त्याचा फोन आला की, 'आणखी काय आहे तुझ्याकडे?' असं मी त्याला विचारायचो. मला वाचनाची फार आवड कधीच नव्हती; पण आता मात्र लागली. बार्टनं 'अमेरिकन डॉट कॉम' वरची सगळी माहिती गोळा करून पाठवली. "जे सापडेल ते सगळं वाचायला हवंय का तुला?" त्यानं विचारलं.

"हो! सगळं, सगळं हवंय मला."

हायस्कूल शिक्षण संपल्यावर युरोपमध्ये कसं वागावं, कसं बोलावं, अशा अनेक बाबतीत सर्वंकष 'शिक्षण' घेतलेला मी, आता वैद्यकीय मासिकं वाचत होतो. आर्थिक बाबींवरची आणि स्थापत्यशास्त्रावरची मासिकं वाचायला मला नेहमीच आवडायचं; पण पुस्तकं वाचायची मला आवड नव्हती. फार थोडा वेळ माझं लक्ष एकाग्र होऊ शकायचं आणि इतका वेळ एका जागी बसून राहणं मला जमत नसे. आता एकाएकी मला ब्लड काउंट्स आणि कॅन्सरवरची जुजबी माहिती गोळा करायची होती. दुसऱ्यांदा 'शिक्षण' सुरू झालं होतं आणि कधीकधी तर मला वाटायचं की, आपल्याला यातलं इतकं समजायला लागलं आहे की, पुन्हा कॉलेजात जाऊन डॉक्टरच व्हावं!

सोफ्यावर बसून मी पुस्तकं चाळत असायचो, फोनवर बोलत असायचो. मला जाणून घ्यायचं असायचं की, मी बरा होण्याची शक्यता किती होती आणि ज्या अडचणी होत्या त्यांवर मी मात कसा करू शकत होतो. मी जितकी जास्त माहिती गोळा केली, तितकी मला बरं होण्याची शक्यता जास्त वाटू लागली. खरं म्हणजे मी जे वाचत होतो, त्यातून फारसं चांगलं काही सुचवलं जात नव्हतं, तरी पण अज्ञानापेक्षा ज्ञान चांगलं होतं आणि मला कशाशी सामना करायचाय हे तरी निदान मला कळलं होतं – किंवा कळलं होतं असं मला वाटत होतं!

सायकल रेसची भाषा आणि कॅन्सरची भाषा यांमध्ये एक विचित्र साम्य होतं. दोन्हींमध्ये रक्ताचा संबंध येत होता. सायकल रेसमध्ये लबाडी-फसवणूक करण्याचा एक मार्ग म्हणजे, असं एक ड्रग घ्यायचं, ज्याच्यामुळे तुमच्या लाल रक्तपेशींची संख्या वाढेल. कॅन्सरमध्ये तुमचं हिमोग्लोबिन अमुक एका आकड्याच्या खाली गेलं, तर डॉक्टर तेच ड्रग 'इपोजेन' तुम्हाला देतात. माझ्या रक्ताच्या तपासण्यांमध्ये तो 'सुरक्षित' आकडा यावा लागायचा आणि सायकल रेसच्या वेळीही डॉक्टर माझा तोच आकडा बघायला तपासायचे, मी किती शारीरिक ताण सहन करू शकतो ते बघायचे.

एक नवीच भाषा मी शिकलो — आयफोस्फामाइड (केमोथेरपीतलं एक औषध) सेमिनोमा (एक तऱ्हेची गाठ) लॅक्टेट डिहायड्रोजिनेस [(LDH) - रक्ताच्या तपासणीतला आणखी एक घटक]. मी येता जाता 'ट्रीटमेंट प्रोटोकॉल'सारख्या शब्दांची फेकाफेक करू लागलो. मला सगळं काही समजून घ्यायचं असायचं, मला दुसरं, तिसरं, चौथं मत हवं असायचं.

शुभेच्छापत्रं आणि तऱ्हेतऱ्हेच्या उपचारांबद्दल माहिती देणाऱ्या कार्डांचा, पत्रांचा पाऊस पडू लागला. ती सगळी मी वाचत असे. आलेली पत्रं वाचत बसलं म्हणजे उदास विचार झटकून टाकता येत असत, म्हणून संध्याकाळी लिसा, मी आणि आई पत्रं बघून त्यातून शक्य तितक्या सगळ्यांना उत्तरं लिहीत असू.

एका संध्याकाळी व्हन्डरबिल्ट युनिव्हर्सिटी मेडिकल सेंटरच्या लेटरहेडवर लिहिलेलं एक पत्र मी उघडलं. डॉ. स्टीव्हन वुल्फ – 'बोन मॅरो ट्रान्सप्लान्ट' विभागाचे प्रमुख, यांचं ते पत्र होतं. डॉ. वुल्फनी लिहिलं होतं की, ते मेडिसिनचे प्रोफेसर आणि कॅन्सरतज्ज्ञ होते; तसंच सायकल रेसिंगचे अतिशय चाहते होते. आणि ज्या कुठल्या बाबतीत ते मला मदत करू शकतील, ती करण्याची त्यांची इच्छा होती. उपचारांच्या सर्व वेगवेगळ्या शक्यतांचा मी तपास करावा असं त्यांचं आग्रहाचं सांगणं होतं आणि कोणत्याही बाबतीत मदत किंवा सल्ला देण्यास ते तयार होते. त्यांच्या पत्रातल्या दोन गोष्टींनी माझं लक्ष वेधून घेतलं. एक तर त्यांना सायकल रेसिंगबद्दल खूप माहिती होती हे उघडच होतं आणि एका पॅरेग्राफमध्ये त्यांनी मला आग्रहानं इंडियाना युनिव्हर्सिटीचे डॉ. लॅरी ऐनहॉर्न यांचा सल्ला विचारावा, असं सुचवलं होतं, कारण या आजारातले सर्वांत मोठे तज्ज्ञ डॉ. ऐनहॉर्न होते. डॉ. वुल्फनी पुढे लिहिलं होतं, "एक गोष्ट तुला सांगतो की, तुझ्या रेसिंगच्या कौशल्यांवर कमीत कमी अनिष्ट परिणाम होतील; पण तितकीच गुणकारी असतील, अशी केमोथेरपीची दुसरी औषधंही आहेत."

मी फोन उचलला आणि डॉ. वुल्फना फोन केला. "हाय! मी लान्स आर्मस्ट्राँग," मी म्हणालो. डॉ. वुल्फना आश्चर्यच वाटलं असावं; पण ते लगेच सावरले आणि

थोड्या इकडच्या तिकडच्या गप्पा झाल्यावर त्यांनी जरा अडखळत माझ्यावर चालू असलेल्या उपचारांबद्दल विचारायला सुरुवात केली. डॉ. वुल्फ म्हणाले की, ऑस्टिनमधल्या माझ्या डॉक्टरांच्या अधिकारात ढवळाढवळ करायला त्यांना नको वाटत होतं; पण मला मदत करण्याची त्यांची इच्छा होती. मी त्यांना सांगितलं की, वृषणांच्या कॅन्सरवर, फुप्फुसांनाही संसर्ग झालेला असताना जी 'स्टँडर्ड प्रोटोकॉल' (BEP) ट्रीटमेंट देतात, ती मला देण्यात येत होती.

''संभाव्य चढ-उताराचं निदान फारसं चांगलं नाही.'' मी म्हटलं.

त्या क्षणापासून माझे उपचार ही वैद्यकीय सहकारितेची गोष्ट झाली. पूर्वी मला वाटायचं की, औषधोपचार हे एकेका डॉक्टरनं करायचे असतात. डॉक्टरांना सगळं कळतं आणि त्यांनाच सगळा अधिकार असतो, पेशंटच्या हातात काही नसतं; पण मला आता हळूहळू उमजू लागलं होतं की, वेगवेगळ्या ठिकाणांहून आणि वेगवेगळ्या डॉक्टरांकडून एकत्रित उपचार घेण्यात काहीच गैर नाही, आणि हेही की, डॉक्टरांइतकाच पेशंटही महत्त्वाचा असतो. डॉ. रीव्ह्ज माझे युरॉलॉजिस्ट होते, डॉ. यूमन माझे ऑकॉलॉजिस्ट आणि आता डॉ. वुल्फ माझे मित्र आणि उपचार सल्लागार झाले– एक तिसरी वैद्यकीय दृष्टी, ज्यांना मी प्रश्न विचारू शकत होतो. या प्रत्येक डॉक्टरची भूमिका खूप महत्त्वाची होती. एकालाही एकट्याला माझ्या तब्येतीची जबाबदारी घेता आली नसती; आणि सर्वांत महत्त्वाचं हे होतं की, मी त्यांच्याबरोबर माझीही जबाबदारी वाटून घेऊ शकत होतो.

''तुझी HCG लेव्हल किती आहे?'' वुल्फनं विचारलं. HCG हे एनडोक्रिन प्रोटीन असतं, ज्यामुळं बायकांच्या ओव्हरीज उत्तेजित होतात असं मला माहीत होतं आणि ते निरोगी पुरुषांच्या रक्तात नसावं, म्हणून ते असलं तर त्याकडे लक्ष दिलं पाहिजे. मी माझे रिपोर्ट्स चाळले आणि त्यांना सांगितलं,

''१०९.''

''म्हणजे जास्तच आहे; पण फार जास्त नाही.'' वुल्फ म्हणाले.

मी हातातल्या त्या कागदाकडे बघत होतो, त्या आकड्याच्या समोर आणखी एक खूण होती.

''हं, पण K म्हणजे काय?'' मी विचारलं.

काही क्षण ते गप्प राहिले, मीही.

''म्हणजे १०९०००.'' ते म्हणाले.

'१०९ म्हणजेच जर जास्त तर १०९००० म्हणजे काय?' वुल्फनी मग मला माझे AFB, LDH चे आकडे विचारले. मी त्यांना ते सांगून उलट प्रश्न विचारत राहिलो. ''याच अर्थ काय?'' मी मग स्पष्टच विचारलं. वुल्फ म्हणाले की, माझ्या शरीरात HCG फार जास्त प्रमाणात होतं. अगदी फुप्फुसांमधल्या गाठींसकट

विचार केला, तरी कुठून येत होतं ते? त्यांनी हळुवारपणे सुचवलं की, मी दुसऱ्या उपचारांचा विचार करावा, जास्त आक्रमक उपचार. आणि मग त्यांनी स्पष्टच सांगितलं, ती HCG लेव्हल एवढी जास्त असण्याचा अर्थ माझ्या संभाव्य चढ-उतारांचं निदान अतिशय वाईट असणं हा होता.

आणखीही एका गोष्टीची वुल्फना काळजी वाटत होती. ते म्हणाले की, ब्लिओमायसिनचा लिव्हरवर आणि फुप्फुसांवर अतिशय प्रतिकूल परिणाम होतो. त्यांच्या मते, कोणती औषधं द्यायची ही गोष्ट प्रत्येक पेशंटप्रमाणे बदलते. जे एका पेशंटसाठी योग्य असेल, ते दुसऱ्यासाठी नसेलही आणि ब्लिओमायसिन माझ्यासाठी कदाचित योग्य नव्हतं. सायकल रेसिंग करणाऱ्या खेळाडूला त्याच्या पायांबरोबर फुप्फुसं सक्षम असणं खूप महत्त्वाचं असतं आणि जास्त काळ ब्लिओमायसिनचा उपयोग करण्यानं माझी करिअर नक्कीच खलास झाली असती. दुसरी औषधं होती, ज्यातून माझ्यासाठी निवडता येईल.

"या आजारावर उपचार करणारे काही डॉक्टर्स जगात सर्वोत्कृष्ट आहेत." वुल्फ म्हणाले. ते म्हणाले, इंडियाना पोलीसमधल्या इंडियाना युनिव्हर्सिटीतील मेडिकल सेंटरमधले डॉ. ऐनहॉर्न आणि दुसरे कॅन्सरतज्ज्ञ यांचे ते मित्र होते. त्यांनी दुसऱ्याही दोन कॅन्सर सेंटरबद्दल सांगितलं. एक ह्यूस्टनमध्ये आणि एक न्यूयॉर्कमध्ये. मला तिथे सल्ला घ्यायला जायचं असलं तर ते तशी व्यवस्था करायला तयार होते. खूप ओझं उतरल्यासारखं वाटून मी 'हो' म्हटलं.

पुन्हा एकदा माझी आई भराभरा कामाला लागली. दुसऱ्या दिवशी सकाळपर्यंत तिनं माझे सगळे रिपोर्ट्स गोळा करून फॅक्सनं ह्यूस्टनला आणि इंडियाना पोलीसला सल्ला मागण्यासाठी पाठवले होते. मी सायकल घेऊन सकाळी दहा वाजता बाहेर गेलो होतो, तेव्हा ह्यूस्टनहून फोन आला. दोन डॉक्टर – दोघंही कॅन्सरतज्ज्ञ – फोनवर कॉन्फरन्स कॉल करून बोलत होते. ते दोन आवाज माझ्या केसबद्दल तिला सांगत होते आणि ती ऐकत होती.

"सगळी माहिती आम्ही वाचली," एक आवाज म्हणाला, "तुम्ही अजून मेंदूचा MRI का नाही काढला?"

"त्याची काय जरूर आहे?" आईनं विचारलं.

"त्याच्या रिपोर्ट्समधले हे आकडे इतके जास्त आहेत की, त्याच्या मेंदूपर्यंत आजार पोहोचला असावा असं आम्हाला वाटतं." ते म्हणाले.

"माझी थट्टा करताय तुम्ही." आई म्हणाली.

"साधारणपणे असे आकडे दिसले म्हणजे तो मेंदूपर्यंत गेलेला असतो. त्याला जास्त आक्रमक उपचारांची जरूर आहे असं आम्हाला वाटतं."

सुन्न झालेली आई म्हणाली, "पण त्यानं आत्ताच केमोथेरपी सुरू केलीय."

‘‘हे पाहा,’’ त्यातला एक जण म्हणाला, ‘‘या उपचारांनी तुमचा मुलगा बरा होईल असं आम्हाला वाटत नाही.’’

‘‘असं नका म्हणू हो!’’ ती म्हणाली, ‘‘सारा जन्म त्याच्यासाठी खस्ता खाल्ल्यात मी.’’

‘‘आम्हाला वाटतं, तुम्ही ताबडतोब इकडे निघून यावं आणि आमच्याकडे उपचार सुरू करावेत.’’

‘‘लान्स आत्ता येईलच थोड्या वेळात,’’ आई थरथरत्या आवाजात म्हणाली, ‘‘मी त्याला सांगते, तो फोन करेल तुम्हाला.’’

काही मिनिटांनंतर मी घरी पोहोचलो, आई म्हणाली, ‘‘बेटा, तुझ्याशी बोलायचंय मला.’’ ती पार खचली होती हे मी बघत होतो आणि माझ्या पोटात तसाच मागच्यासारखा खड्डा पडला. ते डॉक्टर काय म्हणाले हे तिनं थरथरत्या आवाजात मला सांगितलं. मी काहीच प्रतिक्रिया न दाखवता तिथं नुसताच गप्प बसून राहिलो. परिस्थिती जसजशी जास्त गंभीर होत जात होती, तितका मी जास्त गप्प गप्प राहू लागलो होतो. मिनिटभरानं मी शांतपणानं तिला सांगितलं की, ‘मी स्वतःच त्या डॉक्टरांशी बोलून ते काय म्हणतायत ते बघतो.’

मी त्यांना फोन केला आणि आईला त्यांनी जे सांगितलं होतं तेच त्यांनी पुन्हा मला सांगितलं. थकल्या सुरात मी त्यांना सांगितलं की, मला शक्य तितक्या लवकर ह्यूस्टनला जाऊन त्यांना भेटायचं होतं. फोन बंद करून मी डॉ. यूमनना फोन केला आणि ह्यूस्टनचे डॉक्टर काय म्हणाले ते सांगितलं. ‘‘डॉ. यूमन, त्यांना वाटतंय की आजार माझ्या मेंदूपर्यंत पोहोचलाय. त्यांना वाटतंय की, मेंदूचा MRI केला पाहिजे.’’

‘‘खरं म्हणजे मी उद्याच तुला MRI साठी बोलावणार होतो, उद्या दुपारची तशी व्यवस्था केली आहे.’’ डॉ. यूमन म्हणाले की त्यांनी MRI करायचं ठरवलं होतं कारण त्यांनाही तसंच वाटत होतं.

मी स्टीव्ह वुल्फला फोन केला आणि या सर्व संभाषणाबद्दल सांगितलं आणि म्हटलं की, मी दुसऱ्या दिवशी ह्यूस्टनला जायचा विचार करत होतो. मी जावं याबद्दल स्टीव्हही सहमत होते; पण त्यांना वाटत होतं की, इंडियाना युनिव्हर्सिटीतल्या लोकांशीही मी बोलावं, कारण वृषणांच्या कॅन्सरच्या उपचारांचं ते प्रमुख केंद्र होतं. ऐनहॉर्न यांच्या प्रोटोकॉलप्रमाणे यांच्या संशोधनातील निष्कर्षांप्रमाणे इतर डॉक्टर्स डोस वगैरे ठरवत होते, मग मी जे मुख्य केंद्र होतं, तिकडेच का जाऊ नये? वुल्फ म्हणाले, ऐनहॉर्न सध्या ऑस्ट्रेलिया प्रवासात होते; पण ते ऐनहॉर्नचे प्रमुख सहायक डॉ. क्रेग निकोल्सशी बोलू शकत होते. मी कबूल झालो आणि त्यांनी निकोल्सला फोन करून माझ्या वतीनं सल्ला घेण्यासाठी भेटीची वेळ मागितली.

दुसऱ्या दिवशी सकाळी मी MRI साठी हॉस्पिटलमध्ये दाखल झालो. मला मानसिक आधार वाटावा म्हणून लिसा, आई आणि बिल स्टेपलटन माझ्याबरोबर आले, माझी आजीही डलासला विमानानं आली. डॉ. यूमनना भेटल्याबरोबर मी हताशपणे म्हटलं, ''माझ्या मेंदूपर्यंत तो पोहोचलाच असणार. मला ठाऊक आहे, तोच रिपोर्ट द्याल तुम्ही.''

मेंदूचा MRI काढायची पद्धत बंद जागेत कोंडल्यासारखं वाटायला लावणारी असते. एका अगदी लहान बोगद्यातून तुम्हाला सरकवतात. त्या बोगद्याची आतली बाजू अगदी तुमच्या नाकाला नि कपाळाला चिकटेल इतकी जवळ असते आणि तुम्हाला गुदमरायला होईल असं वाटतं. मला अगदी कसंतरी झालं.

रिपोर्ट जवळ जवळ लगेचच आले. आई, आजी आणि बिल बाहेर बसले होते; पण मला लिसा माझ्याजवळ हवी होती. डॉ. यूमनच्या ऑफिसमध्ये मी तिचा हात घट्ट धरून बसलो. डॉ. यूमननं ती प्लेट बघितली आणि मग नाइलाजानं म्हणाले, ''तुझ्या मेंदूत दोन ठिकाणी ठिपके दिसत आहेत.''

लिसानं हातांनी डोळे झाकून घेतले. माझ्या मनाची मी तयारी केली होती, तिच्या मनाची नव्हती. बाहेर वाट बघत असलेल्या माझ्या आईचीही नव्हती. मी बाहेर आलो आणि एवढंच म्हटलं, ''आपल्याला ह्यूस्टनला गेलं पाहिजे.'' मी एवढं सांगणं पुरेसं होतं, बाकी सगळं ती समजून चुकली.

डॉ. यूमन म्हणाले, ''ठीक आहे ना, तू ह्यूस्टनच्या डॉक्टरांशी का बोलत नाहीस? चांगला आहे विचार.'' डॉ. यूमन खूप चांगले डॉक्टर होते हे तर एव्हाना मला ठाऊक झालंच होतं; पण आता त्यांचा निगर्वीपणाही मला फार आवडला. ते माझे स्थानिक कॅन्सरतज्ज्ञ असणारच होते आणि नंतर रक्ताच्या असंख्य चाचण्या आणि तपासण्यांसाठी मी त्यांच्याकडे जात राहणारच होतो; पण त्यांचा उदार स्वभाव आणि माझ्या उपचारांसाठी इतर डॉक्टरांबरोबर एकत्र काम करण्याची तयारी या दोन्हींमुळे ते माझे मित्रही झाले.

लिसाला आणि माझ्या आईला रडू आवरत नव्हतं. दोघीही बाहेर पॅसेजमध्ये बसल्या होत्या आणि त्यांच्या डोळ्यांमधून अश्रू वाहत होते. पण विचित्र गोष्ट म्हणजे मी अगदी शांत होतो. 'किती गडबडीत गेला आठवडा!' मला वाटलं; 'बुधवारी माझ्या आजाराचं निदान झालं, गुरुवारी ऑपरेशन झालं, शुक्रवारी रात्री मी घरी परत आलो, शनिवारी मी वीर्य सांभाळून ठेवण्यासाठी सॅन अॅन्टोनिओला स्पर्म बँकेत देऊन आलो, सोमवारी सकाळी मी प्रेस कॉन्फरन्स बोलावून जगाला सांगितलं की, मला वृषणांचा कॅन्सर झाला आहे. आता आज गुरुवार होता आणि कॅन्सर माझ्या मेंदूपर्यंत गेलेला होता. हा प्रतिस्पर्धी वाटलं होतं त्यापेक्षा फारच जास्त चिवट दिसत होता. मला कुठूनच काही चांगलं ऐकायलाच मिळत नव्हतं!

'तुझ्या फुप्फुसात गेलाय तो, तिसरी स्टेज आहे, तुझ्याजवळ आरोग्य विमाही नाही आणि आता तो तुझ्या मेंदूतही पोहचलाय!'

आम्ही घरी पोहोचलो, माझ्या आईनं स्वत:ला सावरलं आणि फॅक्स मशीनवर बसून आणखी रिपोर्ट्स ह्यूस्टनच्या डॉक्टरांना पाठवू लागली. लिसा काहीच सुचत नसल्यासारखी बैठकीच्या खोलीत बसून राहिली. मी बार्टला फोन करून माझा बेत सांगितला. बार्टनं बरोबर कोणी यायला हवंय का प्रवासात, असं विचारलं आणि मी 'हो' म्हटलं. आम्ही दुसऱ्या दिवशी सकाळी सहा वाजता निघायचं ठरवलं.

खोटं वाटेल तुम्हाला; पण सगळ्यांत वाईट बातमी समजल्यावर एका तऱ्हेनं तर मला सुटल्यासारखं वाटत होतं. कारण मला वाटलं, हा आता सगळ्याचा शेवट आला. कुठलाही डॉक्टर आणखी काहीच मला सांगू शकणार नव्हता, जगातली मला होऊ शकणारी प्रत्येक भयंकर गोष्ट आता मला समजली होती.

माझ्या आजाराचं जास्त बारकाईत जाऊन निदान होईलसं वाटलं की, त्या प्रत्येक वेळी मी डॉक्टरांना पेचात टाकणारे प्रश्न विचारत असे. 'मी बरा होण्याची शक्यता किती आहे?' मला टक्केवारीत उत्तर हवं असायचं आणि तो आकडा रोज खाली खाली जात होता. डॉ. रीव्ह्जनी मला पन्नास टक्के म्हणून सांगितलं होतं, 'तेव्हा पण मला खरं म्हणजे वीस टक्केच वाटत होतं.' असं नंतर त्यांनी कबूल केलं. त्यांना अगदी प्रामाणिकपणे उत्तर द्यायचं असतं तर त्यांनी मला सांगितलं असतं की, त्यांनी मला तपासलं तेव्हा ते आजाराच्या अखेरच्या पायरीवर पोहचलेल्या एका पंचवीस वर्षं वयाच्या मुलाकडे बघत होते आणि त्याच वयाच्या त्यांच्या मुलाची आठवण होऊन त्यांना जवळजवळ रडू फुटलं होतं. बार्ट नॅग्ज अगदी खरं खरं बोलला असता, तर त्यानं मला सांगितलं असतं की, त्याच्या डॉक्टर असलेल्या भावी सासऱ्यांनी जेव्हा माझा कॅन्सर फुप्फुसांमध्ये पसरला आहे असं ऐकलं, तेव्हा ते बार्टला म्हणाले होते, ''हं! तुझा मित्र गेल्यातच जमा आहे!''

'मी बरं होण्याची शक्यता किती आहे?' हा प्रश्न मी पुन:पुन्हा विचारत असे; पण तो प्रश्न मुद्द्याला सोडून होता, नाही का? कारण जे आपल्या समजशक्तीच्या बाहेर आहे त्याचा विचार डॉक्टरांचे अंदाज करत नाहीत. कोणी बरं होण्याची किती शक्यता आहे याचा अंदाज काढण्याची नेमकी अशी कुठलीच पद्धत नाही, आणि आपण प्रयत्नही करू नये, कारण आपलं कधीच बरोबर ठरणार नाही आणि शिवाय लोकांना मग आशा करायला जागा राहत नाही. भीतीवर औषध फक्त आशा करणं हेच आहे.

मलाच का? मी वाचण्याची शक्यता किती? या प्रश्नांची उत्तरं मिळणं अशक्य आहे आणि नंतर नंतर मला असंही वाटायला लागलं की, ते प्रश्न आपण स्वत:मध्येच अत्यंत गुंतून राहतो याचं द्योतक आहेत. माझं बहुतेक सर्व आयुष्य

मी साधं सरळ जिंकणं किंवा हरणं अशा ठरीव आखलेल्या पद्धतीनं जगत आलो होतो; पण कॅन्सर आता मला घटनांच्या अनिश्चिततांच्या बाबतीत सहनशील व्हायला शिकवत होता. मला आता कळायला लागलं होतं की, हा आजार भेदभाव करत नाही, किंवा जिंकण्या हरण्याच्या शक्यतांकडे लक्ष देत नाही – तो एखाद्या छान सकारात्मक वृत्ती असलेल्या माणसालाही खलास करेल आणि एखाद्या निराशावादी, अशक्त माणसाला चमत्कार म्हणावा तसा वाचवेल. मी नेहमी धरून चालत असे की, मी जर सायकल रेस जिंकत राहिलो, तर त्याचा अर्थ म्हणजे मी जास्त चांगला आणि सशक्त माणूस आहे. नाही तसं नसतं! मीच का? कोणीही माणूस का? केमोथेरपीच्या खोलीत माझ्याशेजारी बसलेल्या माणसापेक्षा माझं महत्त्व कमी किंवा जास्त नव्हतं. प्रश्न महत्त्वाचं किंवा विशेष कोणी असण्याचा नव्हता. काय जास्त प्रभावशाली असतं – भीती की आशा? प्रश्न विचार करण्यासारखा आहे आणि महत्त्वाचाही. मी घाबरलेलो होतो आणि मला फारशी आशा नव्हती; पण तिथं बसल्या बसल्या माझा आजार किती पसरला आहे हे मी पुरतं लक्षात घेतलं, तसतसा भीतीनं माझा आशावाद पूर्णपणे नष्ट होऊ द्यायचा नाही असं मी ठरवू लागलो. मला कशानं तरी असं जाणवलं की, भीतीचा पगडा आपल्या मनावर पूर्णपणे कधीही बसू देऊ नये आणि मी घाबरायचं नाही असं ठरवलं.

मला जगायचं होतं, पण मी जगेन की नाही हे एक गूढ होतं आणि सत्याचा सामना करता करताच त्या क्षणीसुद्धा मला असं वाटू लागलं होतं की, त्या भीतिदायक गूढाला सामोरं जाणं ही इतकी वाईट गोष्ट नव्हती! भीती वाटणं हे एक अत्यंत मूल्यवान शिक्षण आहे. एकदा तुम्ही तितकी भीती अनुभवली म्हणजे तुमच्या क्षणभंगुरतेबद्दल, दौर्बल्याबद्दल इतर चार लोकांपेक्षा तुम्हाला जास्त समज येते आणि ती समज मनुष्याला बदलून टाकते. मी अतिशय वाईट परिस्थितीत सापडलो होतो आणि आत्मसंयमाखेरीज मला कशाचाच आधार नव्हता. हा आजार एक मनुष्य म्हणून स्वत:कडून पूर्वी कधी केल्या नव्हत्या इतक्या अपेक्षा बाळगायला मला भाग पाडणार होता आणि वेगळ्या मूल्यांचा विचार करायलाही.

दोन दिवसांनंतर आर्मीत असलेल्या, सध्या एशियामध्ये राहत असलेल्या एका माणसाकडून मला ई-मेल आली. तोही एक कॅन्सर पेशंट होता आणि त्याच्या मनात मला काहीतरी सांगायचं होतं. म्हणून ही ई-मेल होती. 'तुला अजून हे लक्षात आलं नाहीये,' त्यानं लिहिलं होतं, 'की आपण नशीबवान आहोत.'

मी मोठ्यानं उद्‌गारलो, "चक्रम आहे हा माणूस!"

काय अर्थ होता त्याच्या त्या वाक्याचा?

कॅन्सरशी संवाद

माझ्या डोक्यात काहीतरी अनाहूतपणे येऊन बसलं होतं, हा विचार एक अस्वस्थ करणारी खासगी गोष्ट होती. एखादी गोष्ट थेट तुमच्या मनात जाऊन बसते, तेव्हा ती अत्यंत व्यक्तिगत गोष्ट होते. मीही उलट तितकंच थेट, सरळ बोलायचं ठरवलं आणि त्याच्याशी बोलायला सुरुवात केली. माझ्या कॅन्सरशी मी मनोमन संवाद सुरू केला. मी भक्कमपणे बोलण्याचा प्रयत्न केला. ''तू चुकीचा माणूस निवडलास,'' मी त्याला सांगितलं. ''तुला राहायला जागा शोधण्याच्या प्रयत्नात तू एखादं शरीर शोधत होतास, तेव्हा माझं शरीर निवडण्यात तू मोठी चूक केलीस.''

पण हे शब्द मी बोलत होतो तेव्हाही माझं मलाही समजत होतं की, हे नुसतं स्पर्धात्मक बढाया मारणं होतं. त्या सकाळी आरशातून माझ्याकडे जो चेहरा बघत होता, तो फिकट, दृष्टी अंधूक झालेला होता आणि माझी जिवणी घट्ट मिटलेली, ओढलेली होती. माझ्या स्वत:च्या त्या आतल्या आवाजात मला अपरिचित असा एक डळमळीतपणा होता.

मी त्याच्याशी सौदा करायचा, करार करायचा प्रयत्न केला. ''तुला तसं हवं असलं, तर मला जिवंत राहायला मिळालं तर मी पुन्हा कधीही सायकल रेसिंग करणार नाही, कबूल; कुठे सही करायची सांग, मी करेन. मी दुसरं काहीतरी करेन, पुन्हा कॉलेजात जायला लागेन, नाहीतर कचरा गोळा करणारा होईन, काहीही करेन. पण मला जिवंत राहू दे, बस!''

उजाडण्यापूर्वी गाडी घेऊन ह्यूस्टनला जायला आम्ही निघालो. माझ्या आईची व्होल्व्हो ती चालवत होती आणि मी मागच्या सीटवर लिसाबरोबर बसलो होतो, जे माझ्या स्वभावाशी अगदी विसंगत होतं. मी कधीच दुसऱ्या कोणाला गाडी चालवू देत नसे, एवढ्यावरून मी किती विचारांमध्ये गढलेला होतो, ते कळेल. तीन तासांच्या त्या प्रवासात आम्ही जवळजवळ काहीच बोललो नाही. आदल्या रात्री आम्हाला कोणालाच नीट झोप लागली नव्हती. आम्ही सगळेजण आपापल्या विचारांमध्ये गढून गेलो होतो, खूप थकून गेलो होतो. माझी आई गाडी वेगानं

चालवत होती, जणू तिला तो प्रवास एकदाचा संपवायचा होता. तिची मन:स्थिती इतकी अस्वस्थ होती की, वाटेतल्या एका कुत्र्याला ती ठोकरच मारणार होती.

ह्यूस्टन हे एक खूप विभाग असलेलं प्रचंड मोठं शहर आहे, रस्त्यांवर रहदारीची कोंडी झालेली असते. त्या रहदारीतून जाणंच संयमाची परीक्षा होती. शेवटी सकाळी नऊ वाजता आम्हाला ते हॉस्पिटल सापडलं आणि आम्ही प्रतीक्षा कक्षात जाऊन पोहोचलो. आणि पुढचे दोन तास तेच करत राहिलो – प्रतीक्षा! आम्ही फार लवकर पोहोचलो होतो. त्या प्रतीक्षा कक्षात बसल्या बसल्याही मला आणखी एका वाहतूक कोंडीत अडकल्यासारखं वाटत राहिलं.

ते खूप मोठं, पसरलेलं असं युनिव्हर्सिटी कॉलेज आणि हॉस्पिटलही होतं. प्रचंड आणि आवाज घुमणारे कॉरिडॉर्स, त्यांमध्ये खूप खूप माणसं – आजारी माणसं, रडणारी बाळं, चिंताग्रस्त कुटुंबीय, हॉस्पिटलची तुसडी, घाईत असलेली व्यवस्थापक मंडळी, वैतागलेल्या नर्सेस, डॉक्टर्स आणि शिकाऊ डॉक्टर्स. छतावरच्या ट्यूबलाइट्सचा सगळ्या हॉस्पिटलमध्ये असतो तो पांढरा, निर्दय प्रकाशझोत, ज्यामध्ये निरोगी माणसंही फिकी आणि तणावानं चिंतातुर झालेली दिसतात. आम्ही निरंतर काळ वाटच बघत होतो असं वाटत होतं. तिथं बसून वाट बघता बघता मी प्रक्षुब्ध होऊन गेलो, मासिकांची पानं उलटत राहिलो आणि खुर्चीच्या हातावर पेन्सिलनं टकटक करत राहिलो, सेलफोनवर फोन करत राहिलो.

शेवटी एकदाचे ज्यांच्याशी मी बोललो होतो ते डॉक्टर आले आणि आमची प्रत्यक्ष भेट झाली. ते अगदी तरतरीत, तरुण, नीटनेटके कॅन्सरतज्ज्ञ होते, मोजक्या तुटक पद्धतीने बोलण्या-वागण्याची पद्धत होती त्यांची आणि पांढऱ्या कोटाखाली एखाद्या पळण्याच्या शर्यतीत खेळणाऱ्या खेळाडूसारखं सडपातळ शरीर.

''मी तुमच्या केसबद्दल माहिती मिळवत होतो, बरं वाटलं तुम्ही इथे आलात त्याचं.'' ते म्हणाले.

पण एकदा सुरुवातीचं सभ्य, नम्र बोलणं संपल्यावर त्यांची एक डॉक्टर म्हणून बोलण्याची पद्धत अतिशय परकेपणा वाटेल अशी तुटक होती. आम्ही खाली बसल्याबरोबर त्यांनी उपचारांचं आखलेलं क्रमवार पत्रक सांगायला सुरुवात केली. ते मला ब्लिओमायसिन देणं चालू ठेवतील; पण त्यांचा डोस डॉ. यूमनचा होता त्यापेक्षा खूप जास्त असणार होता.

''तुम्ही येथून जवळजवळ सरपटत बाहेर पडाल.'' ते म्हणाले. माझे डोळे विस्फारले, आईचेही. मला चांगलाच धक्का बसला. ते पुढे बोलत राहिले, ''मी तुम्हाला मारून टाकणार आहे – रोजच्या रोज मारून टाकणार आहे आणि मग तुम्हाला परत जिवंत करणार आहे. आम्ही केमोचा तुमच्यावर मारा करत राहणार आहोत, पुन:पुन्हा, पुन:पुन्हा. तुम्ही चालूही शकणार नाही.'' ते अगदी अतीच स्पष्ट

शब्दात सांगत होते, ''आमचे उपचार संपले म्हणजे तुम्हाला पुन्हा चालायलाही जवळजवळ शिकवावं लागेल आम्हाला.''

या उपचारांनी मला वंध्यत्व येणार होतं, त्यामुळे मला कदाचित कधीच मुलं होणार नव्हती. ब्लिओमायसिननं माझ्या फुप्फुसाच्या चिंध्या होणार होत्या. म्हणून मला पुन्हा कधीही सायकल रेसिंग करता येणार नव्हतं. मला प्रचंड वेदनाही होणार होत्या – ते जसजसं बोलत गेले तसतसा माझी अत्यंत अशक्त अवस्था होण्याच्या, डोळ्यांसमोर स्वच्छ दिसणाऱ्या त्या चित्रांपासून मी भयभीत होऊन मागेमागे सरकत गेलो. उपचार इतके कडक का करायला हवेत असं मी त्यांना विचारलं. ''कारण तुमची केस अत्यंत वाइटातली वाईट आहे,'' ते म्हणाले, ''पण मला वाटतं इथं या हॉस्पिटलमध्ये हे उपचार घेणंच फक्त तुम्हाला बरं करू शकेल.''

त्यांचं बोलणं संपेपर्यंत माझी आई थरथर कापू लागली होती आणि लिसा भीतीनं गारठून गेली होती. बार्ट रागावला होता. तो मध्ये पडला आणि दुसऱ्या उपचारांच्या शक्यतेविषयी त्यानं दोन तीन प्रश्न विचारण्याचा प्रयत्न केला. बार्ट अगदी व्यवस्थित प्रश्न विचारून उत्तरं लिहून घेतो आणि अत्यंत नेटकं काम करतो. त्याला काळजी पडली होती आणि तो मला सांभाळू बघत होता – डॉक्टरांनी त्याचं बोलणं मध्येच तोडलं.

''हे बघा, तुम्ही बरं व्हायची शक्यता फार नाहीये,'' ते म्हणाले, ''पण तुम्ही दुसरीकडे कुठे जाण्याऐवजी इथं आलात, तर ते त्यातल्या त्यात जास्त चांगलं आहे.''

इंडियाना पोलीसमधल्या डॉ. ऐनहॉर्नच्या उपचारपद्धतींबद्दल त्यांचं मत काय आहे असं मी त्यांना विचारलं. त्यांनी खांदे उडवले, हात झटकले. ''तुम्ही इंडियानाला गेलात तर हे शक्य आहे की, परत इकडेच याल. तुमच्या इतक्या थराला गेलेल्या केसला त्यांच्या उपचारांचा उपयोग होणार नाही.''

शेवटी एकदाचं त्यांचं विवरण संपलं. मी ताबडतोब त्यांच्याकडे केमोथेरपी घ्यायला सुरुवात करावी असं त्यांचं मत होतं. ''असे उपचार फक्त इथेच मिळू शकतील आणि ते तुम्ही घेतले नाहीत तर काय होईल हे मी सांगू शकत नाही.'' ते म्हणाले.

मी त्यांना सांगितलं की, दुपारचं जेवण होईपर्यंत मी त्यांच्या म्हणण्याचा विचार करून दुपारनंतर त्यांना काय ते सांगेन.

मती कुंठित झालेले आम्ही ह्यूस्टनमध्ये हिंडत राहिलो. शेवटी आम्हाला एक सँडविचेस मिळणारी जागा सापडली; पण माझ्या आजाराचं भयंकर निरुपण ऐकल्यानंतर आम्हाला कोणालाच खाण्याची इच्छा राहिली नव्हती. चटदिशी निर्णय घेण्याच्या असलेल्या गरजेचा दबावही माझ्या मनावर होताच. तो शुक्रवार

होता, सोमवारी त्यांना केमो सुरू करायची होती.

माझा धीर खचला होता. मला गंभीर दुखणं झालं होतं हे मी स्वीकारू शकत होतो; पण उपचारांनी माझी अत्यंत अशक्त अवस्था होणार होती, हा विचार पूर्णपणे उदास करणारा होता. त्यांनी जे सांगितलं होतं त्याच्या उलट सुलट परिणामांवर मी विचार केला आणि आई, लिसा, बार्ट यांना त्यांची मतं विचारली. अशा प्रश्नांची चर्चा तरी कशी करायची? मी चर्चेला सकारात्मक रूप देण्याचा प्रयत्न केला आणि म्हटलं की, या डॉक्टरांचं ज्ञान आणि आत्मविश्वास भरपूर वाटत होता; पण मला दिसत होतं की, माझ्या आईला त्यांची चक्क भीती बसली होती.

त्यांचे उपचार इतरत्र कुठेही झाले असते त्यापेक्षा कडक होते. मला चालता येणार नाही, मला मुलं होणार नाहीत, मी सायकल रेसिंग करू शकणार नाही. नेहमी माझी वृत्तीही आक्रमकच असे – आक्रमकपणे सराव, आक्रमकपणे रेसिंग – पण या वेळी मात्र मला वाटलं, 'हे अतीच वाटतंय. कदाचित माझ्या गरजेपेक्षा फार जास्त.'

मी डॉ. वुल्फना फोन करून त्यांचं मत विचारायचं ठरवलं. त्यांच्याशी जितका बोलत गेलो, तितके ते मला ते जास्त आवडत गेले. अतिशय उच्च कोटीची बुद्धिमत्ता आणि समजूतदार शहाणपणा; अहंमन्यता मुळीच नाही. मी त्यांना ह्यूस्टनच्या डॉक्टरांची उपचार पद्धती व त्याचे परिणाम यांबद्दल सांगितलं. "त्यांना ताबडतोब उपचार चालू करायचे आहेत आणि आज दुपारपर्यंत मी त्यांना काय ते सांगायचंय." मी म्हटलं.

डॉ. वुल्फ गप्प होते. ते विचार करत होते हे मला जाणवलं. शेवटी ते म्हणाले, "आणखी एकाचं मत घेण्यात नुकसान काहीच नाहीये," ते म्हणाले. मी त्या च्या त्या दिवशी निर्णय घेणं गरजेचं होतं असं त्यांना वाटत नव्हतं; आणि त्यांनी सुचवलं की, मी इंडियाना मेडिकल सेंटरवरच्या डॉक्टरांना निदान भेटून यावं. मी या सूचनेबद्दल जितका विचार केला तितकी मला ती सूचना चांगली वाटू लागली. इंडियाना पोलीसला जाऊन ज्या डॉक्टरांनी वृषणाच्या कॅन्सरवर पुस्तक लिहिलं त्यांना भेटून तरी का येऊ नये? त्यांचीच उपचार पद्धती इतर सगळे वापरत होते.

गाडीतल्या फोनवर मी डॉ. क्रेग निकोल्स– डॉ. ऐनहॉर्नचे सहकारी यांना फोन केला. मी त्यांना सांगितलं की, माझी परिस्थिती गंभीर होती आणि मला शक्य तितक्या लवकर आणखी डॉक्टरांची मतं हवी होती. "मी आत्ता येऊन तुम्हाला भेटू शकतो का?" मी विचारलं.

डॉ. निकोल्स म्हणाले की, माझा फोन येईल असं त्यांना वाटतच होतं. "आम्ही लगेच भेटू शकतो तुम्हाला," ते म्हणाले, "उद्या सकाळी लवकर

भेटण्याच्या दृष्टीनं आज तिथे पोहोचणं जमेल का?'' तो शनिवार होता. मला नंतर समजलं की, ते मला खास अपवाद म्हणून भेटत नव्हते. इंडियाना पोलीसचा स्टाफ कोणतीच केस, कितीही वाईट असली, तरी परत पाठवत नाहीत. ते फोनवरही रुग्णांना आणि जगातल्या कुठल्याही दुसऱ्या डॉक्टरांना रोजच सल्ले देतात.

एव्हाना तीन वाजले होते आणि माझी सर्व कागदपत्रं परत आणायला ह्यूस्टनच्या हॉस्पिटलमध्ये जाणं मला अवघड वाटत होतं. तिथले डॉक्टर माझ्यावर उपचार करण्यासाठी उत्सुक होते हे उघडच होतं; पण त्यांनी मला घाबरवूनही टाकलं होतं. मी त्यांना जेव्हा सांगितलं होतं की, निर्णय घेण्यासाठी मला एक-दोन दिवस थांबायचं होतं. तेव्हा ते नीट बोलले, मला शुभेच्छा दिल्या; पण म्हणाले, ''फार उशीर होईपर्यंत वाट पाहू नका.''

इंडियाना पोलीसला जाण्याच्या निर्णयानं माझ्या आईला जरा हुरूप आला आणि तिनं पुन्हा सूत्रं आपल्या हातात घेतली. तिनं तिच्या सेलफोनवरून बिल स्टेपलटनच्या ऑफिसमध्ये फोन केला आणि ती त्याच्या सेक्रेटरीशी स्टेसी पाउंड्सशी बोलली, ''स्टेसी, आम्हाला इंडियाना पोलीसची प्लेनची तिकिटं हवी आहेत.'' तिनं सांगितलं. मग गाडीत बसून आम्ही घाईनं ह्यूस्टन एअरपोर्टकडे निघालो. आईची व्होल्व्हो गाडी आम्ही तिथं दीर्घ मुदतीच्या पार्किंग लॉटमध्ये ठेवली. आम्ही एक दिवसासाठी म्हणून ह्यूस्टनला आलो होतो. त्यामुळे आमच्यापैकी कोणाकडेच कपडे, टूथब्रश काहीच नव्हतं. आम्ही तिकीट काऊंटरपाशी पोहोचलो, तेव्हा समजलं की, स्टेसीनं चार तिकिटं तर मिळवली होतीच; पण वरच्या क्लासचीच घेतली होती तिनं.

आम्ही इंडियाना पोलीसला पोहोचलो तेव्हा आईनं पुन्हा सूत्रं तिच्या हातात घेतली आणि एक गाडी भाड्यानं घेतली. इंडियाना पोलीसमध्ये थंडी होती; पण तिनं हॉस्पिटलच्या जवळचं, आत जाणारा रस्ता छप्पर असलेलं एक हॉटेल शोधलं. तिनं तिथं आमच्यासाठी खोल्या घेतल्या आणि आम्ही आपापल्या खोल्यांमध्ये जाऊन पलंगांवर अक्षरशः पसरलो. रात्रीची झोप थोडीच मिळणार होती, कारण दुसऱ्या दिवशी सकाळी लवकरच डॉ. निकोल्सना भेटायचं होतं.

मी पुन्हा एकदा पहाटे लवकर जागा झालो आणि आरशासमोर उभा राहून केस विंचरू लागलो. मी आधीच ते डोक्यासरसे कापून घेतले होते, केमोचे परिणाम होतील त्याच्या तयारीत. कंगव्यात केसांचा एक मोठा पुंजका निघून आला. मी डोक्यावर टोपी चढवली.

मी खाली लॉबीमध्ये गेलो. हॉटेलमध्ये सीरिअल आणि फ्रूट्सची कॉंटिनेन्टल ब्रेकफास्ट बुफे टेबल्स लावून ठेवलेली होती. माझी आई तिथेच होती. ती बसली

होती, त्या टेबलाशीच मी बसलो आणि डोक्याची टोपी काढली.

"माझे केस गळायला लागलेत." मी सांगून टाकलं. आईनं हसण्याचा प्रयत्न केला, "हं! ते गळतील हे आपल्याला ठाऊकच होतं!"

एक्स-रे फिल्म आणि इतर कागदपत्रं काखोटीला मारून आम्ही अंधाऱ्या गारठ्यात रस्ता ओलांडून हॉस्पिटलमध्ये गेलो.

इंडियाना पोलीस मेडिकल सेंटर, हे कॉलेज असलेली हॉस्पिटल्स असतात, तसं एखाद्या मोठ्या संस्थेसारख्या दिसणाऱ्या इमारतीत होतं.

आम्ही आत प्रवेश केला तेव्हा सूर्य उगवत होता आणि खोलीत छान रंग पसरला होता. पुढचा तासभर सूर्य हळूहळू वर येत राहिला. खिडकीतून प्रकाश आत येत होता. कदाचित त्यामुळेच मला जे बरं वाटत होतं, त्यात भर पडली असेल.

जे डॉक्टर माझे उपचार करणार होते, त्यांना आम्ही भेटलो. निकोल्स हा विशेष छाप पाडणारं व्यक्तिमत्त्व असलेला माणूस होता. चेहऱ्याबरोबर अशी दाढी, आणि कुठलाही बडेजाव न दाखवता वागण्यात एक साधेपणा त्यांच्या हातात स्टायरोफोमच्या कपमध्ये कॉफी होती. मी सध्या कॉफी पीत नव्हतो आणि मला खूप प्यावीशी वाटायची. मी सोडली होती, कारण आहारशास्त्राच्या पुस्तकात कॅन्सर पेशंट्सनी कॉफी पिऊ नये असं लिहिलं होतं आणि कॉफी न पिण्यानं जर माझा जीव वाचणार असेल, तर एक थेंबही पिण्याचा माझा विचार नव्हता; पण तरीही आवडता पदार्थ न मिळाल्यानं गमावल्याची जी हुरहुर लागते, ती मला लागलीच. आणि मी त्यांच्या कपाकडे पाहत राहिलो.

"कॉफीबद्दल तुमचं मत काय आहे?" मी विचारलं.

"हं! ती काही तुमच्यासाठी फार उत्तम अशी गोष्ट नाहीये," ते म्हणाले, "पण एखाद-दुसऱ्या कपानं काही फार नुकसान होणार नाही!"

निकोल्सच्या बरोबर स्कॉट शापिरो नावाचे न्यूरोसर्जन होते. उंच आणि वाकलेल्या खांद्यांचे हे गृहस्थ त्यांच्या केसाळ भुवया आणि खोल डोळ्यांमुळे एब व्हिगोडा या नटासारखे दिसत होते. डॉ. निकोल्सनी माझ्या केसचा गोषवारा डॉ. शापिरोंना सांगितला – मला वृषणांचा कर्करोग झाल्याचं निदान झालं होतं आणि रोग इतरत्र पसरला होता. तपासणीतून छातीत आणि मेंदूत दोन ठिकाणी रोग पसरल्याचं समजलं होतं.

आम्ही खाली बसलो आणि चर्चा करू लागलो; तेव्हा काचेतून सूर्यप्रकाश दिसत होता. हॉस्पिटल अगदी शांत होतं, निकोल्सची बोलण्याची पद्धत अगदी शांत आणि जे जसं आहे तसं बोलण्याची होती, त्यामुळे मला मनानं जास्त शांत वाटू लागलं. ते बोलत होते तेव्हा मी त्यांना निरखत होतो. ते अगदी स्वस्थ, शांत

होते, हात डोक्यामागे घेऊन खुर्चीत मागे रेलून भिंतीला टेकून बसण्याची त्यांना सवय होती आणि मधून मधून खाकरून घसा साफ करण्याची; पण त्यांच्या या सौम्यतेमागचा प्रचंड आत्मविश्वास अगदी जाणवत होता. त्यांच्या व्यक्तिमत्त्वाचा माझ्या मनावर परिणाम होऊ लागला.

''आम्हाला–'' ते घसा खाकरत म्हणाले, ''तुम्ही बरं होण्याची चांगली शक्यता आहे असं वाटतं.''

मी निकोल्सना सांगितलं की, आम्ही ह्यूस्टनहून सरळ इथे आलो होतो. तिथल्या त्यांच्यासारख्या डॉक्टरांनी त्यांचा उल्लेख जसा उडवून लावला होता, तसाच ते लावतील, अशी माझी अपेक्षा होती; पण त्या ऐवजी ते चांगुलपणानं म्हणाले, ''चांगलं हॉस्पिटल आहे ते आणि ते करतात त्या कामाचं आम्हाला कौतुक वाटतं.'' मग माझे उपचारांचे कागदपत्र बघायला त्यांनी सुरुवात केली. एक्स-रे प्लेट्स त्यांनी लाइटबोर्डवर लावल्या आणि त्यांच्या खांद्यावरून मी ते दाखवत असलेल्या माझ्या छातीतील विकृतींकडे बघत राहिलो. ''दोन्हीकडे मिळून बारा गाठी आहेत,'' ते म्हणाले. काही अगदी ठिपके होते, तर काही २.७ सेंटिमीटर आकाराचेही होते. मग त्यांनी माझ्या मेंदूचे स्कॅन केलेले फोटो बघितले आणि कवटीच्या जवळच आत असलेल्या दोन गाठी दाखवल्या. ते द्राक्षाच्या आकाराचे पांढरे डाग होते.

मी खूप लक्ष लावून बघत होतो. आपल्या मेंदूच्या आत झालेली अशी विकृत वाढ बघण्याकडे माणसाचं लक्ष एकदम केंद्रित होतं. निकोल्स माझ्या बरं होण्याच्या शक्यतेबद्दल आणि ते या आजाराचा कसा सामना करतील त्याबद्दल बोलत होते. त्यांचं सांगणं अगदी साधं सरळ होतं.

''तुमचा आजार वाढलेला आहे आणि मेंदूतल्या या वाढीमुळं गोष्टी जास्त गुंतागुंतीच्या झाल्या आहेत.'' ते म्हणाले. मेंदूच्या आजारासाठी केमो का वापरता येत नाही ते त्यांनी समजावून सांगितलं. मेंदू आणि रक्त यांच्यामध्ये एक खंदकासारखा बांध असतो, जो केमोथेरपीत वापरली जाणारी औषधं मेंदूपर्यंत जाऊ देत नाही. त्या ऐवजी दोन मार्ग होते – क्ष किरणांनी उपचार आणि ऑपरेशन, किंवा नुसतं ऑपरेशन. निकोल्सचं मत ऑपरेशनच्या बाजूनं होतं.

नेहमीप्रमाणे मला रोखठोक माहिती हवी होती – मी बरा होण्याची शक्यता किती आहे? ''असं आहे की, सुरुवात बरोबर झाली नाही,'' निकोल्स म्हणाले, ''म्हणजे असं की, रोगाचं निदान उशिरा झालं. टक्केवारी चांगली नाही; पण मुळात हा बरा होऊ शकणारा आजार आहे. मला वाटतं नाणेफेकीइतकी शक्यता म्हणता येईल.''

निकोल्स अगदी वास्तवाला धरून आणि गंभीरपणे बोलत होते; पण त्यांच्या

बोलण्यातून आशावाद ओसंडत होता. वृषणाच्या कर्करोगात आता प्लॅटिनमच्या उपचारामुळे बरं होण्याची चांगली शक्यता असते आणि माझ्यापेक्षाही जास्त पसरलेला कॅन्सर बरा झालेले रोगी त्यांनी पाहिले होते. ''इथे आमच्याकडे खूप अवघड केसेस येतात,'' ते म्हणाले, ''तुमच्या रोगाची अवस्था चांगली शक्यता दाखवणारी नसली, तरी याहून वाईट स्थितीतले रोगी आम्ही बरे केले आहेत.''

आणि मग निकोल्सनी मला दिङ्मूढच करून टाकलं. मी पुन्हा सायकल चालवू शकेन अशा तऱ्हेनं माझे उपचार आखण्याचा त्यांचा विचार होता. स्टीव्ह वुल्फ सोडून कुठलेही दुसरे डॉक्टर असं म्हणाले नव्हते – एकही नाही. मी इतका थक्क झालो की, प्रथम मला ते सांगत होते त्याच्यावर विश्वास बसेना. ह्यूस्टनच्या ट्रीपनं माझी पार हवाच निघून गेली होती – विशेषत: उपचारांची पद्धत आणि ज्या प्रमाणात उपचार करावे लागणार होते, त्यामुळे. त्यामुळे केवळ जिवंत राहणं एवढंच आता माझं ध्येय राहिलं होतं. ''मला जिवंत राहायला मदत करा, बस!'' मी म्हटलं.

पण निकोल्सना विश्वास होता की, मी जिवंत तर राहीनच, त्यांच्या मते मी पुन्हा रेसिंग करू शकेन अशीही शक्यता होती. मी जिवंत राहण्याच्या बाबतीत ते कुठलाही धोका पत्करणार नव्हते; पण उपचारांमध्ये बदल करून माझी फुप्फुसं शाबूत ठेवणार होते. दुसरी एक उपचारपद्धती होती 'प्लॅटिनम बेस्ड केमो'– VIP नावाची, ज्यात व्हिनब्लास्टिन, इटोपोसाइड, आयफोस्फामाइड आणि सिस्प्लाटिन असतं. थोड्या काळासाठी ही पद्धती जास्त कडक असते; पण दीर्घ काळचा विचार करता ब्लिओमायसिनसारखा या औषधांचा माझ्या फुप्फुसांवर वाईट परिणाम होणार नाही. आयफोस्फामाइडनं मला जास्त मळमळेल, उलट्या होतील, काही दिवस त्रास होईल. VIP ची तीन आवर्तनं जर मी सहन करू शकलो, तर (त्याच्या जोडीला आधी घेतलेलं BEP चं एक आवर्तन) माझा कॅन्सर कदाचित बरा होईल आणि मी रेसमध्ये भाग घेण्याइतका शारीरिकदृष्ट्या तंदुरुस्त होऊ शकेन.

''म्हणजे सगळे देतायत तसं ब्लिओमायसिन न देता चालेल म्हणता?'' आईनं विचारलं.

''आपल्याला त्याच्या फुप्फुसांवर वाईट परिणाम व्हायला नकोय.'' निकोल्स म्हणाले. त्यांनी पुढे सांगितलं की, मेंदूतल्या गाठी काढण्यासाठी ऑपरेशन करणं जास्त चांगलं असं त्यांना वाटत होतं. ''मेंदूतल्या गाठींसाठी नेहमी रेडिएशन देतात; पण रेडिएशनचे दीर्घकालीन परिणाम सेंट्रल नर्व्हस सिस्टिमवर होऊ शकतात. काही रुग्णांच्या बुद्धीची पातळी खाली जाऊ शकते आणि ज्ञानप्रक्रियेत व शारीरिक हालचालींच्या समन्वयात दुष्परिणाम होऊ शकतात. रेडिएशननंतर ते अगदी पूर्वीसारखे राहत नाहीत.'' ते म्हणाले. ''माझ्या बाबतीत

एक होऊ शकणारा परिणाम म्हणजे तोल राखणं जरा कमी होणं हा होता.'' सामान्य माणसाला ह्याचा फार त्रास होत नाही; पण मला आल्प्समधल्या उतारांवर सायकल चालवता आली नसती. तुम्हाला त्या वेळी तोल राखता येणं फार जरुरीचं असतं.

मग शापिरो बोलू लागले. मी त्यांचं निरीक्षण करत होतो. उदास डोळ्यांच्या एब व्हिगोडाशी असलेलं साम्य सोडता आणखी एक वैशिष्ट्य त्यांच्या कपड्यांच्या बाबतीत होतं. त्यांनी व्यायाम करताना घालण्याचा आदिदासचा स्वेटसूट घातला होता, त्याच्या बाजूंना उभे पट्टे होते आणि पायाशी झिप होती. त्याच्यावरून त्यांनी डॉक्टरांचा पांढरा कोट घातला होता. त्यांचे केस त्यांच्या कॉलरवर रुळत होते. 'हा माणूस ब्रेन सर्जन आहे?' मला नवल वाटलं. साधं डॉक्टर असायलाही त्यांचं एकूण रूप जगावेगळं आणि अतीच साधं वाटत होतं.

''MRI आणि CT स्कॅन्स बघू या.'' शापिरो सहज बोलावं तसं म्हणाले. निकोल्सनं ते दिले; शापिरोंनी ते एक्स-रे बोर्डवर लावले आणि ते बघता बघता ते मान हलवू लागले.

''हुंऽऽ यप्!'' ते म्हणाले, ''हे करता येईल मला, काही अडचण नाही.''

''काही अडचण नाही?'' मी म्हटलं.

शापिरोनं त्या गाठी दाखवत सांगितलं की, त्या मेंदूच्या पृष्ठभागावर आहेत असं दिसत होतं, म्हणून त्यांच्यापर्यंत पोहोचणं त्यातल्या त्यात सोपं होतं. फ्रेमलेस स्टीरिओटॅकटिक्स नावाचं काही तंत्रज्ञान वापरून कॅन्सर अगदी नेमका कुठे आहे ते कळतं आणि त्यामुळे त्यामानानं लहान कट घ्यावा लागतो. ऑपरेशन करण्यापूर्वी त्या गाठी आम्ही वेगळ्या बघू शकतो आणि त्यामुळे पूर्वीच्या एक चतुर्थांश वेळच आम्ही कवटीजवळच्या भागात असतो.''

''यात धोके काय उद्‌भवू शकतात?'' मी विचारलं.

''तरुण माणसाला ॲनेस्थेशियामुळं उद्‌भवणारे प्रश्न फारच कमी असतात. इन्फेक्शन होण्याचा किंवा रक्त जास्त जाण्याचाही फार धोका नसतो आणि फिट येण्याचा धोकाही कमी असतो. मुख्य धोका हा असतो की, तुम्ही शुद्धीवर आल्यावर शरीराची एक बाजू कमकुवत होऊ शकते. एकूण ऑपरेशन साधं आहे आणि तुम्ही चांगलेच दणकट दिसता. तुमच्यासाठी हे बागेत एक फेरफटका मारून येण्यासारखंच म्हणायचं.''

मी थकलो होतो आणि माझा कशावर विश्वास बसत नव्हता, अशा मन:स्थितीत होतो. त्यामुळे मी एकदम धाडदिशी सरळच म्हटलं, ''तुम्ही जे काय करणार आहात ते तुम्हाला नीट येतं आहे याची मला खात्री पटायला हवी.''

''हे पाहा, मी अशी बरीच ऑपरेशन्स केली आहेत.'' शापिरो म्हणाले,

"कोणाचा अजून माझ्या हातून जीव गेलेला नाही; आणि कोणाचीही स्थिती होती त्यापेक्षा वाईट मी केलेली नाही."

"असेल, पण माझं ऑपरेशन तुम्हीच का करावं याचं कारण सांगू शकाल?"

"कारण तुम्ही सायकल रेसमध्ये जितके चांगले आहात ना," जरा थांबून त्यांनी वाक्य पुरं केलं– "त्याहून जास्त चांगला ब्रेन सर्जन मी आहे!"

मला हसू आलं आणि जाणवलं की, मला हा माणूस आवडला होता. एव्हाना दुपार व्हायला आली होती, मी खुर्चीवरून उठलो आणि त्यांना सांगितलं की, दुपारच्या जेवणाच्या वेळी, आम्ही त्यांनी जे सांगितलं होतं त्यावर विचार करू आणि मग मी निर्णय घेईन.

पहिल्या प्रथम मला माझ्या आईबरोबर आणि मित्रांबरोबर चर्चा करायची होती. हे निर्णय कठीण परिस्थितीत घ्यायचे अवघड निर्णय होते. मला कुठे उपचार घ्यायचे, कोणत्या डॉक्टरांकडून, हे ठरवायचं होतं आणि ते काही कुठल्या म्युच्युअल फंडात पैसे गुंतवायचे हे ठरवण्यासारखं नव्हतं. मी एखाद्या म्युच्युअल फंडात गुंतवणूक केली तर मी चौकशी करेन की, पाच वर्षांमध्ये मला किती व्याज मिळेल? पण हे अगदीच वेगळं होतं. या बाबतीत मला जी परतफेड मिळणार होती, तो माझ्या जीवन मरणाचा प्रश्न होता.

रस्त्याच्या पलीकडच्या बाजूला असलेल्या एका मॉलमध्ये आम्ही गेलो. जेवताना सगळे गप्प होते. अतीच गप्प. आई, लिसा, बार्ट सगळ्यांना त्यांच्या मताचं माझ्यावर दडपण आणायचं नव्हतं; त्यांना सगळ्यांनाच वाटत होतं की, कुठे उपचार घ्यायचे हा निर्णय माझा मीच घ्यावा. मी त्यांना प्रत्येकाला काय वाटतं वगैरे विचारलं; पण काही उपयोग झाला नाही.

मी प्रयत्न करत राहिलो. "काय आहे बरं का, ह्यूस्टनमधे ते म्हणतात की, मी बरा होण्याची शक्यता चांगली आहे; पण इथं त्यांना मला देण्यात येत असलेले उपचारच बदलायचे आहेत आणि ते कदाचित चांगलं ठरेल." कोणीच काही बोललं नाही, किंवा त्यांची मतं काय आहेत याचा थांगपत्ता लागू दिला नाही. ते काहीच ठामपणे सांगू इच्छित नव्हते. त्यांना निर्णय घेतला जायला हवा होता; पण तो माझा असायला हवा होता, त्यांचा नाही.

जेवता जेवता मी सर्व गोष्टींचा विचार केला. डॉक्टर आणि उपचारांबद्दलचे त्यांचे बेत, यांचं मूल्यमापन करण्याचं काम मला अगदी व्यवस्थितपणे करायचं होतं. माझ्या करिअरच्या बाबतीत मनानं मी शून्यावर येऊन पोहोचलो होतो. करिअर मी संपल्यातच जमा धरलं होतं; पण डॉ. निकोल्स आणि डॉ. शापिरो यांना मी इतक्यात तसं धरून चालावंसं वाटत नव्हतं. मला त्यांच्यावर भरवसा ठेवावासा वाटत होता— त्यांच्या जाणूनबुजून अगदी साधं वागण्याच्या पद्धतीत, त्यांच्या

अजिबात अहंमन्यता नसण्यात, माझ्या बोलण्यानं त्रासून न जाण्यात. ते जसे होते तसेच अगदी ते दिसत होते – दोन सुरकुत्या पडायला लागलेले, थकलेले; पण खूप विद्वान डॉक्टर आणि मला वाटत होतं त्यांच्याहून जास्त चांगलं कोणी नसेलच.

मी खूप अवघड प्रश्न विचारले होते; पण निकोल्स वैतागले नव्हते आणि अगदी खरं ते त्यांनी सांगितलं होतं. ते दुसऱ्या कोणापेक्षा त्यांचंच हॉस्पिटल का चांगलं होतं हे सांगण्याचा किंवा मी इकडेच यावं म्हणून आग्रह करण्याचा अजिबात प्रयत्न करत नव्हते. ते त्यांच्याकडून अतिशय व्यवस्थित, डॉक्टरच्या पेशाला योग्य असं वागत होते आणि त्यांचा स्वत:वर पूर्ण विश्वास असल्याचं जाणवत होतं.

एकाएकी मी बोलून गेलो, ''मला तर बुवा हे दोघं, त्यांना ते जे काय करायचं म्हणताहेत, त्याबद्दल पूर्ण खात्रीनं बोलतायत असं वाटतंय. आणि मला खरोखर आवडले ते दोघं. मला ही जागाही आवडली आणि माझं जर ऑपरेशन करावंच लागणार असेल, तर डॉ. शापिरो त्याबद्दल अजिबात साशंक दिसत नाहीत. तेव्हा मला वाटतं मी इथंच येणार उपचारांसाठी.''

त्यांचे चेहरे उजळले. ''मला पूर्णपणे पटतंय.'' एकदाचा बार्ट मनमोकळेपणानं म्हणाला. माझी आई म्हणाली, ''मला वाटतं तुझं बरोबर आहे.''

आम्ही इंडियाना पोलीस युनिव्हर्सिटी (IU) मेडिकल सेंटरवर परत गेलो आणि मी डॉ. निकोल्सना पुन्हा भेटलो. ''मला इथंच उपचार घ्यायचे आहेत.'' मी म्हटलं.

''बरं, छान!'' निकोल्स म्हणाले, ''तुम्हाला सोमवारी इथं यावं लागेल, काही मापं घेण्यासाठी आणि तुमच्या मेंदूचं ऑपरेशन आम्ही मंगळवारी करू.''

निकोल्स म्हणाले की, ऑपरेशननंतर लगेचच ते माझ्यावर केमोथेरपीचे उपचार चालू करणार होते. त्यांनी कॅन्सर विभागातल्या मुख्य नर्सला – ला त्रीस हॅनीला बोलावून घेतलं. त्या माझ्या उपचारांच्या वेळी माझ्याबरोबर असणार होत्या. आम्ही उपचारांचं वेळापत्रक करायला बसलो.

''तुम्ही मला खच्ची करू शकणार नाही,'' मी म्हटलं, ''जितका जास्त डोस देणं शक्य असेल, तितका द्या. इतर पेशंट्सना जो देता, त्याच्या दुप्पट द्या. अगदी जास्तीत जास्त डोस जाऊ दे. मारूनच टाकू या सैतानाला.''

निकोल्स आणि ला त्रीसना माझ्या डोक्यातून ही समजूत ताबडतोब काढून टाकायची होती. ''तुम्हाला एक सांगतो, मी तुम्हाला खच्ची करू शकतो, तसं करणं शक्य आहे.'' माझी अशी चुकीची समजूत झाली होती, त्याला एक कारण ह्यूस्टनमध्ये जे बोलणं झालं होतं – मला बरं करण्यासाठी अतिशय मोठा डोस देणं जरुरीचं होतं, हे होतं; परंतु केमो इतकं विषारी असतं की, फार जास्त प्रमाणात दिलं तर माझ्या शरीरावर अतिशय वाईट परिणाम झाला असता. खरं तर

निकोल्सना एक आठवडा थांबायचं होतं, कारण पहिल्या केमो सायकलमुळे माझ्या रक्तातल्या पांढऱ्या रक्तपेशी फार कमी झाल्या होत्या. माझी प्रकृती जरा सुधारली म्हणजे मगच VIP केमो आवर्तनं सुरू करायची होती.

मग ला त्रीस हॅनी बोलू लागल्या. त्या अत्यंत पद्धतशीर आणि निष्णात नर्स होत्या. अर्थात नंतर मला कळलं की, त्यांना विनोदबुद्धीही चांगली होती. केमोथेरपी या विषयावर डॉक्टरांइतक्याच सफाईनं त्या बोलत होत्या. उपचारांमधील प्रत्येक बारकावा त्यांनी मला समजावून सांगितला. प्रत्येक औषधानं काय होतं, एवढंच नाही, तर ते का होतं, हेही त्यांनी जवळजवळ शिक्षकासारखं सांगितलं. मी सर्व माहिती समजून घेण्याचा प्रयत्न केला. माझ्या प्रकृतीच्या बाबतीत निर्णय घेण्यात मी स्वत: लक्ष घालायचं ठरवलं होतं. आईला अर्थात काळजी वाटत होती.

"त्याला किती त्रास होईल?"

"त्यांना मधून मधून मळमळेल, कदाचित उलट्याही होतील," ला त्रीस म्हणाल्या, "पण आता नवी औषधं निघाली आहेत, त्यांनी उलट्या बंद नाही झाल्या तरी कमी होतात." ला त्रीसनं मला सांगितलं की, माझ्या शरीरात जाणारा केमोचा प्रत्येक थेंब काळजीपूर्वक मोजला जाईल, जे बाहेर निघेल तेही तसंच मोजलं जाईल. त्या इतक्या शांत आणि स्पष्टपणे समजावून सांगत होत्या की, त्यांचं सांगून संपलं तेव्हा माझ्या मनात काहीही प्रश्न शिल्लक नव्हते. माझ्या आईचंही समाधान झाल्यासारखं दिसलं. ला त्रीसनं आमच्या सगळ्या प्रश्नांची उत्तरं दिली होती.

एका आठवड्यानंतर आम्ही इंडियाना पोलीसला परत आलो. माझी सर्व कागदपत्रं आईनं एका बॅगमध्ये भरली होती आणि दुसरी एक मोठी झिपलॉकची पिशवी माझी सर्व व्हिटॅमिन्स आणि औषधं यांनी भरलेली होती. गेले तीन आठवडे ती एका लहान बॅगमध्ये आणलेले कपडे वापरत होती आणि तिच्याकडे स्वेटरही नव्हता. इंडियाना पोलीसमध्ये गारठा होता, त्यामुळे प्लेनवर तिनं ब्लँकेट मागून घेतलं.

आय.यू. मेडिकल सेंटरमध्ये पुन्हा एकदा दवाखान्यात दाखल होण्याच्या किचकट पद्धतीतून आम्ही गेलो. माझी आई तिच्या त्या बॅगमधून कागद शोधून शोधून काढत होती. एका व्यवस्थापकानं सर्व जरूर ती माहिती लिहून घेतली आणि बरेच प्रश्न विचारले.

"तुम्हाला कशा तऱ्हेचं अन्न आवडतं?" तिनं विचारलं.

मी म्हटलं, "मला साखर खायला परवानगी नाही, बीफ खायलाही नाही, चीजचे पदार्थ नाही, फ्री रेंज चिकन खायला परवानगी आहे."

ती माझ्याकडे डोळे विस्फारून बघत राहिली आणि म्हणाली, “तुम्हाला काय खायला परवानगी आहे?” ते कॉलेज व हॉस्पिटल होतं, खाद्यपदार्थ पुरवणारी संस्था नव्हती हे मग माझ्या लक्षात आलं; पण माझी आई चिडली. पाच फूट तीन इंच उंचीची माझी छोटीशी दिसणारी आई उठून उभी राहिली आणि म्हणाली, “उद्या होणार असलेल्या ब्रेन ऑपरशेनला सामोरं जायची आम्ही तयारी करत आहोत. तेव्हा हे असं आमच्याशी वागू नका! आम्हाला आमच्या आहारतज्ज्ञानं काही गोष्टी सांगितल्या आहेत. तुम्हाला तसं देणं जमणार नसेल तर काही हरकत नाही, आम्ही आमच्या जेवणाची व्यवस्था स्वतंत्र करू.” तेव्हापासून जेव्हा जेव्हा माझी आई हॉस्पिटलमध्ये आली, तेव्हा तेव्हा ती बाजारात जाऊन माझ्यासाठी सगळं घेऊन यायची.

नंतर आम्ही आमच्या खोलीत गेलो आणि माझ्या आईला तिथं फार गोंगाट आहे असं वाटलं. नर्सेसच्या खोलीच्या शेजारीच ती खोली होती आणि त्या माझ्या दाराच्या बाहेर बोलत उभ्या राहिल्या तर मला त्रास होईल असं तिला वाटलं; म्हणून तिनं खोली बदलून हवी, असा आग्रह धरला. मग हॉलच्या अगदी टोकाची खोली मला देण्यात आली, जिथे जरा जास्त शांतता होती.

त्या दुपारी मी ऑपरेशनच्या आधीच्या तयारीसाठी डॉ. शापिरोंकडे गेलो. त्यांच्या ‘फ्रेमलेस स्टीरिओटॅकटिक्स’मधली एक गंमत अशी होती – की माझ्या डोक्यावर सगळीकडे रंगीत ठिपके काढायचे होते – गाठी कुठे आहेत त्याच्या खुणा करण्यासाठी आणि शापिरो त्यांच्यापर्यंत पोहचण्यासाठी कुठे ऑपरेशन करणार त्याच्या खुणा करण्यासाठी.

त्या खुणा केल्यावर मला ऑपरेशन अगदी जवळ आलं हे जाणवू लागलं. माझ्या लक्षात आलं की, या खुणा शापिरो माझी कवटी कुठे कापणार ते ठरवायला केल्या आहेत. ही गोष्ट वेगळ्या भाषेत सांगता येण्यासारखी नव्हतीच; त्या खुणा केल्या होत्या तिथं सर्जन माझी कवटी फोडणार होते.

“ला त्रीस,” मी म्हटलं, “माझ्या डोक्याची कवटी कापून उघडणं हे मनानं कसं स्वीकारावं मला कळत नाहीये.”

मी आता घाबरलो होतो. कितीही घाबरायचं नाही आणि सकारात्मक वृत्ती ठेवायची असं मला वागायचं होतं, तरी मला हे ठाऊक होतं की, लोकांना मेंदूचा कॅन्सर झाला की ते जगत नाहीत. इतर गाठी बऱ्या होऊ शकतात, इतर अवयव, शरीरातील इतर भाग इतके महत्त्वाचे नव्हते; पण मेंदू, तो खरा महत्त्वाचा होता. कुठेतरी ऐकलेली एक ओळ आठवली – ‘एकदा तुमच्या मेंदूवर परिणाम झाला की, तुम्ही कधीच पूर्वीसारखे होत नाही.’

माझ्या भोवतालची माझी माणसं माझ्याइतकीच घाबरलेली होती, कदाचित

जास्तच. माझ्या ओळखीचे सगळेचजण माझ्याबरोबर असावं म्हणून विमानांनी येऊन पोहोचले होते– ऑक, ख्रिस कार्मायकेल, बिल, केव्हिन. मला ते सगळे इथं जवळ हवेच होते आणि त्यांनाही इथं असण्यानं बरं वाटत होतं. कारण ते सगळे काहीतरी मदत करतायत असं त्यांना वाटणार होतं; पण त्यांच्या चेहऱ्यांवरची, त्यांच्या विस्फारलेल्या डोळ्यांतली आणि त्यांच्या ओढून ताणून आनंदी असण्यातली भीती मला दिसत होती, म्हणून मग मीच स्वतःला सावरायचा आणि माझ्या मनातली अस्वस्थता लपवण्याचा प्रयत्न केला.

"मी या दुखण्याचा नायनाट करायला सज्ज झालोय," मी सांगून टाकलं. "मी मनानं तयार आहे या ऑपरेशनसाठी. ते मला घेऊन जातील याची भीती वाटून घेत मी थरथर कापत बसलेला दिसणार नाही तुम्हाला!"

तुम्ही आजारी असलात म्हणजे तुमच्या लक्षात एक गोष्ट येते ती अशी की, ज्यांना मानसिक आधाराची जरूर आहे असे तुम्ही एकटेच नसता – कधीकधी तुम्हालाच इतरांना आधार द्यावा लागतो. "अरे अगदी बरा होशील तू!" हे केवळ माझ्या मित्रांनीच सारा वेळ मला सांगायला नको होतं. कधीकधी मलाच त्यांना भरवसा द्यायला लागत होता, "मी बरा होईन रे, काळजी नका करू!"

आम्ही टीव्हीवर जागतिक बेसबॉल स्पर्धा बघितल्या आणि असा आव आणला की, त्यांच्या निकालामध्ये आम्हाला खूपच रुची होती! मेंदूच्या ऑपरेशनच्या आधी कोणालाही बेसबॉलमध्ये असू शकते तेवढी! आम्ही शेअर बाजाराच्या गप्पा मारल्या, बायसिकल रेसिंगवर बोललो. ई-मेल्स आणि कार्ड्स येतच होती – अशा लोकांकडून, ज्यांना मी ओळखतही नव्हतो किंवा कित्येक वर्षांमध्ये त्यांचा काही संपर्क नव्हता आणि आम्ही ती सगळी मोठ्यानं वाचत, बघत बसलो.

मला एकाएकी माझी आर्थिक स्थिती काय आहे याचा आढावा घ्यावा, असं वाटलं. मी माझ्या आरोग्य विम्याच्या प्रश्नाबद्दल ऑकशी आणि ख्रिसशी बोललो; मग कागद पेन्सिल घेऊन आम्ही माझ्या सेव्हिंग्जची बेरीज करू लागलो. "बघू या तरी, काय स्थिती आहे ते." मी म्हटलं, "आपण अगदी व्यवस्थित हिशोब केला पाहिजे. मी व्यवस्थित योजना आखली पाहिजे, म्हणजे परिस्थिती माझ्या आटोक्यात आहे असं मला वाटेल." मी म्हटलं. जर मी घर विकलं तर मला कॉलेजमध्ये शिकायला जाता येईल इतकी बचत माझी होती, असं आम्ही ठरवलं. मला शिकायचं नव्हतं; पण मग मी त्याबद्दल तात्त्विक, व्यवहारी भूमिका घेतली. ठीक ठीक! आत्ता माझी दशा वाईट आहे, मला जर पैशांची जरूर आहे, तर ते मला करावं लागेल. मी रोख पैसे किती आहेत ते मोजले, माझ्या निवृत्तीनंतरच्या खात्यात किती होते ते मोजले.

लॉट – २२०,००० डॉलर्स. स्विमिंग पूल व बाग – ६०,००० डॉलर्स. फर्निचर,

पेंटिंग्ज, शोभेच्या वस्तू – ३००,००० डॉलर्स. फिक्स्चर्स – ५०,००० डॉलर्स.

त्या दिवशी उशिरा डॉ. शापिरो माझ्या खोलीत आले आणि गंभीरपणे म्हणाले, ''ऑपरेशनबद्दल बोललं पाहिजे आपण.''

''का? कशाचं बोलायचंय? हे तसं लहान आहे ना ऑपरेशन?''

''असंच नाही अगदी. त्याहून जरा जास्त गंभीर आहे.''

शापिरो म्हणाले की, गाठी जरा दोन अवघड जागी होत्या : एक माझ्या दृष्टिपटावर (व्हिजन फील्ड) होती आणि दुसरी एकसूत्रता, समन्वय साधणाऱ्या केंद्रावर होती. (को-ऑर्डिनेशन सेंटर) 'अस्सं! म्हणून मला जरा अंधुक दिसत होतं.' ते म्हणाले की, ते ऑपरेशन अगदी नेमक्या जागी करतील, शक्य तितकी लहान चीर घेतील आणि त्यांना आशा होती की, गाठी होत्या त्यांच्यापासून अगदी एक मिलिमीटर अंतरावरच ते चीर घेतील. जुन्या काळी असायच्या तशा मोठाल्या चिरा असणार नाहीत. तरीही त्यांनी ऑपरेशनमध्ये काय काय करणार ते सांगितलं, तेव्हा माझा थरकाप झाला. मला वाटतं ऑपरेशनचं गांभीर्य मी स्वत:जवळही इतका वेळ कबूल केलं नव्हतं; पण आता ते सर्व बारीकसारीक माहिती सांगायला लागल्यावर माझ्या एकदम लक्षात आलं की, ते जिथं ऑपरेशन करणार होते त्या जागेत अगदी लहानशीही चूक झाली, तर माझी दृष्टी जाऊ शकेल किंवा माझ्या हालचाली, काम करणं ह्यांच्यावर मोठा परिणाम होईल.

मला आता खरोखरीच खूपच भीती वाटायला लागली होती. ''हे बघा, कोणालाच, कधीच मेंदूचं ऑपरेशन नकोच असतं.'' शापिरो म्हणाले, ''जर तुम्हाला भीती नसती वाटत, तर तेच विचित्र म्हणावं लागलं असतं.''

शापिरोंनी मला आश्वस्त केलं की, मी ऑपरेशनमधून लवकरच ठीक होईन, एकच दिवस अतिदक्षता विभागात राहावं लागेल आणि मग एका दिवसानंतर मी माझ्या केमोथेरपीकडे वळू शकेन.

त्या रात्री माझी आई, बिल, ऑक, ख्रिस आणि आमच्या ग्रुपमधले बाकीचे सगळे मला रस्त्यापलीकडच्या मॉलमध्ये काहीतरी खायला एका छानशा कॉन्टिनेन्टल रेस्टॉरंटमध्ये घेऊन गेले. मी फार काही खाऊ शकलो नाही. माझ्या डोक्यावर फ्रेमलेस स्टीरिओटॅकटिक्सचे ठिपके अजूनही होते आणि मनगटावर हॉस्पिटलचा बॅज असलेला पट्टा! पण मी कसा दिसतोय याचं मला आता काही वाटेनासंच झालं होतं. असले माझ्या डोक्यावर ठिपके, तर काय झालं? हॉस्पिटलच्या बाहेर पडून जरा हिंडायला मला बरं वाटत होतं. लोक टक लावून बघत होते, पण मला काही फरक पडत नव्हता. उद्या माझे सगळे केस काढून टाकले जाणार होते.

आपल्याच मृत्यूला आपण कसं सामोरं जायचं? मला कधीकधी वाटतं की,

रक्त आणि मेंदू ह्यांच्यामधला जो खंदकासारखा बांध असतो, तो केवळ शारीरिक असण्यापेक्षा जास्त काही असतो, तो भावनिकही असतो. कदाचित आपल्या मनात एक संरक्षक कवच असतं, जे आपल्याला आपण मर्त्य असल्याची जाणीव, अगदीच नाइलाज झाल्याशिवाय स्वीकारू देत नाही.

ऑपरेशनच्या आधीच्या रात्री मी मृत्यूबद्दल विचार करत राहिलो. माझ्या मूल्यांचा मी खोलवर विचार केला. मी स्वत:ला विचारत राहिलो की, मी जर मृत्यू पावणार असलो, तर मी लढा देत, नख्या रोवून घट्ट पकडून ठेवून मग मरेन, का शांतपणे शरण जाईन? माझं कसं व्यक्तिमत्त्व मी दाखवणार होतो? मी जसा होतो आणि आयुष्यात आतापर्यंत जे काही केलं होतं त्याचं मला समाधान होतं का? मी अशा निर्णयाला आलो की, मुळात मी चांगला माणूस होतो, अर्थात जास्त चांगला होऊ शकलो असतो; पण मला हेही समजत होतं की, कॅन्सरला या कशाचीच पर्वा नाही.

माझी कशावर श्रद्धा होती, हेही मी स्वत:ला विचारलं. मी फारसा कधी प्रार्थना करत नव्हतो. मी खूप आशा ठेवत होतो, खूप इच्छा करत होतो; पण मी प्रार्थना करत नसे. मोठा होत होतो तेव्हा तंत्रबद्ध, नियमबद्ध धर्माबद्दल मला एक तऱ्हेचा अविश्वास निर्माण झाला होता. पण मला वाटायचं की, आध्यात्मिक विचार करणारा माणूस होण्याची, गाढ श्रद्धा ठेवण्याची माझी मानसिक तयारी होती. अगदी साध्या शब्दांत सांगायचं तर एक चांगली व्यक्ती होणं हे माझं कर्तव्य, माझी जबाबदारी होती आणि त्याचा अर्थ न्यायानं जगणारा, प्रामाणिक, कष्टाळू आणि उमद्या मनाचा असणं. मी तसा वागलो. मी माझ्या कुटुंबीयांशी चांगला वागलो. माझ्या मित्रांशी निष्ठेनं वागलो, मी माझ्या समाजासाठी किंवा एखाद्या चांगल्या कामाला मदत केली, मी थापा मारल्या नाहीत, लबाड्या किंवा चोऱ्या केल्या नाहीत, तर ते माझ्या मते पुरेसं होतं. आयुष्याच्या अखेरीनंतर जर अशी काही शक्ती माझा न्यायनिवाडा करणारी असेल, मी प्रामाणिक आयुष्य जगलो होतो की नाही, हे ती शक्ती बघेल, मी अमुक पुस्तक वाचलं होतं का नाही, माझा बाप्तिस्मा झाला होता की नाही, हे बघणार नाही. आयुष्य संपल्यावर खरंच देव भेटणार असेल, तर मी आशा बाळगून होतो, तो असं नाही म्हणणार की, "तू कधी ख्रिश्चनसारखं वागला नाहीस. म्हणून तू स्वर्गाच्या उलट्या दिशेला जाशील." तसं म्हणणार असेल, तर मी त्याला सांगणार होतो, "तुला ठाऊक आहे देवा? बरोबर आहे तुझं. ठीक तर मग."

माझा डॉक्टर, औषधं आणि ऑपरेशन्स यांवर विश्वास होता. माझी श्रद्धा होती त्यांच्यावर. डॉ. ऐनहॉर्नसारखा माणूस, ज्यानं आज माझं आयुष्य वाचवू शकणारे उपचार, प्रयोग करून वीस वर्षांपूर्वी शोधून काढले होते. असा माणूस श्रद्धा ठेवण्यासारखा होता. त्यांची बुद्धिमत्ता आणि त्यांचं संशोधन यांवर माझी श्रद्धा होती.

यापलीकडे जाऊन आध्यात्मिक श्रद्धा आणि विज्ञान ह्यांच्यातला फरक किंवा साम्य कुठे सुरू होतं, कुठे संपतं, हे मला ठाऊक नव्हतं. पण मला एवढं वाटायचं की, माझा श्रद्धेवर विश्वास होता, त्यामुळे जे बरं वाटतं त्यासाठी परिस्थिती पूर्णपणे निराशाजनक असताना, जो काही पुरावा असेल तो सर्व विरुद्धच जात असेल, मोठी आपत्ती येणार असं दिसत असेल, तेव्हा श्रद्धा ठेवण्यापलीकडे आपण तरी करू काय शकतो? माझ्या लक्षात आलं की, आपण रोज हेच करत असतो. आपल्याला वाटत असतं त्यापेक्षा आपण मनानं चांगले मजबूत असतो आणि श्रद्धा हे मनुष्याचं फार शूर आणि पुरातन स्वभाववैशिष्ट्य आहे. आपल्याला – मनुष्यजातीला जरी चांगलं ठाऊक असतं की, आयुष्याची क्षणभंगुरता कोणीही बदलू शकत नाही, आपल्या मर्त्य असण्याला काहीही उपाय नाही, तरीही श्रद्धा ठेवणं याला एक तऱ्हेचं शौर्य लागतं. स्वतःवर, डॉक्टरांवर, देण्यात येत असलेल्या उपचारांवर, ज्या कशावर मी श्रद्धा ठेवायचं ठरवेन, त्यात श्रद्धा ठेवणं हे सगळ्यांत महत्त्वाचं होतं, असं मी ठरवलं. तसंच करणं जरुरीचं होतं.

श्रद्धा नसेल तर आपल्याला सर्वनाशाची भीती रोजच्या रोज वेढून टाकेल आणि ती भीती तुम्हाला खच्ची करेल. आपण माणसं रोजच्या जगातल्या अंगावर येणाऱ्या नकारात्मक गोष्टींशी कसा लढा देत असतो, श्रद्धाहीन भावनाशून्यतेशी कसे झगडत असतो, ते मला कॅन्सरशी गाठ पडेपर्यंत पूर्णतया कधी लक्षात आलं नव्हतं. हिंमत न ठेवणं, समाधान न मानणं हे आयुष्यातले खरे धोके होते – एकाएकी येणारा आजार किंवा जगाचा अंत करणारा महाप्रलय नाही. लोक कॅन्सरला का घाबरतात हे मला आता कळलं. कारण कॅन्सर म्हणजे हळूहळू येणारा अटळ मृत्यू असं वाटतं, म्हणून. हिंमत हरणं, श्रद्धाहीन भावनाशून्य असणं, ते हेच.

म्हणून मी श्रद्धा ठेवून होतो.

आपल्याला जेव्हा काही तरी आठवत नाही, तेव्हा ते न आठवण्याला कारण असतं. मेंदूच्या ऑपरेशनच्या दिवशी सकाळी मला जे जे काही वाटलं किंवा मनात जे जे विचार आले, त्यातले बरेच माझ्या स्मरणातून गेले आहेत; पण माझ्या अगदी चांगली लक्षात आहे, ती पंचवीस ऑक्टोबर ही तारीख; कारण सगळं संपल्यावर आपण जिवंत आहोत याचा अत्यंत आनंद मला त्या दिवशी झाला.

माझी आई, ऑक आणि बिल स्टेपलटन सकाळी सहा वाजता मला उठवायला माझ्या खोलीत आले आणि वेगवेगळ्या नर्सेस मला ऑपरेशनसाठी तयार करायला आल्या. ऑपरेशन होण्यापूर्वी तुमच्या स्मरणशक्तीची एक परीक्षा घेतली जाते. डॉक्टर सांगतात, ''आम्ही तुम्हाला तीन अगदी साधे शब्द सांगणार आहोत, ते जितका वेळ लक्षात ठेवता येतील तितका वेळ ठेवा.'' काही मेंदूच्या दुखण्याच्या

रुग्णांची स्मरणशक्ती बिघडते आणि दहा मिनिटांपूर्वी सांगितलेलं त्यांना आठवत नसतं. तुमच्या मेंदूतल्या गाठीचा जर तुमच्यावर परिणाम झाला असेल, तर छोट्या छोट्या गोष्टी तुम्हाला नंतर पुन्हा आठवत नाहीत.

एका नर्सनं सांगितलं, " 'बॉल, पिन, ड्राइव्ह वे' केव्हातरी नंतर आम्ही तुम्हाला हे तीन शब्द म्हणून दाखवायला सांगू."

तीस मिनिटांनंतर विचारतील किंवा तीन तासांनंतर; पण केव्हातरी विचारतील आणि मी जर विसरलो असलो, तर ती गंभीर गोष्ट असणार होती. मला काही तसं झालं आहे, असं कोणाला वाटायला मला नको होतं. अजूनही, डॉक्टरांना वाटत होतं तितका मी आजारी नव्हतो, असं सिद्ध करायचा मी प्रयत्न करत होतो. ते शब्द लक्षात ठेवण्याचा मी ठाम निश्चय केला होता, म्हणून कितीतरी मिनिटं मी तेच डोक्यात घोळवत राहिलो – 'बॉल, पिन, ड्राइव्ह वे', 'बॉल, पिन, ड्राइव्ह वे.'

अर्ध्या तासानं एक डॉक्टर आले आणि त्यांनी मला ते शब्द विचारले. 'बॉल, पिन, ड्राइव्ह वे' मी आत्मविश्वासाने सांगितलं.

ऑपरेशनसाठी जाण्याची वेळ झाली. मला स्ट्रेचरवरून हॉलमधून नेत होते, तेव्हा आई थोडा वेळ माझ्याबरोबर आली, आम्ही ऑपरेशन थिएटरमध्ये जायला वळेपर्यंत. तिथे मास्क घातलेल्या बऱ्याचशा नर्सेस आणि डॉक्टर माझी वाट पाहत होते. त्यांनी मला ऑपरेशन टेबलवर घेतलं आणि ॲनेस्थेशिया देणाऱ्या डॉक्टरांनी आपलं काम सुरू केलं.

का कोण जाणे, मला गप्पा माराव्याशा वाटल्या.

"तुम्ही लोकांनी 'मॅलिस' चित्रपट पाहिलाय?" मी विचारलं.

एका नर्सनं नकारार्थी मान हलवली.

उत्साहानं मी चित्रपटाची कथा थोडक्यात सांगू लागलो. "ॲलेक बाल्डविन या नटानं एका उद्दाम सर्जनचं काम केलंय. त्याच्यावर गैरप्रकारे काम केल्याबद्दल खटला होतो आणि कोर्टात त्याची केस सुरू होते, तेव्हा एक वकील त्याच्यावर आरोप करतो की, त्याला 'गॉड कॉम्प्लेक्स' होता. आपण कधीच चूक करूच शकत नाही असं त्याला वाटत असतं.

"स्वत:च्या बचावासाठी बाल्डविन एक उत्कृष्ट भाषण देतो, पण त्यात तो स्वत:चा गुन्हा नकळत कबूल करतो. जेव्हा पेशंट ऑपरेशन टेबलवर असतो आणि सर्जनला रुग्णाच्या जीवन-मृत्यूशी निगडित असे निर्णय क्षणार्धात घ्यायचे असतात, तेव्हा सर्जन ज्या तणावांखाली आणि ऑपरेशनच्या मनावर असलेल्या दडपणाखाली काम करतो, त्याचं तो वर्णन करतो."

"आणि बरं का, तेव्हा तो म्हणतो, 'मी देव आहे असं मला वाटत नाही, मी देवच आहे!' "

मी ॲलेक बाल्डविनची हुबेहूब नक्कल करत गोष्ट संपवली.

माझा पुढचा शब्द होता – ''हुं ऽऽऽ''

आणि माझी शुद्ध हरपली.

त्या बाल्डविनच्या भाषणाबद्दल बोलायचं, तर तो म्हणतो त्यात थोडंफार सत्य आहेच; अगदी निखळ सत्य. माझी शुद्ध हरपत गेली, तसं माझं भविष्य डॉक्टरांच्या हातात गेलं. मला झोप लागणं, मी जागं होणं, हे सर्व त्यांच्या हातात होतं. तेवढा काळ ते सर्वशक्तिमान होते – माझे डॉक्टर्सच माझे देव होते.

ॲनेस्थेशिया हा चक्कर येण्यासारखा होता. एका क्षणी मी सगळं समजू शकत होतो, दुसऱ्या क्षणी मी नव्हतोच. ॲनॅस्थिसिस्टनं लेव्हल्स चेक करण्यासाठी ऑपरेशन सुरू होण्यापूर्वी मला थोड्या वेळासाठी शुद्धीवर आणलं. मी शुद्धीवर आलो तसं माझ्या लक्षात आलं की, ऑपरेशन होऊन गेलेलं नव्हतं, अजून सुरूच झालं नव्हतं! आणि मी भलताच उखडलो– अर्धवट गुंगीत मी म्हणालो, ''डॅम इट! करा ना सुरू!''

शापिरोचा आवाज मला ऐकू आला– ''सगळं काही ठीक आहे.'' आणि माझी शुद्ध हरपली.

मला ऑपरेशनबद्दल जे काही माहीत झालं, ते अर्थात डॉ. शापिरोंनी नंतर मला सांगितलं. मी सुमारे सहा तास ऑपरेशन टेबलवर होतो. त्यांनी कवटीमध्ये चीर घेतली आणि गाठी काढायच्या कामाला लागले. ते खरवडून काढल्याबरोबर त्यांनी ते पॅथॉलॉजिस्टकडे दिलं; ज्यानं ते सरळच मायक्रोस्कोपखाली ठेवलं.

ती गाठ ताबडतोब मायक्रोस्कोपखाली ठेवून तपासल्यामुळं हा कसल्या तऱ्हेचा कॅन्सर होता आणि तो कसा पसरण्याची शक्यता होती हे त्यांना समजलं. तो जर आक्रमक तऱ्हेचा कॅन्सर असता, तर आणखी दुसरीकडेही तो सापडण्याची शक्यता होती.

परंतु पॅथॉलॉजिस्टनं मायक्रोस्कोपखालून वर बघत आश्चर्यानं सांगितलं, ''या तर मृत पेशी आहेत!''

''त्या मृत आहेत?'' शापिरो म्हणाले.

''मृत आहेत.'' पॅथॉलॉजिस्ट म्हणाले.

अर्थात प्रत्येक पेशी मृत होतीच असं सांगणं अशक्य होतं; परंतु दिसत मात्र मृत आणि त्यांच्यापासून जिवाला धोका नसल्यासारख्या होत्या. ही म्हणजे उत्तमच बातमी होती, कारण त्याचा अर्थ ते पसरत नव्हते. ते कशानं मेले होते? मला ठाऊक नाही आणि डॉक्टरांनाही ठाऊक नाही. काही पेशी मृत सापडणं हे अगदी अशक्य नसतं.

शापिरो थिएटरमधून सरळ माझ्या आईकडे गेले आणि त्यांनी तिला सांगितलं, ''त्याला रिकव्हरी रूममध्ये हलवलंय आणि तो ठीक आहे.'' गाठीतील पेशी मृत

होत्या हेही त्यांनी सांगितलं, ज्याचा अर्थ बहुतेक आणखी कोठे गाठी पसरलेल्या नव्हत्या आणि होत्या त्या सर्व काढल्या होत्या.

"आम्हाला वाटलं होतं, त्याहून खूपच चांगलं झालं सगळं." शापिरो म्हणाले.

मी हळूहळू शुद्धीवर आलो. छान प्रकाश होता आणि कोणीतरी माझ्याशी बोलत होतं.

मी जिवंत आहे!

मी डोळे उघडले. मी रिकव्हरी रूममध्ये होतो आणि स्कॉट शापिरो माझ्यावर वाकून उभा होता. एकदा एका डॉक्टरनं तुमची कवटी उघडून मेंदूचं ऑपरेशन केलं आणि तुमची कवटी परत बंद केली, म्हणजे तो एका परीक्षेच्या क्षणाची वाट बघत असतो. सर्जन कितीही चांगला असला, तरी तो आतुरतेनं, जरा धाकधूक वाटत, सगळं नीट चालू झालं आहे ना, रुग्ण बरोबर प्रतिसाद देतो आहे ना, हे बघायला उभा असतो.

"मला ओळखतोस का?" त्यांनी विचारलं.

"तुम्ही माझे डॉक्टर आहात." मी म्हटलं.

"नाव काय माझं?"

"स्कॉट शापिरो."

"तुझं नाव सांगशील का?"

"लान्स आमस्ट्राँग," मी म्हटलं, "आणि सायकल रेसमध्ये मी तुम्हाला केव्हाही हरवेन."

माझी शुद्ध पुन्हा हरपू लागली; पण डोळे मिटत होते तेवढ्यात माझ्या स्मरणशक्तीची ज्यानं चाचणी घेतली होती तेच डॉक्टर समोर दिसले.

"बॉल, पिन, ड्राइव्ह वे." मी म्हटलं.

मग पुन्हा स्वप्नहीन गाढ गुंगीच्या झोपेत मी हरवून गेलो.

मी पुन्हा जागा झालो तेव्हा अंधुक प्रकाश असलेल्या शांत खोलीत, आय.सी.यू. मध्ये मी होतो. ॲनेस्थिशियाची गुंगी दूर करण्याचा प्रयत्न करत मी क्षणभर तसाच पडून राहिलो. इथं अतिशयच अंधुक उजेड होता आणि फारच शांत होतं. मला तिथून उठून जायचं होतं. हाल जागचा!

मी पांघरुणाच्या आत हालचाल केली.

"तो जागा झालाय." नर्स म्हणाली.

मी कॉटच्या खाली पाय टाकला.

"पडून राहा!" एक नर्स म्हणाली, "काय करताय तुम्ही?"

"मी उठतोय." मी म्हटलं.

मी उठू लागलो.

'हाल जागचा, तुला अजून हलता येत असेल तर त्याचा अर्थ तू आजारी नाहीस!'

''तुम्हाला आत्ता अजून उठायचं नाहीये,'' ती म्हणाली, ''पडून राहा.''

मी आडवा झालो.

''मला भूक लागलीय.'' मी जाहीर केलं.

मी जसजसा पूर्ण शुद्धीवर आलो, तसं माझ्या लक्षात आलं की, माझं डोकं कापूस आणि बँडेजेसनं पूर्ण गुंडाळलेलं होतं. माझी सर्व ज्ञानेंद्रियंही जणू गुंडाळून बंद करून ठेवल्यासारखी वाटत होती. अॅनेस्थिशियाचा परिणाम आणि अंगभर पसरलेल्या आय.व्ही. नळ्यांमुळे तसं वाटत असणार. माझ्या नाकात नळ्या होत्या आणि एक कॅथेटर माझ्या पायावरून माझ्या जननेंद्रियात घातलेला होता. मी थकून गेलो होतो, अगदी आत आतपर्यंत पार गळून गेलो होतो.

पण मी उपाशी होतो. माझ्या आईनं लावलेल्या सवयीमुळं रोज तीनदा व्यवस्थित पोटभर जेवण्याची मला सवय होती. छान, गरम गरम, रस्सेदार प्लेटभर अन्न माझ्या डोळ्यांसमोर दिसू लागलं. मी कितीतरी तास काहीच खाल्लं नव्हतं. शेवटचं जे काय खाल्लं ते काहीतरी कॉर्नफ्लेक्स का पॉरिज होतं. कॉर्नफ्लेक्स किंवा पॉरिज म्हणजे काही जेवण नाही, नाही का? ते तर एवढंसं सटरफटर खाणं झालं.

एका नर्सनं मला प्लेटमधून स्क्रॅम्बल्ड एग्ज आणून भरवली.

''मला माझ्या आईला भेटता येईल?'' मी म्हटलं.

जरा वेळानं माझी आई शांतपणानं आत आली आणि तिनं माझा हात धरला. तिला कसं वाटत होतं, तिचं आईचं मन किती दुखावलं असेल, ते मला समजलं. तिच्या शरीरातून माझा पिंड बनला होता, कणन्‌कण तिचा होता. मी तान्हा होतो तेव्हा रात्री माझा श्वास नीट चालतोय ना बघायला तिनं माझे श्वास मोजले होते. तिला वाटत होतं, सगळ्या अवघड परिस्थितींमधून तिनं मला बाहेर काढलं होतं आणि आता हे–

''माझा खूप जीव आहे तुझ्यावर.'' मी म्हटलं, ''मला माझं आयुष्य खूप खूप आवडतं आणि ते तू मला दिलंयस! मी खूप खूप ऋणी आहे तुझा!''

मला माझ्या मित्रांनाही भेटायचं होतं. नर्सेसनी एका वेळी दोघा-तिघांना आत येऊ दिलं. ऑपरेशनच्या आधी मी खूप निर्धास्त वाटत असल्याचं दाखवण्याची काळजी घेतली होती; पण आता ऑपरेशन होऊन गेल्यावर नाटक करायची गरज नव्हती. ऑक आत आला, मग ख्रिस आला, त्यांनी माझे हात हातात घेतले आणि मला आधी किती भीती वाटली होती ते सांगून टाकायला मला बरं वाटलं. ''मी संपलो नाहीये,'' मी म्हटलं, ''मी आहे अजून!''

मी अजून बधिर मन:स्थितीत होतो, पण खोलीत कोण कोण आलं होतं हे मला समजत होतं आणि त्यांच्या भावनाही मी समजू शकत होतो. केव्हिनचा गळा दाटून आला होता, तो खूप अस्वस्थ होता आणि त्याला मी धीर देणं जरुरीचं होतं.

"ए, एवढा गंभीर आवाज का काढतोयस?" मी त्याला चिडवलं.

त्यानं नुसता माझा हात दाबला.

"मला कळतंय," मी म्हटलं, "तुझ्या थोरल्या भावाला असं अंथरुणात पडलेलं बघायला तुला बरं वाटत नाही, हो ना?"

तिथं पडून राहिल्या राहिल्या माझ्या मित्रांचं कुजबुजणं ऐकत असताना दोन विरोधी भावना मनात दाटून आल्या. एक तर खूप खूप कृतज्ञ वाटलं आणि मग खूप राग आला. त्या दोन्ही भावनांची टक्कर होऊन मनात भावनांचा कल्लोळ झाला. मी जिवंत होतो आणि मला चीडही आली होती. चीड येण्याइतका मी जिवंत होतो. एकूणच सगळ्या गोष्टींची खूप खूप चीड आली होती मला. अंथरुणात पडून राहावं लागण्याची, डोक्याभोवती इतकी बँडेजेस असण्याची, मला जखडून ठेवणाऱ्या त्या नळ्यांची. इतकी चीड आली होती की, मला भानच राहिलं नाही. इतकी चीड आली होती की, मला जवळजवळ रडूच फुटलं.

ख्रिस कार्मायकेलनं माझा हात पकडला. गेली सहा वर्षं ख्रिस आणि मी एकत्र होतो. असं काहीच नव्हतं जे आम्ही एकमेकांना सांगू शकत नव्हतो, एकही भावना नव्हती, जी आम्ही एकमेकांजवळ कबूल करू शकत नव्हतो.

"कसा आहेस?" त्यानं विचारलं.

"फार छान."

"बरं! आता खरं सांग, कसं वाटतंय तुला?"

"ख्रिस, बरं वाटतंय."

"हं, बरं."

"ख्रिस, तुझ्या लक्षात येत नाहीये," मी म्हटलं आणि रडू लागलो. "मला बरं वाटतंय या सगळ्यांचं. तुला ठाऊक आहे? मला हे असंच बरं वाटतंय. मला माझ्यासमोर अडचणी उभ्या असलेल्या आवडतात. त्या नेहमी तशाच असत आल्या आहेत आणि मला त्यांचीच सवय झालीय. हे सगळं खूप खूप वाईट्ट आहे. पण ही आणखी एक अडचण आहे, जिच्यावर मी मात करणार आहे. मला हे असंच असायला हवं असतं!"

मी आय.सी.यू.मध्ये रात्रभर होतो. मधे एकदा एका नर्सनं मला एक पोकळ नळी दिली आणि त्यात फुंकर मारायला सांगितली. त्या नळीला एक छोटं उपकरण आणि एक छोटा बॉल लावलेला होता. माझ्या फुप्फुसांची शक्ती

मोजण्यासाठी होतं ते. असं बघायला की, ॲनेस्थिशियानं माझ्या फुफ्फुसांना काही नुकसान झालं नव्हतं ना.

''त्यात फुंकर मारा,'' नर्स म्हणाली, ''आणि बॉल थोडासाच वर आला तरी काही काळजी करू नका.''

''चेष्टा करताय का तुम्ही माझी?'' मी म्हटलं, ''माझ्या पेशात महत्वाचं आहे ते, आणा तो इकडे.''

मी नळी घेतली आणि फुंकर मारली. बॉल सरळ वर उडाला. त्याला एक घंटा जोडलेली असती तर ती टिंग करून वाजली असती!

मी नळी तिला परत दिली.

''पुन्हा ही नळी इकडे आणू नका!'' मी म्हटलं, ''माझी फुफ्फुसं अगदी छान आहेत.''

एक शब्दही न बोलता नर्स परत गेली. मी माझ्या आईकडे बघितलं. माझं तोंड जरा जास्तच चालतं हे आईला ठाऊक आहे. मला वाटलं की, मी नर्सशी उद्धटपणानं बोललो म्हणून ती मला सुनावणार; पण मी तिहेरी मुकुट जिंकला असेल असं आईच्या चेहऱ्यावर हसू होतं. तिनं स्वत:च्या डोळ्यांनी बघितलं होतं की, मी अगदी ठीक होतो, मला काही झालं नव्हतं.

''शाबास बेटा!'' ती म्हणाली, ''तू अगदी छान बरा होशील सोन्या.''

दुसऱ्या दिवशी सकाळी केमोथेरपी सुरू करण्यासाठी मला माझ्या खोलीत आणलं. आणखी सहा दिवस मला हॉस्पिटलमध्ये राहावं लागणार होतं या उपचारांसाठी. आणि जे परिणाम होतील ते महत्त्वाचे असणार होते.

माझं अजून कॅन्सरवर वाचन चालूच होतं आणि मला ठाऊक होतं की, केमोनं आजार आटोक्यात आला नाही, तर मेंदूचं ऑपरेशन कितीही यशस्वी झालं असलं, तरीही मी बरा होणार नाही. माझी परिस्थिती सर्व पुस्तकांमध्ये नि:संदिग्धपणे वर्णन केलेली होती. 'ज्या रुग्णांचा आजार सिस्प्लाटिनयुक्त केमोथेरपी चालू असताना बळावतो त्यांची कुठल्याही उपचारांनी बरं होण्याची शक्यता कमी असते.' एका पुस्तकात लिहिलं होतं.

वृषणाच्या कर्करोगावर केलेल्या एका अभ्यासात वेगवेगळे उपचार आणि बरे झालेल्या रोग्यांचं प्रमाण यांची कोष्टकं दिली होती. कडेच्या मार्जिनमध्ये मी पेन्सिलीनं आकडेमोड व टिपा लिहिल्या; पण सगळ्यांमधून निष्कर्ष तोच निघाला– 'पहिल्या केमोथेरपीनं पूर्णतया रोग गेला नाही, तर त्याचा अर्थ रोगी वाचण्याची शक्यता कमी असते.' तेव्हा थोडक्यात असं होतं की, केमोथेरपीचा परिणाम होईल तरी किंवा होणार नाही!

पलंगावर बसून राहून नर्सेसकडून सुया टोचून घेत राहण्याखेरीज आणि ती

विषारी द्रव्यं माझ्या शरीरात हळूहळू जाऊ देण्याखेरीज गत्यंतरच नव्हतं. एक गोष्ट हॉस्पिटलबद्दल ते तुम्हाला सांगत नाहीत– ते तुमच्या शरीरावर कसे अत्याचार करतात ही. जणू काही तुमचं शरीर तुमचं नसतंच, ते नर्सेस आणि डॉक्टरांचं असतं. त्यांना तुम्हाला चाचपडून बघायला आणि तुमच्या शिरांमध्ये आणि शरीराच्या वेगवेगळ्या छिद्रांमध्ये सुया आणि नळ्या घालायला सूट असते. सगळ्यांत वाईट होतं कॅथेटर, ते माझ्या पायावरून जांघेत जात होतं आणि ते घालणं आणि काढणं अतिशय त्रासदायक असायचं. मेंदूच्या ऑपरेशनसाठी निदान मला गुंगीतच ठेवलं होतं, पण इतर सर्व गोष्टींसाठी मी पूर्ण जागा, शुद्धीवर असायचो आणि अंगभर सगळीकडे काळंनिळं झालेलं, खपल्या धरलेल्या, सुया टोचल्याच्या खुणा झालेल्या असायच्या – तळहाताच्या मागच्या बाजूला, दंडांवर, जांघेत. जागा असेन तेव्हा त्या नर्सेस मला जणू कच्चा खायच्या.

डॉ. शापिरो आले आणि म्हणाले की, ऑपरेशन पूर्णपणे यशस्वी झालं होतं, त्यांनी मेंदूतल्या गाठी काढल्या होत्या, आणखी गाठी असण्याचं काहीही चिन्ह नव्हतं. बुद्धीच्या किंवा ज्ञानेंद्रियांच्या शक्तीच्या बाबतीत काहीही घोटाळा झालेला नव्हता आणि माझ्या सर्व हालचाली अगदी व्यवस्थित होत्या. "आता फक्त जीव मुठीत घेऊन आशा करत राहायचं की, तो परत येणार नाही!"

मेंदूचं ऑपरेशन होऊन चोवीस तास झाल्यावर मी बाहेर जेवायला गेलो. डॉ.शापिरोंनी म्हटलं होतं त्याप्रमाणे मी ऑपरेशनमधून पट्दिशी सावरलो. त्या संध्याकाळी माझी आई, लिसा, ऑक, ख्रिस आणि बिल सगळ्यांनी मला अंथरुणातून उठून रस्त्यापलीकडच्या 'रॉक बॉटम' रेस्टॉरंट आणि बिअर शॉपमध्ये जायला मदत केली. डॉ. शापिरोंनी आम्हाला हे करा किंवा ते करू नका असं काहीच सांगितलं नव्हतं आणि आहारासंबंधी जे ठरलं होतं ते मला पाळायचंच होतं, म्हणून माझ्या डोक्यावरच्या बँडेजेसवरून स्टॉकिंग कॅप चढवून आम्ही हॉस्पिटलच्या बाहेर पडलो. बिलनं तर 'इंडियाना पेसर्स NBA गेम'ची तिकिटंही आणली होती; पण ते जरा अतीच झालं असतं. जेवण होईपर्यंत मला तसं ठीक वाटत होतं; पण शेवटची स्वीट डिश येईपर्यंत मला तितकंसं ठीक वाटेना, म्हणून मग आम्ही गेम बघायला जाण्याचा बेत रद्द केला आणि मी हॉस्पिटलमधल्या माझ्या पलंगावर येऊन झोपलो.

दुसऱ्या दिवशी शापिरो बँडेजेस काढायला खोलीत आले. ते कापड काढत असताना मला ते कापड स्टेपलपिनांमधून फाटून निघत असेल तसं जाणवत राहिलं. जणू मला कोणीतरी चिमटे काढत होतं. मग त्यांनी ते ओढून काढलं. मी आरशात पाहिलं. माझ्या डोक्याच्या कातडीवर वक्र रेषांमध्ये स्टेपलपिना होत्या – दोन वर्तुळाकार झिप्स असाव्यात तशा. शापिरो म्हणाले "चला, माझं काम झालं."

मी त्या पिना आरशात बघत राहिलो. मला हे ठाऊक होतं की, शापिरोंनी कातडीच्या आतली माझी कवटी परत जोडण्यासाठी टिटेनियमचे स्क्रूज वापरले होते. टिटेनियम हा मिश्र धातू काही हलक्या वजनाच्या सायकलींमध्ये वापरला जातो. ''आता बहुतेक मला डोंगर जास्त चांगले चढता येतील!'' मी गमतीनं म्हटलं.

डॉ. शापिरोंशी माझी चांगली मैत्री झाली आणि पुढील काही महिने माझे उपचार चालू होते, तेव्हा ते मला भेटायला, कसं काय चाललंय बघायला येत राहिले. मला कितीही मळमळत असलं किंवा झोप येत असली, तरी त्यांना बघून नेहमीच बरं वाटायचं.

लॅरी ऐनहॉर्न ऑस्ट्रेलियाहून परत आले आणि मला येऊन भेटले. ते कामात अतिशय व्यग्र असत; पण मधून मधून येऊन बघायला ते वेळ काढत असत आणि माझ्या उपचारांमध्ये लक्ष घालत असत. डॉ. निकोल्स आणि डॉ. शापिरोंसारखेच तेही असे डॉक्टर होते, ज्यांना बघून आपल्याला खरोखर दु:खहर्ता डॉक्टर कसा असावा ते कळतं. इतर अनेक लोकांपेक्षा त्या तिघांना जीवनाबद्दल आणि मृत्यूबद्दल जास्त समजत होतं, असं मला वाटू लागलं. मानव समाजाबद्दल त्यांची एक दृष्टी होती जी इतर अनेकांकडे नसते, कारण माणसांच्या मानसिक आणि भावनिक परिस्थिती ते इतक्या जवळून बघत असत. ते केवळ लोकांना जगताना आणि मृत्यू पावतानाच बघत नव्हते, या दोन्ही परिस्थितींचा आम्ही रुग्ण कसा सामना करत होतो, कोणतेही मुखवटे न घातलेल्या आमचा तर्कशून्य आशावाद आणि भीती; तसंच अशक्य वाटणारी मानसिक शक्ती ते रोजच्या रोज बघत होते.

''अतिशय सकारात्मक वृत्ती असलेली खूप चांगली माणसं अखेर बरी होतच नाहीत हेही मी बघितलंय; तसंच अगदी निराशावादी, अत्यंत सामान्य म्हणता येतील अशी माणसं बरी होऊन पुन्हा त्यांचं अतिसामान्य आयुष्य घालवू लागतानाही बघितली आहेत!'' डॉ. ऐनहॉर्न म्हणाले होते.

मला उत्साहवर्धक बातम्या मिळू लागल्या होत्या. मला आर्थिक पाठिंबा देणाऱ्यांपैकी एकाही कंपनीनं पाठिंबा काढून घेतला नव्हता. तसा घेतला असल्याचे फोन येण्याची मी आणि बिल मन घट्ट करून ऐकायची तयारी करत होतो; पण तसा एकही फोन आला नाही. जसजसे दिवस जात होते तसतशी नाइके, गिरो, ऑकले आणि मिल्टन-ब्रॅडले सगळ्यांकडून आधारदर्शक पत्रंच येत राहिली.

नाइकेशी माझा संबंध थेट मी शाळेत असताना पळण्याच्या शर्यतीमध्ये व ट्रायथलॉनमध्ये भाग घेत असे, तेव्हापासून होता. त्यांच्याकडून येणारी पत्रं दिवसेंदिवस जास्त उत्साहवर्धक असायची. त्यांचा पाठिंबा असलेले खेळाडू वरच्या दर्जाचे असायचे; पण मला कधी नाइकेचं नाव मिळेल असं मला वाटलं नव्हतं – कारण

मी डॉजर स्टेडियममध्ये, सोल्जर्स फील्डमध्ये किंवा रोनाल्ड गॅरॉसमध्ये (फुटबॉल किंवा बेसबॉल खेळाडू) खेळत नसे, मी तर फ्रान्स, बेल्जियम, स्पेन अशा देशांच्या रस्त्यांवर सायकल रेसिंग करायचो; पण तरीही, माझ्या करिअरमध्ये दिवसेंदिवस माझी प्रगती होऊ लागली, तेव्हा मी बिल स्टेपलटनला सांगितलं की, नाइकेचा करार त्याला माझ्यासाठी मिळवता आला तर त्यानं बघावं, कारण मला त्या कंपनीशी संलग्न असण्याची फार इच्छा होती. १९९६ मध्ये, माझ्या रोगाचं निदान होण्याच्या थोडेच दिवस आधी, नाइकेनं त्यांचे बूट आणि हातमोजे वापरण्याचा माझ्याबरोबर करार केला.

सायकल रेसिंगचं काम बघणारा त्यांचा प्रतिनिधी स्कॉट मॅकइचर्ज याच्याशी माझी लगेचच छान मैत्री झाली होती, त्यामुळे माझ्या रोगाचं निदान झाल्याबरोबर मी ज्यांना फोन केले, त्यातला तो एक होता हे नवल नव्हतं. त्या रात्री डॉ. रीव्हजच्या दवाखान्यातून परत आल्यावर स्कॉटशी बोलताना माझ्या दाबून धरलेल्या सर्व भीतिदायक भावना उफाळून आल्या. त्याला माझ्या जांघेत होणाऱ्या वेदना, छातीच्या एक्स-रेनं बसलेला धक्का या सगळ्यांबद्दल सांगताना मी रडू लागलो. मी रडायचा थांबल्यावर एक क्षण शांततेत गेला आणि मग अगदी शांतपणे सहज बोलल्यासारखा स्कॉट म्हणाला, ‘‘हे बघ, आमच्या बाबतीत काळजी करू नको, आम्ही तुझ्याबरोबर असू.’’

आशा जिवंत ठेवणाऱ्या भावनांचं ते एक छोटंसं बीज होतं, हे सांगणारं की, मी पार एकटा पडलो नव्हतो, खलास झालो नव्हतो. स्कॉट त्याच्या शब्दांना जागला, नाइकेनं मला सोडून दिलं नाही. माझा आजार वाढत गेला तेव्हा या गोष्टीचा मला मोठा आधार होता. शिवाय मला पाठिंबा देणाऱ्या इतर कंपन्यांनीही त्यांचा पाठिंबा चालू ठेवला. एका मागून एक गिरो, ऑकले, मिल्टन-ब्रॅडले या सर्वांचीही तसंच सांगणारी पत्रं आली.

त्यांनी माझा पाठिंबा चालू ठेवला. एवढंच नाही, आणखीही एक विशेष गोष्ट झाली. माझ्या आरोग्यविम्याबद्दल बिलला फार काळजी होती. माझ्या उपचारांचा खर्च कसा मिळवता येईल यासाठी तो खूप प्रयत्न करत होता; पण काही आशा दिसत नव्हती.

बिलनं ऑकलेचे प्रमुख माइक पार्नेल यांना फोन केला आणि काय झालं होतं ते सगळं सांगितलं. मग बिलनं माइकना जरा बिचकतच विचारलं की, ते मला मदत करू शकतील का?

माइक म्हणाले की, मला आरोग्यविम्याचा फायदा मिळेल अशी ते व्यवस्था करतील. एकाएकीच मला आशेचा किरण दिसू लागला; परंतु मग आरोग्यविम्याचे अधिकारी हरकत घेऊ लागले. मला आधीपासूनच कॅन्सर झालेला होता, त्यामुळे मला कॅन्सरच्या उपचारांसाठी आर्थिक मदत द्यायला ते बांधील नव्हते.

मग माइकनं या अधिकाऱ्यांना फोन केला. त्यांनी त्या अधिकाऱ्यांना सांगितलं की, त्यांनी मला आरोग्यविम्यातर्फे कॅन्सर उपचारांसाठी आर्थिक मदत दिली नाही, तर त्यांच्या कंपनीचं संपूर्ण काम ते दुसऱ्या एखाद्या कंपनीला देतील.

''त्यांला ती मदत तुम्ही द्या,'' माइक म्हणाले.

विमा अधिकारी अजूनही कां कूं करत राहिले.

''मी काय सांगतोय ते तुमच्या लक्षात आलेलं दिसत नाहीये!'' माइक म्हणाले.

— मला आर्थिक मदत मिळाली!

याचं महत्त्व माझ्यासाठी किती होतं हे नीटपणे समजावून सांगण्यात माझं उरलेलं आयुष्य जाईल. मी जन्मभर ऑकले, नाइके आणि गिरो यांचा खेळाडू राहीन. माझा करार रद्द करण्याचा त्यांना अधिकार होता. तरी त्यांनी माझ्या कराराप्रमाणे मला पूर्ण वेतन दिलं आणि त्यांच्यातल्या एकानंही मला नुसतं विचारलंसुद्धा नाही की, मी पुन्हा केव्हा रेसिंग करू शकेन. एवढंच नव्हे, तर मी जेव्हा त्यांच्याकडे गेलो आणि सांगितलं की, मी एक 'कर्करोग प्रतिष्ठान' सुरू केलं आहे (याबद्दल पुढे सांगेन) आणि एका चॅरिटी सायकल रेसचं आयोजन करण्यासाठी मला आर्थिक मदत हवी आहे. तेव्हा त्यांच्यातला प्रत्येक जण मदत करण्यासाठी पुढे आला. तेव्हा उद्योगधंद्याचं जग निर्दय, भावनाशून्य असतं असं मला कोणी सांगू नये. कॅन्सर रोजच्या रोज मला माझ्या बांधवांना खरं खरं समजून घ्यायला, माझ्या मी आधी करून घेतलेल्या सोयीस्कर (गैर) समजुती आणि ग्राह्य धरून चाललेल्या गोष्टी मनातून काढून टाकायला शिकवत होता.

त्या आठवड्यात हॉस्पिटलमधूनही चांगल्या बातम्याच येत राहिल्या. केमोचे दोन दिवस झाल्यानंतर माझा रक्ताचा रिपोर्ट सुधारला. औषधांचा कॅन्सरवर चांगला परिणाम होत होता, असा त्याचा अर्थ होता. अजून खूप लांब रस्ता काटायचा होता आणि निकोल्सनी मला ज्याबद्दल पूर्वी सावध करून ठेवलं होतं, त्या औषधांचे दुष्परिणाम जाणवायला लागले होते. आठवडा जसा संपत आला तसा मेंदूचं ऑपरेशन चांगलं पार पडल्याचा आनंद ओसरला आणि आयफोस्फामाइडचे दुष्परिणाम जाणवायला लागले. मला सतत विष पोटात गेल्यासारखं वाटायचं आणि इतका अशक्तपणा वाटायचा की, भिंतीकडे बघत पडून राहावं किंवा झोपून जावं, एवढंच मला करावंसं वाटायचं. आणि ही नुसती सुरुवात होती, आणखी दोनदा केमोथेरपीची आवर्तनं घ्यायची होती.

मेंदूच्या ऑपरेशननंतर सात दिवसांनी मी घरी गेलो. लवकरच मी हॉस्पिटलमध्ये परत येणारच होतो; पण निदान या रोगाशी दोन हात करायला मी सुरुवात केली होती.

केमो

प्रश्न एवढाच होता की, केमो आधी कोणाला मारणार होता – मला का कॅन्सरला? माझं आयुष्य म्हणजे एक न संपणारी आय.व्ही.ची ड्रिप झालं होतं– अत्यंत थकवून टाकणारा, उद्वेगजनक आयुष्यक्रम! मला वेदना होत नसतील तेव्हा उलट्या होत असायच्या आणि उलट्या होत नसतील तर मी मला झालेल्या कॅन्सरचा विचार करत असायचो आणि जर मी तो विचार करत नसेन, तर हे सगळं केव्हा संपणार असेल याचा विचार करत राहायचो. 'केमो'नं तुमची अशी स्थिती होते.

केमोच्या दुष्परिणामांनी ज्या बारीकसारीक गोष्टी होतात, त्यातून आजार जास्त जाणवतो. सदैव 'आतून एकूण बरं वाटत नसणं' ही कॅन्सरमुळं झालेली माणसाची अवस्था असते; पण केमोमुळं ज्या गोष्टी व्हायच्या त्या म्हणजे विशिष्ट भयंकर प्रकार इतके असायचे की, शेवटी मला हे उपचार कॅन्सरपेक्षा जास्त नसतील कदाचित; पण त्याच्याइतकेच वाईट आहेत असं वाटायला लागलं. बाहेरून बघणाऱ्याला कॅन्सर म्हणजे केस गळणं, त्वचा फिकी होणं, वजन उतरणं असं जे वाटतं, ते खरं म्हणजे केमोथेरपीचे परिणाम असतात. केमोची विषारी औषधं माझ्या रक्तवाहिन्या जाळत असायची, जणू आतून हळूहळू ती मला खात होती. माझ्या पापण्यांचे केससुद्धा झडून गेले होते. सतत खोकला येत असायचा आणि खोकल्याची ढास लागली की, छातीतून, खोलातून निघाल्यासारखे डांबरासारख्या काळ्या रंगाचे कफ असावा तसे गोळेच्या गोळे बाहेर पडायचे. केमोमुळं सारखंच कळा येऊन बाथरूमला जावं लागायचं.

याला तोंड देण्यासाठी मी अशी कल्पना करायचो की, कॅन्सरच्या जळून गेलेल्या गाठी मी कफ थुंकावा तशा थुंकून टाकत आहे. केमोचा त्यांच्यावर परिणाम होऊन त्या गाठी जळून जात आहेत आणि त्या माझ्या शरीरातून बाहेर फेकल्या जात आहेत, असं दृश्य मी कल्पनेनं डोळ्यांसमोर आणत असे. मी बाथरूममध्ये गेल्यावर लघवी करताना ॲसिडनं भाजल्यासारखी जांघेत जेव्हा आग व्हायची, तेव्हा लघवीतून मेलेल्या कॅन्सरच्या पेशी बाहेर पडत आहेत असं मी

स्वत:ला समजावून ती सहन करायचो. तसंच असत असेल, कुठून तरी त्यांना बाहेर तर पडलंच पाहिजे ना? खोकल्याच्या ढासेतून, लघवीतून, जेवढे शक्य होते त्या सर्व मार्गांनी मी कॅन्सरला बाहेर फेकत होतो.

'केमो'च्या शिवाय दुसरं काही आयुष्यच मला उरलं नव्हतं. तारखा आणि वेळा लक्षात ठेवायच्या माझ्या नेहमीच्या सर्व पद्धती बाजूला राहिल्या होत्या– उपचारांच्या वेळापत्रकानं त्यांची जागा घेतली होती. त्या पानगळीच्या ऋतूत आणि हिवाळ्यात, प्रत्येक मोठी सुट्टी मी केमोचे उपचार घेत होतो किंवा एक आवर्तन संपून त्यातून बाहेर निघत होतो. हॅलोवीन नाइटला तर मला ड्रिप लावलेली होती. मी कँडीच्या पिशव्या नर्सेसना दिल्या. थँक्स गिव्हिंगसाठी मी घरी गेलेलो होतो आणि कोचावर पडून होतो. आई मला थोडे तरी टर्कीचे तुकडे खा म्हणून मनवत होती. रोज रात्री मी दहा-बारा तास झोपायचो आणि जेव्हा जागा असायचो तेव्हा अशा विचित्र गुंगीत असायचो, जी जेटलॅग आणि हँगओव्हरच्या मिश्रणासारखी भावना असायची.

केमोचा परिणाम उत्तरोत्तर वाढत जाणारा आणि एकत्रित परिणाम करणारा असतो. तीन महिन्यांच्या अवधीत मी केमोची चार आवर्तनं घेतली आणि प्रत्येक वेळची विषारी द्रव्यं शरीरात साठत गेली. सुरुवातीला त्रास फार वाईट नव्हता. दुसरं आवर्तन संपत येईपर्यंत मला सारखं आजारी असल्यासारखं वाटायचं आणि सारखी झोप यायची. सोमवारी मी इंडियाना पोलीस मेडिकल सेंटरमध्ये दाखल होत असे, रोज पाच तासाप्रमाणे ओळीनं पाच दिवस केमो घेत असे, शुक्रवारी ते संपत असे. केमो चालू नसे तेव्हा मला चोवीस तास ड्रिप लावलेलं असे, ज्यात सलाइनबरोबर केमोच्या विषारी द्रव्यांपासून संरक्षण देण्यासाठीचं एक औषध मिसळलेलं असे – विशेषत: आयफोस्फामाइडच्या अत्यंत वाईट परिणामांपासून, कारण त्याचा किडनी आणि बोनमॅरोवर फार वाईट परिणाम होऊ शकतो.

तिसरं आवर्तन सुरू झालं तोपर्यंत इतकं मळमळायला लागलं होतं की, मी उठून उभा राहूच शकत नसे. इतकं ढवळून निघायचं आतून की, शरीरातली आतली सगळी इंद्रियं बिघडून खराब होऊन गेली आहेत, असं वाटायचं. कॅन्सरच्या रुग्णांना जास्तीत जास्त चार केमोची आवर्तनं दिली जातात. त्यातलं हे चौथं ज्यांची स्थिती फारच वाईट असेल अशा रुग्णांना दिली जाते. चौथं आवर्तन मी घेतलं तेव्हा मी गर्भाशयात बाळ जसं मुटकुळं करून असतं, तशा स्थितीत होतो, चोवीस तास उबके येत असायचे.

डॉ. निकोल्स म्हणाले होते की, मी ऑस्टिनमधे घरी राहून हवं तर केमो घेऊ शकत होतो, त्यांच्याशी फोनवर संपर्क ठेवून; पण मीच म्हटलं की, मी इंडियाना पोलीसलाच येत राहीन म्हणजे त्यांचं सदैव लक्ष राहील.

"माझी प्रकृती जास्त बिघडली तर तुमच्या ते लक्षात आलं पाहिजे." मी म्हटलं, "आणि माझी प्रकृती सुधारली तरी तेही तुमच्या लक्षात आलं पाहिजे."

केमो कसं दिसतं याचं वर्णन करता येण्यासारखं नाही. इतकं निरुपद्रवी दिसणारं काहीही इतकं भयंकर असू शकतं, यावर विश्वास बसणं कठीण होतं. केमोची औषधं पन्नास सीसीच्या तीन पारदर्शक प्लास्टिक पिशव्यांमधे असायची, त्यांच्यावर माझं नाव, तारीख, डोस आणि औषध किती सीसी होतं या गोष्टींची लेबलं लावलेली असायची. ती रुपेरी स्वच्छ द्रावणं त्यांच्या प्लास्टिकच्या पिशव्यांमधे तरंगत असायची, साखरेचं पाणी वाटावी अशी. गुपित फुटायचं त्या पिशव्या हाताळणाऱ्या नर्सेसच्या हातांमध्ये घातलेले जाड रबरी हातमोजे आणि पिशव्यांवरचा 'धोकादायक सामान' हा छाप बघून. नर्स त्या पिशवीत एक ट्यूब सरकवायची आणि त्या ट्यूबमधे सरकवलेल्या दुसऱ्या ट्यूबमधून माझ्या कॅथेटरमध्ये; तिथून माझ्या रक्तात. एका पिशवीला एक तास लागायचा, दुसऱ्या पिशवीला दीड तास आणि तिसरीला अर्धा तास.

पण ही तीन द्रावणं इतका विनाश करू शकायची की, माझ्या शरीरातलं सगळं रक्त ती अक्षरश: आटवून टाकू शकत. असं वाटायचं, जणू माझ्या रक्तवाहिन्या आतून घासून काढल्या जात आहेत. मला हे जे, असं वाटायचं, त्याला वैद्यकीय भाषेत मायलोसप्रेशन म्हणतात – केमोथेरपीचा बऱ्याच जणांवर होणारा अत्यंत वाईट परिणाम, ज्यामुळे शरीरातील लाल रक्तपेशी तयार होऊन विकसित होण्याला अटकाव होतो. केमोनं तुमचं रक्त कमकुवत होतं. तिसरं आवर्तन सुरू असताना माझं हेमोक्रिट म्हणजे माझ्या शरीरात असलेल्या रक्ताच्या साठ्याचं प्रमाण जे साधारणपणे सेहेचाळीस असायला पाहिजे, ते पंचवीस झालं. दैवाची वक्रोक्ती म्हणावी तसं त्यावेळी मला लाल रक्तपेशी वाढवण्यासाठी इपोजेन EPO देण्यात आलं. वेगळ्या परिस्थितीत इपोजेन घेण्यानं मी इंटरनॅशनल सायकलिंग युनियन आणि इंटरनॅशनल ऑलिंपिक कमिटी यांच्याकडून चांगलाच अडचणीत आलो असतो. कारण इपोजेनमुळं तुमची कामगिरी सुधारते असं मानलं जातं, पण आत्ता माझ्या बाबतीत इपोजेनचा तो परिणाम अजिबातच नव्हता. ते एकच औषध होतं जे मला जिवंत ठेवू शकत होतं.

केमो फक्त कॅन्सर नष्ट करत नाही, ते तुमच्या निरोगी पेशींनाही नष्ट करतं. त्यानं माझा बोनमॅरो, माझे स्नायू, माझे दात, माझ्या घशाचं आणि पोटाचं आतलं आवरण या सर्वांवर हल्ला चढवला आणि कुठल्याही रोगाच्या जंतूंचा प्रादुर्भाव माझ्या अंगात होऊ शकेल, अशी माझी स्थिती झाली. माझ्या हिरड्यांमधून रक्त येऊ लागलं, माझ्या तोंडात फोड आले आणि अर्थातच माझी भूकही खूप मंदावली, जो एक गंभीर प्रश्न होऊ शकत होता. प्रोटीन शरीरात गेलं नाही तर केमोथेरपी

संपल्यावर माझी त्वचा, केस, नखं जे खलास झालेलं असणार होतं, ते पूर्ववत होऊ शकलं नसतं.

सकाळची वेळ सर्वांत अवघड असे. रोजचा केमोचा डोस, रात्रीच्या जेवणापूर्वी थोडा वेळ संपत असे. मी काहीतरी खाण्याचा प्रयत्न करत असे आणि मग अंथरुणावर पडून राहत असे, टीव्ही बघे किंवा मित्रांशी गप्पा मारत बसे. रात्रभर ती औषधं माझ्या शरीरात झिरपत जात आणि सकाळी मी जागा होई तेव्हा मला प्रचंड ढवळत असे. एकच गोष्ट मी खाऊ शकत असे– हॉस्पिटलच्या कॅफेटेरियामधे मिळणारी ॲपल फ्रिटर्स – ॲपलची गोड भजी! त्या भज्यांचं वरचं कुरकुरीत पीठ, आतली साखर आणि जॅमसारखं शिजलेलं ॲपल यांनी माझ्या जिभेला आणि तोंडाला खूप बरं वाटायचं.

रोज सकाळी जिम ऑकोविक्झ एक डबा भरून ती घेऊन यायचा. तो माझ्या कॉटवर पायाच्या बाजूला बसायचा आणि आम्ही दोघं मिळून ती खायचो. रोजच्या रोज. मला तीही खाता येईनाशी झाली, त्यानंतरही किती दिवस ऑक माझ्यासाठी ती भजी घेऊन यायचा.

केमोथेरपी घेणं एकाकीपणाचंही होतं. माझ्या मेंदूच्या ऑपरेशननंतर आई शेवटी प्लॅनोला परत गेली. तिची सगळी रजा संपली होती आणि बिनपगारी रजा घेणं तिला परवडण्यासारखं नव्हतं. जाणं तिच्या अगदी जिवावर आलं होतं. तिला वाटायचं, तिच्या नुसतं तिथं असण्यानंही फरक पडत होता.

मी शाळेत होतो तेव्हा तिचा असा विश्वास होता की, ती माझ्यावर लक्ष ठेवून असेल, तर माझं काही वाईट होणार नाही. हिवाळ्यात प्लॅनोमध्ये बर्फाचं वादळ होऊन रस्त्यांवर बर्फाचा थर झाला की, माझे मित्र आणि मी प्लॅनो ईस्ट पार्किंग लॉटवर जायचो, बर्फ काढण्याची तबकडी गाडीच्या मागच्या बाजूला बांधायचे आणि एकमेकांच्या गाड्या त्या बर्फात ओढण्याचा खेळ खेळायचे. माझी आई गाडी घेऊन यायची आणि तिच्या गाडीत बसून आमच्याकडे लक्ष ठेवायची. "मी इथे असले म्हणजे तुम्हाला लागणार नाही असं आपलं मला वाटतं." ती म्हणायची. आताही या केमोच्या त्रासाबद्दल तिला तसंच वाटायचं; पण तिचा इलाजच नव्हता. तिची जागा ऑकनं घेतली. तो माझा 'बदली' पालक आणि सदैव माझ्या अंथरुणाजवळ बसणारा सांगाती झाला. लांबून विस्कॉन्सिनपासून रोज येऊन, तो प्रत्येक आवर्तनात माझ्याजवळ असायचा. केमोच्या हळूहळू होणाऱ्या विषारी परिणामांचा पेशंटच्या मनोबलावर जो परिणाम होतो, तो त्याला समजे. कारण त्यानं त्याचे वडील कॅन्सरनंच गमावले होते. मनुष्याची मानसिक शक्ती या उपचारांनी किती खाली जाते, ते उपचार किती कंटाळवाणे असतात, हे त्याला ठाऊक होतं. त्यामुळे न कंटाळता तो माझं लक्ष दुसरीकडे गुंतवण्यासाठी प्रयत्न करत राहायचा. 'हार्ट्स'चा

खेळ खेळायला त्यानं मला शिकवलं. तासन्तास पत्ते वाटत तो माझ्या पलंगाजवळ बसलेला असायचा. बिल आणि लिसा मिळून आम्ही चौघं खेळणारे व्हायचो. मी आपलं आपलं वाचण्याइतकाही बरा नसे, तेव्हा तो वर्तमानपत्रं आणि मला आलेली पत्रं वाचून दाखवायचा.

हॉस्पिटलमध्ये तो मला पायी चक्कर मारायला घेऊन जायचा, तेव्हा माझ्या ड्रिपची चाकांची गाडी तो ढकलत असायचा आणि सायकलिंगपासून ते इंटरनेटवरच्या स्टॉक्सपर्यंत कशावरही आम्ही बोलत असायचो. एका दुपारी आम्ही मृत्यूबद्दल बोलत होतो. मेडिकल सेंटरच्या बाहेर बाकावर आम्ही उन्हात बसलो होतो. ''ऑक, मी मरायला तयार आहेसं मला वाटत नाही, तेव्हा मला वाटतं मी जगावं अशी देवाची इच्छा असेल.'' मी म्हटलं, ''मरावंच लागलं, तर मला मरणाची भीती वाटत नाही; पण माझी अजूनही खात्री पटलेली नाही की, मी या आजाराला हरवू शकणारच नाही.''

परंतु केमो म्हणजे जिवंतपणी मरणच वाटायचं. मी अर्धवट झोपेत अंथरुणावर पडून असायचो. वेळेचंच काय, दिवस-रात्रीचंही मला भान राहिलेलं नसायचं आणि हे मला अजिबात आवडत नसे. त्यामुळे एक तऱ्हेची हरवल्यासारखी भावना यायची आणि गोष्टी माझ्यापासून लांब जात, निखळत, विस्कळित होत जात आहेत, असं वाटायचं. मग ऑकनं एक वेळापत्रक केलं, ज्यामुळं मला वेळेचं भान राहील. माझे ब्रेकफास्टसाठीचे ॲपल फ्रिटर्स तो घेऊन यायचा आणि बोलता बोलता मला झोप लागेपर्यंत तो माझ्याशी गप्पा मारत राहायचा. माझी हनुवटी छातीवर टेकली की, ऑक आवाज न करता चवड्यांवर चालत बाहेर जायचा. काही तासांनी लंचसाठी प्लेट भरून भाज्या किंवा सँडविच तो हॉस्पिटलच्या बाहेरून घेऊन यायचा. जेवण झाल्यावर मी परत झोपून जाईपर्यंत आम्ही पत्ते खेळत राहायचो. माझं डोकं डुलायला आणि पापण्या फडफडायला लागल्या की, ऑक माझ्या हातातून पत्ते काढून घ्यायचा, नीट ठेवून द्यायचा आणि पुन्हा हळूच बाहेर जायचा.

प्रत्येक आवर्तनाच्या वेळी बिल आणि लिसाही माझ्याबरोबर असायची; आणि बाकीचे माझे सर्व जुने मित्र, मला धरून राहिलेले माझे स्पॉन्सर्स हे दुसऱ्या गावांहून आळीपाळीनं जात येत असत. ऑक, बिल आणि लिसा माझे मुख्य आधारस्तंभ होते, माझ्या जीवनातल्या प्रमुख व्यक्ती. रोज संध्याकाळी ती तिघं माझ्यासाठी काहीतरी जेवण आणायची, किंवा मला तितपत बरं वाटत असलं तर मी त्यांच्याबरोबर खाली कॅफेटेरियामधे जायचो – माझी छोटीशी आय.व्ही.ची गाडी ओढत ओढत. मला खरं म्हणजे कधीच जेवायची इच्छा अशी होत नसे; पण कंटाळा घालवायचा तो एक मार्ग होता. नंतर मी पेंगायला लागेपर्यंत आम्ही

टीव्हीवर काहीतरी बघत असू. साधारण सात वाजता ती सगळी घरी जायची आणि रात्री मी एकटा असायचो.

त्या तिघांचं रोज एकत्र जेवायला जायचं हे एक आन्हिकच होऊन गेलं. बरोबर मला भेटायला आणखी जे कोणी आलं असेल – ख्रिस कार्मायकेल नाहीतर स्कॉट मॅकइचर्न – तेही असायचे. ती सगळीजणं 'पॅलोमिनी यूरो बिस्ट्रो' मधे, नाहीतर फार छान स्टेक मिळायचा त्या 'सेंट एल्मो'मधे जात असत. नंतर सगळीजणं कॅन्टरबरी हॉटेलमधल्या बारमध्ये जायची आणि सिगार्स ओढायची. मलाही हे सगळं करायला खूप आवडलं असतं, मी आजारी नसतो तर. संध्याकाळी ते सगळे जायला निघाले की, मी त्यांना लटक्या रुसव्यानं म्हणायचो, "आता सगळे दारू ढोसायला चाललायत, हो ना?"

ला त्रीस मला केमो द्यायला यायच्या, तेव्हा मला कितीही बरं वाटत नसलं, तरी मी उठून बसायचो आणि जितकं लक्ष घालता येईल तितकं घालायचो.

"तुम्ही काय घालणार आहात आता माझ्या अंगात?" मी विचारायचो, "कशाकशाचं मिश्रण आहे?" एव्हाना एखाद्या डॉक्टरइतकाच मलाही छातीचा एक्स-रे चांगला बघता येऊ लागला होता आणि सगळे शब्द मला ठाऊक झाले होते. मळमळणं थांबण्यासाठीच्या औषधांची नावं आणि डोससुद्धा. मी ला त्रीसना त्याच्याबद्दल उलटसुलट प्रश्न विचारायचो आणि मळमळणं कमी होण्याच्या दृष्टीनं कशानं मला बरं वाटायचं, कशानं नाही, हेही सांगायचो. मी म्हणायचो, "हे जरा कमी देऊन बघा," किंवा "ते जरा थोडं जास्त देऊन बघा."

मी ऐकून घेणारा आज्ञाधारक पेशंट नव्हतो. मी खवचट, आक्रमक वृत्तीचा, कटकट करणारा होतो. मी माझ्या दुखण्याला व्यक्तिवाचक 'बास्टर्ड' हे नाव देऊन टाकलं होतं. त्याला मी माझा शत्रू, मला आव्हान देणारा मानत असे. ला त्रीस मला सांगायच्या, "दिवसाकाठी पाच ग्लास पाणी पीत जा." मी एकामागून एक पंधरा ग्लासेस, पाणी तोंडातून खाली सांडायला लागेपर्यंत पिऊन टाकायचो.

केमो माझं स्वातंत्र्य, माझी स्वायत्तता हिरावून घेऊ बघत होती आणि त्याचा मला राग यायचा. चोवीस तास मला आय.व्ही.च्या स्टँडला जखडून ठेवलेलं असे. माझं स्वातंत्र्य नर्सेस आणि डॉक्टर्सच्या ताब्यात देणं हे मला फार जड जात होतं. म्हणून मग मीही माझ्या उपचारांमध्ये पूर्णपणे सहभागी होत असल्यासारखं वागण्याचा आग्रह धरायचो. माझ्या रक्ततपासणीचे रिपोर्ट आणि एक्स-रे यांवर मी बारीक लक्ष ठेवायचो आणि मीच मोठा चौकशी अधिकारी असल्यासारखा ला त्रीसना भंडावून सोडायचो.

"आज माझ्या नर्सेस कोण आहेत ला त्रीस?"

"त्या औषधाचं नाव काय ला त्रीस?"

"त्यानं काय होतं ला त्रीस?"

मी अखंड त्यांना प्रश्न विचारत राहायचो, जसं काही देखरेखीचं काम माझ्याच हातात होतं. त्या विभागातल्या नर्सेसबरोबर माझ्या केमोची योग्य व्यवस्था ला त्रीस करायच्या. त्या माझं वेळापत्रक आखायच्या, मळमळू नये, उलट्या होऊ नयेत म्हणून द्यायच्या औषधांचंही वेळापत्रक करायच्या. आणि जेव्हा जशी लक्षणं दिसतील, तशी त्यांची काळजी घ्यायच्या. मी सगळ्यामध्ये स्वत: लक्ष घालायचो. मला केव्हा काय द्यायचं आहे हे मला बरोबर माहीत असायचं आणि त्यात किंचितसा बदल झाला तरी ते माझ्या लक्षात यायचं.

ला त्रीसच्या सहनशक्तीचा अंत बघितला जात असेल, तसं तोंड माझ्याशी बोलताना त्या मुद्दाम करायच्या! कुठलाही दिवस त्यांच्यासाठी अशा धर्तीचा असायचा–

"आज मला किती डोस देणार आहात ला त्रीस?" मी विचारायचो.

"ते कुठल्या औषधांचं मिश्रण आहे?"

"काल मला दिलं होतं तेच आज द्यायचं आहे?"

"आज का वेगळं औषध देताय?"

"किती वाजता सुरू करणार आहोत आपण ला त्रीस?"

"आज माझं केमो किती वाजता संपेल ला त्रीस?"

औषधांच्या पिशव्या रिकाम्या व्हायला लागणाऱ्या वेळाचा खेळ मी खेळायचो. मी माझ्या हातातल्या घड्याळाकडे बघायचो आणि थेंबाथेंबाने माझ्या अंगात रिकाम्या होत जाणाऱ्या आय.व्ही.च्या पिशव्यांकडे टक लावून बघत राहायचो. त्या थेंबांच्या पडण्याच्या गतीचं मी गणित मांडायचा प्रयत्न करायचो आणि त्याप्रमाणे सर्व औषध नेमकं कुठल्या सेकंदाला संपेल त्याचा हिशोब करू बघायचो.

"ला त्रीस, शेवटचा थेंब नेमका केव्हा संपेल?"

जसजसे दिवस गेले तसतसं मी आणि ला त्रीस यांच्यामधे एक खेळीमेळीचं नातं निर्माण झालं. माझी मळमळणं आणि उलट्या बंद होणारी औषधं मुद्दामच दुष्टपणानं तुम्ही मला देत नाही असं मी त्यांना म्हणायचो. केमोमुळं होणाऱ्या त्रासानं माझी गठडी वळण्यापासून मला वाचवणारी तेवढीच औषधं होती; पण ती मला फक्त चार तासांनी एकदा देता यायची, म्हणून ती जास्त द्या, अशी मी ला त्रीसना कटकट करायचो.

"मी आत्ता नाही जास्त देऊ शकणार तुम्हाला," त्या म्हणायच्या, "तीन तासांपूर्वी दिलंय. आता आणखी एकच तास बाकी आहे."

"काय हो ला त्रीस? इथं सगळं तुमच्याच तर हातात आहे. तुम्हाला ठाऊक

आहे तुम्ही देऊ शकता; पण तुम्हाला द्यायचंच नाहीये.''

मधून मधून मला उबक्यांपुढे शरणागती पत्करावी लागायची आणि इतक्या जोरानं उलट्या व्हायच्या की, मला चक्कर येईल की काय असं वाटायचं! उलट्या थांबल्या की, मग मी मुद्दाम उपरोधाच्या स्वरात ला त्रीसना म्हणायचो – ''आता कसं बरंऽऽ वाटतंय!''

कधीकधी खाल्लं की, उलट्या व्हायच्या, विशेषत: सकाळचा नाश्ता. शेवटी मी त्यांना ब्रेकफास्ट आणूच नका म्हणून सांगितलं. एका सकाळी मी अगदी वाईट तोंड करून बशीभर अंड्यांकडे आणि पुठ्ठ्यासारख्या दिसणाऱ्या टोस्ट्सकडे बघत राहिलो आणि मग जोरात ओरडलो,

''हे काय आहे घाणेरडं सगळं? ला त्रीस, तुम्ही-तुम्ही खाल कधी हे असलं? बघा जरा हे! हे खायला देता तुम्ही लोकांना? मला खाता येईल असं काहीतरी आणून देईल कोणीतरी?''

''लान्स, तुला जे हवं असेल ते खाऊ शकतोस तू.'' ला त्रीस शांतपणे म्हणाल्या.

मी त्यांची मस्करी करायचो, तितकीच त्याही माझी करायच्या. अगदी मी हसण्याच्या स्थितीत नसेन तेव्हाही.

''माझ्यामुळं होतंय का असं लान्स?'' त्या अतीव सहानुभूतीचा आवाज काढत विचारायच्या, ''मला बघून तुला मळमळतं का?''

मी नुसतं स्मित करायचो, पुन्हा उबके यायचे. आमची मैत्री होत चालली होती- 'केमो'साथी! दोन आर्वतनांच्या मध्ये दोन आठवडे विश्रांती घ्यायला आणि जरा शक्ती भरून काढायला मी घरी ऑस्टिनला जायचो, तेव्हा ला त्रीस माझी चौकशी करायला, मी जरूर तेवढे द्रव पदार्थ आणि पाणी पीत आहे ना विचारायला फोन करायच्या. 'केमो'नं माझ्या मूत्रमार्गाला अपाय होऊ शकत होता, म्हणून त्या सारख्या मला जास्त पाणी प्यायला सांगत असायच्या. एकदा त्यांचा फोन आला तेव्हा मी माझ्या गॅरेजमधे ऑकलेनं दिलेल्या खेळण्याशी खेळत होतो. ती एक लहानशी रिमोट कंट्रोल मोटारगाडी होती– टिटॅनियमची केलेली आणि ती ताशी सत्तर मैलांच्या वेगानं जाऊ शकायची.

''हा आवाज कसला येतोय एवढा मोठा?'' त्या म्हणाल्या.

''मी माझ्या गॅरेजमधे आहे.'' मी म्हटलं.

''काय करतोयस?'' त्यांनी विचारलं.

''मी माझ्या खेळातल्या गाडीशी खेळतोय.'' त्यांना सांगितलं.

''हो ना? बरोबर! तेच करत असशील तू नक्कीच!'' त्या म्हणाल्या.

एक दिवस माझ्या अंगावर मला विचित्र डाग पडल्यासारख्या खुणा दिसल्या. फिके तपकिरी डाग पडावेत तशा होत्या त्या. केमोनं 'भाजल्याचे' डाग होते ते.

केमोची औषधं माझ्या शरीरातल्या पेशी आतून बाहेरपर्यंत भाजून काढत होती आणि त्यामुळे अंगावर असे डाग पडत होते. एव्हाना तिसरं आवर्तन चालू झालेलं होतं आणि मी पूर्वी जसा होतो, तसा आता दिसत नव्हतो. मी हॉस्पिटलमध्ये आलो, तेव्हा माझं शरीर जसं होतं, ते आता खलास झालं होतं. हॉस्पिटलमधे जरा व्यायाम हवा म्हणून माझा आय.व्ही.चा स्टँड ढकलत मी लंगडत लंगडत चकरा मारायचो, तेव्हा हॉस्पिटल गाउनमधल्या माझ्या शरीराकडे मी बघितलेलं मला आठवतं. माझं शरीर जणू हळूहळू लहान होत गेलं होतं. माझे स्नायू आक्रसले होते आणि पिळपिळीत झाले होते. 'म्हणजे आता या स्थितीला येऊन पोहोचलोय!' मला वाटलं, 'हा आजार अशी स्थिती करतो म्हणायची माणसाची!'

'मला माझी नीट काळजी घेतली पाहिजे–' मी पुटपुटायचो. 'नीट काळजी घेतली पाहिजे!'

वजन उतरू नये म्हणून कितीही प्रयत्न केला, तरी माझं वजन उतरतच होतं. आधी मुळी माझं वजन जास्त नव्हतंच, माझ्या अंगावर चरबी खूपच कमी होती आणि केमोची विषारी द्रव्यं आता मला, मासे जसे थव्यानं येऊन भक्ष्य कुरतडतात, तशी कुरतडत होती. ''ला त्रीस, माझं वजन उतरतंय,'' मी रडकुंडीला येऊन म्हणायचो, ''काय करू मी? बघा ना हे स्नायू माझे! बघा कसा होत चाललोय मी! मला सायकल चालवायचीय, मला परत नीट झालं पाहिजे!''

''लान्स, हा केमोचा परिणाम आहे रे!'' ला त्रीस कमालीच्या शांतपणानं म्हणायच्या, ''वजन उतरणारच तुझं, आपोआपच. केमोच्या पेशंट्सचं वजन उतरतंच.''

मला काहीही न करता गप्प अंथरुणात पडून राहणं सहनच होत नसे. काही न करता पांघरूण घेऊन पडून राहिलो म्हणजे मला लाटेबरोबरच्या किनाऱ्यावर येऊन पडलेल्या कचऱ्यासारखं किंवा मृत प्राण्यासारखं वाटायचं.

''मी व्यायाम करू शकतो ला त्रीस?''

''इथं जिम आहे तुमच्याकडे ला त्रीस?''

''लान्स, हे हॉस्पिटल आहे!'' सहनशीलपणानं मोठा सुस्कारा टाकत त्या म्हणायच्या, ''पण ज्या पेशंट्सना इथं आमच्याबरोबर बराच काळ राहावं लागतं, त्यांच्यासाठी आणि तुझ्यासारख्या लोकांसाठी जागच्या जागी चालवायच्या सायकली आहेत.''

''त्यावर बसू शकतो मी?'' मी लगेचच विचारलं.

मी जिम वापरला तर चालेल का, असं ला त्रीसनी डॉ. निकोल्सना विचारलं;

पण त्यांना ते योग्य वाटलं नाही. मला प्रतिकारशक्ती जवळजवळ राहिलीच नव्हती आणि माझी शारीरिक स्थिती व्यायाम करण्यासारखी नव्हती.

ला त्रीसनी खोटं खोटं वैतागल्यासारखं दाखवलं, तरी हालचाल करण्याच्या तीव्र इच्छेनं मला येणाऱ्या अस्वस्थतेबद्दल त्यांना सहानुभूती वाटत होतीसं दिसलं. एक दिवस दुपारी माझ्या मेंदूच्या चेकअपसाठी एम.आर.आय. काढायचा होता; पण सर्व मशीन्सवर पेशंट्स होते, म्हणून ला त्रीसनी मला शेजारच्या 'रिले' या लहान मुलांच्या हॉस्पिटलमध्ये पाठवलं. या दोन हॉस्पिटल्सना जोडणारा साधारण एक मैलभर लांबीचा भुयारी रस्ता होता आणि पेशंट्सना इकडून तिकडे त्या भुयारातून ॲम्ब्युलन्समधून किंवा व्हीलचेअरवरून नेलं आणलं जात असे.

पण मी 'रिले'ला तसं न जाता चालत जायचा निश्चय केला होता. जी नर्स माझ्यासाठी व्हीलचेअर घेऊन आली तिला मी सांगितलं, ''काही झालं तरी मी याच्यावर बसणार नाहीये.'' मी तिला सांगितलं की, मी आणि ती चालत रिलेला जाणार होतो, सारी रात्र चालावं लागलं तरी हरकत नव्हती. ला त्रीस एक शब्दही बोलल्या नाहीत. आम्ही निघालो तेव्हा त्यांनी नुसती हताशपणे मान हलवली. माझी आय.व्ही.ची गाडी ढकलत नर्स माझ्यामागे येत होती.

त्या भुयारातून कसाबसा चालत मी तिथे पोहोचलो आणि तसाच परतही आलो. परत आलो तेव्हा मी वाकलेल्या, लंगडणाऱ्या म्हाताऱ्या माणसासारखा दिसत होतो. सगळा मिळून एका तासापेक्षा जास्त वेळ लागला होता. परत येऊन पलंगावर झोपलो तेव्हा मी खूप दमलो होतो आणि घामानं भिजलो होतो; पण मला विजयी वाटत होतं.

''तुला काहीतरी वेगळं करावंच लागतं ना!'' ला त्रीस स्मित करत म्हणाल्या. नुसतं जागचं हलणं ही एक अत्यंत अवघड लढाई होऊन बसली होती. तिसऱ्या आवर्तनाच्या पाचव्या दिवशीपर्यंत मला आमच्या वॉर्डमध्ये फिरून येणंही शक्य राहिलं नाही. घरी जायला पुरेशी शक्ती येण्यासाठी मला एक पूर्ण दिवस झोपून राहावं लागलं. रविवारी सकाळी एक सहायक व्हीलचेअर घेऊन आला आणि घरी जाण्यासाठी लॉबीपर्यंत घेऊन जातो म्हणाला. पण मी नमतं घ्यायचं नाकारलं आणि रागानं 'नाही' म्हटलं.

''मुळीच नाही,'' मी म्हटलं, ''मी इथून चालत जाणार आहे.''

तो फ्रेंच गृहस्थ माझ्या कॉटवर वाकून पाचशे डॉलर्स किमतीची रेड वाइनची बाटली, त्याच्या माझ्याबद्दलच्या आदराचं प्रतीक म्हणून मला भेट देण्याचा प्रयत्न करत होता. विषारी औषधांच्या गुंगीतून अर्धजागृत अवस्थेत मी त्याच्याकडे बघत राहिलो. कमालीचं मळमळत असल्यामुळं काहीही प्रतिक्रिया देणं मला शक्यच नव्हतं. मला एवढं नवल मात्र वाटून गेलं की, कुठल्याही कॅन्सर पेशंटला कोणी

महागडी बोर्दो वाइनची बाटली देऊन ती वाया का घालवत असेल?

कोफिदी रेसिंग ऑर्गनायझेशन या फ्रेंच संस्थेचा ॲलेन बॉन्ड्यू हा डायरेक्टर होता आणि तो मला 'सहज भेटायला' म्हणून आला असावा असं दिसत होतं; पण मी साध्या गप्पा मारण्याच्या स्थितीत अजिबातच नव्हतो. केमोच्या तिसऱ्या आवर्तनाच्या शेवटच्या टप्प्यावर मी होतो. मी पांढरा फट्ट पडलो होतो, माझ्या डोळ्यांभोवती काळी वर्तुळं झाली होती. मला केसही उरले नव्हते आणि भुवयाही उरल्या नव्हत्या. दोन-तीन मिनिटं अवघडल्यासारखा बॉन्ड्यू थांबला, त्यांच्या कंपनीचा मला कसा पाठिंबा आहे वगैरे बोलत राहिला आणि मग त्यानं निरोप घेतला.

''लान्स, आम्हाला खूप आवडतोस तू,'' तो म्हणाला, ''मी तुला वचन देतो की, आम्ही तुला सांभाळणार आहोत.''

एवढं म्हणून तो 'गुडबाय' म्हणाला, मी त्याचा हात दाबला; पण माझ्या कॉटजवळून बाजूला होताना त्यानं बिल स्टेपलटनला खूण केली की, त्याला काहीतरी बोलायचं होतं, बिलनं बाहेर जावं. बॉन्ड्यूच्या पाठोपाठ बिल बाहेर गेला, तशी बॉन्ड्यूनं लगेचच त्याला सांगितलं की, त्याला काही कामाच्या गोष्टींची चर्चा करायची होती, तेव्हा त्यांनी कुठंतरी खासगी जागेत बसून बोलणं आवश्यक होतं.

स्टेपलटन, बॉन्ड्यू आणि पॉल शेनवॅन नावाचा एक मित्र रस्त्यापलीकडच्या हॉटेलमधल्या एका लहानशा, मंद उजेड असलेल्या कॉन्फरन्स रूममध्ये गेले. पॉलला फ्रेंच येत होतं आणि तो दुभाष्याचं काम करणार होता. बॉन्ड्यूनं एकामागून एक सिगारेट्स ओढत फ्रेंचमधे बिलला सांगितलं की, ही गोष्ट सांगायला त्याला वाईट वाटत होतं; पण माझ्या आजारामुळं, माझ्याबरोबर कोफिदीनं केलेल्या कराराचा पुनर्विचार करणं त्यांना भाग होतं. कोफिदीच्या टीमबरोबर माझा करार दोन वर्षांचा, पंचवीस लाख डॉलर्सचा होता, पण आता ते शक्य होणार नव्हतं.

बिलनं गोंधळून मान हलवली. ''कळलं नाही मला!'' तो म्हणाला. मी आजाराशी लढा देत असताना माझ्या पाठीशी उभं राहण्याचं जाहीर वचन कोफिदीनं दिलं होतं आणि माझी केमोथेरपी चालू असताना मध्येच कराराची चर्चा करणं हे नक्कीच योग्य वेळी होत नव्हतं.

''लान्स आम्हाला खूप आवडतो, आम्हाला त्याच्यासाठी काहीतरी करायचंही आहे,'' बॉन्ड्यू फ्रेंचमधे म्हणाला, पण, ''तुम्ही हे समजून घेतलं पाहिजे की, हा ज्या त्या देशाच्या संस्कृतीचा प्रश्न आहे आणि फ्रान्समधे लोकांना हे समजूच शकत नाही की, कोणी जर काम करत नसेल तर त्याला पैसे कसे मिळत राहतात.''

बिल थक्कच झाला. तो म्हणाला, ''मी जे ऐकतोय त्यावर माझा विश्वासच बसत नाहीये.'' बॉन्ड्यू म्हणाला की, करारातील एका कलमाप्रमाणे मी वैद्यकीय तपासणी करून घ्यायची असते. मी ती करून घेण्याच्या स्थितीत नव्हतो हे उघड

होतं, तेव्हा म्हणून कोफिदीला करार रद्द करण्याचा अधिकार होता. ते याबद्दल चर्चा करायला तयार होते, हाच प्राप्त परिस्थितीत त्यांच्या मनाचा मोठेपणा होता असं त्यांना वाटत होतं. कराराच्या रकमेपैकी काही रक्कम द्यायला त्यांची तयारी होती; पण संपूर्ण नाही. त्यांनी देऊ केलेली नवी कलमं मी स्वीकारली नाहीत, तर ते मला वैद्यकीय तपासणी करून घ्यायला भाग पाडतील आणि मग संपूर्णच करार रद्द करतील.

बिल उभा राहिला आणि दुसऱ्या बाजूला असलेल्या बॉन्ड्यूकडे बघून त्यानं एक अर्वाच्य शिवी हासडली.

बॉन्ड्यू दचकला.

बिलनं पुन्हा तीच शिवी हासडली आणि म्हणाला, ''या अशा परिस्थितीत तुम्ही इथपर्यंत आला आहात आणि मी परत जाऊन त्याला हे सांगावं असं तुमचं म्हणणं आहे, हे मला खरंच वाटत नाही!''

बिल कमालीचा संतापला होता. कोफिदीचे लोक करारातून बाहेर पडू बघत होते, याबद्दल त्याला इतका राग नव्हता आला, कारण तसं करण्याचा त्यांना हक्क होता; पण ज्या वेळी आणि ज्या आडवळणानं ते हे करू बघत होते, त्याचा त्याला फार राग आला. कोफिदीनं साऱ्या जगाला जाहीरपणे हे सांगितलं होतं की, ते मला पाठिंबा देत राहणार होते आणि म्हणून त्यांची वर्तमानपत्रांनी वाखाणणीही केली होती; पण बंद दारांच्या आड त्यांची वृत्ती वेगळी होती. बिल माझ्या बाबतीत अतिशय संरक्षक वृत्तीचा होता आणि माझे केमोचे उपचार चालू असताना माझ्याबरोबर यावर चर्चा करण्याचं त्यानं साफ नाकारलं.

''मी हे करणार नाही.'' बिल म्हणाला. ''मला आत्ता या बाबतीत काहीही चर्चा करायची नाही. तुम्हा लोकांना जे करायचं असेल ते करा आणि जनतेच्या मताच्या कोर्टात याचा निवाडा होऊ दे.''

बॉन्ड्यूवर काही परिणाम झाला नाही. कायद्यानं गेलं तर बिलचं काही चालणार नाही हे बिलला ठाऊक आहे ना, असं त्यानं विचारलं. कोफिदीला करार त्या दिवशीच रद्द करण्याचा हक्क होता – अगदी ताबडतोब. ''हा वैद्यकीय तपासणीचा प्रश्न आहे, हे लक्षात घ्या.'' बॉन्ड्यू पुन्हा म्हणाला. बिलनं विचारलं, ''तुम्ही इथे डॉक्टर पाठवणार आहात? वैद्यकीय तपासणी करायला तुम्ही तुमचा डॉक्टर इथं पाठवाल?''

''हो, कदाचित तसंही करावं लागेल.'' बॉन्ड्यू म्हणाला.

''फारच छान,'' बिल म्हणाला, ''मी सगळ्या टी.व्ही. कॅमेरावाल्यांना बोलावून ठेवीन आणि तुम्ही लोक स्वत:चं हसं करून घ्या.''

बॉन्ड्यू सांगत राहिला की, काही वेगळी कलमं घालून वेगळ्या कराराखाली

कोफिदी मला ठेवायला तयार होते. बिलही जरा शांत झाला आणि त्यानं बॉन्ड्यूला पटवून देण्याचा प्रयत्न केला की, मी आत्ता असा दिसत असलो, तरी माझी प्रकृती सुधारत होती, यातून नक्कीच काही मार्ग काढता येईल; पण बॉन्ड्यू त्याच्या म्हणण्याला चिकटून राहिला आणि आणखी दोन तास उलटले, तरीही काहीच मार्ग निघाला नाही. शेवटी बिल उठून उभा राहिला. मी हॉस्पिटलमध्ये होतो म्हणून कोफिदी मला अशा तऱ्हेनं दगा देणार असेल, तो म्हणाला, ''काही हरकत नाही. मी साऱ्या जगाला सांगेन की, तुम्ही त्याचा पाठिंबा काढून घेतला आहात.'' बिलनं मीटिंग संपवून टाकत म्हटलं.

''करा तुम्हाला काय करायचंय ते!'' तो म्हणाला.

मानसिक धक्क्यानं अस्वस्थ झालेला बिल हॉस्पिटलमधल्या माझ्या खोलीत परत आला. एव्हाना त्याला जाऊन तीन तास होऊन गेले होते आणि काहीतरी बिनसलं आहे हे माझ्या लक्षात आलं होतं. माझ्या खोलीचं दार उघडल्याबरोबर मी विचारलं, ''काय?''

''काही नाही.'' बिल म्हणाला, ''तू नको काळजी करू त्याची.''

पण त्याच्या चेहऱ्यावरून मला कळत होतं की, तो अस्वस्थ झाला होता आणि त्याचं कारण काय असावं याचा मला अंदाज आला होता.

''काय?''

''काय म्हणावं तेच मला समजत नाहीये.'' बिल म्हणाला, ''त्यांना कराराचा पुनर्विचार करायचा आहे आणि जरूर पडली तर ते तुझी वैद्यकीय तपासणी करून घ्यायला लावतील.''

''बरं, काय करायचं आपण?''

''मी सांगितलं त्यांना, जा खड्ड्यात म्हणून.''

मी जरा विचार केला आणि थकून जाऊन म्हटलं, ''आपण आपलं सोडून द्यावं नाहीतर–''

मला मग वाटलं की, बॉन्ड्यूच्या येण्याचं खरं कारण माझ्या प्रकृतीचा अंदाज घेणं तर नसेल? मला तेव्हा वाटलं आणि अजूनही वाटतं की, तो हॉस्पिटलमध्ये दोन गोष्टींपैकी एक करायच्या विचारानं आला होता – मी जर ठीक दिसलो तर तो सकारात्मक तऱ्हेनं बोलेल आणि करार होता तसा चालू ठेवेल आणि जर मी फार आजारी दिसलो, तर तो कडकपणानं वागेल आणि करार नव्यानं, वेगळा करेल किंवा रद्द करेल. आम्हाला वाटलं की, ही हेरगिरी होती, दुसरं काही नाही– हे बघायला की, आर्मस्ट्राँग मरायला टेकला होता की काय! असं वाटलं की, बॉन्ड्यूनं माझ्याकडे बघून ठरवलं होतं, मी मृत्युशय्येवर आहे! बिल अगदी हताश झाला होता आणि त्याला खूप वाईट वाटत होतं. ''तुला आणखी एक वाईट बातमी द्यावी

लागली याचं वाईट वाटतंय मला.''

पण त्या क्षणी मला कोफिदीपेक्षा जास्त महत्त्वाच्या प्रश्नांचा सामना करायचा होता. तुम्ही गैरसमज नका करून घेऊ – मला पैशांची काळजी तर होतीच, ही चुकीची वेळ त्यांनी येण्यासाठी निवडली याचंही मला वाईट वाटलं होतं आणि त्यांच्या वरवर बोललेल्या पाठिंब्याच्या शब्दांचंही; पण त्या वेळी मला मन केंद्रित करायचं होतं – उलट्या न करण्यावर!

बिल म्हणाला, ''आपण वेळ काढू या, चर्चा करत राहू या.'' त्याला वाटत होतं की, जर तो त्यांना फेब्रुवारीपर्यंत थोपवून धरू शकला, तर त्यांच्या वैद्यकीय तपासणीतून पास होण्याइतपत मी बरा झालेलो असेन. ''बघू या आपण काय काय होतंय ते.'' तो म्हणाला, मी नुसताच हुंकार दिला. मला इतकं ढवळत होतं की, मला कशाचीच पर्वा वाटत नव्हती. मला झाल्या गोष्टीबद्दल आता आणखी काही म्हणायचंच नव्हतं.

पुढच्या तीन-चार आठवड्यांत कोफिदी या प्रश्नावर भर देऊन बोलतच राहिली आणि त्यांनी स्पष्टपणे सांगितलं की, ते खोटं खोटं उगीच सांगत नव्हते, त्यांना मला वैद्यकीय तपासणी घ्यायला लावायला काही वाटणार नाही. ते फ्रान्सहून त्यांच्या डॉक्टरला पाठवतील आणि सगळा करार रद्द करून टाकतील. मी बिलशी याबद्दल बोलायचं टाळत होतो, कारण केमोच्या आवर्तनांनी जेव्हा अत्यंत आजारी वाटतं, त्या टप्प्यावर मी होतो; पण बिल एक दिवस माझ्या खोलीत येऊन बसलाच आणि म्हणाला, ''लान्स, ते उगीचच म्हणत नाहीयेत, खरोखरच म्हणतायत.'' ते जी कलमं घालतील ती स्वीकारण्याशिवाय आपल्यापुढे पर्यायच नव्हता, असं तो म्हणाला.

शेवटी कोफिदीनं पहिल्या दोन वर्षांच्या कराराच्या एक तृतीयांश रक्कम दिली आणि १९९८ मध्ये नव्या करारातूनही ते मुक्त होऊ शकतील, असं कलम घातलं.

हे म्हणजे अविश्वासदर्शक ठराव पास करण्यासारखं होतं. असं वाटलं की, मी मरणार होतो असंच त्यांना वाटत होतं. कोफिदीला परोक्षपणे जे सांगायचं होतं ते मला कळलं – मी मेल्यातच जमा होतो.

दैवगती अशी विचित्र होती की, मला जेव्हा जास्त आजारी वाटत होतं, तेव्हा मी बरा होत होतो. केमोथेरपीची तऱ्हा ही अशी होती!

एव्हाना मला इतकं मळमळायला लागलं होतं की, कधीकधी मला बोलायलाही येत नसे. इतकं मळमळायचं की, मी खाऊ शकत नसे, टीव्ही बघू शकत नसे, फोनवर माझ्या आईशी बोलूही शकत नसे. एक दिवस दुपारी ऑफिसमधून तिनं

मला फोन केला. मी अगदी हळू आवाजात म्हटलं, "आई, मी पुन्हा कधीतरी बोलेन तुझ्याशी."

ज्या दिवशी अजिबात बरं वाटत नसेल, त्या दिवशी मी कुशीवर झोपून राहायचो, ब्लँकेट्समध्ये गुरफटून घेऊन, पोटातली प्रचंड मळमळ दाबून टाकायचा पराकाष्ठेचा प्रयत्न करत. अंगात असलेल्या तापाकडे दुर्लक्ष करायचा प्रयत्न करत. मी ब्लँकेट्समधून जरासं डोकावून बघून 'हूं' 'उंहूं' एवढंच म्हणू शकायचो.

केमोथेरपीनं माझं डोकं इतकं भणभणत असायचं की, त्या दिवसांची माझी आठवण अगदी अस्पष्ट, अंधुक आहे; पण मला एवढं नक्की ठाऊक आहे की, मला जेव्हा अतिशय आजारी वाटत होतं, त्याच काळात मी बरा होऊ लागलो होतो. रोज सकाळी डॉक्टर माझ्या रक्ताच्या तपासणीचे नवे रिपोर्ट्स घेऊन यायचे आणि हे रिपोर्ट्स दिवसेंदिवस सुधारू लागले होते. या आजाराचं वैशिष्ट्य हे आहे की, या तपासण्यांवरून खूप काही समजतं. रक्ताच्या तपासणीतले अगदी बारीकसारीक फरकही आम्ही लक्षपूर्वक बघत असू. HCG किंवा FP जरासं कमी होणं किंवा वाढणं, काळजी वाटायला किंवा आनंद वाटायला पुरेसं कारण असायचं.

या तपासण्यांच्या आकड्यांचं खरं वाटणार नाही इतकं महत्त्व मला आणि डॉक्टरांना वाटायचं. उदाहरणार्थ, ऑक्टोबर दोन तारखेपासून – ज्या तारखेला माझ्या आजाराचं निदान झालं होतं, ते ऑक्टोबर चौदा तारखेपर्यंत – जेव्हा माझ्या मेंदूतल्या गाठीचं निदान झालं होतं. माझ्या HCG चा आकडा ४९,६०० पासून ९२,३८० झाला होता. माझ्या उपचारांच्या सुरुवातीच्या दिवसांमध्ये डॉक्टर माझ्या खोलीत यायचे तेव्हा ते गंभीर असायचे, ते काय होईल यावर काही बोलू इच्छित नव्हते.

पण हळूहळू ते जास्त खुशीत दिसू लागले– गाठींच्या चाचण्यांचे आकडे खाली जात होते. मग ते भराभर खाली जाऊ लागले. आकडे इतके भराभर उतरू लागले की, डॉक्टरांना जरा आश्चर्यच वाटलं. एका फाइलच्या कव्हरवर मी माझ्या तपासण्यांचे आकडे लिहून ठेवायचो. नोव्हेंबरमध्ये तीन आठवड्यांमध्ये ते ९२००० पासून ते ९००० वर आले.

"तुझा प्रतिसाद छान आहे." डॉ. निकोल्स म्हणाले.

हे म्हणजे जसं काही शर्यतीत मधेच मी खूप अंतर कापून पुढे गेलो होतो. मला आतून वाटायचंच की, मी जर बरा होणार असलो, तर सायकल रेसमधे एकदम छलांग मारून पुढे गेल्यासारखा बरा होऊ लागेन. निकोल्स म्हणाले, "अपेक्षित वेळेच्या तू पुढे आहेस." रक्ताच्या तपासण्यांचे ते आकडे ही रोजची महत्त्वाची घटना होऊ लागली. त्यांनी माझं मनोबळ वाढत असे, माझ्यासाठी 'पिवळी जर्सी' होते ते. ('तूर द फ्रान्स' मध्ये जो 'लीडर' असतो, तो बाकीच्या

स्पर्धकांमध्ये वेगळा ओळखू यावा म्हणून त्याला 'पिवळी जर्सी' घालायला दिली जाते.)

तूरमध्ये जी कोणाला किती वेळ लागतो याची एक स्पर्धा असते, तसं मी माझ्या बरं होण्याकडे बघू लागलो. माझ्या पाठोपाठ माझ्या टीमचे इतर सगळेजण होते आणि प्रत्येक थांब्यावर टीमचा डायरेक्टर रेडिओवरून मला सांगायचा, ''तू तीस सेकंदांनी पुढे आहेस.'' असं ऐकलं की, मला आणखी वेगानं जायला स्फूर्ती यायची. माझ्या रक्त तपासण्यांच्या बाबतीत मी स्वत:साठी असे टप्पे मनानं ठरवू लागलो आणि मनोमन स्वत:लाच पटवून देऊन मी हवे असलेले आकडे आणायचो. पुढच्या तपासणीत कोणता आकडा यावा अशी आशा आहे, ते डॉ. निकोल्स मला सांगायचे – समजा पन्नास टक्के कमी! मी त्या आकड्यावर मन केंद्रित करायचो, जणू काही मनानं इच्छा करून तो आकडा मी आणू शकणार होतो. ''अर्ध्यावर आलंय,'' निकोल्स सांगायचे आणि काहीतरी जिंकल्यासारखं मला वाटायचं! मग एक दिवस ते म्हणाले, ''होते त्याच्या पावपट झाले आहेत आकडे!''

या आजाराशी चाललेली लढाई मी जिंकतो आहे, असं मला वाटू लागलं आणि त्यामुळे मला सायकल चालवण्याची पुन्हा इच्छा होऊ लागली. कॅन्सरच्या तंगड्या तोडून टाकायच्या होत्या – माझ्या प्रतिस्पर्ध्यांच्या एखाद्या डोंगरावर मी 'तोडायचो' तशा. मी त्याच्या तावडीतून सुटण्याच्या मार्गावर होतो. केव्हिन लिव्हिंग्स्टनला मी बढाई मारत म्हटलं, ''कॅन्सरनं चुकीचा माणूस निवडला. त्याला शिरून बसायला तो एखादं शरीर शोधत होता, तेव्हा माझं शरीर निवडण्यात त्यानं चूक केली! फार मोठी चूक!''

एका दुपारी डॉ. निकोल्स माझ्या खोलीत आले आणि त्यांनी मला नवा आकडा सांगितला – माझा HCG फक्त ९६ होता! लढाईचा शेवट जवळ आला होता. इथून पुढे फक्त शेवटचं आणि सर्वांत विषारी आवर्तन घेऊन उपचार संपवायचे होते. मी जवळजवळ बरा झालो होतो.

पण एवढंच की, मला तसं वाटत मात्र नव्हतं. केमोची तऱ्हा ही अशीच होती!

केमोच्या आवर्तनांच्या मध्ये टेक्सासमध्ये घरी जाऊन मी हळूहळू थोडी शक्ती परत येऊन हालचाल करता येण्यासाठी विश्रांती घेत असे. मला मोकळी हवा, व्यायाम खूप हवंहवंसं वाटे.

माझे मित्र मी किती अशक्त झालो होतो याबद्दल काही म्हणत नसत. बाहेरगावाहून मला भेटायला येणाऱ्यांना माझं टक्कल पडलेलं, अशक्त झालेलं रूप बघून धक्काच बसत असणार; पण ते अजिबात दाखवत नसत. फ्रँकी ॲन्ड्र्यू माझ्याबरोबर एक आठवडा राहायला आला, ख्रिस कार्मायकेल आला, ऑलिंपिक

माझी आई मी जन्मलो तेव्हा सतरा वर्षांची होती, पण त्याहूनही लहान दिसत असे. एका दृष्टीनं, आम्ही दोघे बरोबरच मोठे झालो.

(लिंडा आर्मस्ट्राँग यांच्या सौजन्याने)

माझा नववा वाढदिवस,
सप्टेंबर १८, १९८०.
माझा इस्त्री केलेला शर्ट आणि केकचा आकार बघूनच समजतं की माझ्या आईनं मला कशाचीही उणीव भासू दिली नाही.

(सौजन्य लिंडा आर्मस्ट्राँग)

बारा वर्षांचा असताना मी वयाच्या मानानं पोहण्यात खूप तरबेज झालो होतो आणि अंगानं चांगला मजबूत होतो.
माझी सर्वांत चांगली मैत्रीण आणि सर्वांत मोठी आधारस्तंभ–
अशा माझ्या आईबरोबर, स्वयंपाकघरात.

(सौजन्य लिंडा आर्मस्ट्राँग)

ट्रायथलॉन स्पर्धांमध्ये मी सर्वांत कमी वयाचा होतो. माझ्याबरोबर दिसतोय तो मार्क ॲलन आणि इतर सर्व वयानं मोठी मुलं मला 'ज्युनिअर' म्हणायची.

(सौजन्य लिंडा आर्मस्ट्रॉंग)

सप्टेंबर १९९५ मध्ये, कॅन्सर होण्यापूर्वी; मी मित्रांबरोबर बाहेर जेवायला गेलो होतो. जे.टी.नील, ज्याचं अपार्टमेंट मी भाड्यानं घेतलं होतं; आणि जिम ऑकोविक्झ, ज्यानं मला सायकल स्पर्धा कशी जिंकायची ते शिकवलं.

(सौजन्य लिंडा आर्मस्ट्रॉंग)

१९९३ – ऑस्लोमध्ये मी २१ वर्षांचा जागतिक विजेता झालो होतो. मी तेव्हा वयानं लहान, रागीट होतो. मोठ्यानं ओरडत असे, आणि शेवटच्या रेषेशी पोहचताना हातवारे करून आरोळ्या ठोकत असे.

(सौजन्य ग्रॅहम वॅटसन)

कॅन्सर होण्यापूर्वी १९९६ मधला माझा बांधा.
मी फ्लेच-वॅलोन स्पर्धा जिंकलो होतो, माझं वजन तेव्हा जास्त होतं.
(सौजन्य ग्रॅहॅम वॅटसन)

केमोच्या आवर्तनांमध्ये मी आजारी, कृश होतो, पण माझा मित्र एडी मर्क्स मला हुरूप द्यायला, भेटायला आला होता, याचा मला खूप आनंद झाला होता. एडी बेल्जियन आहे, त्यानं 'तूर द फ्रान्स' पाच वेळा जिंकली. पाठीमागे फोनवर बोलतो आहे तो ऑक.

(सौजन्य लिंडा आर्मस्ट्राँग)

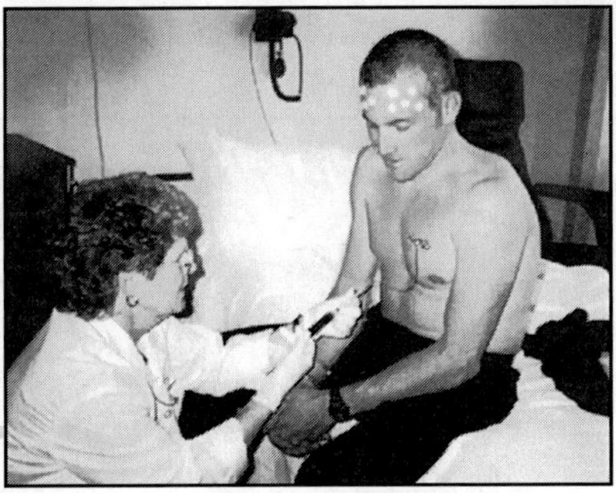

मेंदूच्या ऑपरेशनची तयारी करताना. डोक्यावरचे ठिपके आत कोठे कोठे गाठी आहेत ते सर्जनला समजण्यासाठी केले होते. फोटोत माझ्या छातीत घातलेल्या कॅथेटरमधून नर्स तपासणीसाठी रक्त काढत आहे.

(सौजन्य लिंडा आर्मस्ट्राँग)

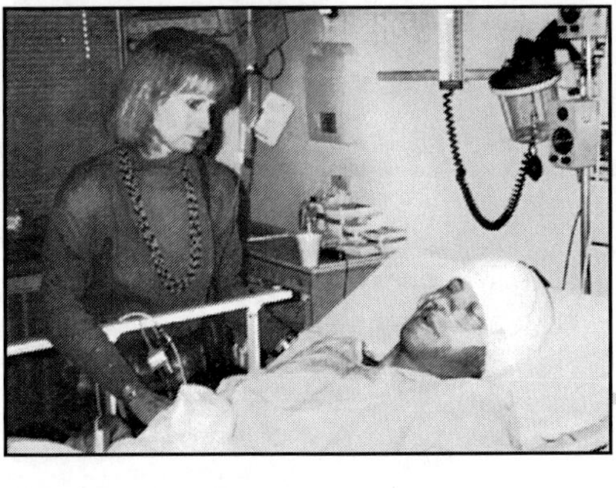

मेंदूच्या ऑपरेशननंतर सर्वप्रथम मला आईला भेटायचं होतं. मला भूक लागली होती आणि मला उठून बसायचं होतं, असं मला आठवतं.

(सौजन्य लिंडा आर्मस्ट्राँग)

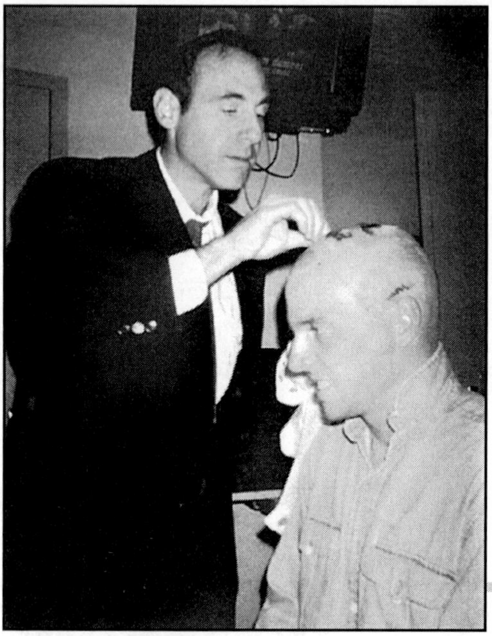

माझे न्यूरो सर्जन डॉ. स्कॉट शापिरो ऑपरेशननंतर बँडेजेस काढताना. माझे केस नंतर परत वाढले, पण ऑपरेशनचे व्रण अजून हातांना जाणवतात.

(सौजन्य लिंडा आर्मस्ट्राँग)

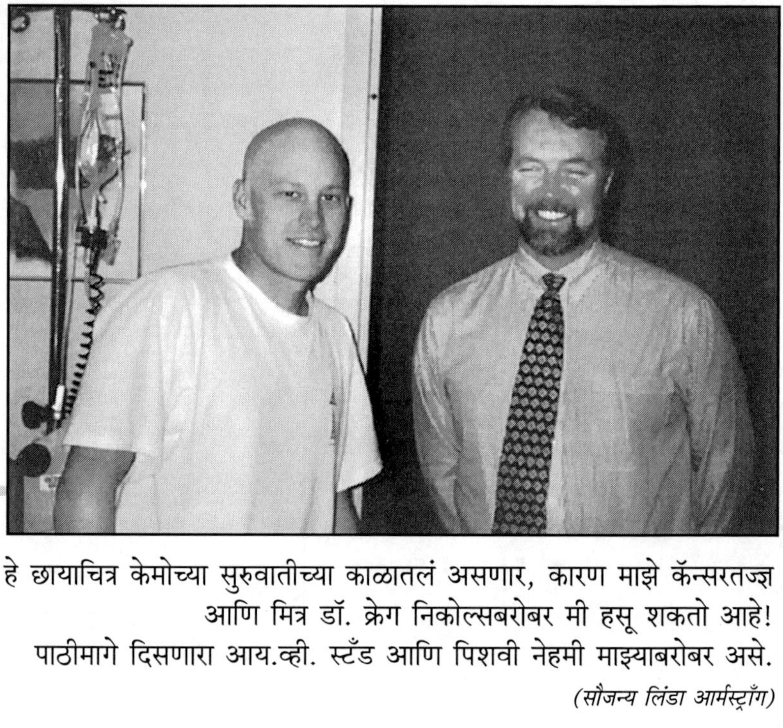

हे छायाचित्र केमोच्या सुरुवातीच्या काळातलं असणार, कारण माझे कॅन्सरतज्ज्ञ आणि मित्र डॉ. क्रेग निकोल्सबरोबर मी हसू शकतो आहे! पाठीमागे दिसणारा आय.व्ही. स्टँड आणि पिशवी नेहमी माझ्याबरोबर असे.

(सौजन्य लिंडा आर्मस्ट्राँग)

खरी देवदूत अशी दिसते! इंडियाना युनिव्हर्सिटी मेडिकल सेंटरच्या कॅन्सर वार्डमधली नर्स ला ट्राइस हनी.

(सौजन्य सुसान फॉक्स)

१९९६ चा ख्रिसमस. 'मी अजून आहे.' म्हणून माझ्या चेहेऱ्यावर हसू होतं!

(सौजन्य लिंडा आर्मस्ट्राँग)

आजाराला उतार पडला होता, डोक्याला केस नव्हते,
जखमांचे व्रण होते आणि मन उदास होतं.
(सौजन्य जेम्स स्टार्ट)

ऑक्टोबर २, १९९७. कॅन्सरचं निदान झालं त्याला एक वर्ष झालं, तो दिवस आईबरोबर साजरा केला.

(सौजन्य लिंडा आर्मस्ट्राँग)

मी आणि कीक
पॅम्प्लोनामधे रात्रभर भटकलो!

(सौजन्य क्रिस्टिन आर्मस्ट्राँग)

एक पर्यटक म्हणून
स्पेन वेगळाच दिसत होता...

(सौजन्य क्रिस्टिन आर्मस्ट्राँग)

...आणि प्रेमात पडलेला तरुण म्हणूनही !

(सौजन्य क्रिस्टिन आर्मस्ट्राँग)

सॅन्टा बार्बारामध्ये आमचा विवाह-समारंभ. नंतर खूप मोठी पार्टी झाली. वर आणि वधूनं सिगार्स ओढल्या. *(सौजन्य बॅरन स्पॅफोर्ड)*

श्री व सौ. लान्स आर्मस्ट्राँग. मी हनिमूनवर माझी सायकल नेली होती!
(सौजन्य बॅरन स्पॅफोर्ड)

सत्य समजायची स्पर्धा.
मेट्झमध्ये वेळेच्या स्पर्धेत;
मी पिवळी जर्सी जिंकली.

(सौजन्य ग्रॅहॅम वॅटसन)

टप्पा १५वा. डोंगरावर काबू ठेवणं खूप महत्त्वाचं होतं. पायरेनीस पर्वतांमधून जाताना. फर्नान्डो एस्कार्टिन आणि ॲलेक्स झुले पाठोपाठ आहेत. संपूर्ण 'तूर'मधला एक अत्यंत अवघड दिवस. *(सौजन्य ग्रॅहॅम वॅटसन)*

तीन आठवडे आणि २३८७ मैलांनंतर.
चॅम्पस् एलिसीसवर माझ्या यू.एस.पोस्टल टीम सहकाऱ्यांबरोबर विजय कूच.

(सौजन्य जेम्स स्टार्ट)

पॅरिसमध्ये आई आणि कीक यांच्याबरोबर पुनर्भेट. *(सौजन्य लिंडा आर्मस्ट्राँग)*

मी अभिमानानं 'पिवळी जर्सी' दाखवताना. सोबत माझा खूप जुना मित्र आणि प्रशिक्षक ख्रिस कार्मायकेल; जो मला नेहमी सांगायचा की ती मी जिंकेन.

(सौजन्य जेम्स स्टार्ट)

कीक आणि मी, आमचे स्नेही बिल आणि लॉरा स्टेपल्टनबरोबर; हातात एकमेकांची बाळं. ॲलेक्स स्टेपल्टनचा जन्म ल्यूकनंतर थोड्याच आठवड्यांनी झाला. *(सौजन्य कॉलीन कॅपसी)*

ल्यूक डेव्हिड आर्मस्ट्राँग आणि त्याचे आईवडील. 'माझे दोन अलौलिक पुरुष' कीक आम्हाला म्हणते.

(सौजन्य बॅरन स्पॅफोर्ड)

सूर्यास्ताच्या वेळी सॅन्टा बार्बारामध्ये फिरायला जाताना *(सौजन्य बॅरन स्पॅफोर्ड)*

खेळातला फार मोठा स्पीडस्केटर आणि नंतर डॉक्टर झालेला एरिक हेडेन आला आणि एडी मर्क्स आला. ते सगळे माझ्यासाठी स्वयंपाक करत, मला चालायला आणि सायकलवर चक्कर मारायला घेऊन जात असत.

माझ्या घराच्या समोरच्या दारातून बाहेर पडून माउंट बर्नेल या ऑस्टिन नदीच्या काठच्या खडकाळ डोंगर शिखरापर्यंत वळणं घेत जाणाऱ्या डांबरी रस्त्यानं आम्ही जात असू. पूर्वी नेहमी माझ्या वेगानं जात राहण्यासाठी त्यांना खूप वेगानं पॅडल मारावं लागत असे; पण आता आम्ही जवळजवळ रांगत गेल्यासारखे जात असू. अगदी सपाट रस्त्यावरही मला धाप लागत असे.

मला वाटतं केमोथेरपीचा माझ्या शरीरावर किती परिणाम झाला होता, ते मी स्वत:शीही पुरतं कधी कबूल केलं नव्हतं. कॅन्सरशी माझा लढा सुरू झाला, तेव्हा मी फार आगाऊ होतो. तब्येतीनं कणखर होतो आणि मला खूप आत्मविश्वास होता. प्रत्येक आवर्तनानंतर माझ्या लक्षात यायचं की, मी काहीसा गळून जात होतो; पण खरोखर माझी शक्ती किती गेली होती, याची कल्पना मी एका अनोळखी माणसाच्या अंगणात जवळजवळ कोसळेपर्यंत मला आलेली नव्हती.

डॉ. निकोल्सनी ज्या गोष्टी करायला सांगितल्या होत्या, त्यात सायकल चालवणं नव्हतं. त्यांनी 'अजिबात नाही' म्हटलं नव्हतं; पण ते म्हणाले होते, ''तुझी तंदुरुस्ती सांभाळण्याची किंवा वाढवण्याची ही वेळ नाही. तुझ्या शरीरावर जास्त ताण पडू देऊ नको.'' मी ऐकलं नाही – केमोनं माझी क्षमता इतकी जाईल की, मी त्यातून वरच येणार नाही या कल्पनेनं मी घाबरून जात होतो, माझी गात्रं क्षीण होत चालली आहेत असं मला वाटायचं.

मला जमेल असं मला वाटायचं, तेव्हा मी केव्हिन किंवा बार्टला म्हणायचो, ''चल, आपण सायकलवर बाहेर जाऊ या. पूर्वी आम्ही असे जायचो तेव्हा तीस ते पन्नास मैलांपर्यंत कितीही अंतर जायचो आणि माझ्या डोळ्यांपुढे कल्पनेतला मी न हरता, न थकता आव्हान घेतल्यासारखा, वाऱ्याला खाली डोकं करून तोंड देत रस्त्यावरून वेगानं जात असायचो; पण वास्तवात आमचं सायकलीवरून जाणं असं मुळीचच नसायचं – तो फक्त कसाबसा, टेकीला येत, जेमतेम केलेला प्रयत्न असायचा.

माझे उपचार संपले त्या सुमाराला आम्ही अर्धा तास घराच्या आसपासच हळूहळू सायकल फिरवत राहायचो आणि मी माझी समजूत घालायचो की, मला इतपत जमत होतं याचा अर्थ माझी स्थिती एकूण बरी होती; पण मग दोन प्रसंग असे घडले की, मी खरोखर अशक्त झालो आहे ते मला चांगलं कळलं. एका दुपारी मी केव्हिन, बार्ट आणि बार्टची वाग्दत्त वधू बार्बारा यांच्याबरोबर सायकल फिरवायला गेलो. अर्धअधिक अंतर गेल्यावर बराच चढ असलेली एक लहानशी

टेकडी आली. मला वाटत होतं की, मी सगळ्यांच्या बरोबर जाऊ शकत होतो; पण खरी गोष्ट अशी होती की, माझे मित्र समजूतदारपणानं इतकं हळू जात होते. ते त्यांच्या सायकलींवरून कडेला पडतायत की काय असे व्हायचे. कधीकधी चुकून लक्षात न राहून ते एकदम पुढे जायचे आणि मी तक्रार न करता त्यांच्या मागे मागे जायचो. मला जास्त ताण पडू नये, याची ते काळजी घेत असत. त्यामुळे ते खरे किती वेगानं किंवा किती हळू जात होते हे माझ्या लक्षातच यायचं नाही. ती टेकडी आम्ही चढत होतो तेव्हा मला असंच वाटत होतं की, मी त्यांच्या गतीनं जाऊ शकत होतो.

एकाएकी एक आकृती माझ्या डावीकडून आली. एका अवजड सायकलीवरून जात असलेली, पन्नाशी उलटलेली ती स्त्री सहज माझ्यापुढे निघून गेली!

धापाही न टाकता, अगदी सहजपणे ती जवळून गेली आणि मी धापा टाकत माझी रेसिंग टाइपची उत्तम सायकल कशीबशी चालवत होतो. मी तिच्या गतीनंही जाऊ शकलो नाही. मी माझ्याकडून प्रयत्नांची पराकाष्ठा करत असतानाही ती मला मागे टाकून पुढे गेली आणि मला तिच्यापर्यंत पोहोचता आलं नाही!

तुम्ही स्वत:लाच फसवत असता. खरे तुम्ही जात असता, त्यापेक्षा जास्त वेगानं तुम्ही जात आहात, खरं तुम्हाला वाटत असतं त्यापेक्षा जास्त बरं तुम्हाला वाटत आहे, असं वाटून घेऊन तुम्ही स्वत:लाच फसवत असता. आणि मग एखादी मध्यमवयीन स्त्री अवजड सायकलीवरून तुमच्या पुढे निघून जाते तेव्हा तुमची खरी परिस्थिती कशी आहे ते तुमच्या लक्षात येतं. माझी स्थिती वाईट होती, हे मग माझं मलाच कबूल करावं लागलं.

केमोथेरपीची आवर्तनं चालू असताना सायकल चालवणं हे माझ्यासाठी जास्त जास्त अवघड होऊ लागलं. आणि मला हे स्वीकारावं लागलं की, हा तब्येत तंदुरुस्त असण्याचा प्रश्न नव्हता. आता मी सायकल चालवायची म्हणूनच चालवायचो आणि हे माझ्यासाठी नवीन होतं! फक्त अर्धा तास सायकल चालवणं! एवढासा वेळ सायकल चालवायला मी कधीही बाहेर पडलो नव्हतो.

आजारी पडण्यापूर्वी सायकल चालवणं हा माझा आवडता छंद नव्हता. माझ्या दृष्टीनं ती साधी सरळ गोष्ट होती – तो माझा पेशा होता आणि मी त्यात यशस्वी झालो होतो. काहीतरी मिळवण्यासाठीचं सायकलिंग हे साधन होतं– प्लॅनोमधून बाहेर पडण्यासाठी, पैसे आणि प्रसिद्धी मिळवण्याच्या शक्यतेसाठी; पण केवळ हौस म्हणून, मजा वाटायची म्हणून मी सायकल चालवत नव्हतो. तो माझा पेशा होता, मला त्यातून पैसे मिळायचे आणि माझं अस्तित्व त्याच्यामुळे होतं; पण मी असं नसतं म्हटलं की, सायकलिंगची छंद म्हणून मला खूप खूप आवड होती.

पूर्वी मी नुसती चालवायची म्हणून सायकल कधीच चालवली नव्हती. ती

चालवण्यामागे काहीतरी कारण असणं आवश्यक असायचं– एखादी रेस किंवा प्रशिक्षण. पूर्वी मी अर्धा किंवा एक तास सायकल चालवण्याचा कधी विचारसुद्धा केला नसता. खरे सायकल रेस करणारे जे असतात, ते केवळ तासभर सायकल चालवण्यासाठी गॅरेजमधून सायकल बाहेरसुद्धा काढणार नाहीत.

बार्ट फोन करायचा आणि म्हणायचा, "चल, जरा बाहेर पडू या आणि सायकलीवर जाऊ."

"कशाला म्हणून?" मी विचारायचो.

पण आता मला सायकल चालवणं नुसतंच फार आवडू लागलं असं नाही, तर ती माझी एक गरज झाली— माझ्या सर्व समस्यांपासून जरा वेळ मनानं दूर जाणं मला हवं होतं व स्वत:ला आणि माझ्या मित्रांना काहीतरी दाखवून देणंही. त्या सायकल रपेटीमागे एक कारण होत– मी ठीक आहे, मला अजून सायकल चालवता येते, हे सगळ्यांनी बघायला मला हवं होतं आणि कदाचित ते मी स्वत:लाही पटवून देऊ बघत होतो.

"कसा आहे लान्स?" लोक विचारायचे.

"अगदी ठीक दिसतोय अहो तो. सायकल चालवतो ना!" असं माझ्या मित्रांनी सांगावं, हे मला हवं होतं.

कदाचित मला स्वत:ला हे सांगायचं होतं की, मी अजूनही सायकल रेस करणारा होतो, नुसताच कॅन्सर पेशंट नव्हतो – मी कितीही अशक्त असलो तरी. दुसरं काही नाही, तरी आजाराचा सामना करून त्यानं माझ्याकडून काढून घेतलेली माझ्या आयुष्याची सूत्रं परत मिळवायचा तो माझा मार्ग होता. 'मला येतंय हे अजून!' मी स्वत:ला सांगायचो; 'पहिल्यासारखं नसेल येत, पण तरी – येतंय!'

आणि मग एक दिवस केव्हिन आणि आणखी एक मित्र – स्थानिक स्तरावर सायकल रेसिंग करणारा जिम वुडमन – दोघं मला आमच्या नेहमीच्या थोड्याशा सायकलीवरून फिरण्याच्या कार्यक्रमाला घेऊन जायला आले. माझ्या डोक्यावर ऑपरेशनच्या खुणा अजून होत्या, म्हणून मी हेल्मेट घातलं. अगदी हळूहळू सायकल चालवत आम्ही जात होतो. अर्थात याला पूर्वी मी कधी 'सायकल चालवणं' म्हटलंच नसतं.

आम्ही रस्त्याच्या जराशा चढाच्या भागावर आलो. अवघड चढ नव्हता, फक्त सीटवरून उठून पॅडल्स एक-दोनदा जरा जोरात दाबायला हवी होती. लाखो वेळा केलं असणार मी हे. दोनदा पॅडल दाबायचं, मग खाली बसून आरामात डावीकडे वळलं की, आमच्या वस्तीच्या बाहेर पडत असू आम्ही.

मला ते करता आलं नाही! अर्ध्या चढावर पोहोचलो असेन आणि मला धाप लागली. माझी सायकल डगमगायला लागली. मी थांबलो, पाय फुटपाथवर

टेकवले. मला चक्कर आल्यासारखं झालं.

मी नीट श्वास घ्यायचा प्रयत्न केला; पण बरं वाटण्याइतका दीर्घ श्वासच मला घेता येईना. डोळ्यांसमोर काळे-पांढरे ठिपके नाचू लागले. मी खाली उतरलो. केव्हिन आणि जिम मागे वळले आणि काळजी वाटून तिथेच थांबले.

एका अनोळखी माणसाच्या घराबाहेरच्या फुटपाथवर मी बसलो आणि गुडघ्यात डोकं घातलं.

निमिषार्धात केव्हिन माझ्याजवळ आला. ''बरा आहेस तू?'' त्यानं विचारलं.

''जरा दम खाऊ दे मला.'' कोंडलेल्या श्वासानंच मी म्हटलं, ''तुम्ही जा पुढे. मी घरी जाईन.''

जिम म्हणाला, ''मला वाटतं आपण ॲम्ब्युलन्स बोलवू या.''

''नको.'' मी म्हटलं, ''जरासा बसतो इथं.''

मी नीट श्वास घ्यायचा प्रयत्न करत होतो, तो हूऽऽऽ हूऽऽऽ आवाज माझा मलाही ऐकू येत होता. मग एकाएकी बसून राहणंही फार श्रमाचं वाटू लागलं. डोकं एकदम हलकं झालं– आपण एकदम उठून उभे झालो तर होतं तसं. एवढंच की, मी उभा नव्हतो!

मी लॉनवर आडवा पडलो होतो. आभाळाकडे बघता बघता मी डोळे मिटले. 'मरण असं येतं?' मला वाटून गेलं.

गडबडून गेलेला केव्हिन माझ्यावर वाकून मोठ्यानं मला हाका मारत होता – ''लान्स! लान्स!''

मी डोळे उघडले.

''मी ॲम्ब्युलन्स बोलावतो.'' तो घाबरून म्हणाला.

''नको!'' मी रागानं म्हटलं, ''नको, नको. मला जरा विश्रांती घेऊ दे, बस.''

''बरं, बरं.'' तो म्हणाला. आम्ही दोघंही हळूहळू शांत झालो.

थोड्या मिनिटांनी, हळूहळू मला नीट श्वास घेता येऊ लागला. मी उठून बसलो आणि स्वत:ला सावरायचा प्रयत्न केला. मग मी उठून उभा राहिलो. मग सायकलच्या सीटवर बसून बघितलं.

माझे पाय लटपटत होते; पण मी टेकडीच्या उतारावरून जाऊ शकलो. आलो होतो त्याच रस्त्यानं अगदी हळूहळू आम्ही परत गेलो आणि माझ्या घरी पोहोचलो. माझ्यावरून नजर न हलवता केव्हिन आणि जिम माझ्या अगदी जवळून सायकल चालवत राहिले.

दीर्घ श्वास घेता घेता, काय झालं ते मी त्यांना सांगितलं. केमोमुळं माझं हिमोग्लोबिन खूप कमी झालं होतं. तुमच्या शरीराच्या सर्व भागांना हिमोग्लोबिन ऑक्सिजन पुरवतं आणि निरोगी माणसाच्या अंगातला हिमोग्लोबिनचा आकडा तेरा

ते पंधरा असायला हवा.

माझा सात होता! माझ्या रक्तातलं हिमोग्लोबिन पार खाली गेलं होतं. दर दोन आठवड्यांनी केमो माझ्या रक्तावर हल्ला करत होतं – सोमवारपासून ते शुक्रवारपर्यंत आणि त्यात मी नको इतकी सायकल चालवली होती.

त्याची किंमत मी त्या दिवशी मोजली! पण तरीही मी सायकल चालवणं सोडलं नाही.

या पृथ्वीच्या पाठीवर देवदूत असतात आणि ते वेगवेगळ्या वेषांनी, रूपांनी येतात. ला त्रीस हॅनी या त्यांपैकी एक होत्या, याची मला खात्री पटली होती. अशा तर त्या स्टार्च केलेला युनिफॉर्म घातलेल्या, हातात पेशंटचा बोर्ड आणि सीरिंज घेऊन हिंडणाऱ्या, कर्तव्यदक्ष नर्स असते तशातल्या एक दिसायच्या. त्या खूप तासांची, दिवसांची किंवा रात्रीची ड्युटी करून संपली की घरी जायच्या. तिथे त्यांचा ट्रक ड्रायव्हर नवरा रँडी आणि दोन मुलं – सात वर्षांचा टेलर आणि चार वर्षांचा मॉर्गन – असायचे; पण त्या थकल्या असल्या तरी कधी तशा दिसायच्या नाहीत. मला त्या एक अशी स्त्री वाटल्या, ज्या लहानसहान बाबतीत कोणावर राग धरणाऱ्यातल्या नव्हत्या. त्यांच्या जबाबदाऱ्यांची, त्यांच्यातल्या चांगल्या गुणांची त्यांना पूर्ण जाणीव होती आणि त्यांच्यावर सोपवलेली कामं पार पाडण्यात त्या काहीही कसर सोडत नसत. आता या वागणुकीला देवदूतासारखं नाही म्हणायचं, तर मग कशाला म्हणायचं मला ठाऊक नाही!

दुपारनंतर आणि संध्याकाळचा मी बरेचदा एकटा असायचो. फक्त ला त्रीस असायच्या आणि मला बोलवत असलं तर आम्ही चांगल्या विषयांवर बोलायचो. बऱ्याच लोकांशी वागताना मी बुजरा आणि जरा तुटक-तुसडा वागायचो; पण ला त्रीसशी मी चांगलं बोलू शकत असे. कदाचित त्यांचं बोलणं मृदू आणि छान समजावून सांगणारं असायचं म्हणूनही असेल. ला त्रीस वयानं पंचविशी ओलांडलेल्या असतील; कॉफी आणि क्रीम रंगाची त्वचा असलेल्या त्या मोहक तरुणी होत्या; पण वयाच्या मानानं त्यांना खूप समज होती आणि स्वत:च्या विचारांवर खूप काबू होता. आमच्या वयाची इतर माणसं नाइट क्लबांमध्ये जात असतील; पण त्या इतक्या लहान वयात कॅन्सर रिसर्च युनिटच्या प्रमुख नर्स झाल्या होत्या. हे काम त्यांनी का पत्करलं याचं मला नवल वाटायचं. त्या म्हणाल्या, ''लोकांचा त्रास माझ्या कामामुळं जरा कमी करता येतो, यात मला समाधान मिळतं.''

त्यांनी मला सायकल रेसिंगबद्दल विचारलं, तेव्हा त्यांना सायकलींबद्दल सांगताना मला जो आनंद वाटला तो माझ्या मनात होता ह्याची मला कल्पनाच नव्हती. ''तू सायकल रेसिंगला कशी सुरुवात केलीस?'' त्यांनी विचारलं. मी

त्यांना माझ्या पहिल्या सायकलींबद्दल आणि त्यांच्यामुळे वाटणाऱ्या स्वातंत्र्याच्या भावनेबद्दल सांगितलं आणि हेही की, सोळा वर्षांचा असल्यापासून मी फक्त सायकलिंगच करत होतो. या सगळ्या वर्षांमधले माझे टीममधले सहकारी, त्यांची विनोदबुद्धी आणि नि:स्वार्थी स्वभाव याबद्दल सांगितलं, माझ्या आईबद्दल सांगितलं आणि माझी आई माझ्यासाठी काय होती, हेही.

मी त्यांना सांगितलं की, सायकल रेसिंगमुळं मला युरोपच्या टूर्स, एक आगळंवेगळं शिक्षण आणि संपत्ती मिळाली होती. मी त्यांना माझ्या घराचा फोटो अभिमानानं दाखवला आणि त्यांना माझ्या घरी येण्याचं आमंत्रणही दिलं. माझ्या सायकल रेसिंग करिअरमधले फोटोही दाखवले. फ्रान्स, इटली, स्पेनमधले फोटो चाळता चाळता त्या एखादा फोटो दाखवून विचारायच्या, ''यात तू कुठे आहेस?''

मी त्यांना माझ्या आर्थिक पाठिराख्यांपैकी कोफिदीबद्दल मला वाटत असणारी काळजी बोलून दाखवली आणि त्यांच्या वागण्यानं होत असलेल्या त्रासाबद्दलही सांगितलं. माझ्या मनावर त्यामुळे कसं दडपण होतं तेही. ''मला ठीक झालंच पाहिजे,'' ''मला ठीक झालंच पाहिजे,'' मी परत परत म्हणत राहिलो.

''लान्स, तुझं शरीर काय सांगतंय तिकडे लक्ष दे.'' त्या मृदू स्वरात म्हणाल्या, ''मला कळतंय की, तुझ्या मनाला इथून पळून जायचंय. मला ठाऊक आहे की, ते म्हणतंय, 'चल रे! सायकलवरून रपेट करू या!' पण तुझं शरीर काय सांगतंय तिकडे लक्ष दे. त्याला विश्रांती मिळू दे.''

मी त्यांना माझ्या सायकलचं वर्णन करून सांगितलं. एरोडायनॅमिक चाकं आणि अतिशय हलक्या वजनाचे रॉड्स यांमुळे किती उत्तम दर्जाचं काम होतं ते सांगितलं. प्रत्येक भागाला किती पैसे पडतात, त्या भागांचं वजन किती असतं, त्यांचं काम काय असतं, सायकलीचे भाग सुटे सुटे करून जवळजवळ खिशातून नेता येतील अशी कशी करता येते, मला प्रत्येक भाग पूर्णपणे कसा माहीत होता आणि त्यामुळे काही क्षणांमध्ये मी ते सगळे भाग जोडून सायकल कशी तयार करू शकतो, तेही सांगितलं.

मी समजावून सांगितलं की, तुमच्या शरीराला चपखलपणे बसेल अशी ती सायकल कशी असावी लागते आणि कधीकधी सायकलचाच भाग असल्यासारखं कसं वाटतं हेही. जितकी वजनाला हलकी सायकल, तितकी ती जास्त चांगलं काम देते आणि माझ्या रेसिंग सायकलचं वजन फक्त अठरा पौंड होतं. चाकं सायकललाच सेंट्रिफ्यूगल जोर देतात, जितका सेंट्रिफ्यूगल जोर जास्त, तितकी गती जास्त. गतीची मुख्य, महत्त्वाची गोष्ट तीच होती. चाकामध्ये बत्तीस आरे असतात. मी म्हटलं, ''पण पटदिशी निघू शकणाऱ्या लिव्हर्समुळे चाक झटकन काढून बदलता येतं आणि माझी माणसं पंक्चर झालेलं टायर दहा सेकंदांहून कमी

वेळात बदलू शकतात.''

''असं वाकून सायकल चालवण्यानं दमायला नाही होत?'' त्यांनी विचारलं, ''हो.'' मी म्हटलं. ''पाठ मोडली असेल इतकी दुखायला लागते; पण वेग हवा, तर ती किंमत मोजावी लागते. हँडलचे बार्स चालवणाऱ्यांच्या खांद्यांइतकेच रुंद असतात आणि ते खाली वळवलेले असतात, त्यामुळे एरोडायनॅमिक्सच्या तत्त्वाप्रमाणे तुमची सायकलवरची बैठक होते.''

''या सीट्स इतक्या लहान का वापरता तुम्ही?'' त्यांनी विचारलं.

''तुमच्या शरीराला योग्य असा आकार सीटला दिलेला असतो आणि ती अरुंद असते, कारण सहा तास सायकलवर बसायचं तर तुमचे पाय सोलवटून निघायला नको असतात तुम्हाला. सीट लागून झालेल्या जखमांपेक्षा टणक सीट बरी. कपडेही काही खास हेतूनं निवडलेले असतात. अत्यंत गरम ते बर्फाचं वादळ, कसल्याही हवेत ते घालायचे असतात; म्हणून ते पातळ, अंगाला चिकटून बसणारे असतात. तुमची दुसरी त्वचाच असतील तसे. शॉर्ट्‌सच्या पार्श्वभागाला शॅमॉयन पॅडिंग केलेलं असतं आणि शिवण लागू नये म्हणून टाके दुमडलेले असतात.''

ला त्रीसना सायकलबद्दल सांगण्यासारखं काही उरलं नाही. तेव्हा मग मी त्यांना वाऱ्याबद्दल सांगितलं. वारा तोंडावर बसतो आणि केसांमध्ये जातो तेव्हा कसं वाटतं त्याचं वर्णन केलं. मोकळ्या हवेत, समोर उंच आल्प्स पर्वत दिसत असताना आणि दूर अंतरावर व्हॅलीतली तळी चमकत असताना कसं वाटतं ते सांगितलं. वारा कधीकधी जवळच्या मित्रासारखा तर कधीकधी कट्टर शत्रूसारखा वाटतो, तर कधी तो जणू आपल्याला पुढे ढकलणारा देवाचा हात आहे असं वाटतं. पर्वतावरून खाली उतरताना एक इंच रुंद चाकांवर घसरत जाताना कसं वाटतं ते सांगितलं.

''आणि तुम्ही तिथे असता— मोकळे! स्वतंत्र!'' मी म्हटलं.

''आणि तुला ते अतिशय आवडतं!'' त्या म्हणाल्या.

''अं?'' मी विचारलं.

''अरे, तुझ्या डोळ्यांत दिसतंय ना मला, तेव्हा तुला कसं वाटतं ते!'' त्या म्हणाल्या.

ला त्रीस खरंच देवदूत होत्या, हे माझ्या केमोच्या शेवटच्या आवर्तनाच्या एका संध्याकाळी मला कळलं. मी कुशीवर झोपून राहिलो होतो, थेंब थेंब केमोचं द्रावण माझ्या रक्तात जाताना बघत होतो. मधून मधून पेंगत होतो. ला त्रीस मला सोबत म्हणून माझ्याबरोबर बसून होत्या – मला बोलायलासुद्धा फारसं त्राण नव्हतं, तरी.

मी क्षीण आवाजात विचारलं, ''ला त्रीस, तुम्हाला काय वाटतं? मी बरा होणार आहे याच्यातून?''

''हो तर!'' त्या म्हणाल्या, ''होय, तू होणारच आहेस बरा.''

''तुमचं म्हणणं खरं ठरेल अशी आशा करतो मी!'' मी म्हटलं आणि पुन्हा डोळे मिटले.

ला त्रीस पुढे वाकल्या.

''लान्स,'' त्या मृदू आवाजात म्हणाल्या, ''एक दिवस मी तुला केवळ तुझ्या कल्पनेतली एक व्यक्ती वाटेन, अशी मी आशा करत असते. तुझं उरलेलं आयुष्यभर तुझ्याबरोबर असण्यासाठी मी इथे नाहीये. तू इथून गेलास की, तू मला पुन्हा कधीही इथं दिसू नयेस अशी माझी इच्छा आहे. तू बरा झालास ना, म्हणजे बरं का, मला तू दिसावास वर्तमानपत्रांमध्ये, टीव्हीवर; पण इथं परत नाही! तुला माझी जरूर आहे त्या वेळी माझी तुला मदत व्हावी आणि मग मी तुझ्या आयुष्यातून गेलेली असावी अशी माझी इच्छा आहे. एक दिवस तू म्हणशील, 'ती इंडियाना मध्ये कोण बरं नर्स होती? का मला आपलं स्वप्नच पडलं होतं तसं?' ''

माझ्याशी आत्तापर्यंत कोणीही बोललेल्या अत्यंत सुंदर शब्दांपैकी ती जे शब्द बोलली, ते आहेत आणि त्यातला प्रत्येक शब्द माझ्या कायम स्मरणात राहील.

१३ डिसेंबर, १९९६ला मी शेवटचा केमोचा उपचार घेतला. आता घरी जायची वेळ जवळजवळ झाली होती.

VIP चा शेवटचा डोस घेण्यापूर्वी क्रेग निकोल्स मला भेटायला आले. कॅन्सरच्या जास्त विस्तृत, सूचक अर्थाबद्दल त्यांना माझ्याशी बोलायचं होतं. 'जे बरे झाले आहेत त्यांच्या कर्तव्या'बद्दल त्यांना बोलायचं होतं.

या विषयाबद्दल मी स्वत: खूप विचार करू लागलो होतो. गेल्या तीन महिन्यांमध्ये निकोल्सना आणि ला त्रीसना मी खूपदा म्हटलं होतं, 'लोकांना याबद्दल माहिती झाली पाहिजे.' मी उपचार घेत असताना माझ्याबरोबरच्या इतर पेशंट्सबद्दल मला जास्त जास्त आपलेपणा वाटू लागला होता. बरेचदा कोणाशी जाऊन गप्पा मारण्याइतकं मला अजिबात बरं वाटत नसे; पण एक दिवस दुपारी ला त्रीसनं मला सांगितलं की, मुलांच्या वॉर्डमध्ये एका लहान मुलाचं केमोचं पहिलं आवर्तन सुरू होणार होतं, तेव्हा ते सुरू होण्यापूर्वी मी तिथे जाऊन त्याच्याशी मी बोलावं. त्याला अवघडल्यासारखं वाटत होतं, भीती वाटत होती – मला आधी वाटायची तशीच. मी जाऊन थोडा वेळ त्याच्याशी बोललो आणि मग त्याला सांगितलं, ''मी खूप आजारी होतो; पण मी आता बरा होतोय.'' मग मी त्याला माझं ड्रायव्हिंग लायसन्स दाखवलं.

केमोच्या भानगडीत माझ्या लायसन्सची मुदत संपून गेली होती. ती वाढवून घेण्यासाठी मला जरा बरं वाटून केस आल्यावर मी गेलो असतो, तरी चाललं असतं; पण मी न थांबण्याचं ठरवलं. मी कपडे चढवले आणि मोटर व्हेइकल

डिपार्टमेंटमध्ये जाऊन कॅमेऱ्यासमोर उभा राहिलो. मला पूर्ण टक्कल पडलं होतं, भुवया आणि पापण्याही राहिल्या नव्हत्या आणि कबुतराच्या पोटाच्या रंगाची माझी त्वचा झाली होती; पण मी कॅमेऱ्याकडे बघितलं आणि स्मित केलं.

मला हा असा फोटो हवा होता, म्हणजे बरा झाल्यावर मी कसा झालो होतो, ते मी कधी विसरलो नसतो. मी स्वत:शी म्हटलं, 'प्रत्येकानं लढा दिलाच पाहिजे.'

त्यानंतर ला त्रीस वरचेवर मला इतर पेशंट्सशी जाऊन बोलायला सांगू लागल्या. एक खेळाडू त्यांच्याबरोबरच लढा देत आहे हे समजल्यावर त्यांना दिलासा वाटत होतासं दिसलं. एक दिवस ला त्रीसनं माझ्या लक्षात आणून दिलं की, मी अजूनही त्यांना प्रश्न विचारायचो पण त्या प्रश्नांचं स्वरूप बदललेलं होतं. पूर्वी माझे प्रश्न केवळ माझ्या स्वत:बद्दलच असायचे – माझे उपचार, माझे डोस, माझ्या विशिष्ट अडचणी; पण आता मी इतर लोकांबद्दल विचारू लागलो होतो. मला हे वाचून धक्का बसला होता की, ऐंशी लाख अमेरिकन लोक कुठल्या ना कुठल्या कॅन्सरनं पीडित होते. माझा एकट्याचाच प्रश्न काही खास होता असं मला वाटलंच कसं? "तुम्हाला कल्पना आहे किती लोकांना हा आजार झाला आहे?" मी ला त्रीसना विचारलं.

"तू बदललायस!" ती खुश होत म्हणाली, "तू 'ग्लोबल' होत चाललायस!" डॉ. निकोल्सनी मला सांगितलं की, या आजारावर मात करणाऱ्या नशीबवान लोकांपैकी मी एक असणार होतो, अशी सगळी चिन्हं आता दिसत होती. ते म्हणाले की, माझी तब्येत जसजशी सुधारेल तसतसं मला कदाचित असं वाटायला लागेल की, माझ्या स्वत:च्या पलीकडे माझ्या आयुष्याचा जास्त विस्तृत हेतू होता. कॅन्सरनं माझ्यासाठी एक संधी तसंच एक जबाबदारी निर्माण करून दिली होती कदाचित. अनेक तऱ्हेचे कॅन्सर पेशंट्स या आजाराला सक्रिय मदत करण्याचं काम समर्पित भावनेनं करताना डॉ.निकोल्सनी बघितले होते आणि त्यांना आशा होती की, मीही त्यांच्यातला एक होईन.

मलाही तशीच इच्छा होती आणि मी आता कॅन्सरकडे इतरांच्या भल्यासाठी मला झालेला आजार अशा नजरेनं बघू लागलो होतो. मला एका फाउंडेशनची सुरुवात करायची होती आणि मी अशा फाउंडेशनमधून काय काय करता येईल याबद्दल कल्पना सुचवायला डॉ. निकोल्सना सांगितलं. अशा संस्थेचा नेमका हेतू काय असावा, याबद्दल माझे विचार अजून पुरेसे स्पष्ट झाले नव्हते. मला एवढंच माहीत होतं की, पूर्वी कधीही नव्हता असा इतरांसाठी काहीतरी करण्याचा विचार माझ्या मनात पक्का होता आणि जगातल्या इतर कोणत्याही गोष्टीपेक्षा मी त्या विचाराला जास्त महत्त्व देत होतो.

माझ्या आयुष्याला एक नवा अर्थ लाभला होता आणि त्याचा सायकल

रेसिंगमध्ये माझं झालेलं नाव किंवा मी गाजवलेले पराक्रम ह्यांच्याशी काही संबंध नव्हता. काही लोक हे समजूच शकणार नाहीत. पण माझं आयुष्यातलं काम सायकल रेसिंगच आहे असं मला आता वाटेनासं झालं होतं. कदाचित कॅन्सरमधून बरा झालेला माणूस म्हणून काम करणं हे माझं आयुष्यातलं काम होतं. कॅन्सरशी लढा देत असलेल्या लोकांशी माझे संबंध आणि भावना खूप निकटच्या होत्या. मी विचारत असे तोच प्रश्न तेही विचारत होते – 'मी मरण पावणार आहे?'

मी स्टीव्ह वुल्फशी माझ्या या विचारांबद्दल बोललो होतो आणि तो म्हणाला होता, "मला वाटतं दोन कारणांसाठी तुला हा आजार व्हावा हे विधिलिखितच होतं. एक तर तू त्याच्यावर मात करू शकला असतास आणि दुसरं अशासाठी की, केवळ सायकल रेस विजेता असण्यापेक्षा एक माणूस म्हणून तुझी कुवत कितीतरी जास्त होती."

माझं केमोचं तिसरं आवर्तन संपलं तेव्हा मी बिल स्टेपलटनला फोन केला आणि म्हटलं, "एखादं गरजू लोकांना मदत करणारं प्रतिष्ठान सुरू करण्यासाठी काय काय करावं लागतं, ही माहिती तू काढू शकशील?" एका दुपारी ऑस्टिनमधल्या एका रेस्टॉरंटमधे मी, बिल, बार्ट आणि जॉन कोरिऑथ हा माझा आणखी एक हौशी सायकलिस्ट असेलला जवळचा मित्र असे या विषयावर चर्चा करायला जमलो. एखादं फाउंडेशन सुरू करायचं म्हणजे काय करायचं, पैसे कसे गोळा करायचे हे आम्हाला मुळीच माहीत नव्हतं; पण जेवण संपेपर्यंत आम्हाला ऑस्टिनच्या भोवतालच्या जागेत एका चॅरिटी सायकल रेसचं आयोजन करण्याची कल्पना सुचली. आम्ही त्याला 'राइड फॉर द रोझेस' हे नाव द्यायचं ठरवलं. या सगळ्या योजनेमध्ये लक्ष घालायला कोणाला वेळ असेल का, असं मी विचारलं आणि कोरिऑथनं हात वर केला. मी माझ्या पूर्वायुष्यात ज्या नाइट क्लबमध्ये जात असे तिथे कोरिऑथ बार सांभाळत असे आणि मी कधीकधी 'पाहुणा मदतनीस' म्हणून त्याचं कामही करत असे. तो म्हणाला त्याच्या कामांच्या वेळा अशा होत्या की, तो बऱ्यापैकी वेळ या कामासाठी देऊ शकत होता. हे फारच छान झालं असतं. आम्हांला खर्च फार वाढवायचा नव्हता आणि जे पैसे आम्ही मिळवले असते ते सगळेच्या सगळे आम्हांला फाउंडेशनमध्येच जमा करायचे होते.

पण अजूनही, फाउंडेशनचा मुख्य पायाभूत हेतू काय असावा, याबद्दल माझे विचार स्पष्ट नव्हते. मी एवढं जाणून होतो की, माझी कथा ही प्रसिद्ध माणसाची कथा म्हणून लोक लक्ष देऊन ऐकतील; परंतु हे फाउंडेशन मला माझं व्यक्तिगत व्यासपीठ व्हायला नको होतं. मी कोणी विशेष होतो असं मला वाटत नव्हतं हे एक आणि मी बरं होण्यामध्ये माझा वाटा किती होता हे मला कधीच समजणार नव्हतं. फाउंडेशनचं पूर्ण स्वरूप, अर्थ, याबद्दल मनातून मी अजून पुरेसा स्पष्ट

नव्हतो. मला जे करायचं होतं ते असं होतं – लोकांना सांगायचं होतं, 'मी लढा दिला, तसाच तुम्ही सर्वांनी खूप मनापासून लढा द्या.'

मी कशा तऱ्हेनं मदतरूप होऊ शकेन याबद्दल डॉ. निकोल्सशी बोलता बोलता मग मी ठरवलं की, मला आमच्या फाउंडेशननं संशोधनाचं कामही करायला हवं होतं. डॉ. ऐनहॉर्न आणि डॉ. निकोल्सच्या प्रगाढ ज्ञानाबद्दल मी त्यांचा इतका ऋणी होतो, त्यांनी आणि त्यांच्या स्टाफने माझ्या उपचारांच्या वेळी इतकी मेहनत केली होती, मनापासून लक्ष घातलं होतं की, त्यांचं ऋण थोडंसं तरी फेडण्यासाठी मला काहीतरी करायचं होतं. मी शास्त्रीय सल्लागार मंडळ उभं करण्याचा विचार केला. आर्थिक मदतीसाठी जे अर्ज येतील त्यांची छाननी करून हे मंडळ त्यातील चांगले, मदत करण्यायोग्य लोक निवडेल व त्यांना आर्थिक मदत देईल.

पण कॅन्सरशी लढा इतक्या बाजूंनी द्यायचा असतो की, त्यातल्या फक्त एकावर लक्ष केंद्रित करणं बरोबर नव्हतं. प्रत्यक्ष किंवा अप्रत्यक्षपणे या लढ्याशी जोडले गेलेले इतके मित्र मला मिळाले होते – पेशंट्स, डॉक्टर्स, नर्सेस, कुटुंब आणि शास्त्रज्ञ. माझ्या ओळखीच्या काही सायकल रेस खेळाडूंपेक्षा मला हे सगळे जास्त जवळचे वाटू लागले होते. या फाउंडेशनमुळे या सगळ्यांशी माझं अगदी निकटचं नातं जोडलेलं राहिलं असतं.

गेल्या काही महिन्यांत जे सर्व प्रश्न मला हाताळावे लागले होते, ते सर्व फाउंडेशननं स्पष्टपणे दाखवून द्यावे, असं मला वाटत होतं. उदा. वाटणाऱ्या भीतीवर काबू ठेवणं, वेगवेगळ्या डॉक्टरांची मतं घेण्याचं महत्त्व, आजाराबद्दल संपूर्ण माहिती मिळवणं, बरं होण्यासाठी पेशंटनं करण्यासारख्या गोष्टी, आणि सर्वांत महत्त्वाचं म्हणजे ही कल्पना रुजवणं की, कॅन्सर म्हणजे मृत्युदंड नव्हे! तो दुसऱ्या जास्त चांगल्या, सुधारलेल्या मानसिक आयुष्याकडे जाण्याचा रस्ता होऊ शकेल!

केमोचे शेवटचे उपचार संपल्यावर मी हॉस्पिटलमध्ये आणखी दोन दिवस राहिलो, शक्ती भरून येईपर्यंत आणि उरली सुरली कामं उरकेपर्यंत. एक उरलंसुरलं काम होतं माझा कॅथेटर. मी चार महिने त्याच्याबरोबर काढले होते, त्यामुळे तो काढला तो दिवस माझ्यासाठी महत्त्वाचा प्रसंग होता. मी निकोल्सना म्हटलं, "काय हो, हा काढून टाकता येईल का?"

"अगदी नक्की." ते म्हणाले.

मला खूप सुटल्यासारखं वाटलं – त्यांनी तो काढायचं कबूल केलं म्हणजे मला तो पुन्हा लागणार नाही याची त्यांना खात्री असली पाहिजे. पुन्हा म्हणून केमो लागणार नाही, अशी आशा करायला हरकत नव्हती!

दुसऱ्या दिवशी एक नवशिके डॉक्टर माझ्या खोलीत आले आणि त्यांनी ती खूप वेदना देणारी, घाणेरडी दिसणारी ट्यूब माझ्या छातीतून काढली; पण त्यातही अवघड परिस्थिती निर्माण झाली. ती कॅथेटरची ट्यूब माझ्या छातीत इतके दिवस होती की, ती माझ्या त्वचेला चिकटली होती. ते डॉक्टर ती सोडवून काढू बघत होते; पण त्यांना ती काढता येईना. त्यांना जास्त अनुभवी दुसऱ्या डॉक्टरांना बोलवावं लागलं, ज्यांनी ती माझ्या छातीतून जवळजवळ उपटूनच काढली. मला कमालीच्या वेदना झाल्या. मला असाही भास झाला की, ती बाहेर निघाली तेव्हा काहीतरी फाटल्यासारखा आवाज आला. नंतर तिथे जी खोल जखम राहिली होती, त्यात इन्फेक्शन झालं आणि त्यांना पुन्हा लहानसं ऑपरेशन करून ती जखम स्वच्छ करून शिवून टाकावी लागली. तो अतिशय वाईट अनुभव होता – कदाचित संपूर्ण चार महिन्यांतला सगळ्यांत वाईट अनुभव! आणि मी इतका वैतागलो, चिडलो होतो की, ते सगळं एकदाचं संपलं, तेव्हा मी तो कॅथेटर मला हवाय म्हणून सांगितलं. मला तो ठेवायचा होता. अजूनही झिपलॉकच्या एका पिशवीत त्या दिवसांची आठवण म्हणून मी तो ठेवला आहे.

आणखी एका गोष्टीबद्दल चर्चा करायची होती. डॉ. निकोल्सनी मला माझ्या प्रकृतीविषयी एक शेवटचं विवरण करून सांगितलं. मला काही काळ अनिश्चिततेचा घालवावा लागणार होता. बरेचदा केमोच्या उपचारांमधील शेवटच्या डोसानं कॅन्सरचा उरलासुरला अवशेषही पार निघून जातोच, असं होत नाही आणि म्हणून मला आजार पूर्णपणे गेला आहे, याची खात्री करून घेण्यासाठी दर महिन्याला रक्ताची तपासणी आणि इतर चेकअप करून घ्यावा लागणार होता. त्यांनी मला सावधगिरीचा इशारा दिला की, माझ्या रक्ताचे रिपोर्ट्स पूर्णपणे चांगले नव्हते आणि माझ्या छातीच्या एक्स-रेमध्ये जिथल्या गाठी काढल्या होत्या, तिथले व्रण अजून दिसत होते.

मला काळजी वाटली. डॉ. निकोल्सनी मला दिलासा दिला, ''असं आम्ही बरेचदा बघतो. या कमी महत्त्वाच्या पण पूर्ण बरं झालं नसल्याच्या खुणा आहेत आणि आम्हाला खूप भरवसा आहे की, त्या खुणा जातील.'' मी बरा झालो असलो, तर छातीतले व्रण आणि रक्ताचे रिपोर्ट्स आपोआपच नीट होतील; पण असं होईल, याची काहीच हमी नव्हती. पहिलं एक वर्ष कसं जातं, यावर सगळं अवलंबून होतं. आजार पुन्हा उद्‌भवणार असेल, तर या वर्षभरात ते समजेल.

मला बरं व्हायचं होतं, आत्ताच बरं व्हायचं होतं. बरा झालोय की नाही ते समजायला एक वर्ष वाट बघायची नव्हती.

मी घरी गेलो अणि आयुष्य पुन्हा सुरळीत सुरू करायचा प्रयत्न करू लागलो. सुरुवातीला जरा आराम केला. थोडं गोल्फ खेळायचं आणि आमच्या प्रतिष्ठानच्या

योजना आखायच्या. माझ्या शरीरातून केमोच्या विषारी द्रव्यांचं प्रमाण कमी होऊ लागलं, तसं हे लक्षात येऊन मला खूप सुटल्यासारखं वाटलं की, केमोनं माझं शरीर खिळखिळं झालं नव्हतं; पण मला अजूनही कॅन्सर पेशंटसारखं वाटत होतं आणि तीन महिने मी ज्या भावनांना आवर घालून ठेवला होता, त्या वर येऊ लागल्या.

एका दुपारी मी ऑनियन क्रीक नावाच्या क्लबमध्ये बिल स्टेपलटन आणि लिम्फोमा (कॅन्सर) मधून वाचलेला आमचा आणखी एक मित्र टू डनवर्थ ह्यांच्याबरोबर थोडा वेळ गोल्फ खेळायला जायचं कबूल केलं. माझे केस अजून वाढले नव्हते आणि मला फार ऊन लागू द्यायचं नव्हतं. म्हणून मी कानांवरून खाली येणारी टोपी घातली. तिथल्या दुकानात मी गोल्फ बॉल्स विकत घ्यायला गेलो. काउंटरच्या मागे एक तरुण मुलगा होता. माझ्याकडे बघून कुचेष्टेनं हसत तो म्हणाला, ''ती हॅट घालून खेळणार आहात तुम्ही?''

''हो!'' मी तुटक उत्तर दिलं.

''बाहेर गरम नाही होणार?'' त्यानं विचारलं.

मी ती टोपी खेचून काढली, त्याला माझं केस नसलेलं, जखमांचे व्रण असलेलं डोकं दिसावं म्हणून; आणि काउंटरच्या पलीकडे उडी मारून रागानं दात ओठ खात म्हटलं, ''हे व्रण दिसतायत का तुला?''

तो एकदम मागे सरकला.

''म्हणून मी ती टोपी घालणार आहे, कारण मला कॅन्सर झाला आहे!''

टोपी पुन्हा डोक्यावरून ओढून खाली घेऊन मी तरातरा दुकानाच्या बाहेर पडलो. मी इतका संतापलो होतो की, थरथर कापत होतो.

हे खरं आहे की, मी खूप तणावाखाली होतो. माझा बराच वेळ अजूनही डॉक्टरांच्या ऑफिसमधेच जायचा. दर आठवड्याला डॉ. यूमन माझं रक्त तपासणीसाठी घ्यायचे, इंडियाना पोलीसमधल्या डॉक्टरांना रिपोर्ट कळवायला. माझ्या सारख्या तपासण्या केल्या जात होत्या. कॅन्सरसारख्या आजारात तपासण्या करत राहण्याचं अतिशय महत्त्व असतं आणि जे रिपोर्ट्स येतील – रक्ताचे, सी.टी.स्कॅनचे, एम.आर.आय.चे त्यावर सगळं अवलंबून असतं. तुमची प्रगती किती आहे, हे समजून घेत राहत तुम्ही जगत असता. माझ्या बाबतीत मला भराभरा वाढत जाणारा कॅन्सर झाला होता आणि तो अगदी लवकर बराही झाला होता – पण तो तितक्याच लवकर परतही येऊ शकत होता.

एक दिवस, ऑस्टिनमध्ये येऊन काही आठवडे झाल्यानंतर ला त्रीसनं डॉ. यूमनना फोन करून परीक्षणांचे आकडे मागितले. ते लिहून घेऊन त्या डॉ. निकोल्सकडे गेल्या. त्यांनी दिलेला कागद डॉ. निकोल्सनी बघितला, त्यांनी स्मित केलं आणि

कागद ला त्रीसला परत दिला. ''ह्या वेळी तुम्हीच त्याला फोन करून का नाही सांगत?'' ते म्हणाले.

ला त्रीसनं माझ्या घरी फोन केला. मी आधी म्हटलं आहे, तसं ते आकडे माझ्यासाठी खूप महत्त्वाचे होते आणि प्रत्येक रिपोर्टच्या वेळी मी नर्व्हस होऊन फोनजवळ वाट बघत बसायचो. मी ताबडतोब फोन उचलला.

''आम्हाला रक्ततपासणीचे आकडे पाठवलेत त्यांनी.'' ला त्रीस म्हणाल्या.

''हं?'' मी घाबरतच विचारलं.

''लान्स, ते आकडे अगदी नॉर्मल आहेत.'' त्या म्हणाल्या.

तो विचार मी मनात उचलून धरला आणि त्याच्याकडे बघितलं. मी आता आजारी नव्हतो! मी तसाच राहीनच असं नव्हतं, अजून पूर्ण एक वर्ष वाट बघायची होती, आजार परत यायचा तर बहुतेक पुढच्या वर्षभरात आला असता. पण आत्ता, ह्या क्षणी, निदान ह्या छोट्याशा मूल्यवान क्षणी माझ्या शरीरात कॅन्सरचा मागमूसही नव्हता!

काय बोलावं ते मला समजेना. मला भीती वाटली की, तोंड उघडलं तर मी सुटका झाल्याच्या आनंदात नुसता मोठ्यानं ओरडेन.

''तुला छान बातमी मी देऊ शकले ह्याचं मला खूप बरं वाटतंय.'' ला त्रीस म्हणाल्या.

मी निःश्वास टाकला.

❍

कीक

प्रेम आणि कॅन्सर हे विचित्र साथी आहेत, पण माझ्या बाबतीत ते एकाच वेळी आले. माझ्या भावी पत्नीला भेटण्यासाठी आदर्श परिस्थिती नव्हतीच, पण नेमकं तसंच झालं. दोन व्यक्ती विवाहबद्ध का होतात? साहजिकच पुढील आयुष्य एकत्र घालवण्यासाठी. प्रश्न असा होता, मला 'पुढील आयुष्य' होतं, का नाही?

मला आता कॅन्सर नव्हता, पण नव्हताच, असंही नव्हतं. सध्या मी ज्याला रेमिशन – दुखण्याला उतार पडणं – म्हणतात, त्या बेचैन, अस्वस्थ अवस्थेत होतो. दुखणं उलटेल ह्या कल्पनेच्या भीतीनं मला ग्रासलं होतं. मी रात्री छातीत होत असलेल्या काल्पनिक वेदनांनी जागा व्हायचो आणि अंधारात अंथरुणावर पडून राहायचो. मी घामानं थबथबलेला असायचो, माझ्या श्वासोच्छ्वासाचा आवाज ऐकत राहायचो आणि मला खात्री झालेली असायची की, पुन्हा गाठी झाल्या आहेत. दुसऱ्या दिवशी सकाळी मी तडक डॉक्टरांकडे जायचो आणि माझ्या छातीचा एक्स-रे घ्यायला सांगायचो, मग कुठे मी शांत व्हायचो.

" 'केमो'चा उपयोग होतो किंवा होत नाही," डॉ. ऐनहॉर्न एकदा म्हणाले होते, "त्याचा उपयोग झाला, तर पेशंट कॅन्सररहित, सामान्य जीवन जगू शकतो; आणि उपयोग झाला नाही, कॅन्सर परत आला, तर पेशंट पुढे तीन-चार महिन्यांत मृत्यू पावतो." इतकं साधं-सरळ होतं हे!

एकीकडे आयुष्य पुन्हा सुरळीत सुरू करणं मात्र साधं-सरळ नव्हतं, बरंच जास्त गुंतागुंतीचं होतं. डिसेंबर १३, १९९६ ला माझी केमोथेरपी संपली आणि नंतर एक महिन्यानं कॅन्सर प्रतिष्ठान आणि 'राइड फॉर द रोझेस'ची सुरुवात करत असल्याचं सांगायला मी वार्ताहर परिषद बोलावली होती, त्यात मला क्रिस्टीन रिचर्ड भेटली. आम्ही जुजबीच बोललो. ती सडपातळ आणि सोनेरी केसांची तरुणी होती, सगळे तिला कीक म्हणत होते. शहरातल्या एका अकाउंट्स आणि जनसंपर्क कंपनीत ती अकाउंट्स एक्झिक्युटिव्ह होती. माझ्या ह्या योजनेत जनसंपर्क साधायला मदत करण्याचं काम तिच्या कंपनीनं तिच्याकडे दिलं होतं. मला ठाऊक आहे, तिला बघितलं आणि मला 'काहीतरी वाटलं' असं मी म्हणणार, असं सगळ्यांना वाटेल;

पण खरं म्हणजे तसं काही झालं नाही. ती स्मार्ट आणि आकर्षक होती, असं मात्र वाटलं होतं. तिनं नंतर मला सांगितलं की, तिचं माझ्याबद्दल प्रथमदर्शनी मत असंच विशेष परिणामकारक वगैरे नव्हतं. तिला मी एक छान हसणारा आणि आकर्षक टकलू वाटलो होतो. आमच्या मनात एकमेकांबद्दल जास्त जवळीक पुढे उन्हाळ्याच्या सुरुवातीच्या दिवसांत झाली आणि त्यानंतर आम्ही काही करेपर्यंत उन्हाळा सुरू झाला. एक तर असं होतं की, आम्ही दोघंही इतर कोणाकोणाबरोबर बाहेर जात वगैरे होतो आणि दुसरं म्हणजे प्रथम जरा जास्त वेळ आम्ही एकमेकांशी बोललो तेव्हा आमचं भांडण झालं.

सुरुवात फोनवर झाली. त्यांच्या कंपनीतर्फे एका मोठ्या कंपनीनं 'राइड फॉर द रोझेस'ला भरघोस आर्थिक पाठिंबा द्यायचं कबूल केलं होतं, त्यांच्या वतीनं ती बोलत होती आणि तिला असं वाटत होतं की, त्यांना मी पुरेसं खुश करत नव्हतो. एक दिवस आमच्या प्रतिष्ठानातल्या एका माणसाशी ती एकदम चिडून बोलली. 'ही आहे तरी कोण?' मला वाटलं आणि मी तिला फोन केला. तिनं तो उचलल्याबरोबर मी म्हटलं, "मी लान्स आर्मस्ट्राँग बोलतोय. माझ्या स्टाफवरच्या माणसाशी तुम्ही असं कसं बोलू शकता?" मी रागारागानं बोलतच राहिलो. पलीकडे कीकनं भुवया चढवून डोळे मोठे केले आणि तिला वाटलं, 'हा माणूस स्वत:ला विशेष कोणीतरी समजत असल्यासारखा वागतोय!'

पुढची दहा मिनिटं आम्ही फोनवर वाद घालत राहिलो.

"ह्या संभाषणाला काही अंतच नाही असं दिसतंय!" ती गुरगुरली.

"अगदी बरोबर! अंतच नाहीये!" मी उलट गुरगुरलो.

"मला काय वाटतंय सांगू?" ती म्हणाली, "आपण भेटू या आणि बिअर घेता घेता ह्यावर बोलू या. एवढंच म्हणायचंय मला."

मी गारच झालो, "अं? हं-बरं, जाऊ या आपण बिअर घ्यायला."

मला आणि माझ्या दोन मित्रांना भेटायला मी तिला एका बारमधे बोलावलं. मला वाटतं, आम्हाला दोघांनी एकमेकांबद्दल इतकं आकर्षण वाटेलसं दोघांपैकी कोणालाच वाटलं नव्हतं. मी अजूनही दुखण्यामुळे थकलेला, फिकट, अशक्त दिसत होतो. पण तिला त्याची पर्वा नसावी. मला वाटलं होतं त्यापेक्षा ती खूप साधं-सहज वागणारी, गमत्या स्वभावाची व खूप हुशार होती. माझ्या घरी फाउंडेशनच्या दर आठवड्याला होणाऱ्या मीटिंगला तिनं यावं असं मी आमंत्रण दिलं आणि तिनं ते कबूल केलं.

मी ज्या विचित्र, असमाधानकारक परिस्थितीत अडकलो होतो, त्यासाठी हे फाउंडेशन हा उत्तम मार्ग वाटत होता. माझी केमो संपली होती, सध्या तरी मी कॅन्सरचा पराजय केला होता. पण पुढे काय करायचं ह्याचा मला निर्णय घ्यायचा

होता. स्वत:व्यतिरिक्त दुसऱ्या कशात तरी लक्ष घालणं हे सर्वांत चांगलं होतं. मी ठरवलं की, मी प्रथम कॅन्सरमधून बरा झालेला माणूस होतो आणि मग खेळाडू होतो. खूपच खेळाडू असं वागतात, जसं काही जगातल्या इतर प्रश्नांचा आणि त्यांचा काही संबंधच नाही. आमचं अगदी सीमित क्षेत्रातच लक्ष घालणं, आमचं स्वत:ला उच्च दर्जाचं समजणं आणि आमची संपत्ती ह्यांमुळे आम्ही बाकीच्या जगापासून तुटलेले राहतो. परंतु खेळाडू असण्याचा एक मोठा फायदा असू शकतो, एक खरोखर चांगलं काम समाजासाठी आम्ही करू शकतो, ते म्हणजे मनुष्य काय करू शकतो हे नव्यानं दाखवून देणं. लोकांना त्यांच्या मर्यादांचा पुनर्विचार करायला आम्ही शिकवू शकतो, त्यांना हे दाखवू शकतो की, त्यांना समोर जी भिंत आहे असं वाटतं ती खरी भिंत नसते, तो अडसर त्यांच्या मनातच केवळ असेल हेही शक्य असतं. ह्या बाबतीत आजार हा एखाद्या खेळाडूनं चांगली कामगिरी करून दाखवण्यासारखा असतो. मनुष्याच्या मानसिक बळाबद्दल आपल्याला अजून बरंच काही माहीत नाहीये, म्हणून मला वाटलं की, हे शक्य तितक्या जास्त लोकांना सांगितलं पाहिजे.

त्या हिवाळ्यात झालेली आणखी एक महत्त्वाची घटना म्हणजे मला जेफ गार्व्हे नावाचे एक गृहस्थ भेटले. ते ऑस्टिनमधले एक मोठे भांडवलदार आहेत आणि साहसी कामांमध्ये ते पैसे गुंतवतात. सुरुवातीला माझी एवढीच अपेक्षा होती की, ते आमच्या फाउंडेशनला मार्गदर्शनात्मक मदत करतील. पण नंतर ते माझे जवळचे मित्र झाले. दोघांना ओळखणाऱ्या एकानं आमची ओळख करून दिली आणि जेफनं मला लंचसाठी बोलावलं. मी शॉर्ट्स आणि टी-शर्ट घालून माझ्या एक्सप्लोअरर गाडीतून त्यांच्याकडे गेलो. गप्पा मारता मारता आमचा लंच बराच लांबला. आम्ही सायकलिंगबद्दल बोलत होतो. जेफ हा खूपच हौशी सायकल रेस खेळाडू होता आणि सुप्रसिद्ध कॅमिनो द सॅन्टियागो बघायला दर वर्षी स्पेनला जात असे. जेफचे आईवडील दोघंही कॅन्सरनं गेले होते आणि त्या रोगाला टक्कर देण्यासाठी जर काही परोपकारी स्वरूपाचं काम होत असेल, तर तो त्याच्या शोधात होता. थोड्या आठवड्यांनंतर मी जेफला माझ्या घरी लंचसाठी बोलावलं आणि जेवता जेवता विचारलं की, फाउंडेशन चालवण्याचं काम तो हाती घेईल का? त्यानं कबूल केलं आणि तो आमचा चीफ एक्झिक्युटिव्ह ऑफिसर–CEO झाला.

पुढचे दोन महिने कीक आणि मी एकत्र फाउंडेशनचं काम करत होतो. सुरुवातीला मला ती एक ऐटीत राहणारी आणि हजरजबाबी मुलगी वाटली होती. हळूहळू माझं लक्ष तिच्या सुंदर आणि लांब सोनेरी केसांकडे आणि साध्या कपड्यांमधेही ती किती विशेष कोणीतरी असेल तशी दिसायची, तिकडे वेधू लागलं. आणि कोलगेटच्या जाहिरातीतल्यासारखं तिचं हास्य. ह्या सगळ्यानं भान

न हरपणं शक्यच नव्हतं. शिवाय तिचा नीडर, चैतन्यपूर्ण स्वभाव मला आवडला. इकडे कीक फावल्या वेळात, आमच्या कामासाठी 'संशोधन' करण्याच्या मिषानं माझ्याबद्दल वाचून माहिती मिळवू लागली. पण आपल्या नेमक्या काय भावना आहेत हे उघड करायला आमच्या दोघांपैकी कोणीच अजून तयार नव्हतं.

'राइड फॉर द रोझेस'च्या शुभारंभाचा कार्यक्रम आम्ही मार्चमध्ये आयोजित केला आणि तो खूपच यशस्वी झाला. आम्ही दोन लाख डॉलर्स गोळा केले. 'वॉल फ्लॉवर्स ग्रुप'नं कॉन्सर्ट कार्यक्रम दिला आणि मिग्युएल इन्डुरेन, एडी मर्क्स आणि एरिक हीडेनसकट बरेच मित्र आणि सहकारी जगभरातून कुठून कुठून रेसमध्ये भाग घेण्यासाठी आले.

एक देणगी मिळाली, जी मी कधीही विसरणार नाही. मी एका टेबलापाशी बसलो होतो आणि स्वाक्षऱ्या देत होतो. खूप मोठी रांग होती. मी जमेल तितक्या भराभरा स्वाक्षऱ्या देत होतो. रांगेतून समोर येईल त्याच्याकडे जेमतेम बघून मी पटापट सह्या करत होतो.

एक चेकबुक आधी माझ्या तोंडावर अन् मग टेबलवर येऊन पडलं; आणि उघडलं.

"किती हवे आहेत तुला?" आवाज आला.

वर न बघताच मी म्हटलं, "छा! कमाल झाली साली!"

आणि मी मान हलवत हसायला लागलो. तो आवाज माझ्या ओळखीचा होता! खूप वर्षं हरवलेला जिम हॉइट होता तो, प्लॅनोमधला माझा गाववाला, ज्यानं मला माझी पहिली सायकल दिली होती आणि माझी खूप आवडती 'कॅमॅरो' काढून घेतली, तो! खुद्दच माझ्यासमोर उभा होता आणि बरोबर त्याची बायको ऱ्होंडाही होती. दहा वर्षांपूर्वी आमचं भांडण झालं होतं, त्यानंतर मी त्यांना भेटलो नव्हतो. मी जिमच्या नजरेला नजर देत म्हटलं,

"मी माफी मागतो!" मी त्याची माफी मागणं बरोबर होतं असं मला वाटलं.

"माफ केलं!" तो म्हणाला, "बरं, आता कितीचा चेक लिहायचा मी?"

"जिम! तू काही द्यायची जरूर नाही."

"अंहं!" जिमनं सांगितलं, "मला मदत करायचीय."

"जाऊ दे ना! तू काही नको द्यायला–"

"पाच हजार? चांगला वाटतोय हा आकडा?"

मला खूप हसू आलं. त्या कॅमॅरो गाडीसाठी मी पाच हजार डॉलर्स दिले होते!

"खूप छान!" मी म्हटलं.

त्यांनी चेक लिहून दिला, आम्ही शेकहँड केला.

तेव्हापासून दर वर्षी 'राइड फॉर द रोझेस' रेससाठी जिम येतो आणि तुम्हाला

सांगतो, चेकबुक घेऊन येणारा हा माझा गाववाला केवढाले तरी चेक्स देतो आणि बदल्यात कधीही काहीही मागत नाही!

त्यानंतर थोड्या वेळानं कायम लक्षात राहील अशी आणखी एक व्यक्ती त्या दिवशी माझ्यासमोर येऊन उभी राहिली – माझ्यासारखंच बरंचसं टक्कल असलेली एक छोटी मुलगी. आमच्या नजरा मिळाल्या आणि क्षणार्धात आमची मैत्री जुळली. मी तिच्यासाठी स्वाक्षरी करत होतो, तेव्हा तिनं माझ्या कारकिर्दीतली सगळी माहिती घडाघडा म्हणून दाखवली. तिला माझ्या करिअरबद्दल सगळं काही माहीत होतं. तिचं नाव केली डेव्हिडसन होतं आणि ती कॅन्सर पेशंट होती. त्यानंतर कितीतरी दिवस ती माझ्या मनात घोळत राहिली. मी तिचा पत्ता शोधून काढला आणि तिला फोन केला. आमची छान मैत्री झाली.

कीक आणि मी ह्यांच्यात काहीतरी घडतंय हे माझ्या तेव्हाच लक्षात यायला हवं होतं, जेव्हा रेस संपल्यानंतरही काहीतरी कारणं शोधून आम्ही एकमेकांना भेटत राहिलो. आम्ही एकमेकांना खूप ई-मेल्स पाठवायचो, फोनवर बोलायचो आणि प्रतिष्ठानच्या बैठकींव्यतिरिक्तही काहीतरी कारणं काढून वरचेवर भेटायचो. माझ्या घरी दर आठवड्याला होणाऱ्या प्रतिष्ठानच्या बैठकींना येणं तिनं चालू ठेवलं होतं आणि एका रात्री सगळी गेल्यानंतरही ती थांबली. आम्ही दोघंच माझ्या बैठकीच्या खोलीत बिअर घेत, गप्पा मारत बसलो होतो. मला आठवतंय, मला वाटत होतं, 'हे काय चाललंय माझं? इथं एकटाच का आहे मी हिच्याबरोबर?' तिच्याही मनात नेमकं हेच चाललं होतं. अखेर ती टॅक्सी बोलवायला म्हणून उठून उभी राहिली आणि मी तिला 'गाडीतून सोडून येतो' म्हटलं.

रात्रीच्या अंधारात रिकाम्या रस्त्यांवरून आम्ही गाडीतून हिंडत राहिलो, विशेष काहीच न बोलता, पण बरंच काही जाणवतं. काहीतरी होतं आमच्यामधे, पण दोघांपैकी कोणाचीच त्याचा उल्लेख अजून करायची मनाची तयारी नव्हती. तेव्हा आम्ही नुसतेच हिंडत राहिलो.

१९९७ च्या वसंत ऋतूपर्यंतही माझ्या मनावरचं दडपण पूर्णपणे गेलेलं नव्हतं. वैद्यकीय बाबतीतली अनिश्चितता ही एक सदैव कुरतडणारी काळजी होती. "काय होणार आहे?" मी डॉ. निकोल्सना विचारायचो, "मी जगणार आहे, का मरणार आहे? काय होणार आहे?"

सायकलिंगचा सराव परत सुरू करायचं मानसिक दडपण मला जाणवायचं, पण मला माझ्या शरीराची खात्री नव्हती. माझ्या पैशांचे हिशोब मी पुनःपुन्हा करून बघत असे आणि कर्जाचा प्रत्येक हप्ता भरत असे, तेव्हा मनातून वाटत राहायचं,

सायकल रेसिंगमधून पुन्हा दमडी तरी मी कमावेन की नाही कोण जाणे! शेवटी मी रेस करण्याचा निदान प्रयत्न करून बघायचं ठरवलं. मी जर चार रेसेसमधे भाग घेतला, तर कोफिदीकडून दुसऱ्या वर्षाचा करार मी पदरात पाडून घेऊ शकलो असतो आणि माझ्या आर्थिक काळज्या दूर करू शकलो असतो. मी बिलला सांगितलं, ''काही रेसेसचा तपास करू या.''

हॉस्पिटलमधून बाहेर पडल्यावर एक महिन्यानं मी कोफिदीच्या वार्ताहर परिषदेत हजर राहायला फ्रान्सला गेलो होतो. मला बघून टीमच्या अधिकाऱ्यांना धक्काच बसला, पण मी आता इंडियाना पोलीसमध्ये त्यांनी बघितला होता असा अंथरुणाला खिळलेला, फिका पडलेला रोगी नव्हतो, हे मला त्यांना दाखवायचं होतं. कोफिदीच्या लोकांना मी सांगितलं की, त्या वसंत ऋतूत परत यायचा प्रयत्न मला करायचा होता. टीमबरोबर मी दोन दिवस सायकल चालवण्याचा आणि व्यायाम करण्याचा सरावही केला. त्यांना बरं वाटलेलं दिसलं.

मी जरा मनावर घेऊन सराव करण्याची सुरुवात केली. रोज चार तास मी शंभर मैल, मला पूर्वी आवडणाऱ्या काही रस्त्यांवरून जायचो– ऑस्टिन ते विम्बर्ले, ड्रिपिंग स्प्रिंग्ज ते न्यू स्वीडन. अशी गावं, जिथे कापसाची शेतं, ट्रॅक्टर्स आणि दूर अंतरावर दिसणारे, एकटेच उभे असलेले चर्चच्या मनोऱ्यांचे सुळके. पण माझ्या शारीरिक अवस्थेविषयी मी अस्वस्थ होतो. कधीकधी मी सुमारे एखादा तास सायकल चालवायचो – फक्त थोडीशी रपेट, पण तेवढ्यानं मी दमून जायचो आणि नंतर खूप वेळ मला झोप काढावी लागायची. मी बेताच्या वेगानं जात असे. नाडीचे ठोके मिनिटाला एकशेतीस होतील, एवढ्याच वेगानं, पण एखादा दिवस मला चांगली शक्ती वाटायची तर दुसऱ्या दिवशी अशक्तपणा जाणवायचा.

नेमकं अमुक होतंय असं सांगता न येण्यासारखी, पण अशक्तपणाची एक अस्वस्थ जाणीव असायची, जी माझ्या चांगल्याच परिचयाची होती. माझ्या लक्षात आलं की, माझ्या आजाराचं निदान होण्यापूर्वी मला असं वाटत असायचं आणि माझ्या पोटात गोळा आला. मग मला सर्दी झाली. माझी झोप उडाली आणि रात्रभर मी भीतीनं गर्भगळित होऊन पडून राहिलो, ह्या खात्रीनं की, कॅन्सर परत आला होता! माझ्या कॅन्सरच्या दुखण्यापूर्वी मला कधीच सर्दी-ताप होत नसे, तेव्हा मी परत आजारी पडणार म्हणजे कॅन्सरच असणार!

सकाळी मी डॉ. यूमनकडे चेकअपसाठी धाव घेतली, ह्या खात्रीनं की, माझा आजार परत आला असल्याचं ते मला सांगणार. पण माझ्या शरीराला ज्याचा प्रतिकार करता आला नव्हता, असा तो सामान्य सर्दी-ताप होता. माझी प्रतिकारशक्ती खलास झाली होती, डॉक्टरांच्या भाषेत मी neutrophilic झालो होतो. माझ्या पांढऱ्या रक्तपेशींचं प्रमाण अजूनही कमी होतं, म्हणून कुठलंही लहानसहान

दुखणंही मला सहज होऊ शकत होतं.

माझे एक्स-रेही पूर्णपणे 'स्वच्छ' नव्हते. माझ्या पोटात कसला तरी एक डाग दिसत होता. तो काय होता ते डॉक्टरांना नेमकं कळत नव्हतं, त्यांनी त्याच्यावर लक्ष ठेवायचं ठरवलं. माझी घाबरगुंडी उडाली होती.

तेव्हा मग डॉ. निकोल्सनी सांगितलं की, वर्षाचे उरलेले दिवस मी विश्रांती घेतली पाहिजे. मीही ते कबूल केलं. १९९७ मध्ये मी सायकलचा सराव वगैरे काहीही जास्त करायचं नाही असं ठरलं. डॉ. निकोल्सनी सांगितलं की, मी अजून आजारातून पूर्ण बरा होत होतो, माझी प्रतिकारशक्ती केमोथेरपीच्या दुष्परिणामांमधून अजून पुरती बाहेर आलेली नव्हती. माझ्या कल्पनेपेक्षा 'केमो'चा खूपच जास्त परिणाम माझ्यावर झालेला होता. डॉ. निकोल्सनी मला सांगितलं की, मला पूर्णपणे बरं वाटत नसण्याचा अर्थ मी मनापासून प्रयत्न करत नव्हतो, असा अजिबात नव्हता. माझ्या आजारानं माझी शक्तीच इतकी खच्ची केली होती.

माझ्यासारखेच माझे मित्र आणि सहकारीही घाबरून गेले होते. "हे बघ," ऑक म्हणाला, "तू सरावाच्या बाबतीत काहीही करायचं ठरवशील, त्यापूर्वी तू किती वेळ, कसा सराव करणार आहेस ह्याची पूर्ण कल्पना डॉक्टरांना देऊन मगच काय करायचं ते कर. त्यांना पूर्ण माहिती दे, म्हणजे तू किती श्रम करावेस, हे तू ठरवू शकशील."

मला मनाशी हे स्वीकारावंच लागलं की, मी अगदी उच्च श्रेणीचं सायकलरेसिंग कदाचित पुन्हा कधीच करू शकणार नाही. कदाचित माझ्या शरीराला तितकं पूर्ण वेळचं सरावाचं प्रशिक्षण झेपणारच नाही.

ख्रिस कार्मायकेलनं फोन करून काय प्रकार होता, काय झालं होतं, ह्याची चौकशी केली. "ख्रिस," मी सांगितलं, "मला सराव करायची भीती वाटतेय! मी फार जास्त श्रम केले तर 'तो' परत येईल ह्याची भीती वाटतेय मला!"

तसं तर विचित्रच म्हणायचं, पण एका दृष्टीनं बरं होऊन शक्ती परत येण्याची वाट बघण्यापेक्षा कॅन्सर असणं सोपं वाटायचं– केमो चालू असताना मी काहीतरी 'करत' होतो, नुसताच आजार परत येण्याची वाट बघत नव्हतो.

कधीकधी मी स्वत:ला अजूनही 'सायकल रेस खेळाडू' म्हणायचो, कधीकधी नाही. एक दिवस मी बिलबरोबर गावातल्या गोल्फ क्लबवर गोल्फ खेळायला गेलो. पाचव्या होलवर असताना बिलनं एक फार सुंदर शॉट मारला. "कधी तरी मलाही जमेल तसं मारायला!" मी कौतुकानं म्हटलं.

बिल म्हणाला, "तसं मारण्याइतकं गोल्फ तू खेळायला अजून बराच अवकाश आहे!"

"तुला समजलं नाही बिल," मी म्हणालो, "अरे, मी रिटायर झालोय!"

बिलचा आणि माझा नेहमीच हा वाद व्हायचा. माझं मन डळमळीत असायचं – एक दिवस मी 'मोठ्या पुनरागमनाचे' बेत करायचो आणि दुसऱ्या दिवशी मी त्याला सांगायचो की, माझं करिअर खलास झालं होतं!

गोल्फच्या पहिल्या 'टी'वर असताना मी म्हणायचो, "हे बघ, आपण आता नुसते मित्र आहोत. कारण मला आता एजंटची जरूर नाही, मी काही पुन्हा कधी सायकल रेसमधे भाग घेणार नाहीये." थोड्या मिनिटांनी पुढच्या 'टी' पाशी उभं असताना हातातला गोल्फ खालीवर करत मी म्हणायचो, "मी पुन्हा रेस करायला लागेन, तेव्हाच्यासाठी काय बेत केलेयत तू? काय काय करायचंय आपण?" पुढच्या 'होल'वर जाईपर्यंत माझं गाडं पुन्हा मूळपदावर आलेलं असायचं.

"मी पुन्हा पैसे मिळवायला लागेन असं तुला वाटतं म्हणून तू माझ्याबरोबर असतोस असं नाही ना रे? कारण मी काही पुन्हा रेस करू शकणार नाहीये!" मी सांगायचो.

बिलला माझी अशी ह्या ना त्या टोकाला जाणारी विधानं करण्याचा स्वभाव माहीत होता, त्यामुळे तो ते 'विनोद' म्हणून सोडून तरी द्यायचा किंवा चर्चा तिथेच थांबवत म्हणायचा, "बरं, हरकत नाही, आपण उद्या बोलू ह्याबद्दल पुढे."

मग एक घटना घडली, ज्यामुळं माझ्या मनाची दोलायमान स्थिती जास्तच वाईट झाली. बिलची असिस्टंट आणि आमची चांगली मैत्रीण स्टेसी पाउंड्स हिला लंग कॅन्सर झाल्याचं निदान झालं. माझ्या आजारात मला स्टेसीची प्रचंड मदत झाली होती आणि फाउंडेशनची सुरुवात करण्यात तिचा संपूर्ण सहभाग होता. घोगरा आवाज आणि उत्तम मॅनर्स, टेक्सासमधल्या स्त्रीचं प्रतीकरूप म्हणता येईल अशी पंचावन्न वर्षांची स्टेसी ही अखंड धूम्रपान करत असे.

स्टेसी अगदी बिनदिक्कत तुम्हाला सांगू शकत असे की, 'तू जगातला पूर्णपणे वाया गेलेला माणूस आहेस,' 'पुन्हा म्हणून फोन करू नकोस.' आणि 'तुझ्या अंगाला वास मारतोय.' पण फोन ठेवून देताना मात्र तुम्हाला वाटणार, 'किती छान बाई आहे ही!'

स्टेसीचं नशीब माझ्याइतकं चांगलं नव्हतं; तिचा कॅन्सर बरा होण्यातला नव्हता! आम्ही सगळे मनानं उद्ध्वस्त होऊन गेलो. तिला आधार देण्याचा प्रयत्न करणं आणि तिचं रोजचं आयुष्य शक्य तितकं आराम वाटेल असं करणं, एवढंच आम्ही करू शकत होतो. माझ्या आईला कुठेतरी चांदीच्या साखळीत घातलेली दोन खूप छान क्रूसची पदकं दिसली आणि तिनं ती माझ्यासाठी विकत घेतली. एक साखळी मी घातली आणि दुसरी स्टेसीला दिली. माझ्याचसारखी तीही अगदी नास्तिक होती, पण मी तिला म्हटलं, "स्टेसी, तुझे उपचार चालू असताना किंवा

तुला वाटेल तेव्हा, तू ही घाल आणि माझी साखळी मी कायमच घालेन.'' आम्ही त्या साखळ्या धार्मिक प्रतीक म्हणून नव्हे, तर आमच्या कॅन्सरग्रस्तांच्या बंधुत्वाचं जागतिक प्रतीक म्हणून घातल्या.

स्टेसीची प्रकृती झपाट्यानं खालावत गेली. एक दिवस तिनं सांगून टाकलं, ''मी जर ह्यानं बरी होऊ शकणार नसेन, तर मला केमोथेरपी घ्यायची नाही.'' डॉ.यूमन तिच्यावर उपचार करत होते, पण केमोचा उपयोग होत नव्हता. तिला केमोचा अत्यंत त्रास तर व्हायचाच आणि त्यानं तिचा जीव वाचणारही नव्हता. सरतेशेवटी तिनं केमो बंद केली आणि डॉक्टरांनी आम्हाला सांगितलं की, ती फक्त काही आठवड्यांचीच सोबती होती.

स्टेसीला एक मुलगा होता, पॉल. तो नेव्हीत सेलर होता आणि समुद्रावर होता, पण त्याच्या जहाजावरून त्याला इकडे बोलावून घ्यायचं कोणालाच जमेना. आम्ही काँग्रेसमन, सिनेटर्स, कोणाकोणाला फोन करून बघितलं, पण काहीच होऊ शकलं नाही. शेवटी मी एक दोरी खेचून बघायचं ठरवलं. चार्ल्स बॉइड नावाचे एक फोर स्टार जनरल माझ्या ओळखीचे होते. ते पूर्वी जर्मनीत होते, पण अलीकडेच निवृत्त होऊन वॉशिंग्टनमधे राहत होते. मी त्यांना फोन केला आणि म्हटलं, ''जनरल बॉइड, माझ्यावर एक मेहेरबानी करू शकाल?''

मी स्टेसीबद्दल सांगितलं आणि म्हटलं, ''ह्या बाई मृत्युशय्येवर आहेत आणि त्यांचा मुलगा जहाजावर आहे–'' जनरल बॉइडनी मला थांबवत म्हटलं, ''लान्स, आणखी काही सांगायची जरूर नाही. दोन वर्षांपूर्वी मी माझी पत्नी कॅन्सरनं गमावली. मी बघतो काय करता येईल ते.''

दुसऱ्या दिवशी तो पोरगा घरी येण्याच्या वाटेवर होता! कॅन्सरग्रस्तांचा समाज हा अशा बांधीलकीचा असतो.

परंतु पॉल घरी येण्यापूर्वी काही दिवसांसाठी स्टेसी एका नर्सिंग होममधे दाखल झाली. आम्ही काही जण तिला तिथे भेटायला गेलो, बिल, माझी आई आणि मी. बघतो तर तिथे अतिशय वाईट परिस्थिती होती, खूप गर्दी होती. नर्सेसचा स्टाफही अजिबात पुरेसा नव्हता. स्टेसी म्हणाली, ''मला खूप वेदना होतात. पण रात्री मी बेल वाजवते, तरी मला वेदना कमी होण्यासाठीच्या गोळ्या कोणी आणून देत नाही.'' मला अतिशय धक्का बसला.

मी म्हटलं, ''स्टेसी, बस्स झालं हे आता. तुझं चंबूगबाळ उचलून आम्ही तुला घरी घेऊन जाणार आहोत. तू घरी येणार आहेस आणि मी तुझ्यासाठी पूर्ण वेळची नर्स ठेवणार आहे.''

नर्सिंग होममधला एक अधिकारी म्हणायला लागला, ''तुम्ही त्यांना असं घेऊन जाऊ शकत नाही–''

"काय वाट्टेल ते करा, ती जाणारच आहे. आत्ताच्या आत्ता."

बिलला मी सांगितलं, "गाडी मागे आण आणि दार उघड." आणि आम्ही तेथून बाहेर पडलो. स्टेसीच्या आयुष्याचे शेवटचे आठवडे ती तिच्या घरी होती. तिचा मुलगा येऊन पोहोचला आणि तिच्या शुश्रूषेसाठी त्याला मदत करायला आम्ही एक नर्स मिळवली. स्टेसीनं जितका लढा देता येईल तितका दिला आणि डॉक्टरांच्या अंदाजापेक्षा ती तीन आठवडे जास्त जगली. माझी केमो संपल्या संपल्या जानेवारीत तिच्या आजाराचं निदान झालं होतं. तिनं फेब्रुवारीत नोकरी सोडली आणि मार्चपर्यंत तिची परिस्थिती गंभीर झालेली होती. आणि मग आम्हाला सगळ्यांना खूप दु:खी करून ती निघून गेली.

मी खूप उदास, निराश झालो होतो. माझ्या प्रकृतीविषयी मला अजूनही भीती वाटत होती आणि जिवंत असण्याच्या सद्भाग्याबद्दल काहीसं अपराधीही वाटत होतं. स्टेसी आम्हाला सोडून गेल्यानंतर सायकल रेसिंग हा विशेष वास्तवाला धरून असलेला किंवा खूप महत्त्वाचा उद्योग वाटेनासा झाला होता. प्लॅनोहून स्टीव्ह लुईस मला भेटायला आला आणि माझ्यातला फरक त्याला अगदी उघड उघड दिसला. मला असा पांढुरका, हडकुळा, गालांची हाडं बाहेर निघालेला, पराभूत दिसणारा असा प्रत्यक्ष बघेपर्यंत, ह्या आजारानं माझी काय दशा केली होती, ह्याची त्याला कल्पनाच नव्हती असं वाटतं. माझ्या फुप्फुसांचे एक्स-रे फोटो दाखवत मी स्टीव्हला म्हटलं, "मला खरंच वाटलं होतं की, मी मरणार!"

माझा मृत्यू ओढवू शकला असता ह्या विचारातून बाहेर पडण्यासाठी मी अजून धडपडत होतो आणि आता नव्यानं कुठून सुरुवात करावी हे समजणं अवघड होत होतं. पुन्हा रेसिंगचा प्रयत्न करावा का, कोफिदीशी असलेले संबंध कसे सांभाळावेत, असे सगळे निर्णय घेणं मला जमत नव्हतं. मला नेमकं काय हवं होतं किंवा काय करणं शक्य होतं हे सुद्धा माझं मलाच कळत नव्हतं आणि कधी तर असंही वाटून जात होतं की सायकल रेसिंग ही एक क्षुद्र बाब होती.

'तूर द फ्रान्स'चा एक टप्पा जिंकतानाचं माझं एक छायाचित्र बघून स्टीव्हनं विचारलं, "हे पुन्हा कधी करणार आहेस तू?"

"माझी तर जवळजवळ खात्री आहे की, ते आता संपल्यातच जमा आहे माझ्या बाबतीत." मी म्हटलं, "खूप शारीरिक श्रम होतात त्यात."

स्टीव्हला धक्का बसला, "थट्टा करतोयस?" तो म्हणाला.

"त्या रेसमधे भाग घेणं मला पुन्हा कधीच जमणार नाही." मी म्हणालो.

स्टीव्ह थक्क झाला. कुठल्याही बाबतीत मी हार मानलेली त्यानं कधी पाहिलंच नव्हतं.

"संपलोय मी, मला वाटतं." मी म्हटलं, "सायकलवर छान वाटतच नाही

आता.'' मी त्याला सांगितलं की, माझं घरही मला गमवावं लागेल अशी मला भीती वाटत होती, तसंच काही खर्च कमी करण्याचा मी प्रयत्न केला होता, काही गोष्टी त्या प्रमाणात मी बंद केल्या होत्या आणि भविष्यकाळासाठी सायकल रेसिंगशिवायचे वेगळे बेत आखण्याचे प्रयत्न करत होतो. स्टीव्ह मला ओळखत होता एक बढाया मारणारा लहान मुलगा असल्यापासून, पण आता मी बोलत होतो दुर्दैवाचा बळी असल्यासारखा! माझ्या स्वभावातली त्याला आठवणारी ती तीक्ष्ण धार आता राहिली नव्हती.

माझ्या वैयक्तिक, खाजगी आयुष्यातही मी असाच चाचपडत होतो. लिसानं आणि मी आमच्या भविष्यकाळाबद्दल काही निर्णय घेणं जरुरीचं होतं आणि मी अगदी मनापासून लग्नाचा विचार केला होता. कॅन्सरशी मी दिलेल्या लढ्यात संपूर्ण वेळ ती माझ्या सोबत होती, प्रत्येक कष्टप्रद पावलोपावली. आणि ही काही लहानसहान गोष्ट नव्हती. तिनं मला एक मांजराचं पिल्लू दिलं होतं आणि त्याचं नाव आम्ही 'केमो' ठेवलं होतं.

''तीच योग्य आहे माझ्यासाठी.'' मी स्टीव्हला म्हटलं होतं, ''ह्या सगळ्यामधे ती सतत माझ्याबरोबर राहिली आणि कसल्याही अडचणीत ती मला साथ देईल.''

पण दोन महिन्यांनंतर स्टीव्ह मला पुन्हा भेटायला आला, तेव्हा लिसानं आणि मी संबंध तोडले होते! माझ्या भावना किती गोंधळलेल्या होत्या, ह्याची तुम्हाला ह्यावरून कल्पना येईल. कुठल्याही नात्यात कॅन्सरमुळे ह्या दोन गोष्टींपैकी एक कुठली तरी होते – कॅन्सर तुम्हाला पूर्वीपेक्षाही जवळ आणतो किंवा तुम्हाला एकमेकांपासून दूर ढकलतो. आमच्या बाबतीत त्यानं आम्हाला ओढून दूर केलं. मी हळूहळू बरा होऊ लागलो, तसतसे आम्हाला एकमेकांशी बोलायला विषय सापडेनासे झाले. असंही झालं असेल की, आम्हाला प्रचंड थकवा आला असेल. आजाराशी लढण्यात आणि त्या लढाईतल्या सर्व अवघड गोष्टींमधून बाहेर पडण्यात आम्ही इतकी प्रचंड शक्ती खर्च केली होती की, सरतेशेवटी त्या सगळ्यानं आम्हाला बधिर करून सोडलं होतं. मार्चमधे एक दिवस ती म्हणाली, ''आपण दोघंही दुसऱ्या कोणाकोणाला तरी भेटायला लागू या.''

''ठीक आहे.'' मी म्हटलं.

पण लवकरच असं झालं की, आम्ही एकमेकांना जवळजवळ भेटेनासेच झालो. मी मोठ्या आजारातून उठलो होतो हे लिसा नक्कीच समजू शकत होती, पण माझी भावनिक शक्तीही खच्ची झाली होती हे समजून घेणं तिला अवघड जात होतं. आम्ही मधून मधून एकमेकांना भेटत राहिलो – असं नातं लगेच पूर्णपणे तोडून टाकता येत नाही. पण तरीही, अखेर ते संपलंच!

माझ्या आयुष्याचं काय करावं ह्याबद्दल माझ्या मनात इतका काही गोंधळ होता

की, एक दिवस बिलबरोबर सायकलवर फिरायला गेलो (सामान्यत: मी अशा नवशिक्याबरोबर कधीच जात नसे!) आणि माझ्या घराच्या आसपास सायकलवरून हळूहळू फेऱ्या मारता मारता मी म्हटलं, ''मी कॅन्सरतज्ज्ञ व्हायला कॉलेजमधे पुन्हा नाव घालणार आहे. नाहीतर मग मी बिझनेस स्कूलमधे जाईन.''

बिलनं नुसतीच मान हलवली. त्यानं बिझनेसमध्ये मास्टर्स डिग्री घेतली होती आणि टेक्सास युनिव्हर्सिटीची कायद्याची डिग्रीही. ''तुला ठाऊक आहे?'' बिल म्हणाला, ''मी अकरा वर्षं कॉलेजमधे गेलो, त्यापूर्वी शाळेतही खूप अभ्यास केला आणि पुढचं सगळं आयुष्यही मला खूप कामच करावं लागणार आहे. तुला मूर्खा, तसं कधीच करावं लागणार नाहीये. पहाटे साडेचारपासून कामाला कशाला लागायचंय तुला, काही जरूर नसताना?''

''तुझ्या लक्षात येत नाहीये बिल,'' मी म्हटलं, ''तुला कितीदा सांगतो मी की, मी सायकल रेसचा खेळाडू उरलो नाहीये आता!''

काही काळ कीकनं मला फोन करणं बंद केलं. मी कितीही प्रयत्न केला तरी तिला फोनवर भेटू शकत नव्हतो. मुलींच्या बाबतीत धरसोड करणारा, चंचल मनाचा अशी माझी कीर्ती तिनं ऐकली होती, त्यामुळे तिला माझी खात्री वाटत नव्हती. आणखी एक बळी होण्याचा तिचा विचार मुळीच नव्हता. मला कोणी असं झिडकारून टाकण्याची सवय नव्हती आणि त्यामुळे मी खूप अस्वस्थ झालो. मी तिच्या मशीनवर एकापाठोपाठ एक निरोप पाठवत राहिलो. ''तू कधी उलट फोन करणार आहेस की नाही?'' मी शेवटी विचारलं.

शेवटी कीक जरा नरम आली. मला ठाऊक नव्हतं, पण तिच्याही आयुष्यात उलथापालथ चालली होती. तिचा आत्तापर्यंत जो मित्र होता, त्याच्याशी तिनं संबंध तोडून टाकले होते आणि तिनं त्याच थोड्या आठवड्यांमधे नोकरीही बदलली होती. अखेर एका दुपारी मी फोन केला तेव्हा तिनं तो घेतला.

मी विचारलं, ''तर मग काय नवीन अलीकडे?''

''बरंच काही. आत्ताच मी नवी नोकरी धरली आहे आणि कामात खूप गुंतलेली असते.''

''ओहो!'' मी म्हटलं. मग एक दीर्घ श्वास घेत पुढे – ''हात्तिच्यामारी! मला वाटलं तू आता सडी आहेस–''

''तसं तर तू नेमकं तेच विचारलंस ही गंमतच आहे; सडीच आहे मी. दोन दिवसांपूर्वीच मी त्याला सोडलं.''

''खरं की काय?'' आवाजात अगदी सहजपणा आणण्याचा प्रयत्न करत मी विचारलं. ''म्हणजे आता तू एकटी आहेस?''

"हो."

"तर मग आज रात्री काय करणार आहेस तू?" मी विचारलं.

"तुझ्याबरोबर काहीतरी." ती म्हणाली.

तेव्हापासून आम्ही बरोबरच आहोत.

मला योग्य जोडीदारीण मिळाली होती हे मला लगेच जाणवलं. कीक स्वत:ला व्यवस्थित सांभाळू शकत असे. ती मनानं कणखर, स्वतंत्र बाण्याची, समंजस वृत्तीची आणि अजिबात न लाडावलेली अशी होती. ती संपन्न घरात वाढलेली होती. तिचे वडील फॉर्च्यून ५०० कंपन्यांपैकी एका कंपनीत अधिकारपदावर होते, पण तरी तिला स्वत:चं सगळं स्वत: करण्याची सवय होती आणि आयतं काही मिळावं, अशी तिची कधी अपेक्षा नसे. मला हे असंच कोणीतरी हवं होतं, असं मला वाटलं.

तिच्याबरोबर मला निर्धास्त वाटे. टक्कल पडलेला, भुवया नसलेला, आजारी असा मी, तिला आवडायचो. माझे केस, माझ्या शरीरावरचे व्रण, माझं शरीर ह्यांच्याबद्दल मला ज्या कमीपणाच्या भावना होत्या, त्यांचं मग मला काही वाटेनासं झालं. कीक माझे केस नीट ठेवू लागली. माझं डोकं हातात धरून हळुवारपणानं छोट्या कात्रीनं ती ते असे कापायची की, मी १९६० मधल्या अंतराळवीरासारखा दिसायचो!

माझ्या मैत्रीसंबंधांमधे माझा नेहमी वरचष्मा असायचा. पण कीकबरोबर तसं नव्हतं. कधी मी सांगायचो, कधी मी तिचं ऐकायचो, पण बहुतेक वेळा तिला मी जिथं जायला हवं असेल तिथं मी जायचो. अजूनही जातो. उत्तर-दक्षिण-पूर्व-सगळीकडे. त्या उन्हाळ्यात कीकनं युरोपला जायचा बेत केला होता. ती कधी परदेशात गेलीच नव्हती आणि एक्सचेंज स्टुडंट म्हणून इथे आलेल्या, स्पेनमध्ये राहणाऱ्या तिच्या एका मैत्रिणीनं तिला बोलावलं होतं. "स्पेनला कशाला जातेयस तू? अतिशय धूळ असते स्पेनमधे." मी म्हटलं.

"गप्प बस!" कीक म्हणाली, "माझ्या मजेचा विचका करू नकोस. मी पैसे साठवते आहे कितीतरी वर्षं ह्या ट्रीपसाठी!"

ती एक महिन्याहून जास्त दिवस जाणार होती. मला हे स्वीकारणं अशक्य होतं. एकच करता येण्यासारखं होतं – तिच्याबरोबर जायचं. नाहीतरी मला 'तूर द फ्रान्स'मधे एकदा तोंड दाखवायला जायचंच होतं. माझ्या स्पॉन्सर्ससाठी शिष्टाचाराची भेट म्हणून; आणि हे दाखवायला की, मी अजूनही एक संभाव्य स्पर्धक होतो. म्हणून कीकच्या ट्रीपमधेच हे काम करायचं मी ठरवलं. नाहीतरी एक प्रेक्षक म्हणून 'तूर द फ्रान्स' बघण्याचं कुतूहल मला होतंच. मला अशी आशाही होती की, ती बघून सायकलिंग करण्याची माझी इच्छा पुन्हा वर येईल. 'मी तुझ्या बरोबर येतो'

असं मी तिला म्हटलं आणि तिनं कबूल केलं.

तो एक जाग आणणारा अनुभव होता. असं वाटलं की, मी युरोप पूर्वी कधी पाहिलाच नव्हता आणि खरं म्हणजे कदाचित नव्हताच पाहिला! ताशी चाळीस मैलांच्या वेगानं सायकलवरून जाताना मी युरोप पाहिला होता. एक पर्यटक म्हणून नव्हता पाहिला आणि प्रेमात पडलेलो असताना नव्हता पाहिला. आम्ही सगळीकडे गेलो. मी माझ्या फ्रेंच, इटालियन आणि स्पॅनिश भाषांच्या ज्ञानाची ऐट दाखवली!

माझं विशीतलं तारुण्य माझ्यासाठी हरवलंच होतं. एक प्रोफेशनल खेळाडू होण्यात आणि वयाच्या पंधराव्या वर्षापासून पैसे मिळवण्यात मी इतका गर्क होतो की, बहुतेकजण विशीमध्ये जे सगळं करतात, ते मी केलंच नव्हतं. कीक आणि कॉलेजमधल्या तिच्या मित्रमैत्रिणी जशी मजा करायच्या, तशी मी कधी केलीच नव्हती. माझ्या आयुष्यातला तो कालखंड मी गमावलाच होता. पण आता जणू परत फिरून तो जगून घेण्याची संधी मला मिळाली होती. अजूनही माझ्या प्रकृतीविषयी मी साशंकच होतो – माझं किती आयुष्य बाकी होतं, एक दिवस का दोन वर्षं का दीर्घ आयुष्य – मला ठाऊक नव्हतं. 'आला दिवस जगून घे!' मी स्वत:ला सांगितलं. जे आयुष्य शिल्लक असेल ते मी चांगलं घालवणार होतो. अशा रीतीनं कीक आणि मी एकमेकांना सापडलो.

मी आयुष्य मनापासून कधी 'जगलो'च नव्हतो. मी आयुष्यात काहीतरी मिळवून दाखवलं होतं, त्यासाठी लढा दिला होता, पण आयुष्य विशेष आनंदाने जगलो मात्र नव्हतो. "ही देणगी मिळालेली आहे तुला." कीक म्हणाली, "आयुष्यावर प्रेम करायला तू मला शिकवू शकशील, कारण तू मृत्यूच्या दारापर्यंत जाऊन परत आलायस, पलीकडची बाजू बघितलीयस. तेव्हा ते तू मला शिकवू शकशील."

पण खरं तर तिनंच मला शिकवलं. तिला सारं सारं काही बघायचं होतं, पण तिला ते दाखवायची संधी मला मिळाली आणि तिला दाखवता दाखवता मीही बघत गेलो. इटलीमध्ये आम्ही फुटपाथवरच्या कॅफेजमध्ये बसून हॅम आणि किसलेलं पार्मेसन चीज खाल्लं. कीकनं मला चिडवलं, "तू मला भेटायच्या आधी पार्मेसन चीज हिरव्या डब्यात मिळायचं!"

आम्ही सां सेबास्तिआँला गेलो. इथंच अंगाला मार लागण्याइतका पाऊस पडला होता आणि माझ्या पहिल्या प्रोफेशनल रेसमधे मी शेवटचा आलो, म्हणून प्रेक्षक मला हसले होते. ह्या वेळी मी कौलारू छपरांची घरं आणि बे ऑफ बिस्केजवळ पसरलेल्या शहरातली हिरव्यागार गवतानं आच्छादलेली विस्तीर्ण मैदानं बघितली आणि मला वाटलं की, धूळ असणारा देश म्हणून मी स्पेनचा पूर्वी तुच्छतेने उल्लेख केला होता. प्राचीन, अभिजात सौंदर्याने नटलेल्या स्पेनइतकं

सुंदर काहीच नव्हतं.

पॅम्प्लोनामधे आम्ही बैलांच्या शर्यती पाहिल्या. कीक म्हणाली, ''आज सारी रात्र जागू या आपण.''

''का?'' मी विचारलं.

''मजा म्हणून! म्हणजे तू कधीच सारी रात्र जागून सूर्योदयाला घरी गेला नाहीयेस?''

''नाही!'' मी म्हणालो.

''काय सांगतोयस काय? कधीच रात्रभर जागला नाहीयेस? कमाल झाली! असा कसा तू?''

आम्ही रात्रभर जागलो. आम्ही पॅम्प्लोनामधल्या सगळ्या नाइट क्लब्जमधे आणि डान्स क्लब्जमधे गेलो. आणि मग सूर्य उगवत होता, करड्या रंगाच्या रस्त्यांवर ऊन पडून ते सोनेरी दिसत होते, तेव्हा चालत चालत हॉटेलवर पोहोचलो. मी भावनाप्रधान आणि अद्‌भुत रोमांचक गोष्टींची आवड असणारा आहे असं कीकचं मत झालं होतं. अर्थात माझ्या फारच थोड्या स्नेह्यांना हे खरं वाटलं असतं. ख्रिस कार्मायकेल नेहमी मला 'हिमनगासारखा' म्हणायचा. वरून एक टोक दिसतं, पण पाण्याच्या खाली केवढा तरी भाग असतो. कीकला ह्याबद्दल खात्री होती.

मोनॅकोमध्ये असताना मी तिला सांगितलं की, मी तिच्या प्रेमात पडलो होतो. आमच्या हॉटेलमधल्या खोलीत रात्रीच्या जेवणासाठी आम्ही कपडे बदलत होतो, तेव्हा एकाएकी आम्ही दोघंही गप्प झालो. त्या क्षणापर्यंत दोघांच्या भावना मनातच होत्या, अव्यक्त होत्या. पण खोलीच्या दुसऱ्या टोकाला असलेल्या तिच्याकडे बघताना माझ्या मनातले गुंतागुंतीचे प्रेमाचे धागे मला स्पष्ट जाणवले. माझ्या मनात फक्त कीकची प्रतिमा स्पष्ट होती. तिच्याबद्दल वाटणाऱ्या भावनांखेरीज बाकीच्या सर्व विचारांचा मनात संपूर्ण गोंधळ होता. मी जगणार होतो का मरणार होतो, ह्याचीही मला कल्पना नव्हती आणि जर जगलो तर माझ्या आयुष्याचं मी काय करणार होतो हेही मला माहीत नव्हतं; सायकलिंगच्या बाबतीत मला काय करावंसं वाटत होतं हे मला समजत नव्हतं. मला रेसिंग करायचं होतं, का निवृत्त व्हायचं होतं, कॉलेजमधे जायचं होतं, का स्टॉकब्रोकर व्हायचं होतं – मला माहीत नव्हतं. पण कीकवर माझं खूप प्रेम बसलं होतं.

खोलीच्या एका बाजूला बसून दुसऱ्या बाजूला असलेल्या कीकला मी म्हटलं, ''मला वाटतं मी प्रेमात पडलोय तुझ्या!''

कीक आरशात बघत होती. ती थांबली आणि म्हणाली, ''तुला असं वाटतंय? का खात्री आहे तुझी? कारण मला नक्की काय ते समजणं गरजेचं आहे. खरोखर,

नक्की कळलं पाहिजे.''

''मला खात्री आहे.''

''मलाही खात्री आहे.'' ती म्हणाली.

तुम्हाला जर कधी कोणी भेटावं आणि तुम्ही प्रेमात पडावं अशी खूप इच्छा असेल, तर ते आम्हा दोघांच्या बाबतीत झालं तसं अतिशय छान, पूर्णत्वानं, असं व्हावं. आमचं नातं अबोलपणे किती किती वेळ, खूप खोल, तीव्र भावनांनी एकमेकांकडे बघत राहणं, संमिश्र भावनांचा मनात कल्लोळ असणं, असं होतं. गंमत म्हणजे आम्ही माझ्या कॅन्सरबद्दल कधीही बोललो नाही. आम्ही मुलांबद्दल बोललो तेव्हाच फक्त आम्ही त्याबद्दल बोललो. मी तिला सांगितलं की मला मुलं हवी होती आणि सॅन अँटोनिओच्या ट्रिपबद्दलही सांगितलं.

पण आमच्या भावना आम्हाला भिववून टाकणाऱ्याही असत. कीक पूर्वी म्हणायची, ''मी कधीही एखाद्या पुरुषासाठी म्हणून काहीही करणार नाही. केवळ एखाद्या पुरुषासाठी म्हणून मी माझं आयुष्य कधीही बदलणार नाही.'' ती माझ्यासारखीच होती. तिच्या कोणाशीही असलेल्या संबंधांमध्ये स्वत:वर ताबा असलेली, तिच्या भावनांवर नियंत्रण ठेवू शकणारी, स्वतंत्र वृत्तीची, कधीही स्वत:चं मन दुखवून न घेणारी, कोणाहीकडून कसलीही अपेक्षा न ठेवणारी, अत्यंत स्वाभिमानी. पण आता आमचे दोघांचेही स्वसंरक्षणार्थ स्वत:च्या भावनांभोवती घातलेले बांध तुटून पडले होते. एका रात्री ती म्हणाली, ''तू आता माझं काहीही करू शकतोस! तुझ्यामाझ्यामधे कुठलेही बांध आता उरलेलेच नाहीयेत – पण म्हणूनच, जसा वागशील तो विचारपूर्वक वाग!''

आम्ही 'तूर द फ्रान्स' ला गेलो. मी त्या रेसचं वर्णन तिला सांगण्याचा प्रयत्न केला– रेसच्या स्पर्धकांमधे बुद्धिबळाच्या स्पर्धेसारखी चालणारी स्पर्धा, रस्त्याच्या दोन्ही बाजूंना जमलेले लाखो प्रेक्षक. पण तिनं खरोखर प्रत्यक्ष जेव्हा पेलोटोन बघितलं, पिरेने पर्वतांच्या पार्श्वभूमीवर रंगांचे पट्टे वेगानं सरकत जावेत तसे जाणारे स्पर्धक – ती आनंदानं चीत्कारलीच!

मला 'तूर'वर कामही होतं. माझ्या स्पॉन्सर्सना भेटायचं होतं, वार्ताहरांशी बोलायचंही होतं. तोपर्यंत मी कीकमधे एवढा गुंतलो होतो आणि माझं पुनर्जन्मानंतरचं आयुष्य इतका आनंदानं जगत होतो की, पुन्हा रेसमधे भाग घेण्याबद्दल माझं बोलणं तसं गोल गोल – मोघम स्वरूपाचं होतं.

''मला आता पूर्वीइतकी स्पर्धेची हौसच राहिली नाही.'' मी वार्ताहरांना म्हटलं. ''कदाचित मी आता मजा म्हणून रेसमधे भाग घेणाराच राहीन.'' मी पुन्हा सायकलवर बसणार होतो, तरी मी त्यांना म्हटलं, ''मी स्पर्धक नाहीच आहे, नुसताच भाग घेतोय. 'द तूर' आता बहुतेक अशक्यच आहे माझ्यासाठी.''

"असं बघा," मी म्हटलं, "सायकल रेसिंग हा माझा पेशा होता, त्यानं मला खूप दिलं. पाच-सहा वर्षं मी ते केलं, युरोपभर कुठे कुठे राहिलो. आता मला माझं कुटुंब आणि स्नेही ह्यांच्याबरोबर जगायचंय आणि माझ्या लहानपणी मला जे करता आलं नाही, ते करायचंय."

उन्हाळा संपेपर्यंत मी बराचसा निरोगी माणसासारखा दिसायला लागलो होतो. आता मी 'आजारी' दिसत नसे आणि माझे सगळे केस परत आले होते. पण अजूनही मी सदैव 'दुखणं उलटेल' ह्या काळजीत असे आणि त्यामुळे मला वरचेवर छातीत दुखत असे, जे अर्थातच काल्पनिक होतं.

मला भयंकर स्वप्नं पडायची, विचित्र शारीरिक प्रतिक्रियाही व्हायच्या. काही लक्षात येण्यासारखं कारण नसताना मला घाम फुटायचा. अगदी किरकोळ ताण किंवा काळजी निर्माण झाली, तरी माझं सबंध शरीर घामानं ओलं व्हायचं.

माझ्यावर उपचार चालू होते, तोपर्यंत मी कॅन्सरला नष्ट करायचं काम प्रत्यक्ष करत होतो, पण उपचार बंद झाल्यावर मला निर्बळ, नि:शस्त्र वाटायला लागलं. आता पुन्हा केव्हा घाव पडतो ह्याची वाट बघत असावं, तसं. मी इतका चळवळ्या, आक्रमक वृत्तीचा माणूस होतो की, वर्षभर डॉक्टर मला केमो देत राहिले असते, तर मला बरं वाटलं असतं! डॉ. निकोल्सनी मला आश्वस्त करण्याचा प्रयत्न केला. "काही लोकांना केमोचे उपचार संपल्यानंतरच उपचार चालू असताना होतो, त्यापेक्षा जास्त त्रास होतो. खूपजणांना होतं तसं. आजार उलटत नाहीये ना ह्याची वाट बघणं प्रत्यक्ष उपचार घेत असण्यापेक्षा जास्त अवघड असतं."

दर महिन्याला होणाऱ्या तपासणीसाठी जाणं हे सर्वांत वाईट होतं. कीक आणि मी इंडियाना पोलीसला विमानानं जायचो आणि मेडिकल सेंटरजवळच्या हॉटेलमधे उतरायचो. दुसऱ्या दिवशी मी सकाळी पाच वाजता उठायचो. एक रंगीत द्रावण प्यायचं असायचं. वेगवेगळ्या एम.आर.आय., स्कॅन आणि एक्स-रेसाठी ते द्रावण होतं. चवीला विचित्र लागायचं – टँगमध्ये वितळवून एखादा धातू घातलेला असावा तसं. पहाटे त्या हॉटेलमध्ये उठणं हा एक भयंकर अनुभव होता, मनात धाकधूक की, आज एखाद्या डॉक्टरच्या ऑफिसात बसून 'तुला कॅन्सर झाला आहे.' हे शब्द कदाचित ऐकावे लागतील.

कीक जागी व्हायची आणि माझ्याबरोबर बसायची. मी कसंबसं ते मिश्रण घशाखाली उतरवायचो. मग खूप त्रास सहन करत पुढे वाकून बसून राहायचो, तेव्हा कीक माझ्याजवळ बसायची. मी ते घोटघोट गिळत असताना माझ्या पाठीवरून हात फिरवत राहायची – एकदा मला बरं वाटावं म्हणून तिनं ते चव कळायला पिऊनही बघितलं. एक घोट प्यायली आणि वाकडं तोंड केलं! मी म्हणतो ना, ते

हेच – 'मर्दानी' बाई आहे ती!

मग आम्ही चालत चालत हॉस्पिटलमधे ब्लड टेस्ट्स आणि एम.आर.आय. साठी जात असू. डॉक्टर छातीच्या एक्स-रे प्लेट्स लाइटवाल्या बॉक्सवर अडकवायचे आणि लाइट लावायचे, तसा मी डोकं खाली घालून बसायचो. ह्या भीतीनं की, ते पांढरे ठिपके पुन्हा दिसतील! कीकला एक्स-रे प्लेट कशी बघायची ते समजत नसे, पण तो ताण आम्हा दोघांसाठीही अतिशय होता. एकदा घाबरून जाऊन तिनं बोट दाखवत विचारलं, ''ते काय आहे?''

''ती बरगडी आहे.'' मी म्हटलं.

आम्ही तिथे तसे बसलो होतो तेव्हा आमच्या दोघांच्याही मनात एकच विचार आला – 'अखेर आत्ता कुठे मला 'खरंखुरं प्रेम' सापडलं आहे, जे माझ्यासाठी जगातली सर्वोत्तम गोष्ट आहे आणि आता जर का काहीतरी होऊन ते माझ्यापासून हिरावून घेतलं गेलं, तर मला वेडच लागेल!' त्या विचारानं पोटात ढवळलं होतं आणि आज, अजूनही त्याच शक्यतेचा विचार केला तरी तसंच पोटात ढवळतं.

पण प्रत्येक एक्स-रे स्वच्छ होता, रक्त तपासण्या निर्दोष होत्या. महिने उलटत गेले, तसतसा दुखणं उलटण्याचा धोका कमी कमी होत गेला.

आता मी आजारातून बरा होत नव्हतो. मी निरोगी असण्यातच जमा होतो. एक वर्ष पूर्ण होत आलं, तसा ख्रिस कार्मायकेलचा मला पुन्हा रेसिंग सुरू करण्याबद्दल आग्रह सुरू झाला. एक दिवस माझ्याशी प्रत्यक्ष समोर बसून बोलायला तो ऑस्टिनला येऊन पोहोचला. त्याला असं वाटत होतं की, पुन्हा मनापासून सायकलिंग सुरू करायलाच हवं होतं, क्रीडाक्षेत्रातलं माझं काम मी अर्धवट सोडलं होतं आणि ते करत नसल्यामुळे माझ्यामधे त्याला एक पोकळी जाणवू लागली होती आणि तसं म्हणून दाखवायला तो मुळीच घाबरत नव्हता.

ख्रिसनं ह्या विषयावर बिल स्टेपलटनशी बरीच लांबलचक चर्चा केली आणि मग तो म्हणाला, ''सगळी त्याला सांगत राहतात, 'तुला जे करावंसं वाटेल ते तू कर.' पण कोणीही पुन्हा रेसिंगला सुरुवात करायला त्याला सांगत नाही.'' त्याला वाटत होतं की, मला कोणीतरी एक धक्का मारणं गरजेचं होतं आणि आमचं नातं नेहमीच, आवश्यक असेल तेव्हा तो धक्का देऊ शकण्याच्या त्याच्या सामर्थ्यावर आधारलेलं होतं.

ख्रिस ऑस्टिनला का आलाय हे मी चांगलं जाणून होतो. जॉन कोरिऑथला मी सांगितलं, ''कार्मायकेल मी पुन्हा रेसिंग करायला लागावं असा प्रयत्न करायला आलाय आणि मला रेसिंग सुरू करायचंय का नाही ह्याची मला खात्री नाहीये.'' माझ्या आवडत्या टेक्समेक्सच्या 'च्युईज' रेस्टॉरंटमधे ख्रिस आणि मी दुपारी जेवायला गेलो आणि माझा अंदाज खरा ठरला.

"लान्स," ख्रिसनं विचारलं, "हे गोल्फ खेळण्याचं नवं खूळ काय आहे? तुझी जागा सायकल रेसिंगमधे आहे."

मी खात्री नसल्यासारखी मान हलवली. "कोण जाणे, मला खात्री नाही."

"तुला भीती वाटते?"

भीतीच वाटत होती. पूर्वी सायकल चालवताना एखाद्या मस्तवाल बैलासारखी शक्ती असायची माझ्यामधे, तशी आता वाटली नाही, तर? रेसिंग करायला लागल्यामुळं मी पुन्हा आजारी पडलो, तर?

"तुझ्या डॉक्टरांपैकी एकहीजण तुला सांगणार नाही की, तू आता रेसिंग करू शकतोस," ख्रिस म्हणाला, "पण, तुला करताच येणार नाही असंही एकहीजण म्हणणार नाही. मला वाटतं की तू प्रयत्न करून पहावास. मी जाणून आहे की, ही खूप मोठी गोष्ट आहे; काय होईल हे आपल्याला माहीत नसलेली. खूप मोठा धोका आहे, खूप मोठं आव्हान आहे आणि खूप घाबरवणारी आहे. आपल्याला माहीत आहे असं ह्यात काहीही नाही. पण आज तू नव्यानं आयुष्याला सुरुवात करतो आहेस, तेव्हा जे तुझं खरं आयुष्य आहे, ते तुला सुरू केलंच पाहिजे."

मी ह्यावर दोन दिवस विचार केला. केमोचे उपचार पूर्ण झाल्यावर अकाउंटंट म्हणून पुन्हा कामाला लागणं वेगळं, पण सायकल रेसिंग? मला खात्री नव्हती. आल्प्समधला सर्वांत वाईट चढ हा त्या केमोपुढे यःकश्चित वाटत होता!

आणखी एका गोष्टीचा विचार करणं जरुरीचं होतं. काम करू न शकण्याच्या स्थितीसाठी उतरवलेला माझा जो विमा होता, त्याचे पैसे मला पाच वर्षं मिळणार होते. मी पुन्हा शर्यतीत भाग घेऊ लागलो तर तो विमा रद्दबातल झाला असता. आर्थिकदृष्ट्या त्यामुळे बरंच नुकसान झालं असतं.

ख्रिस ऑस्टिनमधेच आणखी थोडे दिवस राहिला, कीकला भेटला आणि मला पुनःपुन्हा 'रेसिंग सुरू कर' असं सांगत राहिला. मी त्याला समजावून सांगितलं की, मी उरलेल्या आयुष्याचं काय करणार होतो, ह्याबद्दल माझ्या मनातच माझे विचार अजून स्पष्ट होत नव्हते. पण तो ह्यावर विश्वास ठेवायला तयार नव्हता. एकदा त्यानं कीकला विचारलं, "तुला वाटतं का त्यानं रेसिंग पुन्हा सुरू करावं असं?"

"खरं म्हणजे मला त्याची पर्वा नाहीये." ती म्हणाली, "माझं ह्या माणसावर प्रेम आहे." ख्रिसनं माझ्याकडे बघितलं, "उत्तम!" तो म्हणाला, "तू जरूर लग्न कर हिच्याशी!"

अखेर माझा विचार पक्का झाला. मी पुन्हा रेसिंगमधे सक्रिय होण्याचा प्रयत्न करण्याचं ठरवलं. मी पुन्हा सायकलवर आरूढ झालो आणि ह्या वेळी मला छान वाटलं. मी बिल आणि कीकला म्हटलं, "मी हे करू शकेन असं मला वाटतंय!"

ख्रिसला मी प्रॅक्टिस सुरू करण्यासाठी एक प्रोग्रॅम तयार करायला सांगितला आणि जोरात प्रॅक्टिस सुरू केली. पण शरीर पुन्हा पूर्ववत होईना. पूर्वी माझं वजन एकशे पंचाहत्तर पौंड (सुमारे चौऱ्याऐंशी-पंचाऐंशी किलो) होतं, आता ते एकशे अठ्ठावन पौंड (सुमारे पंचाहत्तर किलो) होतं. माझा चेहरा चिंचोळा, बहिरी ससाण्यासारखा दिसत होता आणि पायांतले सगळे स्नायू दिसत होते.

बिलनं कोफिदीला फोन करून सांगितलं की, मी प्रॅक्टिसला सुरुवात केली होती. "मला तुमच्याशी त्याच्या रेसिंग प्रोग्रॅमबद्दल बोलायचंय, त्याची 'पुनरागमना'ची तयारी झालीय." बिल म्हणाला. कोफिदीच्या लोकांनी सुचवलं की, बिलनं त्यांना भेटायला फ्रान्सला जावं.

बिल रात्रीच्या प्लेननं पॅरिसला पोहोचला आणि मग चार तासांच्या अंतरावर कोफिदीची ऑफिसेस होती, तिथपर्यंत कारनं गेला. दुपारचं जेवण अगदी छान झालं. जेवणासाठी त्याच्याबरोबर ॲलन बॉन्ड्यू आणि कोफिदीचे वरिष्ठ अधिकारी फ्रँकॉइस मायग्रेन, तसंच इतर काहीजण होते.

मायग्रेननं बिलचं फ्रान्समध्ये स्वागत करण्यासाठी पाच मिनिटांचं भाषण दिलं आणि मग तो म्हणाला, "तुम्ही इथे आलात त्याबद्दल आम्ही तुमचे आभारी आहोत, पण आम्ही तुम्हाला सांगणार आहोत की, हा करार रद्द करण्याचा आमचा अधिकार वापरण्याचं आम्ही ठरवलं आहे. आपले रस्ते इथून पुढे वेगळे होतील."

बॉन्ड्यूकडे बघत बिलनं विचारलं, "हे खरं सांगताहेत?"

बॉन्ड्यू खाली त्यांच्या प्लेटकडे बघत म्हणाले, "होय."

"हे सांगण्यासाठी मला विमानानं इतक्या लांब बोलावण्याचं काही कारण होतं?" बिलनं विचारलं.

"आम्हाला वाटलं की, ही गोष्ट आम्ही तुम्हाला समोरासमोर, समक्षच सांगणं महत्त्वाचं होतं." बॉन्ड्यू म्हणाले.

"हे पहा, तुम्ही त्याला कमीत कमी रक्कम देऊ शकता रेसमध्ये भाग घेण्याबद्दल," बिल म्हणाला, "फक्त त्याला भाग घेऊ द्या. त्याला खरंच परत सुरुवात करायची आहे. तो हे करू शकेल असं आम्हाला नुसतं वाटतंय असं नाही, आम्हाला खात्री आहे तो करू शकेल."

कोफिदीला भरवसा वाटत नव्हता की, मी पुन्हा कधी पूर्वीच्या दर्जाचं रेसिंग करू शकेन. समजा मी करू शकलो आणि पुन्हा आजारी पडलो, तर कोफिदीचं नाव बद्दू झालं असतं.

थोडक्यात, सगळं संपलं होतं. बिल निकरावर आला होता. "असं पहा, तो तुमच्या टीमचा मेंबर आहे, तुम्ही त्याला पैसे देत होता. निदान तुम्ही किती देऊ इच्छिता ते सांगा." अखेर कोफिदीचे लोक म्हणाले की 'आम्ही विचार करून सांगू.'

बिल जेवण अर्धंच टाकून उठला. गाडी घेऊन पुन्हा चार तासांनी पॅरिसला पोहोचला. ही बातमी मला सांगण्याची हिंमत त्याला होईना आणि म्हणून मला फोन न करता तो तसाच पॅरिसला पोहोचला. अखेर पॅरिसमधे आयफेल टॉवरजवळच्या एका रेस्टॉरंटमधे बसून त्यानं त्याच्या मोबाईलवरून फोन केला.

''काय झालं?'' मी विचारलं.

''त्यांनी तुझा करार रद्द केलाय.''

मी जरा थांबलो, मग विचारलं, ''मग त्यांनी तुला इतक्या लांब कशासाठी बोलावलं?''

पुढचे काही दिवस मी आशा करत राहिलो की, कोफिदीचे लोक पुन्हा विचार करतील. शेवटी एकदाचा त्यांचा फोन आला आणि त्यांनी मला एक लाख ऐंशी हजार डॉलर्स देऊ केले. शिवाय एक प्रेरणादायी पोटकलम असं होतं की, वेगवेगळ्या रेसेसमध्ये 'इंटरनॅशनल सायकलिंग युनियन'चे बोनस पॉइंट्स जर मी मिळवू शकलो, तर ते मला त्याबद्दल जास्त पैसे देतील. त्यांनी देऊ केलेला पगार हा लीगमध्ये जो कमीत कमी असतो, तो होता. पण आम्हाला हा एकच करार मिळत होता.

बिलचा आणखी एक प्लॅन होता. सप्टेंबरच्या पहिल्या आठवड्यात कॅलिफोर्नियात ॲनाहेमला एक मोठी वार्षिक 'इंटरबाइक एक्स्पो' होती. सर्व टीम्सचे सर्वांत चांगले प्रतिनिधी तिथे आले असते. बिलला वाटलं की मी तिथे जाईन तेव्हा जर छान दणकट दिसत असेन आणि मी पुन्हा भाग घ्यायला लागणार असल्याचं जाहीर केलं, तर मला पाठिंबा देणारं कोणीतरी भेटेल. ''लान्स, आपण प्रेसच्या लोकांना बोलवू आणि तू खरोखरच भाग घ्यायला तयार झाला आहेस असं सर्वांना सांगू.'' ४ सप्टेंबर १९९७ ला मी बिलबरोबर इंटरबाइक एक्स्पोला गेलो. हे जाहीर करायला की, १९९८ च्या सीझनसाठी मी परत येणार होतो. मी पत्रकार परिषद बोलावली. वर्तमानपत्रांचे वार्ताहर आणि सायकल रेसतज्ज्ञ ह्यांनी खोली भरून गेली होती. मी माझा पुन्हा शर्यतीत भाग घेण्याचा इरादा त्यांना सांगितला. कोफिदीबरोबर जे झालं ते सांगून मला दगा दिल्यासारखं वाटत असल्याचंही म्हणालो. माझं एक संपूर्ण वर्ष कॅन्सरमुळे गेलं होतं आणि शर्यतीत भाग घेण्याइतकी आता माझी प्रकृती ठणठणीत झाली असताना आता कोफिदीला माझ्याबद्दल शंका वाटत होती. आता सायकलिंगच्या दुनियेतल्या सगळ्यांना मी पुन्हा करार मिळवू इच्छित होतो हे समजलं होतं. मी मागण्या येण्याची वाट बघू लागलो.

एकही आली नाही!

मी त्यांना कोणालाच नको होतो! फ्रान्सचा एक उत्तम सायकलिंग मॅनेजर बिलशी थोडं बोलला, पण बिल माझा पगार पाच लाख डॉलर्स मागत होता, हे समजल्यावर त्याला झिडकारून टाकत तो म्हणाला, ''जेवढा पगार चॅम्पियनला

मिळतो, तेवढा त्याला मिळावा अशी तुम्ही अपेक्षा करताय?'' सेको-कॅननडेल नावाच्या दुसऱ्या एका कंपनीचे लोक 'आम्ही कदाचित बोलणी करू' असं म्हणाले आणि त्यांनी दुसऱ्या दिवशी बिलला भेटण्याची वेळ ठरवली. पण कोणी आलेच नाहीत. बिल त्यांना शोधत गेला, तेव्हा ते दुसऱ्या कोणाशी तरी बोलणी करत होते! ''काय चाललंय हे?'' बिलनं विचारलं. त्यांनी उत्तर दिलं, ''आम्हाला नाही जमणार.''

एकाही युरोपियन टीमला माझ्याबरोबर करार करायचा नव्हता. बिलनं समजा वीस लोकांना फोन केले, तर त्यांतले फार तर तीन उलट फोन करत असतील.

दिवस जात राहिले आणि एकही चांगली मागणी आली नाहा, तसा मला जास्त राग येऊ लागला. माझा सगळा राग बिल स्टेपलटनवर निघायचा आणि त्यामुळे आमच्या मैत्रीवर त्याचा वाईट परिणाम झाला. गेलं दीड वर्ष तो माझ्यासाठी वाईट बातम्याच आणत होता. मला आरोग्य विमा मिळणार नव्हता, हे त्यालाच मला सांगावं लागलं होतं. कोफिदीनं करार मोडल्याचंही त्यालाच सांगावं लागलं होतं. आणि आता तो मला सांगत होता की, कोणालाच मी नको होतो.

मी माझ्या आईला फोन करून कोफिदीबद्दल सांगितलं आणि दुसऱ्या कोणालाच मी नको होतो हेही. तिच्या मनावरचा ताण मला फोनवरही जाणवलं आणि मग तिची ती जुनी लढाऊ वृत्ती उफाळून वर आलेलीही तिच्या आवाजात जाणवली.

''तुला एक सांगू?'' ती म्हणाली, ''त्यांच्याकडून आत्ता असंच सांगितलं जाणार आहे. कारण देवाशपथ सांगते की, तू त्यांना दाखवून देशील, त्यांनी ही भयंकर मोठी चूक केली आहे!''

भोवताली सगळीकडे मला अशी माणसं भेटत होती ज्यांना माझ्याबद्दल आशा राहिली नव्हती, किंवा मी होतो तसा आता राहिलो नव्हतो असं वाटत होतं. एका रात्री कीक आणि मी तिच्या नव्या हायटेक कंपनीतल्या काही लोकांबरोबर एका कॉकटेल पार्टीला गेलो. पार्टीत आम्ही एकमेकांपासून अलग झालो. कीक त्या खोलीतल्या दुसऱ्या टोकाला तिच्या कंपनीतल्या दोन वरिष्ठ अधिकाऱ्यांशी बोलत होती. त्यांच्यातल्या एकानं तिला विचारलं, ''अच्छा, तो तुझा नवा बॉयफ्रेंड काय?'' आणि मग माझ्या वृषणांबद्दल तो घाणेरडं काहीतरी बोलला.

''तो पुरुष म्हणून तुझ्यासाठी पुरेसा आहे असं वाटतं तुला?'' तो म्हणाला, ''अर्धाच 'पुरुष' आहे तो!''

कीक संतापानं थिजूनच गेली आणि मग म्हणाली, ''ह्या बोलण्याला उत्तर देण्याइतकीही किंमत मी त्याला देणार नाही, कारण ते कमालीचं गलिच्छ आहे.'' त्याच्याकडे पाठ फिरवून ती मला शोधत आली. तिला असं म्हणणारा माणूस कमालीचा मद्दड तरी असला पाहिजे किंवा अशा कॉकटेल पार्टीजमधे अतिशय

पिऊन मूर्खासारखं वागणारे असतात, तसा असला पाहिजे. पण मी त्याला तसा सोडणार नव्हतो. दुसरं ड्रिंक घेण्याच्या मिषानं मी बारकडे गेलो आणि त्याच्या जवळून जाता जाता खांद्यानं त्याला खूप जोराचा धक्का दिला.

माझ्या ह्या वागण्याला कीकनं हरकत घेतली, म्हणून मग आमचं भांडण झालं. काहीही चर्चा करण्याच्या मन:स्थितीत मी नव्हतो, इतका मी संतापलो होतो. तिला तिच्या घरी सोडून घरी आल्यावर मी बसून एक सणसणीत ई-मेल त्या माणसाला पाठवली. वृषणाचा कॅन्सर म्हणजे काय ते लिहिलं आणि काही आकडेवारीही दिली. मी वेगवेगळ्या तऱ्हांनी पुन:पुन्हा पत्र तयार करत होतो. "तू हे माझ्या मैत्रिणीला तर सोडच, पण कोणालाही म्हणशील हे मला खरंच वाटत नाही." मी लिहिलं. "आणि असलं काहीतरी बोलणं गमतीचं आहे असं तुला वाटत असेल, तर तुझ्या डोक्यात नक्कीच काहीतरी बिघाड आहे. इथं जीवनमरणाचा प्रश्न आहे, मला एकच वृषणांड आहे का दोन का पन्नास, ह्याचा नाही." पण लिहून झाल्यावरही माझं मन थाऱ्यावर नव्हतं, म्हणून मग मध्यरात्री मी कीकच्या घरी गेलो आणि आम्ही बरंच काही बोललो. एव्हाना तिला काळजी वाटायला लागली होती की, तो तिला आता नोकरीवरून काढून टाकण्याचा प्रयत्न करेल; आणि मग तत्त्वांना चिकटून राहणं आणि नोकरी टिकवणं ह्यावर मग आम्ही थोडा वेळ बोललो.

माझ्याशी करार करेल अशी टीम बिल शोधत राहिला. ज्याच्यामधे कोणालाच रस नाही असा एखादा दुसऱ्या दर्जाचा जलतरणपटू असावा, त्याचा एजंट म्हणून काम करत असल्यासारखं बिलला वाटायचं. लोकांना त्याचा उपद्रव वाटायचा, पण बिल तरीही प्रयत्न करत राहिला आणि फार क्रूर टीका माझ्यापर्यंत पोहोचणार नाही, ह्याची खबरदारी घेत राहिला. एकजण त्याला म्हणाला होता, "अहो काय सांगताय? तो मुलगा पेलोटनमधे पुन्हा कधीही भाग घेऊ शकणार नाही. एवढ्या गतीनं तो सायकल चालवू शकत असे हे म्हणणंच आता थट्टा वाटते!"

सरतेशेवटी यु.एस.पोस्टल सर्व्हिस टीम नावाची अमेरिकेनंच आर्थिक पाठिंबा दिलेली एक नवी संस्था झाली होती, तिथे बिलला चांगली शक्यता आहे असं वाटलं. सॅन फ्रान्सिस्कोचा पैशाची गुंतवणूक करणारा एक माझा जुना मित्र, जो पूर्वी सुबारू मॉंटगॉमेरीचा मालकही होता, त्या थॉमस वीझेल ह्यानं ह्या टीममध्ये सर्वांत जास्त पैसे गुंतवले होते. अडचण फक्त पगाराच्या आकड्याची होती. 'पोस्टल'ही पगार कमीच देऊ करत होती. बिल विमानानं सॅन फ्रान्सिस्कोला गेला आणि कितीतरी तणावपूर्ण दिवस तो टीमचे जनरल मॅनेजर गॉर्स्की ह्यांच्याशी बोलणी करत राहिला. काही निर्णय होऊ शकत नव्हता.

मी हार मानण्याच्या मन:स्थितीत जवळजवळ पोहोचलो होतो. कोफिदीनं देऊ केलेला पर्याय अजूनही होता, पण मला त्या वेळी त्यांचा इतका राग आलेला होता

की, त्यांच्यातर्फे रेसमध्ये भाग घेण्यापेक्षा रेसिंग सोडून देणं मी पत्करलं असतं. माझा अपंगत्वाचा विमा मला पाच वर्षं दरमहा वीस हजार डॉलर्स देत होता. म्हणजे पंधरा लाख डॉलर्स टॅक्स फ्री होते. लंडनच्या लॉइड्सनं बिलला कळवलं की, मी पुन्हा रेसिंगमधे भाग घेऊ लागलो, तर तो विमा रद्द होईल. मी असं ठरवलं की, मी रेसमधे पुन्हा भाग घेण्याचा प्रयत्न करण्याचा धोका पत्करायचा, तर मला मनापासून तसं करावंसं वाटलं पाहिजे. नाहीतर विम्याचे ते पैसेही घालवण्याचा धोका पत्करण्यात शहाणपणा नव्हता.

सॅन फ्रान्सिस्कोहून निघण्यापूर्वी थॉमचा निरोप घ्यायला आणि त्याच्याशी प्रत्यक्ष बोलून मला काम मिळण्याची काही शक्यता आहे का बघायला त्यानं थॉम वीझेलच्या ऑफिसमध्ये त्याला एकदा भेटावं, असं आम्ही ठरवलं. थॉमस वीझेलचं ट्रान्सअमेरिकेच्या इमारतीत खूप ऐटबाज आणि मोठं ऑफिस होतं. बिल जरा बिचकतच तिथे गेला.

थॉम आणि मार्क गॉर्स्की ह्यांच्याशी बोलणी करायला बिल बसला आणि थॉमनं एकदम विचारलं, ''बिल, त्याची मागणी तरी काय आहे?''

''त्याला दोन लाख पंधरा हजार डॉलर्स पगार हवाय आणि शिवाय प्रेरणादायी बोनसची तरतूद हवीय (incentive clause).''

इंटरनॅशनल सायकलिंग युनियन मोठ्या रेसेसमध्ये चांगलं काम करणाऱ्यांना बोनस पॉइंट्स देत असे आणि मी तसे बरेच पॉइंट्स मिळवू शकलो, तर पगारातील उणीव त्या बोनस रकमेनं मी भरून काढू शकलो असतो. बिलनं त्याला सांगितलं की, मला मिळू शकणाऱ्या पहिल्या दीडशे पॉइंट्ससाठी मला पाचशे डॉलर्स प्रति पॉइंट हवे होते आणि त्याच्या वरच्या प्रत्येक पॉइंटसाठी हजार डॉलर्स.

''जास्तीत जास्त किती पॉइंट्सचे पैसे घेता येतील ह्यावर बंधन घातलेलं चालेल का त्याला?''

एका अर्थानं हे बोलणं माझ्या गौरवाचंच होतं, कारण त्याचा अर्थ त्यांच्या मते मी इतके पॉइंट मिळवेन की, त्यांना मला खूप पैसे द्यावे लागतील.

''मुळीच नाही!'' बिल म्हणाला.

थॉम बिलकडे थंड नजरेनं बराच वेळ टक लावून पाहत राहिला. ते बघणं एका निष्णात आर्थिक सौदागराचं होतं. गेले कित्येक आठवडे एकाही सौद्यात आम्हाला यश मिळालं नव्हतं आणि थॉम वीझेल हा अत्यंत निष्णात, कच न खाणारा सौदागर होता. पण तो मला ओळखत होता आणि माझ्यावर त्याचा विश्वास होता. तो बोलणार आहे असं दिसल्यावर बिलनं मन घट्ट केलं.

''देईन मी त्याप्रमाणे.'' थॉम म्हणाला, ''हा करार ठरला असं समज.'' बिलनं मोठा सुस्कारा टाकला. आम्हाला करार मिळाला होता, मी पुन्हा रेसर झालो होतो!

मी करारपत्रावर सही केली आणि टीमचा मेंबर म्हणून माझी ओळख करून देण्यासाठी आम्ही एक मोठी पत्रकार परिषद बोलावली. त्या परिषदेत मी सांगितलं की, मला 'बिघडून गेलेल्या सामाना'सारखं वाटत नाहीये, फक्त मला सराव राहिलेला नाही असं वाटतंय आणि ते खरंच आहे. नोव्हेंबर आणि डिसेंबर मी अमेरिकेतच सराव करणार होतो आणि जानेवारीत युरोपला जाऊन अठरा महिन्यांनंतर प्रथमच रेसिंग सुरू करणार होतो. सूटकेसमधे सामान घेऊन प्रवास करत राहायचं आणि साऱ्या युरोपभर सायकल फिरवत राहायचं हे माझं जुनं आयुष्य पुन्हा सुरू होणार होतं.

पण आता एक आणखी गुंतागुंत होती – कीक. मी प्लॅनोला माझ्या आईला भेटायला गेलो. शनिवारी सकाळी कॉफी पिता पिता मी म्हटलं, "आज आपण हिरे बघायला जाऊ या!" माझ्या आईचा चेहरा एकदम खुलला. मी काय आणि कशाबद्दल बोलत होतो, हे तिला बरोबर कळलं होतं. डलासमध्ये सर्वोत्तम सराफांच्या दुकानांमधे हिंडत आम्ही तो दिवस घालवला.

मी ऑस्टिनला परत आलो आणि रात्री घरीच कीक आणि मी जेवणासाठी भेटायचं ठरवलं. माझ्या घराच्या मागच्या बाजूला बांधलेल्या भिंतीवर बसून आम्ही ऑस्टिन लेकवर अस्ताला जाणारा सूर्यास्त बघत राहिलो. शेवटी मी म्हटलं, "मला युरोपला परत जावं लागणार आहे आणि तुला सोडून मला जायचं नाहीये. तू माझ्याबरोबर यावंस अशी माझी इच्छा आहे."

सूर्य अस्ताला गेला आणि भोवताली संधिप्रकाश पसरला. घरातून झिरपणाऱ्या उजेडाखेरीज बाकी सगळं शांत होतं आणि अंधार होता.

मी उठून उभा राहिलो, "आज काहीतरी आणलंय, ते तुला दाखवायचंय." मी खिशात हात घातला आणि ती छोटीशी मखमली पेटी हातात घेतली.

"इकडे ये उजेडात." मी म्हटलं. मी पेटी उघडली आणि हिरा उजेडात चमकला.

"माझ्याशी लग्न कर!" मी म्हटलं.

कीकनं माझा प्रस्ताव स्वीकारला.

माझ्या दुखण्यांच्या पुढच्या शक्यतांबद्दल आम्ही कधी बोललोच नव्हतो. माझ्या दर महिन्याला होणाऱ्या चाचण्यांसाठी ती माझ्याबरोबर येत असे आणि त्या एक्स-रे प्लेट्सच्या समोर माझ्याबरोबर बसत असे; पण संपूर्ण शक्यतांची चर्चा करण्याची गरज आम्हाला कधीच वाटली नाही. आम्ही लग्न करण्याचं ठरवल्यावर मात्र तिच्या आईची एक मैत्रीण म्हणाली, "तुम्ही तुमच्या मुलीला एका कॅन्सर पेशंटशी कसं लग्न करू देताय?" तेव्हा प्रथमच हा विचार आमच्याही मनात आला. कीक एवढंच म्हणाली, "एक सांगू? अगदी मामुली दर्जाची सत्तर वर्षं घालवण्यापेक्षा एक खूप छान वर्ष घालवणं मी जास्त पसंत करेन. माझं ह्या बाबतीत असं मत आहे. आयुष्य ही अज्ञात गोष्ट आहे. आपल्याला काहीच ठाऊक

नसतं. कोणालाच ठाऊक नसतं.''

कीकनं आणि मी आमचं सगळं सामान भरलं आणि गाडी घेऊन कॅलिफोर्नियामध्ये सॅन्टा बार्बाराला गेलो. तिथं मी दोन महिन्यांच्या कठोर प्रशिक्षणाच्या कँपमध्ये जाऊ लागलो. समुद्रकिनाऱ्यावर आम्ही एक छोटंसं घर भाड्यानं घेतलं आणि त्या घरावर आमचा इतका जीव जडला की, तिथेच लग्न करायचं आम्ही ठरवलं. मे महिन्यात लग्न करण्याचा आम्ही बेत केला. पण त्याच्या आधी जानेवारीत आम्ही युरोपला जाणार होतो आणि १९९८चा हिवाळा आणि वसंत ऋतू तिकडेच असणार होतो.

मी पुन्हा जिमला जाऊ लागलो आणि सर्व जरूर त्या कसरती व व्यायाम सुरू केले. माझा सायकल चालवण्याचा वेळ हळूहळू जास्त होऊ लागला. सॅन्टा बार्बारामधल्या त्या कँपमध्ये माझ्या इतक्या चांगल्या सायकल चालवू शकण्याचं सर्वांना आश्चर्य वाटलं. एक दिवस दुपारी मी फ्रँकी अॅन्ड्र्यूबरोबर काही टेकड्यांवरून सायकलिंग करत होतो, तेव्हा तो म्हणाला, ''बापरे! तू तर सगळ्यांना खलास करतोयस आणि तुला कॅन्सर झाला होता!''

आता मी 'डॉक्टरी मान्यता मिळालेला' कॅन्सरमुक्त माणूस झालो होतो! कॅन्सरचं निदान होऊन एक वर्ष झालं तो दोन ऑक्टोबर हा दिवस आम्ही साजरा केला होता, कारण म्हणजे आता माझा धोका टळला होता. माझ्या डॉक्टरांच्या सांगण्याप्रमाणे आता दुखणं उलटण्याची शक्यता खूपच कमी होती. एक दिवस डॉ.क्रेग निकोल्सची चिठ्ठी आली. ''आयुष्य पुन्हा पुढे सुरू करायला तुला आता हरकत नाही.'' त्यांनी लिहिलं होतं.

पण कॅन्सरमुक्त झाल्यानंतरचं जीवन कसं जगायचं? ह्या एका गोष्टीबद्दल कोणीच काही सल्ला, सूचना देत नाही! कॅन्सरमुक्त म्हणजे नेमकं काय? तुमचे उपचार संपले म्हणजे डॉक्टर सांगतात, ''आता बरे झालायत तुम्ही, जा घरी आता आणि मजेत रहा!'' पण जिवंत राहण्यासाठी इतके दिवस लढा देत राहून सामान्य जगात परत आल्यावर अनेक भावनिक बाजू असतात, ज्या कशा हाताळाव्यात हे लक्षात यायला कोणाचा तरी आधार पाठीशी हवासा वाटतो, तो अशा माणसांकडे नसतो.

बस, एक दिवस सकाळी उठून काही तुम्ही स्वत:ला असं सांगू शकत नाही की, 'चला! कॅन्सरचा धोका संपला! आता नेहमीचं पूर्वीसारखं आयुष्य सुरू करायला हरकत नाही!' स्टेसी पाउंडच्या उदाहरणानं मला हे शिकवलं होतं. शारीरिकदृष्ट्या मी बरा झालो होतो. पण मनाच्या जखमा अजून पुरत्या बुजल्या नव्हत्या. कॅन्सरमुक्त असणं हे स्वत:ला पटवून देणं आणि पुढे काय करायचं हे ठरवणं, हे आता करायचं होतं.

माझं आयुष्य इथून पुढे कसं असणार होतं? पुढे काय? वरचेवर रात्री पडणाऱ्या त्या भीतिदायक स्वप्नांचं काय?

उत्तरजीवन

मी आजारी होतो तेव्हा स्वत:शी ठरवलं होतं की, मी पुन्हा कधी शिवीगाळ करणार नाही, पुन्हा म्हणून बिअर पिणार नाही, कधीही संतापणार नाही. माझ्याइतका थोर आणि निर्मळ आयुष्य जगणारा कधी कोणाला भेटलाच नसेल, असा मी होईन. पण – आयुष्य जात राहतं – परिस्थिती बदलत जाते – केलेले निश्चय विसरून जातात – तुम्ही एखादी बिअर घेता, एखादी शिवी देता –

सामान्य जगात सामान्य आयुष्य जगायला कशी सुरुवात करायची? कॅन्सरनंतर माझ्यासमोर हा प्रश्न उभा राहिला होता आणि ती जी जुनी म्हण आहे की, 'प्रत्येक दिवस असा जगावा, जसा काही तो तुमचा शेवटचा दिवस असेल.' त्या म्हणीचा माझ्या मनावर काही परिणाम होत नव्हता! खरं म्हणजे ती म्हण छान आहे. पण वास्तवात ती उपयोगी पडत नाही. मी आल्या दिवसापुरताच जगत राहिलो असतो, तर मी एक खुशालचेंडू, आळशी, तीन तीन दिवस दाढीही न करणारा माणूस असतो. खरं सांगतो, मी तसाही प्रयत्न केला!

मी रेसिंगमध्ये परत आलो हा लोक माझा मोठा विजय मानतात, पण सुरुवातीचे काही दिवस अत्यंत वाईट होते, अनर्थकारी होऊ घातले होते. एक सबंध वर्ष मृत्यूची भीती सदैव मनात बाळगत तुम्ही जगता, तेव्हा बरं झाल्यावर तुम्हाला असं वाटू लागतं की, आता उरलेलं आयुष्य सुट्टीवर असल्यासारखं जगण्याचा तुम्हाला पूर्ण अधिकार आहे. अर्थात तसं तुम्हाला करता येत नाही. तुम्हाला तुमचं कुटुंब, तुमच्याबरोबरचे लोक, तुमचा कामधंदा, ह्या सगळ्यांकडे परत फिरावं लागतं. पण – माझ्या मनाच्या एका कोपऱ्यात मला जुनं आयुष्य परत नकोय असं वाटत होतं!

यु.एस. पोस्टल टीमबरोबर जानेवारीत युरोपला गेलो. कीकनं तिची नोकरी सोडली, तिचा पाळलेला कुत्रा कोणाला तरी देऊन टाकला, तिचं घर भाड्यानं दिलं, आणि तिचं सगळं सामान भरलं. नाइस आणि मोनॅकोच्या मधे कॅप फेराट ह्या गावी आम्ही एक अपार्टमेंट भाड्यानं घेतलं आणि तिला एकटीला तिथं सोडून मी माझ्या टीमबरोबर काम सुरू करायला गेलो. रेसिंगचं वातावरण बायको किंवा

मैत्रीण ह्यांच्यासाठी पोषक नसतं. ऑफिसमध्ये काम करण्यापेक्षा तसं तर हे वेगळं नव्हतं, ही सुद्धा नोकरीच होती आणि ऑफिसच्या कॉन्फरन्स रूममध्ये तुम्ही काही बायकोला घेऊन जाऊ शकत नाही.

कीक परदेशात एकटीनं राहत होती. कोणीही नातेवाईक किंवा स्नेही नव्हते, आणि तिला भाषा येत नव्हती. पण ह्यावर तिची प्रतिक्रिया तिच्या स्वभावाला अगदी धरून होती. मुख्यत्वे भाषा शिकवणाऱ्या एका फ्रेंच शाळेत तिनं नाव घातलं, फर्निचर आणून घर लावलं आणि एखादा मोठा रोमांचक अनुभव मिळत असावा, तशा मनोवृत्तीनं, बिलकूल न बिचकता तिनं तिथं स्थिरावायला सुरुवात केली. तिनं एकदाही तक्रार केली नाही. मला खूप अभिमान वाटला तिचा.

माझं स्वत:चंच वागणं इतकं चांगलं नव्हतं. रेसिंगच्या कामात माझा तितकासा जम बसत नव्हता. युरोपतील रेसिंगमधल्या खडतर अनुभवांशी मला पुन्हा जुळवून घ्यायचं होतं. हे अनुभव कसे असतात, ह्याचा मला विसर पडला होता. त्याच्या आधी मी युरोपला आलो होतो तो कीकबरोबर सुट्टीवर, तेव्हा आम्ही उत्तम हॉटेल्समध्ये राहिलो होतो, सुट्टीला आलेल्या पर्यटकांसारखे वागलो होतो. पण आता पुन्हा तेच बेचव अन्न, रस्त्याकडेच्या कोंदट 'लॉजिंग बोर्डिंग हाउस' सारख्या जागांमध्ये कसल्यातरी अंथरुणांवर झोपणं आणि अखंड प्रवास करत राहणं. मला ते आवडेना.

खरं म्हणजे आतून, मनातून, माझी तयारी झालेलीच नव्हती. उत्तरजीवन कसं असू शकतं हे मी नीट समजून घेतलं असतं, तर माझ्या परत कामावर येण्याच्या प्रयत्नात खूप मानसिक अडथळ्यांना तोंड द्यावं लागणार आहे, हे मला ठाऊक असतं. माझा एखादा दिवस चांगला नाही गेला, तर माझी प्रवृत्ती असं म्हणायची होती की, 'काय आहे, मी फार सहन केलंय. तीन ऑपरेशन्स झाली माझी, मग तीन महिने केमो झाली आणि वर्षभर अतोनात सहन करावं लागलं, त्यामुळे माझं काम चांगलं होत नाहीये. माझं शरीर पूर्वीसारखं आता कधीच होऊ शकणार नाही!' पण खरं म्हणजे मी एवढंच वाटून घ्यायला हवं होतं की, 'अरे, त्यात काय झालं? आजचा दिवस नाही एवढा चांगला गेला!'

मनात दाबून ठेवलेल्या स्वत:बद्दल खात्री नसलेल्या शंका, दाबून ठेवलेली चीड आणि राग, हे सगळं सोबतीला घेऊन मी काम करत होतो. माझ्या पूर्वीच्या पगारापेक्षा कितीतरी कमी पगार मला दिला जात होता आणि नवे कुठलेही करार मला मिळाले नव्हते. मी कडवट वक्रोक्तीनं त्याला ऐंशी टक्क्यांचा कॅन्सर टॅक्स म्हणायचो. मी असं धरून चाललो होतो की, मी सायकल रेसिंगला पुन्हा सुरुवात करणार असल्याचं जाहीर करायचा अवकाश की, अमेरिकन कंपन्या लगेच माझं दार ठोठावत येतील – आणि तसं जेव्हा झालं नाही, तेव्हा त्याचं टेपर मी बिलवर

ठेवलं. माझ्यासाठी नवे करार तो का मिळवून आणत नाहीये, असं सारखं विचारत राहून मी त्याचं डोकं उठवत होतो. सरतेशेवटी फोनवरच एक दिवस आमची खडाजंगी झाली. मी युरोपमध्ये होतो, तो होता तिकडे टेक्सासमध्ये. नवे करार मिळण्याच्या कामात काहीच प्रगती होत नसल्याबद्दल मी पुन्हा तक्रार करून बोलू लागलो.

"हे बघ, असं करू या," बिल म्हणाला, "मी तुला दुसरा एजंट बघून देतो, मला आता आणखी ऐकून घ्यायचं नाहीये. मला माहीत आहे, तुला असं वाटतं की, मला ह्या कामाची जरूर आहे. पण तसं नाहीये, तेव्हा मी काम सोडून देतो."

मग मी जरा गप्प झालो अन् म्हटलं, "तसं व्हायला नकोय मला."

मग मात्र मी बिलवर राग काढणं बंद केलं, पण 'मला कोणीच काम द्यायला तयार नाहीये' ह्याबद्दल मी मनात सदैव दुःखी राहून विचार करत राहायचो. युरोपमधल्या टीम्सना मी नको होतो, अमेरिकेतल्या कंपन्यांना मी नको होतो.

अठरा महिन्यांनंतरची माझी पहिली रेस 'रूटा डेल सोल' ही होती; पाच दिवसांची, स्पेनमध्ये. मी चौदावा आलो आणि जराशी खळबळ उडाली, पण मी मात्र उदास आणि अस्वस्थ होतो. मला पहिला यायची सवय लागली होती, चौदावा नाही. शिवाय, त्या पहिल्या रेसच्या वेळी मी जे लक्ष वेधून घेतलं, त्यानं माझी चिडचीड झाली. आपलं काम किती चांगलं होईल, ह्या काळजीचं माझ्या मनावर दडपण जाणवत होतं आणि पत्रकारांचं माझ्याकडे सारखं लक्ष होतं, त्यानं माझं मन एकाग्र होत नव्हतं. काहीही जाहिरात न करता मुकाट्यानं मी भाग घेतला असता तर बरं झालं असतं. मला फक्त पेलोटोनमध्ये सायकल चालवून माझ्या पायांवरचा माझा विश्वास पुन्हा मिळवायचा होता.

पंधरा दिवसांनंतर मी पॅरिस-नाइस मध्ये भाग घेतला. 'तूर द फ्रान्स'च्या पाठोपाठ ही सगळ्यांत अवघड रेस असते. हिवाळ्यातल्या गोठवून टाकणाऱ्या बोचऱ्या थंडीबद्दल कुख्यात असलेली ही आठ दिवस चालणारी रेस आहे. प्रत्यक्ष रेसच्या आधी तयारीची म्हणून व ठरलेल्या वेळेत ठरलेले अंतर कापण्याची प्रतिस्पर्धा असते. ही स्पर्धा मुख्यतः स्पर्धकांचे क्रमांक लावण्यासाठी असते, ह्या स्पर्धेच्या निर्णयांवर पेलोटोनमध्ये पुढे कोणाला ठेवणार हे ठरतं. मी एकोणीसावा आलो. कॅन्सरमधून नुकत्याच उठलेल्या माणसासाठी खरं म्हणजे हे वाईट नव्हतं, पण मी ते तशा मनोवृत्तीनं घेतलं नाही – मला जिंकायची सवय होती ना!

दुसऱ्या दिवशी मी जागा झालो तेव्हा पाऊस चालू होता आणि सोसाट्याचा वारा होता. तपमान ३०° फॅ. च्या आसपास होतं. डोळे उघडता उघडताच मला वाटलं होतं की, ह्या हवेत मला सायकल चालवायची नव्हती. मी वाईट मनःस्थितीतच सकाळची न्याहारी केली, त्या दिवशीचा बेत आखायला टीममधल्या इतरांबरोबर

चर्चा केली आणि असं ठरवलं की, एक टीम ह्या दृष्टीनं आमच्या टीमचा लीडर जॉर्ज हिनकेपी जर काहीही कारणानं मागे राहिला, तर आम्ही सर्वजण त्याच्यासाठी थांबून त्याला पुढे यायला मदत करायची.

रेस जिथून सुरू व्हायची होती, त्या जागेत ऊब मिळण्यासाठी मी गाडीत बसून राहिलो आणि मला आज तिथं असण्याची, भाग घेण्याची कशी अजिबात इच्छा नव्हती, ह्याचा विचार करत राहिलो. तुमचे विचार सुरुवातीलाच असे असले की, परिस्थिती सुधारण्याची शक्यताच नसते. गाडीतून उतरून बाहेरच्या गारठ्यात आल्यावर माझी मन:स्थिती आणखीच वाईट झाली. पायांना ऊब राहावी, म्हणून मी मनाशी धुसफुसतच थर्मलवेअरचे पूर्ण लांबीचे मोजे चढवले आणि शरीराचा काही भाग तरी कोरडा राहावा म्हणून धडपडत राहिलो.

जमिनीच्या सपाट लांबच्यालांब पट्ट्यावर रेसला सुरुवात झाली. पाऊस तिरका येत होता आणि वाराही तिरक्या बाजूनं येत असल्यानं तपमान ३५° फॅ. होतं, ते त्याहूनही गार वाटत होतं. चढाचा रस्ता असला, तर शरीराला श्रम पडतात म्हणून जरा तरी ऊब येते, पण सपाट रस्त्यावर तुम्ही फक्त गारठून जाता आणि अगदी हाडांपर्यंत थिजून जाता. बुटांवर घातलेल्या कुठल्याही कव्हरचा काहीही उपयोग होत नाही आणि अंगातल्या कोटाचाही. एकेकाळी ह्या असल्या हवेमध्ये बाकी सर्वांचे हाल व्हायचे आणि मी ती हवा सहन करू शकायचो. पण आज तसं नव्हतं.

हिनकेपीच्या सायकलचं टायर पंक्चर झालं.

आम्ही सगळे थांबलो. पेलोटोनमधले बाकीचे स्पर्धक आमच्यापुढे जात राहिले. आम्ही परत पुढे निघालो तोपर्यंत सर्वांत पुढे असणाऱ्यांच्या आम्ही वीस मिनिटं मागे होतो आणि वारा असा होता की, आम्हाला तो वेळ भरून काढायला एक तासभर तरी मरणप्राय प्रयत्न करावे लागले असते. त्या पावसात डोकी खाली घालून आम्ही पुन्हा निघालो.

तिरकस येणारा वारा माझ्या कपड्यांमध्ये घुसत होता आणि सायकलीचा तोल सांभाळत ती चालवत राहणं अवघड होत होतं. एकाएकी मी हात उचलून हँडलबार्सच्या वर ठेवले. ताठ झालो आणि रस्त्याच्या कडेला गेलो. मी थांबलो, रेसमधून बाहेर पडलो, माझा नंबराचा बिल्ला काढला. मला वाटलं, उरलेलं आयुष्य असं भिजत, गारठ्यानं गोठून जात, गटाराच्या कडेला मला नाही जगायचं.

फ्रँकी अँन्ड्र्यू माझ्या पाठोपाठच येत होता आणि मी त्या वेळी कसा दिसत होतो, ते त्याला अजूनही आठवतं. त्याला तेव्हाच कळून चुकलं की, मी रेसमध्ये पुन्हा कधी भाग घेतलाच, तर नजीकच्या काळात तरी नक्कीच घेणार नव्हतो. फ्रँकीनं नंतर मला सांगितलं की, त्याला वाटलं होतं, 'संपलाच म्हणायचा हा!'

रेसची ती स्टेज संपल्यावर बाकीची टीम हॉटेलवर परत आली तेव्हा मी

सामान बांधत होतो. ''मी सोडून देतोय.'' मी फ्रँकीला म्हणालो, ''मी आता रेसमध्ये भाग नाही घेणार, घरी जातोय मी.'' माझ्या टीममधल्या सहकाऱ्यांना मी काय सांगतोय ते समजलं का नाही, ह्याचीही मला पर्वा नव्हती. 'गुडबाय' मी म्हटलं, बॅग खांद्यावर टाकली आणि निघालो.

रेसिंग सोडून देण्याच्या निर्णयाचा मला शारीरिकदृष्ट्या कसं वाटत होतं, ह्याच्याशी काहीच संबंध नव्हता. मी चांगला सशक्त होतो. मला रेसिंग करायचंच नव्हतं, बस! गारठ्यातून, वेदना सहन करत, जन्मभर मला सायकल चालवायची होती का नाही, हेच माझ्या लक्षात येत नव्हतं.

मी कीकला तिच्या सेलफोनवर फोन केला, तेव्हा शाळा सुटल्यावर ती वाणसामान घेत होती. ''मी आज रात्री घरी येतोय.'' मी सांगितलं. मोबाइलवर तिला नीट ऐकू येत नव्हतं. ''काय?'' तिनं विचारलं, ''काय झालं?''

''मी तुला नंतर सांगेन.'' मी उत्तर दिलं.

''तुला लागलंय का?'' तिला वाटलं मी कुठेतरी आपटलो होतो.

''नाही, लागलं नाहीये. मी रात्री भेटतो तुला.''

दोन तासांनंतर कीक मला घ्यायला एअरपोर्टवर हजर होती. गाडीत बसून घरी जायला निघेपर्यंत आमच्यात फारसं काही बोलणं झालं नाही. शेवटी मी म्हणालो, ''मला ना, हे करायला मजा येत नाहीये.''

''का?'' तिनं विचारलं.

''कारण माझं किती आयुष्य शिल्लक आहे मला ठाऊक नाही आणि मला ते सायकल चालवत घालवायचं नाहीये.'' मी म्हटलं. ''मला ते मुळीच आवडत नाहीये. तिथलं वातावरणही आवडत नाहीये, मला तुझ्यापासून दूर राहणं आवडत नाहीये. इथली जीवनपद्धतीही मला मुळीच आवडत नाही. मला युरोपमध्ये राहायचंच नाहीये. 'रूटा डेल सोल'मध्ये मी चांगलं काम केलं. सगळ्यांना दाखवून दिलं की, मी परत येऊ शकेन, जिंकू शकेन. मला स्वत:ला काहीच सिद्ध करून दाखवायचं नाहीये, किंवा कॅन्सर झालेल्या लोकांनाही. म्हणून, आता बास!''

आणि मग मी मन घट्ट करून तिनं असं म्हणायची वाट बघू लागलो की, 'माझ्या शाळेचं काय? माझ्या नोकरीचं काय? तू मग मला इथं का यायला लावलंस?' पण ती असं काहीही म्हणालीच नाही. ती शांतपणानं म्हणाली, ''बरं, ठीक आहे.''

कॅप फेराटला परत जाताना विमानात मी हार्ले डेव्हिडसनची एक जाहिरात बघितली होती, जी माझ्या मनात जे काय चाललं होतं, ते अगदी बरोबर व्यक्त करत होती – 'मला माझं आयुष्य पुन्हा जगायचं झालं, तर मी...' आणि मग त्यात मोठीच्या मोठी यादी दिली होती, उदा. 'जास्त सूर्यास्त बघणे.' मी ती जाहिरात

मासिकातून फाडून काढून घेतली होती आणि आत्ता कीकला मला नेमकं कसं वाटतंय, हे सांगताना, तिला ती जाहिरात दाखवत मी म्हणालो, ''सायकलरेसिंगमध्ये वाईट हे आहे की, मला ते आयुष्य नको आहे.''

''बरं. आता आपण रात्रभर स्वस्थ झोपू या; दोन दिवस जाऊ देत आणि मग निर्णय घेऊ या.'' ती म्हणाली.

दुसऱ्या दिवशी कीक तिच्या शाळेत परत गेली. आणि मी काहीही केलं नाही. अपार्टमेंटमध्ये सबंध दिवस एकटा बसून राहिलो. माझ्या सायकलकडे मी बघितलंही नाही. कीकच्या शाळेत कडक नियम होता की, शाळा चालू असताना फोन घ्यायचे नाहीत. मी तिला तीनदा फोन केला! ''काहीही न करता इथं नुसतं बसून राहणं मला जमणार नाही. मी ट्रॅव्हल एजंटशी बोललोय. आपण जाऊ या इथून.''

''मी क्लासमध्ये आहे.'' कीक म्हणाली.

''मी तुला घ्यायला येतोय. ती शाळा म्हणजे वेळ फुकट घालवणं आहे.''

कीक क्लासरूममधून बाहेर पडली आणि बाहेर एका बाकावर बसून रडत राहिली. कित्येक आठवडे नवी भाषा शिकण्याची धडपड तिनं केली होती. तिनं आमचा संसार थाटला होता. खरेदीची कामं कशी करायची ते शिकली होती, इथली चलनपद्धती शिकून घेतली होती, 'ऑटोरूट'वरून गाडी चालवायला ती शिकली होती, फ्रान्समधले टॅक्सेस कसे भरायचे तेही शिकली होती. आता हे सगळं वाया गेलं होतं.

मी तिला आणायला तिथे पोहोचलो तेव्हा ती अजूनही रडतच होती. मी घाबरलो, ''का रडतेयस तू?'' मी विचारलं.

''कारण आपण जाणार आहोत.'' ती म्हणाली.

''म्हणजे? काय अर्थ ह्या बोलण्याचा? इथं आपल्याला कोणीसुद्धा मित्र नाहीत. तुला इथली भाषा येत नाही, तुला नोकरी नाही. कशाला राहायचंय तुला इथे?''

''कारण तसं ठरवून मी निघाले होते आणि जे ठरवलं ते मला पूर्ण करायचंय. पण तुला जर वाटत असेल की, आपण घरीच गेलं पाहिजे; तर तसं करू या.''

त्या रात्री भराभरा सामान आवरलं. कीकनं जितक्या क्षमतेनं सामान काढलं होतं, तितक्याच क्षमतेनं ते भरलंही. जे काम करायला साधारण दोन आठवडे लागले असते, ते आम्ही चोवीस तासांत केलं. आम्ही केव्हिन लिव्हिंग्स्टनला बोलावून घेतलं आणि एकूणएक सामान, भांडीकुंडी – सगळं – त्याला देऊन टाकलं. मी त्याला म्हटलं, ''आम्ही कधीही परत येणार नाही, ह्यातलं काहीही नकोय मला.'' केव्हिननं माझं मन वळवण्याचा प्रयत्न केला नाही – त्याला ठाऊक होतं ते निरर्थक होतं. तो अगदी गप्प बसला होता. त्याच्या तोंडावरून मला समजत

होतं की, मी जे करत होतो, ते त्याच्या मते बरोबर नव्हतं. पण तो एकही शब्द बोलणार नव्हता. नाहीतरी त्याला माझ्या रेसिंग पुन्हा सुरू करण्याची काळजीच वाटत असे. "तब्येत सांभाळ." तो म्हणायचा, "काळजी घे स्वत:ची." माझ्या आजारात संपूर्ण वेळ तो माझ्याबरोबर होता आणि त्याला फक्त माझ्या प्रकृतीची काळजी वाटायची. मी सगळ्या सामानाच्या पेट्या त्याला देत गेलो तसतसा तो इतका दु:खी दिसू लागला की मला वाटलं, आता तो रडेल. "हे घे." स्वयंपाकघरातल्या सामानाच्या पेट्या त्याच्यासमोर ठेवत मी म्हटलं, "सगळं घेऊन जा."

सगळं एखाद्या भयानक स्वप्नासारखं होतं आणि त्या सगळ्या दिवसांमधली आठवण फक्त कीकची आहे, माझ्या ह्या सगळ्या सावळ्या गोंधळातही ती किती शांत, स्वस्थचित्त दिसायची, ह्याचीच आहे. ती जर हातपाय गाळून बसली असती, तर मी तिला दोष देऊच शकलो नसतो. ती नोकरी सोडून फ्रान्सला आली होती, सगळ्यावर पाणी सोडलं होतं आणि आता रातोरात मी निवृत्त होऊन ऑस्टिनला परत जायला निघालो होतो. पण ती माझ्या पाठीशी उभी राहिली. तिनं समजून घेतलं होतं, मला आधार देत राहिली होती. तिची सहनशीलता अफाट होती.

तिकडे अमेरिकेत सगळ्यांना प्रश्न पडला होता की मी होतो कुठे? सकाळी आठ वाजता कार्मायकेल त्याच्या घरीच होता, तेव्हा त्याला एका फ्रेंच वार्ताहराचा फोन आला. "लान्स आर्मस्ट्राँग कोठे आहे?" ख्रिस म्हणाला, "तो पॅरिस नाइसमध्ये आहे." वार्ताहर मोडक्यातोडक्या इंग्रजीत म्हणाला, "No, he is stop." ख्रिसनं फोन ठेवून दिला आणि दुसऱ्या मिनिटाला परत फोन वाजला – दुसरा फ्रेंच वार्ताहर!

ख्रिसनं बिल स्टेपलटनला फोन केला आणि बिलनं त्याला सांगितलं की, मी त्याला फोन केला नव्हता. ऑकही तेच म्हणाला. ख्रिसनं मला मोबाइलवर गाठायचा प्रयत्न केला, माझ्या घरीही फोन केला. फोन कोणीच घेतला नाही. त्यानं निरोप ठेवले आणि मी त्यांची उत्तरं दिली नाहीत, हे जगावेगळं होतं.

शेवटी एअरपोर्टवरून मी ख्रिसला फोन केला. मी सांगितलं, "मी घरी येतोय. मला आता हे करायचं नाहीये; घाणेरड्या हॉटेल्समध्ये राहायचं नाहीये, वाईट हवा, घाणेरडं जेवण – काय उपयोग आहे ह्या साऱ्याचा?"

ख्रिस म्हणाला, "लान्स, तुला जे करायचं असेल ते कर, पण घाईनं, उतावळेपणानं काही करू नकोस." तो शांतपणे बोलत राहिला, मला वेळ देण्यासाठी. "वार्ताहरांशी बोलू नकोस, काहीही बेत जाहीर करू नकोस, तू रेसिंग सोडतोयस असं सांगू नकोस." त्यानं मला बजावलं.

ख्रिसनंतर मी स्टेपलटनला फोन केला. "संपवतोय रे मी." मी म्हटलं. "मला यायचं तर मी परत येऊ शकतो हे मी दाखवून दिलंय त्यांना आणि मी आता

बंद करतोय.''

बिल शांत राहिला, ''बऽरंऽऽ!'' तो म्हणाला. त्याचं आधीच ख्रिसशी बोलणं झालं होतं आणि त्याला सगळं ठाऊक होतं. ख्रिससारखाच त्यानंही वेळ काढण्याचा पवित्रा घेतला.

बिलनं सुचवलं की, निवृत्त होत असल्याचं मी इतक्यात जाहीर करू नये. ''एखादा आठवडा थांबावं, लान्स. सध्या सगळं काही अगदीच ताळमेळ नाही अशा स्थितीत आहे.''

''नाही रे, तुझ्या लक्षात येत नाहीये, मला आत्ताच सोडून द्यायचंय.''

''लान्स,'' तो म्हणाला, ''मला समजतंय की, तुला निवृत्त व्हायचंय. ठीक आहे ना मग. पण काही मुद्द्यांवर आपण चर्चा करणं गरजेचं आहे. जरा दोन-चार दिवस दम धरू या.''

मग मी ऑकला फोन केला. आमच्या खास पद्धतीच्या संभाषणासारखंच हेही संभाषण झालं.

''मी पॅरिस-नाइस मध्येच सोडून दिली.'' मी सांगितलं.

''ठीक आहे. त्यात काय एवढं?''

''मी बाहेर पडलोय, पुन्हा मी रेसिंग करणार नाहीये.''

''आजच्या आज निर्णय घेऊ नको.''

जेटलॅगचा त्रास होत होत मी आणि कीक ऑस्टिनला पोहोचलो. आम्ही दारातून घरात पोहोचेपर्यंत फोन अखंड वाजत होता, लोक मला शोधत होते आणि मी गायब का झालो, ह्याचं नवल करत होते. शेवटी एकदाचं सगळं जरा थंडावलं आणि एक दिवसभर झोप काढून जेटलॅग घालवल्यावर कीक आणि मी बिलला त्याच्या ऑफिसमध्ये भेटायला गेलो.

मी त्याला सांगितलं, ''मी पुन्हा रेसिंग करणार आहे की नाही, ह्याची चर्चा करायला मी इथं आलेलो नाही. त्याची चर्चा करायचीच नाहीये आणि तुला ह्या निर्णयाबद्दल काय वाटतं ह्याची मला पर्वा नाहीये.''

बिलनं कीककडे बघितलं. तिनंही नुसतंच त्याच्याकडे बघितलं आणि खांदे उडवले. दोघांनाही ठाऊक होतं की, चर्चा करून काही निष्पन्न होण्याच्या मन:स्थितीत मी नव्हतो. एव्हाना कीक जणू पोखरली गेली होती, पार थकून, हताश होऊन गेली होती, पण तिनं बिलकडे बघताना डोळ्यांनी त्याला काहीतरी सांगितलं, जे त्याला समजलं. तिला जे सांगायचं होते की, 'दमानं घे, तो पार बिथरलेला आहे.' त्याला समजलं.

काही सेकंद गप्प बसून मग बिल म्हणाला, ''बरं, पण आपल्याला वार्ताहरांना काहीतरी सांगावं तर लागेलच अधिकृतपणे, ते आपण नीट करू या.''

"वर्तमानपत्रांना एक नोटीस पाठवून दे, झालं. कशी वाटते कल्पना?"

"बेकार कल्पना आहे."

"का?"

"तुला ठाऊक आहे? तुझ्या त्या 'रूटा डेल काहीतरी' आणि 'पॅरिस-काहीतरी' – अरे, इथे अमेरिकेत ही नावंही कोणी ऐकलेली नाहीत. इथे तर तू रेसिंगला सुरुवात केली होतीस हेही कोणाला ठाऊक नाहीये, तेव्हा तू पत्रकार परिषद बोलावून तू निवृत्त होत आहेस हे सांगू तर नक्कीच शकशील. मला ठाऊक आहे की, तू मोठं शानदार पुनरागमन केलंस असं तुला वाटतंय आणि मलाही तसंच वाटतंय. नाही, म्हणजे तू जे करून दाखवलंस, ते थक्क करणारंच आहे. नुसतं कॅन्सरवर जीत मिळवणं हेच पुनरागमन आहे खरं पाहिलं तर. पण इथं कोणालाही ते माहीतच नाहीये ना!"

"रूटा डेल सोलला मी चौदावा आलो होतो म्हटलं!" मी समर्थनाच्या पवित्र्यात म्हटलं.

"लान्स, इथं कसं वाटेल लोकांना सांगू का? की तुला कॅन्सर झाला होता आणि म्हणून तू पुन्हा रेसिंग केलंच नाहीस!"

पुन्हा बराच वेळ शांतता. माझ्याजवळ बसलेल्या कीकचे डोळे भरून यायला लागले होते.

"हं, पण तसं तर नाही चालणार."

स्टेपलटननं खूप चातुर्यानं मला हाताळलं. मी निवृत्ती जाहीर करण्यापूर्वी करायला हव्यात अशा हजार गोष्टी त्यानं माझ्या लक्षात आणून दिल्या. "मला समजतंय की तुला निवृत्त व्हायचंय," तो म्हणाला, "पण अरे, कसा निवृत्त होणार आहेस तू नेमका? तू पत्रकारांना बोलावून त्यांच्याशी प्रत्यक्ष बोलणार आहेस का? त्याआधी आपल्याला आर्थिक पाठिंबा देणाऱ्यांना भेटणं आवश्यक होतं." आणि मग तो म्हणाला, "एका शेवटच्या 'निरोपा'च्या (Farewell) रेसमध्ये तरी तू भाग घ्यायला नकोस का?" अमेरिकेत एका तरी रेसमध्ये 'निरोपाची' म्हणून भाग घेतल्याखेरीज रेसिंग सोडणं बरोबर झालं नसतं.

"जूनमध्ये नॅशनल चॅम्पियनशिप्समध्ये भाग घेऊन, ती तुझी शेवटची रेस का नाही करत?" तो म्हणाला, "ती तू जिंकू शकशील हे तू जाणून आहेस. ते खरं खरं रेसिंगमध्ये परत येणं होईल, ते लोकांना ठाऊक होईल असं काहीतरी असेल."

"हं – कोण जाणे! मला पुन्हा सायकलवर चढायला आवडेलसं नाही वाटत मला."

खूप सबुरीनं घेत, शांतपणे बिलनं माझं मन निवृत्तीची जाहिरात जरा लांबवण्यासाठी वळवलं. आठवून आठवून, आधी करायला हव्यात अशा एक एक गोष्टी सांगत

राहिला आणि जास्त अवधी मिळवत राहिला. "अगदीच काही नाही तर निदान 'राइड फॉर द रोझेस' रेसपूर्वी निवृत्त होणं बरोबरच नाही." तो म्हणाला, "आणि ती रेस मे महिन्यात आहे."

शेवटी बिलनं बोलून बोलून मला थकवलं. मी त्याला सांगितलं की, काहीही जाहीर करण्यासाठी मी जरा वाट बघेन. पण मधल्या काळात मी थोडे दिवस सुटी घ्यायचं ठरवलं.

माझ्या पोस्टल टीमनंही सबुरीनं घेतलं. थॉम वीझेलनं सांगितलं की, तो थांबायला तयार होता. पण माझ्या 'थोड्या दिवसां'च्या सुटीचा आठवडा झाला, मग महिना झाला. मी सायकलचं पॅकिंगही काढलं नाही. गॅरेजमध्ये पॅकिंगसकट ती धूळ खात पडून होती.

मी नालायक माणसासारखा जगत होतो. रोज मी गोल्फ खेळायला जायचो, वॉटर स्कीइंगला जायचो, बिअर प्यायचो आणि मग टीव्हीसमोर सोफ्यावर लोळत चॅनेल्स बदलत राहायचो.

मी च्युईमध्ये जाऊन टेक्समेक्स खायचो आणि माझ्या प्रशिक्षणातल्या खाण्यापिण्याचे सर्व नियम धाब्यावर बसवायचो. जेव्हा जेव्हा मी युरोपमधून घरी परत येत असे, तेव्हा एअरपोर्टवरून सरळ च्युईमध्ये जायचं हे ठरून गेल्यासारखं झालं होतं. कितीही जेट लॅग जाणवत असला तरी तिथे जाऊन 'बर्रिटो विथ टोमॅटिलो सॉस' आणि एक दोन मार्गरीटा किंवा शाइनर बॉक्स (ड्रिंक) मी घ्यायचोच. आता मी जवळजवळ रोज तिथेच जेवत होतो. आता मी माझ्या खाण्यापिण्यावर कोणतीही बंधनं घालून घेणार नव्हतो. मला पुनर्जन्म मिळाला होता आणि त्याचा पूर्ण फायदा मी घेणार होतो.

पण मजा येत नव्हती! मनानं खरोखर मोकळं, स्वतंत्र, सुखी असं वाटायचंच नाही. मी तसं वाटत असल्याचं नाटक करायचो. कीकबरोबर युरोपमध्ये सुटीला गेलो होतो तेव्हासारखं वाटून घेण्याचा, तसं वातावरण निर्माण करण्याचा मी प्रयत्न करायचो, पण तसं होत नव्हतं. आणि असं का होतंय ते मला कळत नव्हतं. सत्य हे होतं की मला लाज वाटत होती. स्वत:बद्दल खात्री वाटत नसल्याने माझ्या मनावर दडपण होतं आणि 'पॅरिस-नाइस'च्या वेळी मी जसा वागलो होतो, त्यानं मला आता ओशाळल्यासारखं वाटत होतं. "हे बघ बेटा, हार मानून कधीही सोडून द्यायचं नाही." माझी आई सांगायची – पण मी सोडून दिलं होतं.

माझ्या खऱ्या स्वभावाशी संपूर्णपणे विसंगत असं मी वागत होतो आणि त्याचं कारण माझं कॅन्सरमधून बरं झाल्यानंतरचं पुन्हा नव्यानं आयुष्य सुरू करणं – उत्तरजीवन, हे होतं. 'पुढे काय?' हा प्रश्न मनाला भेडसावत होता. मला चांगली

नोकरी होती, आयुष्य चांगलं होतं, मग मला दुखणं आलं, ज्यानं माझं आयुष्य उलटंसुलटं करून टाकलं आणि मी पूर्वीचं आयुष्य तसंच परत जगायचा प्रयत्न केला, तेव्हा माझं चित्त थाऱ्यावर राहत नव्हतं, भरकटल्यासारखं, दिशाहीन झालं होतं – काहीच पूर्वीसारखं वाटत नव्हतं. मला जमवून घेणं जमेनासं झालं होतं.

मला सायकलचा तिटकारा वाटायला लागला होता. पण मग वाटलं, दुसरं काय करणार आहे मी? ऑफिसमध्ये पट्टेवाला होणार आहे? दुसऱ्या कशातच मी विशेष चांगला नव्हतो. काय करावं हे समजत नव्हतं, म्हणून वेळ काढायला मी असा वागत होतो. माझ्या जबाबदाऱ्यांमधून सटकू बघत होतो.

आता माझ्या लक्षात आलं आहे की, कॅन्सरमधून बरं होणं म्हणजे नुसतंच शारीरिक प्रकृती सुधारणं नाही. माझं मन आणि बुद्धी ह्यांनाही त्या धक्क्यातून सावरून पुन्हा सामान्य आयुष्य जगण्यासाठी मदत व उपाय ह्यांची गरज होती.

आणि हे कोणाच्याच नीटसं लक्षात आलं नव्हतं – कीक सोडून. तिला तिचं आयुष्य असं एकाएकी विस्कटून टाकण्याबद्दल रागवायचा, दिङ्मूढ आणि त्रस्त होण्याचा पूर्ण अधिकार होता, परंतु ती शांत राहिली होती. मी रोज जाऊन गोल्फ खेळत होतो, तेव्हा ती स्वत:चं घर नाही, पाळलेला कुत्रा नाही, नोकरी नाही अशा परिस्थितीत होती. वर्तमानपत्रांमधल्या नोकरीविषयक जाहिराती वाचत होती आणि आम्ही आमचा घरखर्च कसा चालवणार होतो ह्याची काळजी करत होती. ती जे सहन करत होती, त्याबद्दल माझ्या आईला तिच्याबद्दल सहानुभूती वाटत होती. ती आम्हाला फोन करायची आणि कीकशी बोलायची, "कसं चाललंय तुझं?" ती विचारायची.

परंतु बरेच आठवडे गोल्फ खेळणं, बिअर पिणं, मेक्सिकन जेवण जेवणं, असे गेल्यावर कीकनं ठरवलं की, आता पुष्कळ झालं. कोणीतरी मला आतून हलवून ताळ्यावर आणणं आवश्यक होतं. एका सकाळी आम्ही बाहेर व्हरांड्यात कॉफी पीत बसलो होतो. मी कप खाली ठेवला आणि म्हटलं, "बराय! भेटू नंतर. माझी गोल्फची वेळ झाली."

"लान्स," कीकनं विचारलं, "आणि मी रे? मी काय करायचंय आज?"

"म्हणजे? काय म्हणायचंय तुला?"

"तू मला विचारलंच नाहीस की, मी आज काय करणार आहे? तू मला विचारलंच नाहीस की, मला काय करावंसं वाटतं आहे, किंवा तुझ्या गोल्फ खेळायला जाण्याला माझी हरकत आहे का. तू फक्त मला, तू काय करणार आहेस हे सांगितलंस. तुला मी काय करते ह्याची पर्वा आहे?"

"ओः! सॉरी!" मी म्हणालो.

"मी काय करणार आहे आज? मी काय करते अलीकडे? तूच सांग मला."

मी गप्प होतो. काय उत्तर द्यावं मला समजत नव्हतं.

"तू आता काहीतरी ठरवणं जरुरीचं आहे." ती मला म्हणाली. "तू खरोखरीच निवृत्त होणार आहेस का, हे तू ठरवायला हवंस आणि निवृत्त होऊन नुसताच मेक्सिकन फूड खाणारा, बिअर पीत राहणारा आणि गोल्फ खेळत राहणारा, निरुपयोगी आयुष्य जगणारा माणूस असणार आहेस, हेही. तसं असेल तरीही ठीक आहे. माझं प्रेम आहे तुझ्यावर आणि म्हणून, तरीही मी तुझ्याशी लग्न करेन. पण मला फक्त हे ठाऊक होणं आवश्यक आहे, म्हणजे मग मी स्वत:चं आयुष्य रुळावर आणेन, घरातून बाहेर पडेन आणि तुझ्या गोल्फचा खर्च चालवायला नोकरी मिळवेन. फक्त, मला तसं एकदा सांग."

"पण, तू जर निवृत्त होणार नसशील, तर मग हे असलं खाणं-पिणं सोडून, नालायकासारखं वागणं बंद करून टाकलं पाहिजे आणि हे करणं जरुरीचं आहे. कारण काहीही निर्णय न घेण्यानं हे असंच जगत राहण्याचा निर्णय तू घेतो आहेस. आणि हे वागणं लान्ससारखं अजिबात नाही. खरा तू असा मुळीच नाहीस. सध्या तू जो आहेस, तो तू कोण आहेस, हे मला कळत नाहीये. तरीही मी प्रेम करतेय तुझ्यावर, पण तू ह्या सर्व गोष्टींचा विचार करून ठरवणं आवश्यक आहे."

ती हे बोलत होती ते रागानं बोलत नव्हती. ती बोलत होती ते अगदी बरोबर होतं. मी असं वागून काय साधत होतो, हे मला खरंच समजत नव्हतं; मी अगदी नालायकासारखं वागत होतो. निवृत्त झालेला मी तिच्या दृष्टीनं कसा दिसत असेन, हे एकाएकी माझ्या लक्षात आलं आणि मला ते अजिबात आवडलं नाही. ती असं आळशासारखं आयुष्य घालवणार नव्हती आणि मी तिला दोष देऊ शकत नव्हतो.

शांतपणे ती पुढे म्हणाली, "तेव्हा आपण ऑस्टिनमध्ये राहणार आहोत का, हे ठरवून मला सांग. तसं असेल, तर मी नोकरी धरणार आहे; कारण तू गोल्फ खेळत असशील, तेव्हा मी घरी बसून राहणार नाहीये. मला खूप कंटाळा आलाय."

एरवी माझ्याशी कोणीही अशा तऱ्हेनं बोलायला धजावत नसे. पण ती भांडण्याच्या सुरात न बोलता. जवळजवळ गोड म्हणता येईल अशा तऱ्हेनं बोलली. कोणी माझ्याशी वाद घालू बघितला तर मी किती हटवादीपणानं वागायचो, ते कीकला चांगलं ठाऊक होतं. नियंत्रण ठेवणं आणि वर्चस्व गाजवलं जाणं ह्याविरुद्ध लढा देण्याचा माझा स्वभावच होता. कोणी मला कोंडीत पकडलेलं मला आवडत नाही. आणि कधी तसं झालं तर मी लढा देऊन बाहेर पडणारच – मग ती कोंडी शारीरिक, तात्त्विक, मानसिक, कसलीही असो. पण ती अशा तऱ्हेनं बोलली की, मला कोणी माझ्यावर तुटून पडतंय, मला प्रतिकार केला पाहिजे असं वाटलं नाही किंवा मी दुखावलो नाही, मला टोचून बोललं जातंय असंही. ऐकताना

हे निखळ सत्य होतं ते मी समजून चुकलो. शांतपणे बोलल्या गेलेल्या वक्रोक्तीत ते फार गंभीर स्वरूपाचं संभाषण होतं. मी उठून उभा राहिलो.

"बरं," मी म्हटलं, "मी विचार करतो ह्याबद्दल."

मी त्या दिवशी गोल्फ खेळायला तर गेलो, कारण कीकची त्याला हरकत नव्हती हे मला माहीत होतं. गोल्फ हा वादाचा मुद्दा नव्हता. मुद्दा मी पुन्हा ताळ्यावर येण्याची गरज, हा होता.

कीक, स्टेपलटन, कार्मायकेल आणि ऑक, सगळ्यांनी मिळून मला समजू न देता कट रचला होता. मला रेसिंगला पुन्हा कसं उद्युक्त करता येईल, ह्याविषयी माझ्या नकळत ती सगळीजण चर्चा करत असत. मी निवृत्त होणार आहे असं मी म्हणतच होतो, पण दिवस जात गेले तसतसं माझं मन डळमळीत होऊ लागलं. मे महिन्यात फिलाडेल्फियाला होणार असलेल्या यु.एस. चॅम्पियनशिप्सच्या रेसमध्ये, अमेरिकेतल्या एका शेवटच्या रेसमध्ये म्हणून मी भाग घ्यावा, याकरिता माझं मन वळवून बिलनं मला पटवून दिलं.

ख्रिस कार्मायकेल विमानानं ऑस्टिनला आला. त्यानं गॅरेजमध्ये पॅकिंगसकट पडून राहिलेल्या माझ्या सायकलकडे बघितलं आणि हताशपणे मान हलवली. ख्रिसलाही कीकसारखंच वाटत होतं की, मला पुन्हा रेसिंग करायचं होतं का नाही, ह्याबद्दल मी नीट विचार करून काहीतरी निर्णय घेणं जरुरीचं होतं. "तुला तुझं आयुष्य परत मिळालंय, ते जगायला आता तू सुरुवात केली पाहिजेस." त्यानं पुन्हा एकदा मला सांगितलं. पण तोही जाणून होता की, पूर्ण वेळच्या रेसिंगमध्ये परत येण्याची अजून माझ्या मनाची तयारी झाली नव्हती, म्हणून त्यानं त्याच्या ऑस्टिनला येण्याचं वरवरचं कारण माझ्या यु.एस. चॅम्पियनशिप्ससाठी ट्रेनिंग प्लॅन तयार करणं एवढाच असल्याचं सांगितलं. शिवाय 'राइड फॉर द रोझेस'ची दुसऱ्या वर्षाची रेस जवळ येत होती आणि त्या रेससाठी ऑस्टिनच्या सभोवतालच्या भागात निदान भाग घेण्याइतकी माझी तयारी असणं जरुरीचं होतं. "तू हे असं असून चालणारच नाही." माझ्या शरीराकडे बोट दाखवत ख्रिस म्हणाला. "तुझ्याच फाउंडेशनला तू असा दिसत असलास तर ओशाळल्यासारखं वाटेल."

ख्रिसनं आग्रह धरला की, मी निवृत्तीबद्दल काहीही ठरवलं, तरी मला माझी शारीरिक अवस्था ठीक करण्यासाठी आठ-दहा दिवसांच्या व्यवस्थित प्रशिक्षणाची अत्यंत जरूर होती आणि ती ऑस्टिनखेरीज दुसऱ्या कुठल्या तरी जागी करणं आवश्यक होतं. "इथून दुसरीकडे जाऊ या आपण." तो म्हणाला. "इथं तुझं मन एकाग्र होऊ शकणार नाही. इथे गोल्फ आणि इतर सगळ्या एकाग्रता ढळवतील अशा फार गोष्टी आहेत."

कुठं जावं ह्याचा आम्ही विचार केला. ॲरिझोना? उन्हाळा फार. कोलोरॅडो? फार उंचावर. मग मी म्हटलं, ''बून आठवतंय? नॉर्थ कॅरोलिनामधलं ते छोटंसं हिप्पी गाव?''

'तूर द्यू पों'च्या जुन्या रूटवर ॲप्पालाशियन्समध्ये उंचावर बून गाव होतं, आणि मला तिथल्या छान आठवणी होत्या. 'तूर द्यू पों' रेस मी दोनदा तिथे जिंकलो होतो आणि खूप दिवसांचे दुपारचे तास तिथल्या सर्वांत उंच डोंगराच्या शिखरावर – बीच माउंटवर मी वेदना सहन करत सायकलिंग करण्यात घालवले होते. त्या रेसची ती सर्वांत महत्त्वाची चढण होती. तो भूप्रदेश कष्टप्रद पण सुंदर होता आणि खुद्द बून हे जवळच्या अप्पालाशियन स्टेट युनिव्हर्सिटीमुळं खूप कॉलेज विद्यार्थी आणि प्रोफेसरांची वस्ती असलेलं शैक्षणिक शहर होतं. आम्हाला सोयीचं म्हणजे तिथे युनिव्हर्सिटीत प्रशिक्षणाची सोय होती आणि आसपासच्या झाडीच्या भागात हव्या तेवढ्या खोल्या भाड्यानं मिळण्यासारख्या होत्या.

इंटरनेटवरून प्रत्यक्ष न बघताच मी एक खोली भाड्यानं घेऊन टाकली. मग माझा एक जुना मित्र बॉब रोल ह्याला प्रशिक्षणात सहाध्यायी म्हणून बोलवायचं ठरवलं. अडतीस वर्षांचा उत्साही बॉब रोल पूर्वी रस्त्यांवरच्या रेसेसमध्ये भाग घ्यायचा, मग तो डोंगरांमध्ये सायकलिंग करायला लागला होता. दहा दिवस त्याची संगत चांगली झाली असती.

नॉर्थ कॅरोलिनामधल्या चार्लटला आम्ही विमानानं गेलो आणि तिथून पुढे तीन तासांनी मोटरनं डोंगराळ भागात जाऊन पोहोचलो. अप्पालाशियन स्टेट युनिव्हर्सिटीत आम्ही प्रथम पोहोचलो. तिथल्या खेळाडूंसाठीच्या ट्रेनिंग सेंटरमध्ये एका जागी उभ्या केलेल्या सायकलीवर माझ्यासाठी काही चाचण्या घेण्याची व्यवस्था ख्रिसनं केली होती, हे बघण्यासाठी की, मी किती तंदुरुस्त आहे. ख्रिसनं माझे VO_2 मॅक्स आणि लॅक्टेट थ्रेशहोल्डचे आकडे बघितले, त्यांवरून त्याला जे आधीच माहीत होतं, ते पक्कं झालं – मी तंदुरुस्त नव्हतो आणि लठ्ठ झालो होतो. नेहमी माझे हे आकडे उत्तम खेळाडूंचे असतात, त्यातही उत्तम असायचे. माझा VO_2 नेहमी पंच्याऐंशी असे, जो आता चौसष्ट होता.

ज्या अप्पालाशियन स्टेटच्या प्रशिक्षकांनी आम्हाला मदत केली, त्यांना ख्रिस म्हणाला, ''बघाच तुम्ही, आम्ही परत येऊ तेव्हा तो चौऱ्याहत्तरवर आलेला असेल आणि ते तो एका आठवड्यातच करेल!''

ख्रिसला ठाऊक होतं की, सहनशक्तीच्या ज्या नव्या सीमा घालत जावं, त्यांना माझं शरीर अगदी थोड्या दिवसांत सरावतं आणि त्याला वाटत होतं की, थोड्याच दिवसांमध्ये मी उत्तम फॉर्ममध्ये येऊन जाईन. पण तरीही, मला आव्हान द्यायला म्हणून त्यानं माझ्याशी पैज लावली की, पॅडल मारतानाची माझी गती

(Wattage) मी एका आठवड्याच्या आत वाढवू शकणारच नाही. ''पाचशेच्या वर जाणारच नाहीस तू एका आठवड्यात – शंभर डॉलर्सची पैज!'' तो म्हणाला. मी पैज स्वीकारली.

तिथून पुढे, उठता-बसता-जेवता-झोपता आम्ही सदैव सायकलींबद्दलच बोलत असू आणि दिवसभर सायकलीच चालवत असू. डोंगरांमध्ये वसंत ऋतू येऊ लागला होता. त्यामुळे सारखं धुकं आणि भुरभुर पाऊस चालू असायचा, त्यामुळे की काय, पाइनच्या जंगलांचा आवाज दबल्यासारखा झाला होता. दिवसभर पावसात आम्ही सायकली चालवत असू. थंड वारा माझ्या फुफ्फुसांमध्ये शिरायचा आणि प्रत्येक उच्छ्वासाबरोबर पांढरं धुकं बाहेर पडायचं. पण मला त्याचं काही वाटत नसे. आतून छान,स्वच्छ वाटायचं. जे रस्ते धड पक्केही केलेले नव्हते, अशा त्या भागातल्या कच्च्या रस्त्यांवरूनही आम्ही जात असू. पाइनच्या झाडांची पडलेली फुलं, पानं, रस्त्यावरची वाळू, सगळ्यांवरून, खाली वाकलेल्या फांद्यांच्या खालून आम्ही जात राहायचो.

रात्री ख्रिस मोठाली भांडी भरून पास्ता आणि भाजलेले बटाटे करायचा आणि टेबलाशी बसून छापता येणार नाही असलं वाट्टेल ते बोलत आम्ही बकाबका ते सगळं फस्त करून टाकायचो. आम्ही एकमेकांना गोष्टी सांगायचो, जुन्या आठवणी काढून हसायचो, आमची मैत्री झाली ते दिवस, मी प्रोफेशनल सायकल रेसर झालो ते सुरुवातीचे दिवस – सगळं काही.

मी रोज रात्री घरी फोन करत असे आणि क्रिस्टीनच्या लक्षात यायचं की, माझं बोलणं आता पूर्वीसारखं होऊ लागलं होतं. मी विनोदानं, गमतीजमती सांगत, मजेत बोलत असे आणि माझ्या आवाजात उदासीनता नव्हती. थंडी, पाऊस ह्यांच्याबद्दल किंवा आम्ही किती लांबपर्यंत सायकली चालवल्या ह्याबद्दल सांगताना मला हसायला यायचं. ''मला इतकं छान वाटतंय गं!'' मी म्हणायचो, आणि त्या छान वाटण्याचं माझं मलाच जणू नवल वाटत असायचं!

एकाग्र मन करून प्रशिक्षण घेणं, दिवसभर खूप वेळ सायकल चालवणं, आणि संध्याकाळी त्या लहानशा घरात आराम करणं ह्यात मला मजा वाटायला लागली. ती वाईट हवासुद्धा मला आवडायला लागली होती. जणू काही मी 'पॅरिस-नाइस'ला परत गेलो होतो आणि ज्या पंचमहाभूतांपुढे मी हार मानली होती, त्यांच्या डोळ्याला डोळा देऊन उभा ठाकलो होतो. पॅरिसमध्ये ज्यांच्यापुढे मी हार खाल्ली होती, ती होती थंडी, पाऊस आणि वारा. आता तशा हवेत सायकल चालवताना, पूर्वी वाटायचं तसं एक तऱ्हेचं समाधान मला वाटू लागलं.

आमचे तिथल्या कँपचे दिवस संपत आले, तेव्हा आम्ही बीच माउंटनवर जायचं ठरवलं. ख्रिसनं हे सुचवलं तेव्हा तो काय हेतूनं हे सांगत होता, हे तो पूर्णपणे जाणून होता. कारण एक काळ असा होता की, हा डोंगर जणू माझ्या

ताब्यात होता. बर्फाच्छादित शिखर असलेल्या त्या डोंगरावर पाच हजार फुटांची अवघड चढण होती. आणि दोनदा मी 'तूर द्यू पों' जिंकलो होतो तेव्हा हा डोंगर चढणं ही निर्णयात्मक महत्त्वाची, खऱ्या कसोटीची बाब होती. रस्त्याच्या दोन्ही बाजूंना उभ्या असलेल्या प्रेक्षकांमधून ती चढण कष्टानं मी चढलो होतो. ते मला आठवत होतं आणि प्रेक्षकांनी रस्त्यावर ह्या कडेपासून त्या कडेपर्यंत GO ARMSTRONG! अशी अक्षरं लिहून ठेवलेलीही आठवत होती.

आणखी एका धूसर, पावसाळी गारठलेल्या दिवशी आम्ही निघालो. प्रथम शंभर मैलांचा एक वळसा घालून परत यायचं होतं; आणि मग बीच माउंटन चढायचा होता. ख्रिस गाडीतून माझ्यामागे येणार होता म्हणजे शिखरापर्यंत पोहोचल्यावर सायकल गाडीच्या कॅरिअरवर ठेवून आम्हाला जेवायला घरी येता आलं असतं.

चार तास अखंड पडत असलेल्या पावसातून आम्ही जात राहिलो. मग पाच तास झाले. 'बीच'च्या पायथ्याशी पोहोचलो तोपर्यंत मी सायकल सहा तास चालवली होती आणि मी चिंब भिजलो होतो. पण मी सीटवरून उठून उभा झालो आणि चढावरून सायकल चालवू लागलो. बॉब रोल मागे पडला होता.

चढ चढायला लागल्यावर मला एक अति विलक्षण दृश्य दिसलं. रस्त्यावर रंगवलेलं माझं नाव अजूनही तसंच होतं!

धुऊन निघाल्यामुळं पुसट झालेल्या त्या पांढऱ्या आणि पिवळ्या अक्षरांवरून माझ्या सायकलीची चाकं पुढे गेली तेव्हा मी खाली बघितलं – 'Viva Lance!' (लान्स चिरायू होवो!)

मी वर जात राहिलो. रस्ता जास्त चढाचा होत होता. मी खूप नेटानं पॅडल्स मारत राहिलो. श्रम आणि समाधान ह्यांमुळे दारू पिऊन चढते तशा तऱ्हेच्या धुंदीनं माझं शरीर डवरून तापलं होतं. नकळतच माझ्या शरीरानं त्या चढाला उत्स्फूर्त प्रतिक्रिया दिली. आपोआपच सीटवरून उभा होऊन मी गती वाढवली. एकाएकी ख्रिस माझ्या मागून गाडी घेऊन आला आणि मला प्रोत्साहन देऊ लागला. ''जा जोरात लान्स, जा! जा!'' तो ओरडत राहिला. मी गती आणखी वाढवली, माझा श्वास आता जलद येत होता.

त्या चढावर चढत असताना माझ्या मनात कळ दाबली जाऊन प्रतिक्रिया व्हावी तसं काहीतरी झालं. मी वरवर चढण चढत होतो तसतसा मी माझ्या आयुष्याचा विचार करत माझं लहानपण, माझ्या सुरुवातीच्या रेसेस, मग माझा आजार आणि त्यामुळे माझ्या आयुष्यात झालेला बदल, सगळं आठवत गेलो. कदाचित डोंगर चढत राहण्याच्या त्या अगदी मूलभूत स्वरूपाच्या क्रियेमुळं मनानं मी स्वीकारायला नकार देत असलेले प्रश्न माझ्यापुढे स्वच्छपणे उभे राहिले आणि माझ्या लक्षात आलं की, आता वेळ दवडत बसणं थांबवायची वेळ झाली होती!

'हाल जागचा!' मी स्वत:ला सांगितलं, 'तुला अजूनही आज हे करता येतंय, म्हणजे तू आता आजारी नाहीस!'

मी पुन्हा खाली जमिनीकडे, पावसाचं पाणी उडवत जाणाऱ्या चाकांकडे आणि गरागरा फिरणाऱ्या त्यांच्या आऱ्यांकडे बघितलं. मला धुवून पुसट झालेली अक्षरं पुन्हा दिसली – 'Go Armstrong!'

वर जात राहिलो तसं माझ्या संपूर्ण आयुष्याचं चित्र माझ्या डोळ्यांसमोर आलं. साऱ्या घडलेल्या घटना, मला माझ्या आयुष्यात मिळालेले अनेक विशेष फायदे आणि माझ्या आयुष्याचं ध्येय, हेतू – आणि माझ्या लक्षात आलं की, माझं आयुष्य हे दीर्घ, अवघड चढण चढण्यासाठी होतं!

मी शिखराजवळ पोहोचलो. सायकलवर असलेल्या माझ्या शरीराची ढब बघूनच ख्रिसच्या लक्षात आलं की, माझं मन बदलत होतं. त्याला जाणवलं की, माझ्या मनावरचं दडपण आता उरलं नव्हतं.

अगदी सहजपणे मी शिखरावर पोहोचलो, संथपणे सायकल थांबवली. ख्रिसनं गाडी उभी केली आणि तो उतरला. जे झालं होतं त्याबद्दल आम्ही काहीही बोललो नाही. ख्रिसनं नुसतंच माझ्याकडे बघितलं आणि तो म्हणाला, ''तुझी सायकल कॅरिअरवर ठेवतो.''

''नको,'' मी सांगितलं, ''मला माझा रेनकोट दे, मी सायकलवरूनच परत येणार आहे.''

मी पुन्हा पूर्वीसारखा झालो होतो. मी पुन्हा सायकल रेसर झालो होतो. ख्रिसनं नुसतं स्मित केलं आणि तो पुन्हा गाडीत बसला.

उरलेला सायकलचा प्रवास मी त्या शांत, सुंदर डोंगरांबद्दल मनात जवळजवळ आदर, भक्तिभाव ठेवून केला. रस्त्याचे चढउतार मला मनापासून श्रम करायला लावत होते, पण मनाला शांतपणा होता. सायकलबद्दल वाटणाऱ्या खऱ्याखुऱ्या प्रेमानं मी ती आता चालवत होतो. शेवटी शेवटी तर बून ही जागा मला पवित्र तीर्थस्थानी यावं तशीच वाटायला लागली. मला पुन्हा कधीही गंभीर स्वरूपाचं संकट आलं, तर मी पुन्हा बूनला जाईन आणि मला उत्तर मिळेल. तिथल्या सायकल सरावात मला माझं आयुष्य परत मिळालं.

एक दोन दिवसांनंतर युनिव्हर्सिटीच्या प्रशिक्षण केंद्रावर माझं 'वॉटेज' बघायला आम्ही गेलो. मी इतक्या वेगानं पॅडल केलं की, वॉटेज मोजणारा ओडोमीटर जळूनच गेला! मशीन इतकं जोरात गेलं की, ख्रिसला त्यावर येणारे आकडे वाचताच येईनात! हसतहसत त्यानं माझ्या हातात शंभर डॉलर्स कोंबले!

त्या रात्री जेवताजेवता मी ख्रिसला म्हटलं, ''अॅटलांटामधल्या रेसमध्ये भाग घेता येईल का ह्याचा विचार करत होतो मी.''

''घेऊच या.'' तो म्हणाला.

त्या संध्याकाळी माझ्या रेसिंगमध्ये परत येण्याच्या प्रोग्रॅमबद्दल आम्ही बेत करू लागलो. ख्रिसनं काही फोन केले आणि मग त्यानं बिल स्टेपलटनला फोन केला. ''तयारीला लाग. तो झाला होता त्याहून अगदी वेगळा होऊन परत येतोय – जसा आपण त्याला ओळखायचो तसा होऊन.''

ह्याचा अर्थ असा नाही की, मी रेसिंगला पुन्हा सुरुवात केली आणि जिंकत सुटलो. खूप चढउतार – जिंकलो, हरलो, पण आता निकाल चांगला आला नाही म्हणून मी ते मनाला लावून घेत नसे.

बूनला जाऊन आल्यावर रोज सायकलची प्रॅक्टिस करण्यात मला मजा येऊ लागली. अगदी जरी माझं काम कधीकधी चांगलं होत नसे, मला त्रास होत असे, मी कडमडत, पडत असे; पुन्हा परत येण्याचा प्रयत्न करत असे, त्या सर्व वेळी, कधीही, चुकूनसुद्धा, एकदाही मी रेसिंग सोडून देण्याचा विचार मनात आणला नाही.

माझी सायकल मी माझ्या लग्नालाही घेऊन गेलो. बूनला मी १९९८च्या एप्रिलमध्ये गेलो होतो, त्याच वर्षी मे महिन्यात सॅन्टा बार्बारामध्ये मी व कीक विवाहबद्ध झालो. आम्ही सुमारे शंभर लोकांना बोलावलं होतं. विवाहसमारंभाचा छोटासा विधी कॅथॉलिक पद्धतीने पार पडला – कीक कॅथॉलिक आहे – आणि नंतर आम्ही एक डान्स पार्टी दिली. त्या रात्रभर कोणीही बसलेसुद्धा नाही. सगळ्या हॉलभर सगळेजण नुसते नाचत होते. इतकी मजा आली की, कीकला आणि मला हे संपूच नये असं वाटत होतं. मग आमच्या पाहुण्यांसकट आम्ही आमच्या लग्नाच्या कपड्यांमध्येच एका हॉटेलच्या बारमध्ये पोहोचलो. तिथे सगळ्यांनी कॉकटेल्स घेतली आणि सिगार्स ओढल्या.

बीचवरच्या एका घरात आम्ही थोडे दिवस राहिलो, पण तो आदर्श मधुचंद्र होता असं काही म्हणता येणार नाही; कारण बूनमधल्या अनुभवानंतर मी प्रॅक्टिसच्या बाबतीत इतका निश्चयी झालो होतो की, मी रोज सायकल प्रॅक्टिस करत असे! मधुचंद्रानंतर आम्ही घरी ऑस्टिनला 'राइड ऑफ द रोझेस'साठी परत आलो. एव्हाना ती एक मोठी रेस समजली जाऊ लागली होती. शहरातले काही रस्ते बंद करण्यात आले होते. रस्त्यांवर रोषणाई केली होती. मी ती रेस चांगल्या मार्जिननं जिंकलो आणि बक्षिसं घेण्याच्या स्टँडवर जेव्हा मी उभा राहिलो, तेव्हा कीकनं आनंदानं ओरडून किंचाळून अशा उड्या मारल्या की, जणू काही मी 'तूर द फ्रान्स'च जिंकलो होतो! तेव्हा माझ्या लक्षात आलं की, तिनं मला कधीच काही जिंकताना पाहिलं नव्हतं! ''ह्यात विशेष काही नाही गं!'' मी खांदे उडवत म्हटलं, पण मनातून मला खूप मजा वाटली होती.

स्पर्धेची थोडीशी चव पुन्हा एकदा चाखायला छान वाटलं. पुढची संधी मला

जूनमध्ये मिळाली. जेव्हा सायकलिंगच्या रिंगणात मी अधिकृतपणे उतरलो आणि यु.एस. चॅम्पियनशिप्समध्ये चौथा आलो. माझा मित्र आणि सहकारी जॉर्ज हेनकेपी ती रेस जिंकला. एक दिवस सकाळी मी कीकला म्हटलं, "चला, आता पुन्हा एकदा युरोपला जायचा प्रयत्न करायला हरकत नाही मला वाटतं!" कीकनं आनंदानं मान डोलावली आणि सामानाची बांधाबांध करायला सुरुवात केली. पण त्याचं असं आहे, जर मी तिला सांगितलं असतं, "आपण परत युरोपला जायचंय." आणि युरोपला गेल्यावर म्हटलं असतं, "आपण परत ऑस्टिनला जायचंय." आणि ऑस्टिनला परत गेल्यावर म्हटलं असतं की, "खरं सांगू? माझी चूकच झाली आपण परत युरोपला जाऊ या!" तरीही हे सर्व इकडून तिकडे प्रवास तिनं तक्रार न करता केले असते. कशाचाच ती मोठा बाऊ करत नसे.

नवी जागा, नवी भाषा ह्यांचं आव्हान कीकला आवडायचं. त्यामुळे मी जेव्हा म्हटलं की, "चला, पुन्हा एकदा प्रयत्न करून बघू या," तिला ते कठीण वाटलं नाही. काही काही बायकांना हे अवघड वाटलं असतं, पण म्हणून तर मी 'काही काही' बायकांशी लग्न केलं नाही! आधी मुळी बऱ्याच बायकांना तिथं राहणं जमूच शकलं नसतं, पण माझी बायको खरी 'शूर मर्द' आहे!'

नाइसमध्ये कीक आणि मी, आम्ही एक छोटंसं अपार्टमेंट तात्पुरतं भाड्यानं घेतलं आणि तिनं पुन्हा फ्रेंच शिकण्यासाठी नाव घालून शिकायला सुरुवात केली; माझं रेसिंग चालू झालं. 'तूर ऑफ लक्झेम्बर्ग'मध्ये मी भाग घेतला आणि जिंकलोही. रेसची पहिली स्टेज संपल्यावर मधल्या वेळात मी घरी फोन केला, तेव्हा कीकला समजेना की, माझ्या आवाजात खूप उत्साह का जाणवत नाहीये. पण परत सुरुवात करतानाच्या मानसिक धोक्यांचा मला आता धसका बसला होता, म्हणून मी स्वत:च्या अपेक्षांवर, भावनांवर नियंत्रण ठेवत होतो. ती रेस चार दिवसांचीच होती. मोठाल्या सायकल रेसर्सनी हा काही मोठा विजय मानला नसता, पण माझं मनोबळ वाढवण्याच्या दृष्टीनं ती महत्त्वाची होती; कारण मी जिंकू शकतो हे मला समजलं, शिवाय आय.सी.यू.चे काही बोनस पॉइंट्सही त्यामुळे मला मिळाले आणि स्वत:च्या ढळलेल्या आत्मविश्वासाचा उरलासुरला अंशही दूर झाला.

त्यानंतर एका आठवड्याच्या 'तूर ऑफ हॉलंड'ला मी गेलो आणि त्यात चौथा आलो. जुलैमध्ये असलेली 'तूर द फ्रान्स' ही अवघड, तीन आठवड्यांची टप्प्याटप्प्यांची रेस मात्र मी सोडून दिली. माझी अजून तेवढी तयारी नव्हती. त्याऐवजी मी त्याचं काही वेळ टीव्हीवर धावतं समालोचन केलं आणि रस्त्याच्या कडेला उभं राहून आजवरची विवादास्पद आणि मनाला धक्का देणारी रेस बघितली. टीम्सच्या गाड्यांवर ओळीनं घातलेल्या छाप्यांमध्ये फ्रेंच पोलिसांना ट्रंका भरभरून EPO आणि ॲनाबॉलिक स्टेरॉइड्सचे साठे सापडले. टीममधील स्पर्धक आणि त्यांच्याबरोबरचे

त्यांचे सहायक अधिकारी ह्यांना तुरुंगात टाकण्यात आलं. सगळेच शंकेच्या सावटाखाली होते. अधिकारी ज्या तऱ्हेनं वागले, त्यामुळे सर्व स्पर्धक खूपच चिडले होते. रेसमध्ये ज्यांनी भाग घेतला होता, त्या एकवीस टीम्सपैकी फक्त चौदा टीम्सनी रेस पूर्ण केली. एका टीमला काढून टाकण्यात आलं आणि सहा टीम्स निषेधार्थ स्पर्धेतून बाहेर पडल्या.

सायकल रेसिंगच्या किंवा ज्यात टिकून राहण्याची शारीरिक क्षमता भरपूर लागते, अशा सर्वच खेळांच्या बाबतीत मादक द्रव्यांचं सेवन हे एक दुर्दैवी कटू सत्य आहे – काही टीम्स आणि स्पर्धक हटकून असे निघतातच, ज्यांना ही स्पर्धा म्हणजे अण्वस्त्रांसारखी वाटते, स्पर्धेत टिकून राहायचं असेल, तर हे केलंच पाहिजे असं त्यांना वाटतं. मला असं कधीच वाटलं नाही; विशेषत: 'केमो'नंतर शरीरात बाहेरून काही घालणं ही कल्पनाच मला अत्यंत शिसारी आणणारी वाटे. एकूणच १९९८ च्या 'तूर' रेसबद्दल माझ्या भावना खूपच संमिश्र होत्या. ह्या वादळात जे सापडले त्या स्पर्धकांबद्दल मला सहानुभूती वाटली. त्यातल्या काहींची आणि माझी चांगली ओळख होती. पण मला असंही वाटलं की, ह्यापुढे ही रेस जास्त सच्चाईने खेळली जाईल.

संपूर्ण उन्हाळ्यात माझी सायकलवरील प्रगती व्यवस्थित चालू राहिली आणि ऑगस्टमध्ये मला व कीकला एक सायकल रेस स्पर्धक म्हणून माझा भविष्यकाळ नाइसमध्ये घर विकत घेऊन राहण्याइतका स्थिरावलेला वाटला. कीकनं तिच्या मोडक्यातोडक्या फ्रेंचचा उपयोग करून बँकेतल्या लोकांच्या गाठीभेटी घेतल्या, फर्निचर विकत घेतलं आणि आमच्या नव्या घरात सामान हलवलं, तेव्हा मी तीन आठवड्यांच्या 'व्हुएल्टा अ एस्पाना' (तूर ऑफ स्पेन) ह्या जगातल्या अत्यंत परिश्रमांची जरूर पडणाऱ्या रेससाठी गेलो होतो. सायकलस्पर्धांमध्ये मोठाल्या रेसेस तीन आहेत – इटली, स्पेन आणि फ्रान्सच्या रेसेस.

१ ऑक्टोबर १९९८ रोजी, माझं कॅन्सरचं निदान झाल्यापासून जवळजवळ अगदी तारखेनं दोन वर्षांनी मी 'व्हुएल्टा' रेस संपवून चौथा आलो. मी जिंकलेल्या स्पर्धांपैकी विशेष महत्त्वाची म्हणता येईल अशी ती होती. तेवीस दिवसांत मी २३४८ मैल सायकल चालवली होती आणि फक्त सहा सेकंदांच्या फरकानं माझा तिसरा नंबर हुकला होता. पहिला आलेला स्पेनचा अब्राहॅम ओलॅनो माझ्या फक्त दोन मिनिटं अठरा सेकंद पुढे होता. जास्त महत्त्वाचं म्हणजे रेसमधला सगळ्यांत अवघड, जो डोंगराळ भागातून, अत्यंत थंड गोठवून टाकणाऱ्या हवेत, वादळी वाऱ्यांमधून असा भाग होता, तो मीच जवळजवळ जिंकलो होतो. रेस इतकी काही अवघड होती की, अर्ध्याअधिक टीम्सनी मध्येच माघार घेतली होती, पण मी माघार घेतली नव्हती.

व्हुएल्टामध्ये चौथं येणं म्हणजे नुसतंच रेसिंगच्या जगात परत येण्यापेक्षा बरंच काही होतं. माझ्या कॅन्सरपूर्व आयुष्यात मी एक दिवसाच्या रेसमध्ये फार निष्णात होतो, पण तीन आठवड्यांच्या टप्प्यांच्या रेसमध्ये मी फारसा नसे. व्हुएल्टात चौथं येण्याचा अर्थ मी परत आलो होतो एवढंच नव्हे, तर मी जास्त चांगला स्पर्धक होऊन परत आलो होतो! जगातली कोणतीही स्पर्धा जिंकण्याची क्षमता आता माझ्यात होती. आय.सी.यू.चे कितीतरी रँकिंग पॉइंट्स मला पटापट मिळत गेले आणि एकाएकी माझं महत्त्व वाढलं.

मी व्हुएल्टामध्ये रेसिंग करत होतो, तेव्हा कीकही घर बदलण्याच्या बाबतीत सहनशक्तीची परीक्षा देत होती. आमचं तेव्हाचं अपार्टमेंट तिसऱ्या मजल्यावर होतं. ती लिफ्ट वर बोलवायची आणि त्यात कपडे, सायकलिंगचं सामान, स्वयंपाकघरातलं सामान इत्यादींच्या पेट्या आणि खोकी भरायची. तळमजल्यावर ते सर्व सामान लिफ्टमधून काढून ती बाहेर पॅसेजमध्ये ठेवायची आणि मग ते सगळं ती त्या इमारतीच्या बाहेरच्या दारापर्यंत न्यायची, तिथून मग कारच्या डिकीत ते भरायचं, कार घेऊन नव्या घरापर्यंत जायचं, तिथे टेकडीच्या एका बाजूला धरून बांधलेल्या उंच पायऱ्यांवरून ते वर न्यायचं आणि नव्या घरात टाकायचं. मग पुन्हा जुन्या घरी, पुन्हा तशीच दुसरी खेप. असं सतत दोन दिवस ती करत होती आणि अत्यंत थकून गेली होती.

मी घरी पोहोचलो तेव्हा माझे कपडे जागच्या जागी ठेवलेले होते, फ्रीजमध्ये सर्व सामान भरून झालं होतं. कीकनं माझ्या हातात नव्या घराच्या किल्ल्या ठेवल्या. का कोण जाणे, तेवढ्यानं मला कमालीचा आनंद झाला. वर्षभराच्या मेहनतीचं चीज झाल्यासारखं वाटलं. आम्ही यशस्वी झालो होतो, युरोपमध्ये आमच्यासाठी एक स्थान प्राप्त केलं होतं. माझं करिअर पुन्हा सुरू झालं होतं. कीकला थोडंफार फ्रेंच यायला लागलं होतं. आमचं दोघांचं घर, दोघांचं आयुष्य छान सुरू झालं होतं, जे आमच्यासाठी सगळं काही होतं. ''परमेश्वरा!'' कीक म्हणाली, ''आम्ही करू शकलो! पुन्हा नव्यानं सुरुवात केली आम्ही!''

आमचा हा यशाचा आनंद साजरा करण्यासाठी आम्ही काही दिवस 'लेक कोमो'वर जाऊन राहिलो. ही माझ्या आवडत्या जागांपैकी एक होती. आम्ही एका खूप छान हॉटेलमध्ये राहिलो. कुठली खोली हवी ते आम्ही ठरवलं. त्या खोलीला प्रचंड मोठा व्हरांडा होता आणि खूप लांबवरचा देखावा तेथून दिसत असे. आम्ही फक्त फिरायला जायचं, छान छान जेवायचं आणि झोपा काढायच्या एवढंच करायचो.

नंतर मग आम्ही हिवाळ्यातल्या सुटीसाठी घरी ऑस्टिनला गेलो. आम्ही तेथे पोहोचल्यावर थोड्याच दिवसांत यु.एस. पोस्टल टीमचे डायरेक्टर जोहान ब्रूनील

ह्यांची ई-मेल आली. त्यांनी 'व्हुएल्टा' मधल्या माझ्या यशाबद्दल अभिनंदन करताना लिहिलं होतं, "चौथा येशील असं तुलाही वाटलं नसेल." आणि मला गमतीदार गूढ शब्दात लिहावं, तसं लिहिलं होतं, "पुढच्या वर्षी तूर द फ्रान्सच्या विजयी वीरांच्या स्टँडवर छान दिसशील तू!"

ई-मेलवरचं पत्र तिथेच संपलं होतं. मी त्याचा प्रिंट-आऊट घेतला आणि त्या शब्दांकडे बघत राहिलो. 'द तूर'? जोहानला मी केवळ टप्प्यांच्या रेसमध्ये भाग घेऊ शकेन एवढंच वाटत नव्हतं, मी तूर द फ्रान्समध्ये भाग घेऊ शकेन असं वाटत होतं, मी ती जिंकू शकेन असं वाटत होतं!

विचार करण्यासारखी गोष्ट होती.

पुढील काही दिवस मी ती ई-मेल परत परत वाचत राहिलो. गेलं एक वर्ष मानसिक गोंधळ आणि आत्मविश्वासाचा अभाव अशा स्थितीत गेल्यावर, आता मला काय करायचं ते बरोबर लक्षात आलं होतं.

मला 'तूर द फ्रान्स' जिंकायची होती.

उत्तर जीवनात तुम्ही बरंच काही शिकता. आजारी पडल्याबद्दलचा आक्रोश करून झाला. घोर निराशेचे आणि आत्यंतिक कटकटीचे क्षण पार पडले, तुम्ही आजारी पडलात हे तुम्ही स्वीकारलंत आणि रोगमुक्त होण्याचा आनंद साजरा केलात, म्हणजे मग पूर्वीचा आयुष्यक्रम आणि सवयी – सकाळी उठून काही कारण असतं म्हणून दाढी करणं, नोकरीवर जायचं असणं, जिच्यावर प्रेम करावं अशी पत्नी असणं, ज्याला चांगलं वाढवायचं आहे असं मूल असणं – असे सगळे धागेदोरे असतात. ज्यांनी तुमच्या आयुष्यातले दिवस एकत्र विणले जात असतात आणि ज्याला 'जीवन' म्हणता येईल अशा दर्जाचा नमुना तयार होतो.

बूनमध्ये मला खूप आवडणारी एक गोष्ट म्हणजे तिथून दिसणारी निसर्गदृश्यं. रस्त्यावर एखादं एकदमच आलेलं अनपेक्षित वळण ओलांडून सायकल पुढे न्यावी की, दुतर्फा असलेली झाडं दूर झालेली असायची आणि समोर तीसएक डोंगरांच्या रांगा क्षितिजापर्यंत पसरलेल्या दिसायच्या. मला अलीकडे माझं आयुष्य तसंच दिसायला लागलं होतं.

मला बाळ हवं होतं. मी आजारी होतो, तेव्हा पितृत्व ही पुढच्या वळणाच्या पलीकडे अंधुकशी दिसणारी, कदाचित मिळणं अशक्य असलेली, हातातून निसटून गेलेली एक शक्यता होती. आता मला माझा भविष्यकाळ स्वच्छ दिसत होता – त्या डोंगरांच्या रांगांसारखा शक्य असलेला. आणि पिता होणं मला आता जास्त लांबवायचं नव्हतं. सुदैवानं कीकही माझ्याइतकीच उत्सुक होती. गेल्या वर्षीच्या खाली-वर होत राहिलेल्या अनिश्चित अवघड परिस्थितीनंतरही आमचं एकमेकांमधलं सामंजस्य पूर्णपणे टिकून होतं, एका सुरात असणारं माधुर्य आमच्या नात्यात

टिकून होतं, एकमेकांबद्दल अशा भावना, ज्यांमुळे दोन जीवांना एकत्र येऊन एक नवा जीव निर्माण करावासा वाटतो.

नशिबाचा विपरीत खेळ असा होता की, कॅन्सरच्या इलाजांइतकीच गुंतागुंतीची ही प्रक्रिया असणार होती. तितकीच तयारी, संशोधन, इंजेक्शनं, औषधं आणि दोन ऑपरेशन्स ह्यासाठी लागणार होती. मी आता पिता होऊ शकत नव्हतो. गर्भ राहण्यासाठी कीकला In-Vitro Fertilization (IVF) करून घ्यावं लागणार होतं. जे शुक्राणु मी त्या भयंकर दिवशी सॅन अॅन्टोनिआमध्ये स्पर्म बँकेत ठेवले होते, ते वापरून.

पुढील पानांवर मी जी हकिगत लिहीत आहे, तो अनुभव अगदी स्पष्टपणे आणि सत्याला धरून सांगायचा प्रयत्न आहे. बरीचशी जोडपी त्यांच्या IVF ट्रीटमेंटबद्दलची माहिती खासगी ठेवतात. त्याबद्दल काहीही बोलण्याची, सांगण्याची त्यांची तयारी नसते. अर्थात त्यांना तसं करण्याचा हक्क आहे. आम्हाला ते गुप्त ठेवायचं नाही. आम्हाला ठाऊक आहे की, इतक्या उघड उघड, सर्व बारीकसारीक माहिती देण्याबद्दल आमच्यावर टीका होईल. पण आम्ही ती सांगायचं अशासाठी ठरवलं की, मूल न होऊ शकणं ह्या परिस्थितीला अनेक जोडप्यांना तोंड द्यावं लागतं आणि आपलं कुटुंब होऊच शकणार नाही, ह्या भीतीशी त्यांना सामना करावा लागतो; त्यांना IVF बद्दल सर्व काही सांगण्याची आमची इच्छा आहे, म्हणजे त्यांना काय करावं लागेल ह्याची त्यांना कल्पना येईल. आमच्यासाठी ते अतिशय अवघड होतं, पण तरीही ती किंमत मोजण्याच्या लायकीचं होतं.

नवं वर्ष सुरू झाल्याबरोबर लगेचच आम्ही प्रयत्नांना सुरुवात करायचं ठरवलं आणि कॅन्सरचा केला होता, तसाच अगदी खोलात जाऊन IVF चा अभ्यास मी सुरू केला. इंटरनेटवर माहिती काढणं आणि डॉक्टरांचे सल्ले घेणं सुरू केलं. न्यूयॉर्कला जाऊन कॉर्नेल युनिव्हर्सिटीतल्या IVF तज्ज्ञांना भेटायचं आम्ही ठरवलं. पण ती तारीख जवळ येत चालली, तसा आमचा विचार बदलू लागला. ह्या अनुभवात वैयक्तिक-खाजगी असं काही नसणार होतं, तो केवळ वैद्यकीय माहितीसंबंधी असणार होता आणि आम्हाला प्रवासाचा अतिशय कंटाळा आला होता, शिवाय कुठल्या तरी अनोळखी हॉटेलच्या खोलीत कितीतरी आठवडे राहणं हे 'केमो सायकल' इतकंच नकोसं वाटलं. आम्ही बेत बदलला आणि ऑस्टिनमधलेच IVF स्पेशालिस्ट डॉ.थॉमस व्हॉन ह्यांना भेटायचं ठरवलं.

अठ्ठावीस डिसेंबरला आम्ही डॉ. व्हॉनना पहिल्यांदा भेटलो. त्यांच्या ऑफिसमधल्या कोचावर बसलो तेव्हा आम्ही दोघंही खूप नर्व्हस झालो होतो. जुन्या सवयीनं, कीकच्या शब्दात मी माझी 'वैद्यकीय मुद्रा' धारण केली होती. कुठलीही आजाराशी संलग्न परिस्थिती असली की, माझा चेहरा कडक व्हायचा, ओठ घट्ट मिटलेले

असायचे. ह्याचा परिणाम कमी करायला म्हणून कीक सारखी हसरा चेहरा ठेवून बसली होती – म्हणजे अशासाठी की, डॉ. व्हॉनना वाटावं, आम्ही आईबाप व्हायला लायक होतो!

IVF म्हणजे काय काय करतात त्याबद्दल आम्ही डॉक्टरशी बोलत होतो, तेव्हा माझं लक्ष गेलं की, कीकला जरा अवघडल्यासारखं वाटत होतं. तिला वैद्यकीय परिभाषेची सवय नव्हती. पण वृषणांचा कॅन्सर झाल्यानंतर लैंगिक विषयांवर अगदी अनोळखी माणसांशी बोलायलाही मला काहीच वाटत नसे. साधारण केव्हा काय करायचं त्याचा बेत ठरवून आम्ही तेथून निघालो, तेव्हा इतक्या झटपट सगळं होऊ शकेल ह्याचं आम्हाला आश्चर्यच वाटत होतं. सगळं काही नीट झालं, तर फेब्रुवारीपर्यंत कीकला दिवस गेलेले असते! वेळापत्रक काळजीपूर्वक आखणं जरुरीचं होतं, कारण मला जर 'तूर द फ्रान्स' मध्ये भाग घ्यायचा, तर माझा सायकलिंगचा प्रोग्रॅम आणि बाळाचा जन्म ह्यांची नीट सांगड घालणं आवश्यक होतं.

दोन दिवसांनंतर कीक तिच्या पहिल्या एक्स-रे साठी गेली. एका तिरक्या करता येणाऱ्या एक्स-रे टेबलावर कीकला ठेवून त्यांनी तिला स्थिर ठेवण्यासाठी पट्ट्यांनी बांधलं आणि एक अतिशय वेदनादायी उपकरण तिच्या योनिमार्गात आतमध्ये विशिष्ट रंगाचा स्प्रे करण्यासाठी घातलं. तिच्या गर्भाशयात, ट्यूब्जमध्ये वगैरे कोठे काही अडथळा नाही ना हे बघण्यासाठी हे करणं आवश्यक होतं. परंतु नर्सेसनी हे करताना दोनदा काहीतरी चूक केली आणि शेवटी ते त्यांना बरोबर घालता आलं, तोपर्यंत कीकला इतक्या वेदना झाल्या की, ती हुंदके देऊन रडू लागली. पण कीकच्या स्वभावाचं वैशिष्ट्य असं की रडल्याबद्दल तिला स्वतःचाच राग आला. "किती बावळट – रडूबाई आहे ना मी!" ती म्हणाली.

दुसरा दिवस न्यू इयर्स ईव्हचा होता – कीकसाठी पार्टीचा शेवटचा दिवस. कारण नव्या वर्षापासून कीक अल्कोहोल आणि कॉफी सोडणार होती. दुसऱ्या दिवशी सकाळी कीकला रात्री घेतलेल्या मद्याचा हँगओव्हर आला होता आणि कॉफी न पिण्यानं त्रास होत होता. त्यानंतर मात्र तिनं दोन्हींना हातही लावला नाही. आम्हाला आमच्या बाळावर कशाचाही वाईट परिणाम व्हायला नको होता.

एका आठवड्यानंतर आम्हाला हॉस्पिटलमध्ये IVF नर्सला भेटायचं होतं. साधंच भेटायचं होतं असं आम्हाला वाटत होतं, जे साफ चूक होतं. आम्ही त्या खोलीत शिरलो आणि तिथे तर काहीतरी मध्यस्थीची बोलणी करण्यासाठी व्यवस्था करतात, तशी समोरासमोर दोन मोठाली लांब टेबलं मांडलेली होती आणि त्यांच्या भोवती, अतिशय तणावाखाली असलेली जोडपी एकमेकांचे हात धरून चुपचाप बसून होती. एका अगदी रूक्ष, चिडचिड्या नर्सनं आम्हाला सांगितलं की, तिच्या

फाइलमध्ये लावण्यासाठी तिला आमचा फोटो घ्यायचा होता, म्हणून आम्ही घट्ट दात आवळून खोटं खोटं हसत फोटो काढून घेतला. मग दोन तास आम्हाला लैंगिक शिक्षणाचे धडे देण्यात आले, त्यात शुक्राणू स्त्रीच्या ट्यूब्जमधून वर वर जात असलेला दाखवणारी जुनी फिल्म दाखवण्यात आली. हे सगळं आम्ही शाळेत पाहिलं होतं आणि परत तेच बघायची काही इच्छा नव्हती. नर्सेसनी आम्हाला माहितीपत्रकं वाटली आणि मग त्यातलं प्रत्येक पान वाचून दाखवायला सुरुवात केली. मी चुळबुळ करत राहिलो आणि शुक्राणूचं चित्र, त्याच्याभोवती एक वर्तुळ, त्याला दिलेला छेद अशी चित्रं काढत कीकचं मनोरंजन करत राहिलो, हळू आवाजात जोक्स सांगत राहिलो. मी म्हटलं, एखाद्या गुन्हा कबूल करण्याच्या गुप्त बैठकीत बसल्यासारखं मला वाटतंय – "अहो, माझं नाव लान्स आणि माझ्या शरीरात शुक्राणू नाहीयेत!"

'जाऊ या?' असं सुचवायला मी कीकला ढोसत राहिलो, पण बाहेर पडायला नेमकी योग्य घटकाच सापडेना, जेव्हा उद्धटपणानं वागल्यासारखं न दिसता सहज बाहेर गेल्यासारखं निघता येईल. सरतेशेवटी आम्हाला ते सगळं आणखी सहन करणं अगदी अशक्य झालं. कीकनं तिला देण्यात आलेल्या पुस्तिका अन् पत्रकं गोळा केली आणि ती भर्रकन बाहेर गेली, तिच्यापाठोपाठ मीही गेलो. खोलीतून कसेबसे बाहेर पडलो आणि लहान मुलं हसत सुटतात तसं हसत गाडीकडे धूम ठोकली. आम्ही मग एकमेकांना असंही म्हटलं की, आईवडील होण्यासाठी आम्ही फारच पोरकट तर नव्हतो?

थोड्या दिवसांनी पुन्हा आम्ही रक्ततपासणीसाठी IVF ऑफिसमध्ये पोहोचलो. कीकचं रक्त घेतलं तेव्हा ती पांढरीफटक पडली होती. 'भित्री भागूबाई!' मी तिला म्हटलं खरं, पण मला तिच्याबद्दल सहानुभूती वाटली, कारण तिला सुईची खूप भीती वाटत असे, त्यामुळे पुढचे बरेच आठवडे तिला खूप त्रास होणार होता.

त्या रात्री तिनं पहिलं लुप्रॉनचं इंजेक्शन घेतलं. लुप्रॉन घेतलं की स्त्रीला पाळी येत नाही. दर चोवीस तासांनी तिला दहा युनिट्स घ्यायची होती. म्हणजे डॉक्टरांनी पुरे सांगेपर्यंत रोज रात्री एक इंजेक्शन. जिला सुईची भीती वाटते अशा व्यक्तीसाठी ही अशी इंजेक्शन्स म्हणजे घाबरवून सोडणारीच होती. आणखी त्यात वाईट म्हणजे ती तिनं स्वत:च आपली आपली घ्यायची होती.

रोज रात्री बरोबर साडेआठला कीकनं बाथरूममध्ये जाऊन मांडीवर स्वत:च ते इंजेक्शन घ्यायचं असे. पहिल्या प्रथम तिनं तसं इंजेक्शन घेतलं तेव्हा तिचे हात इतके कापत होते की, सीरिंजमधले अगदी छोटे बुडबुडे तिला सीरिंजमधून काढताच येईनात. शेवटी तोंडानं एक शिवी हासडत तिनं स्वत:च्या मांडीचा भाग घट्ट चिमटीत धरला आणि सुई खुपसली.

आठवडा अर्धा झाला होता तेव्हा 'विंड-टनेल' टेस्टिंगसाठी यु.एस.पोस्टल टीम ऑस्टिनला आली. कीक आणि मी त्या सगळ्यांना जेवायला बाहेर घेऊन गेलो, पण जेवणाला सुरुवात होता होताच कीकनं घड्याळ बघितलं, तर साडेआठ! ती उठून बाथरूममध्ये गेली आणि एखाद्या ड्रग ॲडिक्टसारखं तिनं स्वत:ला टोचून घेतलं!

'विंड टनेल टेस्टिंग'नंतर यु.एस. पोस्टल टीम प्रशिक्षण शिबिरासाठी कॅलिफोर्नियाला गेली आणि मला त्यांच्याबरोबर जावं लागलं. म्हणजे 'प्रेग्नन्सी प्रोजेक्ट'च्या कामात आता बरेच दिवस कीक एकटीच असणार होती. माझ्या गैरहजेरीतच कीकनं सॅन अॅन्टोनिओच्या 'त्या' दवाखान्यापर्यंत – जिथं माझे शुक्राणू सांभाळून गोठवलेल्या स्थितीत ठेवण्यात आले होते, त्या – एकटीनंच 'यात्रा' केली. इतके दिवस मी त्या दवाखान्याला वर्षाला शंभर डॉलर्स भाडं देत होतो.

त्या दिवशी कीक सकाळी लवकर उठून ऑस्टिनमधल्या IVF ऑफिसमध्ये गेली आणि एक मोठी गोठवलेली टाकी तिनं तिथून घेतली. तिनं ती गाडीमध्ये तिच्या शेजारच्या सीटवर ठेवली. एका तासाच्या अंतरावर असलेल्या सॅन अॅन्टोनिओला पोहोचल्यावर तिनं ती टाकी एकटीनंच उचलून त्या इमारतीत आणि मग तेराव्या मजल्यावर नेली. तिथं एका नर्सनं आमच्या भावी कुटुंबाच्या ऑस्टिनपर्यंतच्या गोठलेल्या स्थितीतील प्रवासाची तयारी करेपर्यंत कीक 'House Beautiful' मासिकचा अंक वाचत बसली. माझ्या विनंतीवरून नर्सनं अगदी काही सेकंद ती टाकी उघडून कीकला आतल्या त्या छोट्या बाटलीवरची LA ही आद्याक्षरं दाखवली.

कीक नंतर मला म्हणाली की, 'ती' बाटली लॅरी अँडरसन नावाच्या कोणा माणसाची नसावी, अशी तिनं मनोमन प्रार्थना केली होती!

परतीच्या वाटेवर तिनं अगदी जपून गाडी चालवली, मी करत असलेल्या चौकशीच्या अनेक फोन्सना उत्तरं दिली. तिनं ती टाकी IVF स्टाफच्या स्वाधीन करेपर्यंत मला स्वस्थता नव्हती, तरी आता आमच्या बाळाला जन्म देण्याची तयारी आम्ही केली होती!

रात्री साडेआठची इंजेक्शनं कीक घेत होतीच. एका रात्री तिनं काही मैत्रिणींना घरी जेवायला बोलावलं होतं. साडेआठ वाजले. त्यांना सगळ्यांना ती आपलं आपलं असं इंजेक्शन घेणार आहे, हे खरंच वाटेना, म्हणून त्या ते प्रत्यक्ष बघायला तिच्या पाठोपाठ आमच्या बाथरूममध्ये शिरल्या. कीक नर्व्हस झाली म्हणा की, तिच्या हातातून सीरिंज निसटली म्हणा, लुप्रॉनच्या शेवटच्या इंजेक्शनची ती कुपी बाथरूमच्या फरशीवर पडली आणि फुटली! अविश्वासानं आणि घाबरून डोळे विस्फारून ती बघत राहिली. तिला चांगलं ठाऊक होतं की, एक इंजेक्शन हुकलं, तर आत्तापर्यंतची सगळी इंजेक्शनं वाया जाणार आणि दुसऱ्या एखाद्या महिन्यात तिला पूर्ण कोर्स पुन्हा घ्यावा लागेल! तिचे डोळे भरून आले. आमच्या कुत्र्यानं तिथं

येऊन त्या काचा खायचा प्रयत्न करण्याआधी तिच्या मैत्रिणींनी त्या उचलून टाकल्या, तोपर्यंत कीकनं घाईघाईनं नर्सचा नंबर शोधून तिला फोन केला. शनिवारचे रात्रीचे पावणेनऊ वाजले होते. ''अरे बापरे!'' नर्स म्हणाली. तिनं आणि कीकनं शहरातल्या सर्व केमिस्टच्या दुकानांमध्ये फोन करायला सुरुवात केली – कुठलं दुकान तेव्हा उघडं सापडेल ते शोधायला. शेवटी कीकला एक दुकान सापडलं आणि ती घाईघाईनं गाडी घेऊन तिकडे गेली. तिची वाट बघत दुकान उघडं ठेवून तो केमिस्ट थांबला होता. इंजेक्शनची कुपी घेऊन कीक निघाली तेव्हा त्यानं तिला पाठीवर थोपटून शुभेच्छा दिल्या.

दोन दिवसांनंतर कीक डॉ. व्हॉनकडे परत गेली. सोनोग्राफी करून तिच्या गर्भाशयात किती अंडी आहेत, ते बघायचं होतं. एकटीनंच डॉक्टरांकडे जाणं कीकला जड जात होतं. तिथं येणाऱ्या सगळ्या बायकांचे नवरे नेहमी त्यांच्याबरोबर असायचे आणि तिला एकटीला मासिक वाचत वाट बघताना बघून त्यांना वाटणारं कुतूहल जाणवायचं. इतक्या तरुण स्त्रीला IVF ची जरूर काय आणि ती नेहमी एकटीच का असायची, असे प्रश्न त्यांना पडत असणार हे तिला समजायचं.

डॉ. व्हॉननी तिला 'गोनल-एफ' नावाचं औषध द्यायला सुरुवात केली. त्यानं follicleला चालना मिळून तिच्या शरीरात जास्त अंडी तयार झाली असती. आता तिला दोन इंजेक्शनं घ्यायची होती – लुप्रॉनची पाच युनिट्स आणि तीन सबंध कुप्या गोनल-एफ! कीक मला म्हणाली, 'इतकी वर्षं मंदिराइतकं शुद्ध अनाघ्रात असलेलं तिचं शरीर आता पिन कुशन आणि कोंबड्यांच्या खुराड्याचं मिश्रण झालं होतं!'

गोनल-एफचं इंजेक्शन तयार करणंही अवघड होतं. काचेच्या कुप्यांमध्ये औषधाची पावडर असायची. एक लांब सुई असलेली सीरिंज घेऊन त्यात अर्धं युनिट निर्जंतुक केलेलं पाणी भरायचं, मग प्रत्येक कुपीचं वरचं टोक फोडून त्यात हे पाणी घालायचं, मग ते सर्व मिश्रण सीरिंजमध्ये भरायचं, मग वर येणारा हवेचा बुडबुडा काढून टाकायचा आणि स्वत:च्या मांडीत ते इंजेक्शन घ्यायचं.

बावीस जानेवारीला सकाळी सात वाजता कीक पुन्हा डॉ. व्हॉनकडे रक्ततपासणीसाठी गेली. पुन्हा सुई. डॉक्टर रक्त घेत असताना ती दुसऱ्या बाजूच्या भिंतीकडे तोंड करून भिंतीवरची कार्टून्स बघत विचार करत होती की, पोटात कसंतरी न होता तिला जर रक्त द्यायचंही जमत नव्हतं, तर अपत्यजन्म ती कसा सहन करणार होती? त्याच दिवशी दुपारी चार वाजता दुसऱ्यांदा सोनोग्राफी करण्यासाठी पुन्हा ती डॉ.व्हॉनकडे गेली. बारा अंडी होती आणि ती नीट वाढत होती.

विधीची वक्रता इतकी की, ती सोनोग्राफी करून घेत होती, तेव्हाच मी कॅलिफोर्नियाहून ओरेगॉनला डॉ. निकोल्सकडे माझ्या दर सहा महिन्यांनी करायच्या कॅन्सर चेकअपसाठी गेलो होतो. डॉ. निकोल्स इंडियाना पोलीसहून पोर्टलंडला गेले

होते, पण माझ्या ह्या चेकअप्ससाठी मी त्यांच्याकडे जात असे. मी त्यांना म्हटलं – मी एका स्पेशालिस्ट डॉक्टरांना भेटत होतो, तेव्हाच माझी पत्नी दुसऱ्या एका तज्ज्ञ डॉक्टरांना भेटत होती. दोघांमध्ये एक साम्य मात्र होतं – दोघंही जीवनाच्या शक्यतेची खात्री देत होते!

कीकच्या शरीरातील अंडी काढून घेण्याची वेळ आता होत आली होती. (Retrieval surgery) त्या दिवसाच्या एक दिवस आधी मी घरी पोहोचलो, त्यामुळे आम्हाला दोघांनाही बरं वाटलं. त्या दिवशी पुन्हा तिच्या रक्ताच्या तपासण्या झाल्या आणि सोनोग्राफीही झाली, त्याशिवाय HCG चं एक इंजेक्शनही देण्यात आलं. हे तेच इंजेक्शन होतं, जे केमोथेरपी घेत असताना मला घ्यावं लागायचं. तिच्या बाबतीत HCG चा उपयोग तिच्या शरीरातील अंडी परिपक्व करण्यासाठी होणार होता.

ऑपरेशनच्या बरोबर छत्तीस तास आधी तिला हे इंजेक्शन देण्यात आलं. खूप लांब सुई होती, पण खूप मायाळू अशा एका नर्सनं, थरथरत दवाखान्यातल्या एका टेबलावर आडव्या झोपलेल्या कीकला हलक्या हातांनी ते दिलं.

त्या रात्री कीकला स्वप्नात कोंबड्यांची खुराडी आणि सुरे दिसत होते! ज्या दिवशी शस्त्रक्रिया करायची होती त्या दिवशी आम्ही सहा वाजता उठून हॉस्पिटलमध्ये गेलो. तिथं कीकला हॉस्पिटलचे कपडे – निळी शॉवर कॅप आणि पेशंट्ससाठीचा गाऊन – देण्यात आले. ॲनेस्थेटिस्टनं तो काय करणार होता ते सांगितलं आणि सह्या करायला फॉर्म्सची एक थप्पी दिली. अस्वस्थ मनोवस्थेत आम्ही त्यांच्यावर आमची नावं लिहिली. एका फॉर्मप्रमाणे जर सुईनं खालून अंडी काढून घेण्याच्या नेहमीच्या पद्धतीनं काम करता आलं नाही, तर वरून पोट उघडून ती काढून घेण्याचा अधिकार आम्ही डॉक्टरांना दिला होता. मग कीक चालत ऑपरेशन थिएटरमध्ये गेली.

तिला पट्टे बांधून टेबलाला जखडून ठेवण्यात आलं, येशू ख्रिस्ताचे हात क्रूसवर चढवताना बांधले होते तसे वर करून बांधले होते. नंतर ॲनेस्थेशियाची आय.व्ही. लावण्यात आली. पुढचं तिला काही आठवत नाही, ते बरंच आहे. एक खूप लांब सुई आणि कॅथेटर वापरून डॉक्टरांनी तिची अंडी बाहेर काढली.

ती शुद्धीवर आली तेव्हा ती दुसऱ्या खोलीत होती आणि मी तिच्याकडे वाकून बघत उभा होतो. ''माझ्याजवळ निजतोस?'' तिनं विचारलं. मी तिच्याजवळ झोपलो आणि पुढचा तासभर ती मधूनमधून जागी होत पुन्हा झोपी जात राहिली, तेव्हा तितका वेळ तिला सोबत दिली. ती पूर्ण जागी झाली तेव्हा हॉस्पिटलमधून आम्हाला घरी पाठवण्यात आलं. व्हीलचेअरमधून मी तिला आमच्या गाडीपर्यंत नेलं आणि मग आयुष्यात फक्त दुसऱ्यांदाच मी वेगाच्या मर्यादा न पाळता घरी पोहोचलो.

कीकनं तो शनिवार-रविवार विश्रांती, झोप, चित्रपट बघणं असा घालवला. मी स्वयंपाक करत होतो आणि तिची शुश्रूषा करत होतो. बार्ट नॅग्जची बायको बार्बारा फुलं घेऊन आली. तिनं अंड्यांचं एक पॅकेटही आणलं होतं – ''आता तुझ्याकडे नाहीयेत ना, म्हणून!'' ती म्हणाली. कीकला हसलं तरी दुखायचं, पण मी तिला प्रोजेस्टोरॉनचं इंजेक्शन द्यायचो, ते जितकं दुखायचं तितकं दुखत नसे. डॉक्टरांनी आता प्रोजेस्टोरॉनचं इंजेक्शन रोज रात्री घ्यायला सांगितलं होतं. आत्तापर्यंतच्या इंजेक्शनांपेक्षा मोठी सुई असलेलं तेलकट दिसणारं इंजेक्शन होतं आणि ते मी तिला देत असे.

१ फेब्रुवारीला डॉ. व्हॉननी फोन करून आमचा फर्टिलायझेशन रिपोर्ट सांगितला. गोठवून ठेवलेले शुक्राणू सामान्य तपमानाला आणून कीकच्या अंड्यांमध्ये ICSI (Intra cycloplasmic sperm injection) पद्धतीनं एकेक शुक्राणूचं इंजेक्शन दिलं होतं. नऊ अंडी चांगली शक्यता असलेली होती, त्यांतली सहा अगदी उत्तम स्थितीत होती. दोन तशी चांगल्या स्थितीत होती, एक फुटलं होतं. उत्तम स्थितीतल्या अंड्यांपैकी तीन अंडी कीकच्या गर्भाशयात परत सोडायची आणि दुसरी तीन गोठवून ठेवायची ठरलं. आमची भविष्यात जन्माला येऊ शकतील अशी बाळं गोठवून ठेवण्याची कल्पना विचित्र वाटत होती.

फोनवरचं बोलणं संपल्यावर काही क्षण आम्हाला एकदम भीती वाटली. ''जर तीनही अंडी वाढू लागली तर?'' मी म्हटलं. आम्हाला एकदम तीन मोठ्यानं रडणारी, पळापळ करणारी, चमचे, भांडी आपटणारी मुलं!

अंडी काढून तीन दिवस झाल्यावर आम्ही पुन्हा हॉस्पिटलमध्ये गेलो– 'ट्रान्सफर'साठी. आमच्या दृष्टीनं आमच्या विवाहानंतरचा, आमच्या आयुष्यातला हा सर्वांत महत्त्वाचा दिवस होता, ज्याला हॉस्पिटलमध्ये साधा सरळ 'ट्रान्सफर' हा शब्द होता. ऑपरेशन्स विभागात आम्हाला घेऊन जाण्यात आलं, तिथं बेथ विल्यमसन ह्या Embryologist म्हणाल्या की, आमचे Embryos fertilize करण्यात त्यांनी शनिवार-रविवार घालवला होता. त्यांनी शुक्राणू सामान्य तपमानाला आणले, तेव्हा ते जिवंत होते आणि पोहत होते, हे बघून त्यांना बरं वाटलं होतं. नेहमीच Cryo-preservation मध्ये असं घडतंच असं नाही. त्या म्हणाल्या की fertilisation निर्विघ्नपणे पार पडलं होतं – त्यांच्याजवळ त्याचे फोटोही होते; आम्हाला दाखवायला. ''हा ग्रुप फोटो!'' त्या म्हणाल्या. तीनही embryos (फलित बीजांड) चा एकत्र घेतलेला तो फोटो होता! त्याखेरीज प्रत्येक embryos चा स्वतंत्र फोटोही होता. प्रत्येक embryos मध्ये आठ cells होती आणि त्यांचं विभाजनाचं काम व्यवस्थित चालू होतं.

''तुम्ही मुलगा का मुलगी हे सांगू शकाल?'' कीकनं विचारलं. ''नाही.'' डॉ.

विल्यमसन म्हणाल्या. ह्या टप्प्यावर ते समजण्यासाठी एक cell काढून त्याचं DNA परीक्षण करावं लागेल. माझ्या आयुष्यात एव्हाना पुरेशी परीक्षणं झाली होती! ''अंहं! नको, धन्यवाद!'' मी सांगितलं, ''आम्ही आमचं कुतूहल तसंच ठेवू!''

बेथ विल्यमसन गेल्यानंतर एका नर्सनं येऊन आम्हा दोघांना दुसरे कपडे देऊन तयार केलं. ''ER मधल्या एखाद्या मोठाड प्राण्यासारखा दिसतोयस तू!'' कीक म्हणाली. हसत हसतच ''आमचा एक 'मूल नसतानाचा' शेवटचा फोटो घ्या.'' अशी मी डॉ. व्हॉनना विनंती केली. मग आम्ही अंधार केलेल्या ऑपरेशन थिएटरमध्ये गेलो. वातावरण शांत, प्रसन्न ठेवण्यासाठी दिवे मंद ठेवले होते. आम्ही तणावाखाली नव्हतो, पण खूप उत्तेजित होतो, वेडपटासारखं हसत होतो. शेवटी डॉक्टरांनी Embryologist टीमला त्यांचं काम करायची वेळ झाली असं सांगितलं, तेव्हा आमचे तीन embryos एका सीरिंजमध्ये घेऊन ते आत आले. मी एका स्टूलवर कीकजवळ बसलो, चादरीखाली तिचे दोन्ही हात मी हातात घेतले होते. पाच मिनिटांत काम संपलं. तो सर्व वेळ आम्ही एकमेकांकडे बघत बसून होतो.

मग त्या टीमनं कीकला अगदी काळजीपूर्वक उचलून जवळच्या आराम करण्याच्या खोलीत नेलं. तिथं अजिबात हालचाल न करता तिनं तासभर पडून राहायचं होतं. तिच्याशेजारी एका कॉटवर मी आडवा झालो. आणि आढ्याकडे बघत तिळं झालं तर काय काय होईल ह्याबद्दल एकमेकांना चिडवत आम्ही पडून राहिलो.

एक तासानंतर एक नर्स आली आणि तिनं सांगितलं की, पुढचे दोन दिवस कीकनं अजिबात काहीही काम न करता विश्रांती घ्यायची होती. मी अगदी जपून तिला घरी घेऊन गेलो, तिला कॉटवर झोपवलं आणि तिची सेवाशुश्रूषा करत राहिलो. तिचं दुपारचं जेवण तिला तिथेच ट्रेमध्ये आणून दिलं आणि रात्रीच्या जेवणासाठी सुंदर कापडाचे नॅपकिन्स ठेवून टेबल सजवलं.

''चला, पाच जणांच्या आर्मस्ट्रॉंग कुटुंबाची पार्टी!'' मी म्हणालो. रेस्टॉरंटचा हेड शेफ असतो, तशा स्टाइलनं मी तिला डिनर वाढलं. तिला फक्त जेवणापुरती उठून बसायची परवानगी होती; म्हणून एका कोर्सनंतर दुसरं वाढेपर्यंत मधल्या वेळातही मी तिला जवळच्या सोफ्यावर झोपून राहायला लावलं. कीकनं माझं नाव 'वॉर्डन' ठेवलं.

दुसऱ्या दिवशी सकाळी कीक जागी झाली तेव्हा मी तिच्या पोटाच्या पाप्या घेत होतो. त्या दिवशी तिला दुसरी औषधं द्यायला सुरुवात करण्यात आली, ज्याचं नाव आम्ही 'अंडी उबवण्याची औषधं' असं ठेवलं. embryology टीमनं प्रत्येक fertilised follicle मध्ये एक अगदी सूक्ष्म छिद्र केलं होतं आणि ही औषधं आणि ते छिद्र ह्यांच्या मदतीनं Embryos उबवण्याची क्रिया पूर्ण होऊन ती गर्भाशयात रोवली (Implant) जाणार होती.

कीकला दिवस राहिले आहेत की नाही, हे आम्हाला आणखी दोन आठवडे– पंधरा फेब्रुवारीपर्यंत कळणार नव्हतं. आम्हाला धीर धरवत नव्हता! काहीतरी बारीकसे फरक तरी तिला जाणवतायत का, ह्याकडे आम्ही सारा वेळ लक्ष ठेवत होतो. पण ती गेले बरेच आठवडे इतकी इंजेक्शनं आणि इतक्या गोळ्या घेत आली होती की, त्यापूर्वी 'सामान्य' परिस्थिती असताना तिला कसं वाटायचं, ते आठवून त्याच्याशी तुलना करणं अवघड होतं. "तुला काही 'वेगळं' वाटतंय का गं?" मी उत्सुकतेनं विचारायचो आणि दिवस गेले असले तर कसं वाटत असेल ह्याबद्दल आम्ही कल्पना लढवत राहायचो.

शेवटी ट्रान्सप्लान्ट केल्यापासून अकराव्या दिवशी कीक सकाळी लवकर उठून HCG चाचणी (दिवस गेले आहेत का बघण्याची) साठी रक्त द्यायला हॉस्पिटलमध्ये गेली. ती इतकी अस्वस्थ होती की, जाताना आणि येताना गाडीतला रेडिओ बंद करून ती प्रार्थना करत राहिली. परीक्षणाचा रिपोर्ट दुपारी दीडपर्यंत मिळणार होता; म्हणून आम्ही सकाळच्या नाश्त्यासाठी भरपेट काहीतरी करण्यात, अंघोळी करण्यात, युरोपच्या ट्रिपसाठी पॅकिंग करण्यात वेळ घालवत राहिलो.

कीक कुत्र्याला बाहेर फिरायला घेऊन जायला निघत होती, तेवढ्यात फोन वाजला, मी उचलला, "हं, हं." म्हणत मी ऐकत होतो, माझे डोळे भरून आले होते. फोन खाली ठेवून मी तिला घट्ट मिठी मारली आणि म्हटलं, "बेबी, दिवस गेलेत तुला!" माझ्याभोवती आपले हात टाकत तिनं विचारलं, "खरंच? नक्की?" मला हसायला आलं आणि मग दोघांनाही रडायला आलं.

दिवस गेलेत एवढं नक्की झाल्यावर पुढचा प्रश्न आला, किती बाळं असतील. मी उत्साहानं 'तीन मुलगे असू देत' म्हणत होतो, 'जितके जास्त, तितकं छान!'

"माझ्या नवऱ्याचं कल्पनाविश्व अफाट आहे!" आढ्याकडे डोळे लावत कीक म्हणाली, "किंवा मग मला छळण्यात त्याला मजा वाटते!"

"अकरा तासांच्या परदेशी जाण्याच्या प्रवासात, विमानात तीन मुलांना घेऊन तू प्रवास करताना काय काय होईल, असं चित्र डोळ्यांपुढे आणतोय मी– वेड लागणं, प्रचंड थकवा येणं, झोप न लागणं, बधिर अवस्था असणं, इ.इ.!"

कीक सगळं काळजीपूर्वक, शिस्तीत करत होती. जे खायला हवं ते सगळं खात होती, रोज चार मैल चालत होती, जी व्हिटॅमिन्स घ्यायला सांगितली होती, ती घेत होती. जरूर तेवढं मधे मधे थोडा वेळ झोपत होती. गर्भारपणावरची बरीच पुस्तकं आणून तिनं ती वाचून काढली, आम्ही पाळणे बघत हिंडलो. स्नेही विचारायचे की, तिला मळमळ, उलट्या वगैरे व्हायला लागलं की नाही, पण तिला तसं काही होत नव्हतं. खरं म्हणजे तिला इतकं छान वाटत होतं की, हॉस्पिटलनं काहीतरी चूक केलीय आणि खरं म्हणजे तिला दिवस गेलेलेच नाहीत; असं तर

नसेल ना झालं, असंही तिच्या मनात येऊन गेलं!

घरी करता येणारी गर्भारपणाची एक चाचणी मग स्वत:च्या मनातली शंका दूर करण्यासाठी तिनं करून बघितली – दोन ओळींचं उत्तर ताबडतोब आलं.

''बरं, बरं, मी आपली नुसती खात्री करून घेत होते.'' ती म्हणाली.

शेवटी माझी यु.एस. पोस्टल टीमबरोबर युरोपला जायची वेळ झालीच. आणखी एक दोन चाचण्या व्हायच्या होत्या, त्यासाठी कीक मागे थांबली. त्या झाल्यावर शक्य तितक्या लवकर ती माझ्याकडे येणार होती. पाच मार्चला किती बाळं आहेत ते बघण्यासाठी तिची सोनोग्राफी झाली. मी तिची जवळजवळ खात्री पटवून दिली होती की, तिला तीन मुलगे होणार आहेत – पण सोनोग्राफीवरून कळलं, फक्त एकच निरोगी बाळ आम्हाला होणार होतं – जुळंही नाही, तिळंही नाही! तिला सुटल्यासारखं वाटलं, पण मनाच्या कोपऱ्यात कुठेतरी विरसही झाला. आम्हाला तिळं व्हायला तिला हवं होतं म्हणून नाही, पण काहीतरी गमावल्याची एक पुसट भावना मनात आली; की दुसऱ्या दोघांचं काय झालं? कीकनं डॉ. व्हॉनना विचारलं की ती दोन जगली नाहीत, ती आमच्या काही चुकीमुळं असतील का? त्यांनी तिला दिलासा दिला की, तसं अजिबात नव्हतं, पण अगदी शुद्ध, शास्त्रीय पद्धतीनं केलेल्या कामातही, अजूनही नैसर्गिकरीत्याच होणाऱ्या, आपल्याला समजू न शकणाऱ्या काही गोष्टी असतातच.

मग डॉ. व्हॉन म्हणाले, ''बाळाच्या हृदयाचे ठोके अगदी छान ठणठणीत पडतायत.''

त्यांनी तिला पडद्यावर एक छोटासा धकधकणारा, लुकलुकणारा दाण्याएवढा आकार दाखवला. कीकला हसू आलं. ती म्हणाली, ''माझ्या जीन्समधून इतकं सुदृढ हृदय नक्कीच नाही आलेलं – हे लान्सकडूनच मिळालंय!'' डॉ. व्हॉननी त्या धकधक करणाऱ्या चिमुकल्या दाण्याएवढ्या हृदयाचा फोटो काढून युरोपला माझ्याकडे घेऊन जायला कीकला दिला.

दोन दिवसांनंतर कीक नाइसला पोहोचली. तिनं मला तो फोटो दाखवला, तो बघून मी विस्मयचकित, संमोहित झालो. तो धकधकणारा एवढासा दाणा बघून आजपर्यंत कधी वाटलं नव्हतं, इतकं आयुष्य परिपूर्ण वाटलं मला. बूनला वाटलं होतं तसा आदर, निर्मल भक्ती मनात दाटली. अखेर एकदाचा मी बचावलो होतो, असं वाटलं.

''वाऱ्याच्या वेगानं सायकल चालव!'' कीक म्हणाली, ''डॅडी आर्मस्ट्राँगना आता कुटुंब पोसायचं आहे!''

❍

दि तूर

आयुष्य भरपूर लांब असतं – अशी आशा असते. पण लांब हा शब्द सापेक्ष आहे. एखादी टेकडी तुम्ही चढत असता, तेव्हा एक एक मिनिट एका महिन्यासारखं वाटतं. त्यामुळेच तूर द फ्रान्सपेक्षा दीर्घ लांबीच्या फारच थोड्या गोष्टी वाटतात. किती दीर्घ आहे ती? लांबच्या लांब, शेवट न दिसणाऱ्या. उन्हात चमचमणाऱ्या सपाट हायवेच्या रस्त्यांइतकी दीर्घ, कुठेही कुंपण दृष्टिक्षेपात येत नाही इतक्या लांबच्या लांब वाळलेल्या गवताच्या शेतांइतकी दीर्घ, पिरेने डोंगरांच्या बर्फाच्छादित वाकड्या-तिकड्या शिखरांवरून तीन देशांचं जे दृश्य समोर ठाकतं, तितकी दीर्घ!

'तूर द फ्रान्स' स्पर्धा निरर्थक वाटणंही अगदी साहजिक आहे. ऐन उन्हाळ्यात, संपूर्ण फ्रान्सचा – त्यात डोंगरही आले – परिघ, सायकलवरून पार करणारे दोनशे स्पर्धक! असला मूर्खपणाचा प्रयत्न करण्याचं काहीही कारण नाही– एवढ्या एका वस्तुस्थितीखेरीज की, माझ्यासारख्या काही लोकांना आपल्याच सामर्थ्याची, जोमाची-कुवतीची, स्वतःच्या समाधानासाठी परीक्षा बघायची असते – की हे करू शकणारा असा माणूस मी आहे! – काहीही हेतू साध्य करायचा नसताना वेदना सहन करण्याची स्पर्धा आहे ती.

पण माझ्या वैयक्तिक कारणांसाठी सांगायचं, तर तो जगातला सर्वांत शौर्याचा, उमद्या शारीरिक परिश्रमांचा प्रयत्न आहे. अर्थात मला तर आयुष्याचं सारच त्यात वाटतं.

थोडी पार्श्वभूमी— औद्योगिक क्रांतीच्या काळात सायकलचा शोध लागला – स्टीम इंजिन, टेलिग्राफ ह्यांच्याबरोबरच. आणि पहिली स्पर्धा १९०३ मध्ये ठेवण्यात आली, ती फ्रान्समधल्या शारीरिक व्यायामाच्या खेळांसंबंधी लिहिणाऱ्या 'ला ऑटो' वर्तमानपत्रात एक आव्हान दिलं गेलं म्हणून. ज्या साठ लोकांनी भाग घेतला, त्यांपैकी फक्त एकवीस जणांनी स्पर्धा पूर्ण केली, पण त्या स्पर्धेनं फ्रान्सला अगदी लगेच आकृष्ट केलं. जवळजवळ एक लाख प्रेक्षक पॅरिसमध्ये पोहोचणाऱ्या रस्त्यांच्या दोन्ही बाजूंना उभे होते. आणि सुरुवातीपासूनच लबाड्या, फसवाफसवी सुरू झाली. मादक द्रव्यं घेतली गेली. इतर स्पर्धकांना त्रास होऊन शर्यतीतून बाहेर

निघावं लागावं, म्हणून खिळे आणि फुटलेल्या बाटल्या रस्त्यावर पसरून टाकल्या गेल्या. सुरुवातीला स्पर्धकांना आपापलं खाणं आणि शर्यतीची सामुग्री स्वत:च बरोबर बाळगावी लागे. त्यांच्या सायकलींना दोनच गिअर्स होती आणि ते पायाचा ब्रेकसारखा उपयोग करत असत. १९१० मध्ये (आता ब्रेक्स आले होते) स्पर्धेमध्ये डोंगर ओलांडण्याचे टप्पेही घालण्यात आले. तेव्हाच्या स्पर्धेमध्ये भाग घेणारे पेलोटोन स्पर्धक जंगली श्वापदांची भीती असूनही आल्प्समधून गेले. १९१४ मध्ये स्पर्धेला सुरुवात झाली त्याच दिवशी, आर्चड्यूक फर्डिनांडला गोळी घालण्यात आली. स्पर्धा संपल्यापासून पाचच दिवसांनंतर ज्या आल्प्समधून स्पर्धक चढले होते, त्याच आल्प्समध्ये युद्ध सुरू झालं.

आज होणारी स्पर्धा म्हणजे आधुनिक तंत्रज्ञानाची कमाल आहे. सायकली इतक्या हलक्या असतात की, त्या एका हाताने डोक्याच्या वर उचलता येतात. स्पर्धकांकडे कॉम्प्युटर्स, हृदयाच्या गतीवर देखरेख ठेवून सूचना देणारी साधनं आणि निरोप ऐकता-पाठवता येणारे रेडिओ असतात. तरी पण स्पर्धेतली अत्यंत महत्त्वाची परीक्षा अजून बदललेली नाही – सर्व त्रास व अडचणी सहन करून जात राहण्याइतकी शक्ती कोणाला आहे? माझ्या वैयक्तिक अग्निपरीक्षेनंतर, ह्या स्पर्धेसाठीच मी योग्य आहे असंच मला वाटू लागलं.

१९९९ चा सीझन सुरू होण्यापूर्वी मी इंडियाना पोलीसला कॅन्सर जागृतीसाठी आयोजित एका भोजनसमारंभाला गेलो होतो; तेव्हा हॉस्पिटलमध्ये माझ्या कॅन्सरयुगातल्या जुन्या मित्रांना भेटायला गेलो. स्कॉट शापिरोंनी विचारलं, ''तू टप्प्यांच्या स्पर्धांमध्ये पुन्हा जाणार आहेस असं ऐकलं?''

''होय.'' मी म्हटलं आणि मग विचारलं, ''मी 'तूर द फ्रान्स' जिंकू शकेन असं वाटतं तुम्हाला?''

''मला वाटतं, एवढंच नाही,'' ते म्हणाले, ''तू जिंकून दाखवावंस अशी अपेक्षा करतोय मी.''

पण मी पडत, धडपडत राहिलो.

सुरुवातीला १९९९ चा सायकलिंगचा सीझन पूर्णतया अपयशी झाला. त्या वर्षीच्या 'तूर द व्हॅलेन्सिया' ह्या दुसऱ्या रेसमध्ये मी सायकलवरून पडलो आणि खांद्याचं फ्रॅक्चर होता होता वाचलं. मी दोन आठवडे सुटी घेतली, पण मी परत येऊन सराव करायला लागल्याबरोबर पुन्हा अपघात झाला. फ्रान्सच्या दक्षिण भागात मी सराव करत असताना एका वयस्क महिलेचा गाडीवरचा ताबा सुटून ती मला कडेनं धक्का देऊन गेली. अत्यंत खराब हवामानामुळे, आमच्या ग्रुपबरोबर मध्यावर राहून सराव करता करता पॅरिस-नाइस आणि मिलान-सॅन रेमो ह्या भागात

माझे हाल कुत्रा खाईना अशी माझी अवस्था झाली. मी अजून चांगल्या फॉर्ममध्ये आलेलो नाही म्हणून असं होतंय असं स्वत:ला सांगत मी पुढच्या स्पर्धेत भाग घ्यायला गेलो आणि पुन्हा पडलो – पहिल्या टप्प्याच्या शेवटच्या वळणावर माझी सायकल पावसात एकदम घसरली. तेल सांडलेल्या रस्त्यांवरून टायर्स घसरले आणि मी खाली पडलो.

मी घरी परत गेलो. माझा सराव पार गेला होता, हीच अडचण होती, म्हणून मग तब्बल दोन आठवडे मी माझ्या सायकल चालवण्याच्या तंत्राचा नीट अभ्यास केला – सीटवर आपण सुरक्षित आहोत असं वाटायला लागेपर्यंत. त्यानंतर मी परत आलो, तेव्हा मी पडलो वगैरे नाही. शेवटी एक स्पर्धा मी जिंकलो. कमीत कमी वेळात जिंकण्याचं आव्हान असलेल्या 'सिर्क्यू द ला सार्त' ह्या शर्यतीत मी जिंकलो. माझे एकूण गुण वाढले.

पण गंमत म्हणजे एक दिवसाच्या स्पर्धांमध्ये माझं काम आता पूर्वीइतकं चांगलं राहिलं नव्हतं. मी आता पूर्वीचा कोपिष्ट, अस्वस्थ तरुण स्पर्धक राहिलो नव्हतो. मी पूर्वीइतक्याच तीव्र मनस्वीपणानं स्पर्धेत भाग घेत असलो, तरी माझी पद्धत, शैली, ही जास्त सूक्ष्म बारकावे असलेली झाली होती; पूर्वीइतकी उघड उघड आक्रमक नव्हती. मानसिक, शारीरिक आणि भावनिकरीत्या, आता एका वेगळ्याच गोष्टीनं मला झपाटलं होतं – आणि ती गोष्ट होती 'तूर द फ्रान्स'.

'तूर'साठी संपूर्ण सीझनमधल्या इतर सर्व स्पर्धा सोडून जायची माझी तयारी होती. मी त्यासाठी सगळं काही पणाला लावलं. वसंत ऋतूमधल्या सर्व महत्त्वाच्या स्पर्धा मी सोडून दिल्या. ह्या खूप मान्यता असलेल्या स्पर्धा आंतरराष्ट्रीय सायकलस्पर्धांचा प्रमुख आधारस्तंभ आहेत. पण त्याऐवजी मी ज्या स्पर्धांचा मला जुलैपर्यंत उत्तम तयारी व्हायला उपयोग होईल, अशा मोजक्या स्पर्धा निवडल्या. मी काय करत होतो हे कोणालाच समजत नव्हतं. पूर्वी मी ह्या महत्त्वाच्या स्पर्धांमध्येच पैसे मिळवत होतो. ज्या स्पर्धा मी पूर्वी जिंकलो होतो त्यामधे मी भाग का घेत नव्हतो? सरतेशेवटी एका पत्रकारानं येऊन मला विचारलंच की, मी वसंत ऋतूतल्या कुठल्या महत्त्वाच्या स्पर्धेत भाग घेणार होतो का?

"नाही." मी म्हटलं.

"असं? का बरं?"

"मी 'तूर' वर लक्ष केंद्रित करतो आहे."

तो माझ्याकडे बघून छद्मी कुचेष्टेने हसला आणि मी थट्टेवारी म्हणत असेन अशा सुरात म्हणाला, "अच्छा? म्हणजे तुम्ही आता 'द तूर' मधले स्पर्धक झालात म्हणायचे!"

मी त्याच्याकडे नुसतंच एकदा बघितलं आणि मनाशी म्हटलं, 'जे होईल ते

बघशीलच तू मूर्ख माणसा!'

त्यानंतर थोड्याच दिवसांनी एका हॉटेलच्या एलेव्हेटरमध्ये मला मिग्युएल इन्डुरेन भेटला. त्यानंही मला 'काय करतो आहेस सध्या?' असं विचारलं.

"मी पिरेनेमध्ये बराच वेळ सराव करतो." मी म्हटलं.

"अच्छा? का?"

" 'द तूर' साठी." मी सांगितलं.

आश्चर्यानं त्यानं भुवया उंचावल्या आणि काही म्हणायचं टाळलं.

आमच्या टीममधला प्रत्येकजण 'द तूर' च्या बाबतीत तितकाच मनापासून प्रयत्न करत होता. आमच्या टीममध्ये हे सगळे होते – फ्रँकी अॅन्ड्र्यू – मोठाड, सशक्त, जलद धावू शकणारा आणि आमचा कॅप्टन, खूप अनुभवी, गुणी स्पर्धक, मी लहान असल्यापासून मला ओळखणारा. केव्हिन लिव्हिंग्स्टन आणि टायलर हॅमिल्टन – डोंगर चढण्यात कुशल असलेली दोन हुशार, तरुण मुलं. जॉर्ज हिनकॅपी – यु.एस. प्रोफेशनल चॅम्पियन आणि आणखी एक कुशल सायकलपटू – फ्रँकीसारखा. ख्रिश्चन व्हॅन्डेव्हेल्डे एक अत्यंत कुशल पण नवागत, पास्कल डेरॅमे, जोनॅथन व्हॉटर्स, पीटर मीनर्ट – नील्सन हे निष्ठावान मदतनीस होते, जे काहीही कुरकुर न करता खूप वेगानं तासन्तास सायकली चालवत असत.

आमची सर्वांची मिळून एक चांगली टीम ज्यांनी तयार केली, ते होते आमचे डायरेक्टर जोहान ब्रूनील. निर्विकार चेहऱ्याचे हे गृहस्थ बेल्जियन होते आणि पूर्वी स्वत: 'द तूर' मधले स्पर्धकही होते. त्यांच्या काळात दोनदा त्यांनी टप्पे जिंकले होते. १९९३ मध्ये तोपर्यंतच्या 'द तूर'च्या इतिहासात सर्वांत जास्त वेगानं त्यांनी टप्पा जिंकला होता आणि १९९५ मध्ये अत्यंत प्रेक्षणीय, स्मरणीय स्पर्धेत इन्डुरेनशी स्पर्धा करत त्यांनी लिएजमध्ये प्रवेश केला होता. जोहान आणि इन्डुरेन दोघंच आघाडीला होते आणि संपूर्ण वेळ ते इन्डुरेनच्या चाकाला चाक भिडवून जात होते. अंतिम रेषा जवळ आल्याबरोबर सायकल किंचित बाजूला घेऊन त्यांनी एकदम वेग वाढवला आणि रेषा ओलांडली. ते एक हुशार, हिकमती स्पर्धक होते. ज्यांना सर्वशक्तिमान स्पर्धकांना कसं पराजित करायचं, हे छान समजायचं आणि ह्या सर्व युक्त्याप्रयुक्त्या ते आमच्या टीमला शिकवत होते.

प्रशिक्षणाची शिबिरं घ्यायची कल्पना जोहानचीच होती. आम्हाला त्यांची कल्पना पटली. बिनतक्रार आम्ही एकेक आठवडा आल्प्स आणि पिरेनेमध्ये घालवला. 'द तूर' मध्ये असतो, तो तेरेंनचा डोंगराळ प्रदेश आम्ही हिंडलो, जे चढ आम्हाला चढायचे असतील त्यांवर सराव केला, एकमेकांच्या मागे मागे जात रोज सात तास सर्व तऱ्हेच्या हवामानात आम्ही सायकली चालवल्या. त्या डोंगराळ भागात सराव करत असतानाही डोंगर चढण्यात कुशल असलेल्या केव्हिन आणि

टायलरबरोबर मी राहत असे; ती दोघंच मला चढांवरून पलीकडे जायला मदत करणार होती. बरेचसे स्पर्धक जेव्हा सीझन नसलेल्या काळात विश्रांती घेत होते, किंवा पहिल्या दर्जाच्या महत्त्वाच्या स्पर्धांमध्ये भाग घेत होते, तेव्हा आम्ही प्रतिकूल हवामानात डोंगर चढण्याचा सराव करत होतो.

जोहानचा आणि माझा एक रोजचा विनोद असायचा. जानेवारी महिना होता. पिरेनेमध्ये रोज रिपरिप पाऊस पडायचा. त्या चढ चढण्याच्या सरावानं मी थकून जात असे आणि जोहान उबदार गाडीतून माझ्या पाठीमागे येत असे; एकीकडे माझ्याशी वॉकीटॉकीवर बोलत राहत असे.

एक दिवस मी म्हटलं, ''जोहान–''

''हं लान्स, काय हवंय?''

''पुढच्या वर्षी मी पहिल्या दर्जाच्या स्पर्धांमध्ये भाग घेणार आहे.''

त्यानंतर रोज मी हेच म्हणायचो. लवकरच जोहानच्या लक्षात आलं.

''जोहान–''

''मी ओळखू का लान्स?'' निर्विकार आवाजात ते म्हणाले, ''तू पुढच्या वर्षी पहिल्या दर्जाच्या स्पर्धांमध्ये भाग घेणार आहेस.''

''बरोबर!''

आम्ही जेव्हा आल्प्स किंवा पिरेनेमध्ये जात नव्हतो, तेव्हा मी आपला आपला सराव करत असे. मी प्रत्येक गोष्ट काही एक ध्येय मनाशी ठरवून करत असे. कीकचं आणि माझं रोजचं आयुष्य आम्ही फक्त दोन ध्येयं गाठायच्या हेतूनं जगत होतो – 'तूर द फ्रान्स' हे एक आणि निरोगी बाळाला जन्म देणं हे दुसरं. बाकी सर्व गोष्टींचं महत्त्व दुय्यम होतं – त्या बिनगरजेच्या, लक्ष विचलित करणाऱ्या होत्या. परंतु ह्या अगदी साध्या सरळ समर्पित भावनांमुळे आमच्या मनाला एक तऱ्हेची शांती मिळत होती.

मी नादिष्टासारखा वागत होतो. तूर जिंकण्यासाठीचा प्रयत्न मी गणिताचा, केमिस्ट्रीचा, योग्य ते पोषण मिळवण्याचा हे सगळे अभ्यास एकत्र केल्यासारखा करत होतो. माझं वजन आणि माझ्या सर्व सामुग्रीचं वजन आणि सायकलीचा जास्तीत जास्त संभाव्य वेग – वेगवेगळ्या टप्प्यांमधला – ह्यांचं गणित मांडून मी नेमके असे आकडे शोधायचा प्रयत्न करत होतो, ज्यामुळे मी दुसऱ्या कोणाच्याही आधी शेवटच्या रेषेपर्यंत पोहोचू शकेन. माझं सरावाचं सायकल चालवणं, वेगवेगळी अंतरं, वॉटेजेस आणि सहनशक्तीच्या मर्यादा ह्यांचे मी कॉम्प्युटरवर काळजीपूर्वक ग्राफ्स तयार केले.

जेवणखाणही गणित मांडून होत होतं. मी सगळं मिळून जेवढं खात असे, ते मी मोजलं. स्वयंपाकघरात एक छोटा वजनाचा काटा ठेवून मी खात असलेला

पास्ता, ब्रेड ह्यांचं मी वजन केलं. मग माझी वॅटेजेस आणि मी खात असलेल्या अन्नातून जाणाऱ्या कॅलरीज यांचा हिशोब करून मी रोज नेमकं किती खाल्लं पाहिजे हे ठरवलं आणि किती कॅलरीज रोज व्यायामात वापरल्या गेल्या पाहिजेत हेही. हे अशासाठी की, मी खर्च करत असलेल्या कॅलरीजपेक्षा मी अन्नातून घेत असलेल्या कॅलरीज कमी असतील, तर माझं वजन उतरेल.

कॅन्सरचा आत्तापर्यंत लक्षात न आलेला एक फायदा होता, त्यानं माझ्या शरीराचा आकार पूर्णपणे बदलला होता. मी आता पूर्वीपेक्षा बराच सडपातळ झालो होतो. जुन्या फोटोंमध्ये मी फुटबॉल खेळाडूसारखा दिसत असे. माझी मान जाडजूड होती आणि शरीराचा वरचा भाग थोराड होता, त्यामुळे सुद्धा सायकल चालवताना मी दांडगटासारखी चालवत असे; पण त्याचा वाईट परिणाम असाही होता की, ह्या थोराडपणामुळे डोंगर चढताना मला जड जात असे, कारण जड शरीराचं ओझं घेऊन चढण चढायची असे. आता मी जवळजवळ रोड म्हणता येईल असा झालो होतो. त्यामुळे मला सायकल चालवताना पूर्वी कधीही वाटलं नव्हतं इतकं हलकं वाटायचं. शरीरानं मी सडपातळ झालो होतो आणि माझा स्वभावही जास्त संतुलन राखणारा झाला होता.

'तूर'मधला स्पर्धक म्हणून माझ्या चढण चढता येण्याविषयी सर्व साशंक होते. सपाट जमिनीवर खूप वेगानं मला नेहमीच जाता येत असे. मी हार खायचो, तो डोंगरांमध्ये. एडी मर्क्स कित्येक वर्षं मला वजन उतरवायला सांगत होता, ते का, हे मला आता समजलं. पाच पौंड वजन जरी कमी झालं तरी ते डोंगर चढण्याच्या कामासाठी खूप उतरलं असं समजलं जायचं, माझं वजन चांगलं पंधरा पौंडांनी उतरलं होतं. मला त्याचीच जरूर होती. डोंगर चढण्यात मी आता तरबेज झालो.

रोज सकाळी मी ठरलेला ब्रेकफास्ट खायचो – मुस्ली (मुस्ली हे गव्हाचा कोंडा, कॉर्नफ्लेक्स, मनुका, ब्राउन शुगर किंवा गूळ ह्यांचं मिश्रण असतं.) ब्रेड, फळं. एखाद्या दिवशी खूप वेळ सराव होणार असेल तर अंड्यांमधल्या पांढऱ्या भागांची भुर्जी. माझं खाणं होईपर्यंत कीक माझ्या पाण्याच्या बाटल्या भरायची. आठ वाजेपर्यंत मी बाहेर पडायचो. केव्हिन आणि टेलरबरोबर सरावासाठी जायचो. बहुतेक रोज मी थेट तीन वाजेपर्यंत सराव करत असे. घरी आल्यावर जेवणाची वेळ होईपर्यंत अंघोळ करून एक डुलकी काढत असे. संध्याकाळी उठल्यावर वजन केलेला पास्ता, कीकबरोबर जेवताना खायचो.

आम्ही दुसरं काहीही करत नव्हतो. आम्ही कोठेही जात नव्हतो. जेवणं झाली की, आम्ही पुन्हा झोपून जात असू, कारण सकाळी उठून मला पुन्हा सरावासाठी जायचं असे. कित्येक महिने आमचं आयुष्य हे असंच होतं. कधीकधी कीकच्या मैत्रिणी उद्गारायच्या, "साउथ फ्रान्समध्ये राहता तुम्ही? कित्ती छान, ना?" त्यांना

कल्पनाच नव्हती आमच्या खऱ्या आयुष्याची!

मी सरावासाठी बाहेर जायचो तेव्हा कीक बाहेरची कामं करायची, किंवा व्हरांड्यात बसून आराम करायची. गर्भारपणाचे दिवस घालवायला नाइस ही आदर्श जागा आहे असं तिला वाटायचं, कारण बाहेर मोकळ्यावर हिंडत खुल्या मंडईमध्ये तिला भाज्या, फळं विकत घेता यायचं. संध्याकाळी आम्ही दोघं बसून गर्भारपणावरची पुस्तकं वाचत असू आणि बाळाची वाढ कशी कशी होते, ते बघत असू. सुरुवातीला टाचणीच्या डोक्याएवढा असलेला आकार बघता बघता लिंबाएवढा झाला. कीकला जीन्सची बटणं लावणं प्रथम अवघड वाटलं तो आमच्यासाठी खास दिवस होता!

आपापली कामं कीक आणि मी दोघंही अगदी मन लावून करत होतो. सायकलीवर सराव करणं हे खूप कठीण श्रमांचं काम होतं आणि कीक त्या कामाचा आदर करायची. ''छान जाऊ दे तुझ्या कामात तुझा दिवस!'' रोज सकाळी मी निघालो की, ती म्हणायची. आम्ही दोघांनीही इतक्या समर्पित भावनेनं आपापलं काम केलं नसतं, तर आम्हाला यश मिळालं नसतं. तिला जर कंटाळा आला असता, फसल्यासारखं, असंतुष्ट वाटत राहिलं असतं, तर ते महिने आमचे इतके शांत मनानं पार पडले नसते. आमच्या टीममधल्या मदतनीसांइतकीच ती माझ्या सरावाच्या कामासाठी अत्यावश्यक बनली होती.

केव्हिनला हे समजत होतं, कारण तो आमचा जवळचा मित्र होता आणि त्याचंही नाइसमध्ये अपार्टमेंट होतं. पण माझ्यासारखं घरी त्याची वाट बघणारं युरोपमध्ये कोणी नव्हतं. तो सराव शिबिरांतून किंवा स्पर्धेतून परत यायचा तो रिकाम्या घरी. ठेवलेलं दूध नासलेलं असायचं. माझे कपडे स्वच्छ धुवून ठेवलेले असायचे, घर स्वच्छ असायचं. घरी आमचा पाळलेला कुत्रा, मांजर असायचं. मला हवं ते जेवण तयार असायचं. पण हे सगळं मला मिळण्यासाठी कीकला खूप काम पडायचं. पूर्वी मला युरोपमध्ये नेहमी अस्वस्थ, एकाकी वाटायचं. एक सुखी विवाहित माणूस झाल्यावर ते बदललं. मला आता ते आवडायला लागलं होतं.

एखादे दिवशी मी कुठेतरी निर्जन स्थळी असायचो आणि माझ्या सायकलचं टायर पंक्चर व्हायचं, मग मी घरी फोन करायचो आणि कीक मला शोधायला यायची. कधीकधी गाडी घेऊन ती डोंगरात मला काहीतरी खायला किंवा काहीतरी सायकलचं सामान आणून द्यायची. सायकलस्पर्धांबाबत तिनं सगळं काही माहीत करून घेतलं, मला उपयोगी पडता यावं म्हणून. मला केव्हा कशाची जरूर पडेल हे तिला बरोबर कळायचं. कुठला दिवस मला अवघड गेला आहे, कधी काहीतरी बोलणं योग्य आणि कधी न बोलता गप्प राहणं, चांगलं हेही तिला न सांगताच उमजायचं.

ज्या दिवशी मला खूप कष्टाच्या सरावाचं काम असेल, तेव्हा ती अत्यंत अस्वस्थ होऊन माझा दिवस कसा गेला, ते जाणून घ्यायची वाट बघत असायची. कारण माझ्या तयारीचं मूल्यमापन मी कसा करतो आणि आखलेल्या बेताप्रमाणे सर्व पार पाडणं माझ्यासाठी किती महत्त्वाचं आहे हे तिला ठाऊक असायचं. तसं कधी झालं नाही, तर माझी झालेली निराशा अन् बिघडलेली मन:स्थिती ती समजू शकत असे.

एप्रिलअखेर मी ॲमस्टेल गोल्ड ह्या महत्त्वाच्या एका दिवसाच्या स्पर्धेत, माझी तयारी किती आहे, ते बघण्यासाठी भाग घेतला. सुरुवातीपासूनच मला माझ्यातला स्पर्धक म्हणून एक वेगळा, जास्त सशक्तपणा जाणवत होता. दिवसातला बराचसा वेळ माझी जगातल्या सर्वोत्तम स्पर्धकांपैकी एक समजल्या गेलेल्या, हॉलंडच्या मायकेल बूगर्डशी अटीतटीची स्पर्धा सुरू होती.

दहा मैल बाकी होते आणि मी त्याच्या जरासा पुढे होतो. बूगर्ड माझ्या मागच्या चाकाला चाक चिकटवून चालवत होता. एव्हाना माझी खात्री झाली होती – निदान माझी खात्री झाली आहे असं मला वाटत होतं – की शेवटच्या एकदम वेगानं जाण्याच्या अंतरात मी त्याला मागे टाकेन. मी पैज लावली असती, एवढी मला खात्री वाटत होती.

मी ते शेवटचं अंतर कापू लागलो आणि बूगर्ड थोडा बाजूला जाऊन एकदम पुढे माझ्या अगदी बरोबर आला. शेवटचे काही यार्ड अंतर आम्ही दोघंही खूप वेगानं गेलो आणि – मी हरलो! मी एक सेंटिमीटरनं हरलो. टायरच्या जाडीपेक्षाही कमी अंतरानं.

मी मनानं अगदी उद्ध्वस्त झालो. मी जिंकेन ह्याची मला अगदी पक्की खात्री होती. पण मला सगळ्यांत बोचणी ह्याची लागली की, सगळ्यांनाच बूगर्ड 'तूर द फ्रान्स' जिंकणार असं वाटत होतं. आम्ही पोडियमवर उभे असतानाही ह्यामुळे माझ्या 'तूर'च्या बेतांमध्ये काय बदल करावे लागतील, ह्याचाच मी विचार करत होतो. मी एकदम त्याच्या बाजूला वाकून त्याला म्हटलं, "जुलैमध्ये परतफेड करेन ह्याची!"

तो विचित्र नजरेनं माझ्याकडे बघत म्हणाला, "कशाबद्दल बोलयतोयस तू? हा एप्रिल आहे!"

मी पुन्हा सरावाला सुरुवात केली. मी सदैव सायकलवर असायचो. पूर्वी कधीही केला नसेल इतका सराव मी करत होतो; दिसतील त्या सगळ्या डोंगर-टेकड्यांवरून जात होतो. नाइसच्या आसपास जवळजवळ पन्नास तरी चांगली अवघड चढण असलेल्या डोंगर, टेकड्या होत्या. सज्जड दहा-दहा किंवा जास्तही मैलांची चढण असायची. माझी योजना मधून मधून चढण चढायचा सराव

करण्याची नव्हती, तर पुन:पुन्हा चढायची होती. रोज तीन वेगवेगळ्या चढणींवर मी सराव करत असे. प्रत्येक दिवशीच्या सहा-सात तासांच्या सरावात एका बारा मैलांच्या चढणीला एक तास लागत असे, ह्यावरून माझ्या रोजच्या कार्यक्रमाची तुम्हाला कल्पना येईल.

जेव्हा दुसरं कोणीही सराव करत नसेल, तेव्हाही मी सराव करायचो. कधीकधी तर माझ्या टीममधले साथीदारही बरोबर नसायचे. तीन मे चा एक दिवस मला विशेष आठवतो. हवेत युरोपमधल्या वसंत ऋतूत असतो, तसा गारठा होता. मी आल्प्सकडे सायकल वळवली. जोहान पाठीमागून गाडीतून येत होता. एव्हाना बर्फ आणि पाऊस सुरू झाला होता आणि तपमान ३२° फॅ. झालं होतं. पण मला पर्वा नव्हती. आम्ही रस्त्याच्या कडेला उभं राहून समोरचं दृश्य आणि हवामान बघत होतो. जोहाननं सुचवलं की, आपण विचार सोडून द्यावा. ''नाही, जाऊ या.'' मी म्हटलं. त्यानंतर सलग सात तास मी एकट्यानं सायकल चालवली. मला 'तूर' जिंकायची होती, तेव्हा कोणीही चालवत नसेल अशा परिस्थितीतही सायकल चालवत राहण्याची माझी तयारी असणं आवश्यक होतं.

नाइसमधली सगळ्यात अवघड चढण 'कोल द ला मादोन' किंवा 'मादोना' ही होती. शहराच्या बाहेरची ही आठ मैलांची चढण अत्यंत अवघड म्हणून प्रसिद्ध होती. शहराभोवती असलेल्या टेकड्यांच्या मागची ही चढण आमच्या घरातून थोडी थोडी दिसायची. नेहमीच्या सरावासाठी ती खूपच अवघड होती, पण तुमच्या तंदुरुस्तीची खरी परीक्षा तिथे होत असे. बहुतेक सर्व स्पर्धक संपूर्ण सीझनमध्ये ही चढण एकदा किंवा दोनदा चढायचे, मी महिन्यातून एकदा चढायचो.

टोनी रोमिंगर जगातल्या उत्तम स्पर्धकांपैकी एक. तो मोनॅकोमध्ये असेल तेव्हा स्वत:च्या तयारीची परीक्षा बघायला तो मादोनावर सरावाला यायचा आणि त्याचं रेकॉर्ड एकतीस मिनिटं तीस सेकंदांचं होतं. केव्हिन लिव्हिंग्स्टन हा आमच्या पोस्टल सर्व्हिस टीममधला चढावावर उत्तम काम करणारा होता, तो एकदा बत्तीस मिनिटांत ती चढण चढला होता. १९९८ च्या सीझनमध्ये मी स्पर्धांमध्ये परत आल्याच्या पहिल्या वर्षी मी छत्तीस मिनिटांत चढलो होतो. पण मला 'तूर' जिंकायची असेल, तर हा वेळ खूप कमी करणं जरुरीचं होतं.

''मी एकतीस मिनिटांचं रेकॉर्ड मोडणार आहे.'' मी केव्हिनला एक दिवस सांगितलं.

पस्तीस मिनिटंसुद्धा ज्याला जमली नव्हती, त्याच्या तोंडी ह्या निव्वळ वल्गनाच होत्या.

''वेड लागलंय तुला!'' केव्हिन म्हणाला.

पण मी चौतीस मिनिटांपर्यंत पोहोचलो, मग तेहेतीस, मग एका दुपारी

साडेबत्तीस मिनिटं झाली. 'तूर'च्या अगदी थोडे दिवस आधी केव्हिन आणि मी आणखी एकदा शेवटचं मादोना चढायला गेलो.

हवा दमट होती, वारा अगदी थोडा होता, खूप उकडत होतं. आम्ही वेगानं शिखराकडे निघालो. समुद्रसपाटीपासून तीन हजार फुटांवर असलेलं ते शिखर ढगांआड लपलेलं होतं. एक किलोमीटर अंतर बाकी होतं तेव्हा केव्हिनचं टायर पंक्चर झालं. तो टायर बदलत होता, तोवर मी पुढे निघालो. शिखरावर पोहोचल्यावर माझ्या हँडलबार्सवरचं घड्याळ मी बघितलं.

मी केव्हिनची वाट पाहत थांबलो. पंक्चरमुळं चिडलेला केव्हिन धापा टाकत येऊन पोहोचला, तेव्हा तो गरमीनं वैतागला होता. त्याला मी माझ्या कॉम्प्युटरवरचं घड्याळ दाखवलं. 'तूर'वर ह्याचे होणारे परिणाम लक्षात घेऊन केव्हिन उद्गारला, "ओहोऽ! हे म्हणजे अफाट होणार आहे!"

कीक जाणून होती की, मी मादोनावर गेलो की, तो दिवस महत्त्वाचा असायचा. मी ब्रेकफास्टच्या वेळी आपल्याच तंद्रीत बसलो होतो – मन एकाग्र करत. त्या दिवशी मी घरी पोहोचलो तेव्हा ती आतुरतेनं पुढच्या दाराशीच वाट बघत होती. – मी प्रसन्न होतो की चिडचिडा यावरून अंदाज घ्यायला. ऑक आम्हाला भेटायला आला होता, तोही उत्सुक चिंतेनं वाट पाहत होता.

मी धाडदिशी गंभीर चेहरा करून घरात शिरलो.

"कसं झालं आज?" तिनं विचारलं.

"हवा अगदी वाईट होती." मी म्हटलं.

"ओ!" ती म्हणाली.

"हो ना, मी फक्त तीस पॉइंट सत्तेचाळीस मिनिटांत करू शकलो."

तिनं माझ्याभोवती हात टाकले. ऑकनं माझ्या पाठीवर थाप मारली.

"जिमी! मी तयार आहे आता!" मी म्हटलं.

काही दिवसांनी ऑक अमेरिकेला परत गेला. जो कोणी ऐकून घेईल त्याला तो सांगत होता की, मी 'तूर द फ्रान्स' जिंकणार होतो!

दडपणाखाली आणि अस्वस्थ असलेल्या मनानं प्रत्येक बारीक बारीक गोष्टीत लक्ष घालत मी 'तूर' साठी सामान बांधलं. कीकनं आणि मी माझं सर्व सामान पसरलं आणि मग ते काळजीपूर्वक सूटकेसमध्ये भरलं. अमुक वस्तू अशीच ठेवायची, असा माझा कटाक्ष होता. माझ्या सायकलवर घालायच्या शॉर्ट्स एकत्र गुंडाळायच्या म्हणजे त्या नीट एकत्र राहतील. माझ्या बुटांच्या पेट्या ठरलेल्या जागी ठेवायच्या. हातमोजे अमुक कोपऱ्यात, कोपरांपर्यंत हातांना ऊब राहावी म्हणून घालायचे मोजे दुसऱ्या कोपऱ्यात. सगळं अगदी नीट ओळीनंच लावलं

पाहिजे, म्हणजे प्रत्येक वेगवेगळ्या हवेसाठी लागतील ते वेगवेगळ्या तऱ्हेचे सर्व कपडे बरोबर सापडतील.

'तूर'च्या पूर्वतयारीसाठी आम्ही पॅरिसला पोहोचलो. तेथे बऱ्याच वैद्यकीय चाचण्या आणि मादक द्रव्यांसाठीच्या चाचण्याही होत्या, तसंच 'तूर'च्या व्यवस्थापकांची सूचना देणारी भाषणंही होती. प्रत्येक स्पर्धकाला एकेक 'तूर बायबल'ही देण्यात आलं. त्या गाईड बुकात स्पर्धेचा प्रत्येक टप्पा, मार्गाबद्दलची माहिती, भोजनाची व्यवस्था असलेली ठिकाणं सगळं दाखवण्यात आलं होतं. आम्ही आमच्या सायकलींशी काहीबाही खुडबुड करत होतो – हँडलबारच बदल, आमच्या cleats (बुटांच्या तळव्यांच्या खोबणी) पॅडल्सवर बरोबर बसताहेत ना हेच बघ, असं काहीतरी. काही स्पर्धक त्यांच्या सायकलींना इतकं महत्त्व देत नव्हते, पण मी फार दक्ष होतो. आमच्या टीमनं माझं नाव मिस्टर मिलीमीटर ठेवलं.

स्पर्धेपूर्वीच्या वातावरणात आमची यु.एस. पोस्टल टीम फारच कमी शक्यता असलेली समजली जात होती. आम्ही जिंकू शकण्याच्या शक्यतेबद्दल कोणीच बोलत नव्हतं. तेव्हाचा जागतिक विजेता अब्राहम ओलॅनो ह्याच्या नावाची चर्चा होती. ॲमस्टेलमध्ये ज्यानं मला हरवलं होतं तो मायकेल बूगर्डही चर्चेत होता. स्वित्झर्लंडचा अलेक्झांडर झुले आणि स्पेनचा फर्नान्डो एस्कार्टिन ह्यांचाही बोलबाला होता. जे ह्या वेळी आले नव्हते आणि ज्यांना मादक द्रव्य चाचणीनंतर वगळण्यात आलं होतं, त्यांच्याबद्दलही बोलणं चाललं होतं – मी यादीच्या तळटीपेत होतो, कॅन्सरमधून बरा होऊन आल्यामुळं सर्वांना आपुलकी वाटत होती असा अमेरिकन. फक्त एक माणूस असा होता, ज्याला मी जिंकण्याची शक्यता वाटत होती. स्पर्धा सुरू होण्यापूर्वी कोणीतरी मिग्युएल एन्ड्युरेनला विचारलं की, कोण जिंकेल असं त्याला वाटत होतं? कदाचित आमचं एलिव्हेटरमधलं संभाषण त्याला आठवत होतं, किंवा मी किती तयारी केली होती ते त्याला माहीत होतं.

"आर्मस्ट्राँग," तो उत्तरला.

'तूर'चा पहिला टप्पा म्हणजे छोटीशी नांदी होती. एक जुन्या पद्धतीचं मोठं उद्यान आणि चामड्याच्या रंगाचा किल्ला असलेल्या 'ल पुइ द फू' ह्या गावात आठ किलोमीटर अंतर कमीतकमी वेळात जाण्याची स्पर्धा होती. ही स्पर्धा केवळ वेगानं जाणारे स्पर्धक आणि कमी वेगानं जाणारे स्पर्धक बघून पेलोटोनमध्ये समोर कोणाला ठेवायचं हे ठरवण्यासाठी होती. आठ किलोमीटर्सचीच असली, तरी ती महत्त्वाची होती आणि चूक करायला मुळीच वाव नव्हता. सुरुवातीलाच जोर लावून वेगानं जाणं अत्यंत आवश्यक होतं, नाहीतर कायम मागेच राहावं लागलं असतं. ज्यांना संपूर्ण 'तूर द फ्रान्स'साठी स्पर्धा करायची असेल त्यांना ह्या स्पर्धेत पहिल्या तीन किंवा चारजणांमध्ये येणं आवश्यक होतं.

सुरुवातीला पाच किलोमीटरची सपाट जमिनीवरची स्पर्धा होती, मग एक मोठी टेकडी होती सातशे मीटर चढणीच्या रस्त्याची, त्यासाठी जास्तीतजास्त प्रयत्न करण्याशिवाय गत्यंतरच नव्हतं. ती चढण चढल्यावर एक मोठं वळण घेऊन मग परत सपाट रस्त्यावर स्पर्धा संपणार होती. माझ्यासारख्या आक्रमक स्पर्धकासाठी ही स्पर्धा चांगली होती, तशीच ती इन्डुरेनसारख्या अत्यंत कुशल स्पर्धकासाठीही चांगली होती; त्यानं ती एकदा आठ पॉइंट बारा मिनिटांत पार केली होती.

सगळी मिळून नऊ मिनिटांहून कमी वेळात स्पर्धा संपायला हरकत नव्हती. सर्वांत महत्त्वाची गोष्ट होती ती टेकडी. आपली सर्व ताकद पहिल्या पाच किलोमीटरमध्ये खर्च करून, मग टेकडी आली की ढेपाळून चालणार नव्हतं. शिवाय ह्याचाही विचार करायला हवा होता की, सायकलच्या चेनची मोठी रिंग घ्यावी की लहान? आम्ही ह्यावर दोन दिवस चर्चा केली.

जोहान शांतपणे आणि खंबीरपणे बेत आखत होता. त्यानं त्या तेवढ्या स्पर्धेचा खर्ची पडणारी ताकद आणि मिनिटं ह्यांचे हिस्से पाडून हिशोब केला आणि मला नेमक्या सूचना देत होता. माझ्या हृदयाच्या ठोक्यांची गती पहिल्या पाच मिनिटांत किती असावी, हेही त्याला माहीत होतं – एकशे नव्वद.

तीन तीन मिनिटांच्या अंतरानं स्पर्धकांनी शर्यतीला सुरुवात केली. आम्हाला रिपोर्ट्स मिळत होते. आमच्या टीममधला फ्रँकी अॅन्ड्र्यू सायकल चेनला मोठी रिंग लावून प्रयोग करायला गेला, जो चुकीचा होता. टेकडीवर पोहोचेपर्यंत तो पार दमून गेला होता, मग तो कायम मागेच राहिला.

ओलॅनोनं आठ पॉइंट अकरा मिनिटांत रेस संपवून जुनं रेकॉर्ड मोडलं, मग झुलेनं आठ पॉइंट सात मिनिटांत जाऊन त्याचंही रेकॉर्ड मोडलं.

मग माझी पाळी आली. मी चांगल्या फॉर्ममध्ये असतो, तेव्हा माझं शरीर अजिबात हलताना दिसत नाही, फक्त ऑटोमेटेड पिस्टन्ससारखे पाय हलताना दिसतात. माझ्या मागून येणाऱ्या गाडीतून जोहान बघत होता की, माझे खांदेही हलत नव्हते. सर्व शक्ती सायकल चालवण्यात जात होती.

जोहान माझ्या कानांमध्ये किती मिनिटं झाली इत्यादी सांगत सूचना देत होता.

"तू सीटवरून उठला आहेस – खाली बस."

मी माझ्या लक्षात न येता फार जोरात पॅडल मारत होतो. मी खाली बसून लक्ष एकाग्र केलं. माझी एकूण किती मिनिटं झाली, त्याचा मला पत्ता नव्हता, मी फक्त पॅडल मारत होतो.

शर्यतीच्या अंतिम रेषेवर आल्यावर मी हँडलवरचं कॉम्प्युटर घड्याळ बघितलं. त्याच्यावर आकडा होता आठ पॉइंट दोन.

मला वाटलं, शक्यच नाही!

मी पुन्हा बघितलं – आठ पॉइंट दोन.

‘तूर द फ्रान्स’चा आघाडीचा प्रतिस्पर्धी आता मी होतो. माझ्या करिअरमध्ये प्रथमच मी इतर स्पर्धकांपासून वेगळा ओळखू यावा म्हणून पिवळी जर्सी घालणार होतो!

कँपवर परत आल्यावर सगळ्यांनी मला मिठ्या मारल्या. जोहाननं सगळ्यांत घट्ट मिठी मारली. ESPN चे लोक कॅमेरे घेऊन मुलाखत घ्यायला आले, मला जेमतेम कशीबशी मुलाखत देता आली. माझ्या तोंडाचे स्नायू आवळल्यासारखे झाले होते आणि टीव्ही कॅमेऱ्यासमोर मला रडू फुटेल अशी मला भीती वाटत होती. माझ्या तोंडून शब्द फुटत नव्हते. “मीच हबकलो आहे!” मी म्हटलं, “मीच हबकलो आहे!”

भोवतालच्या गर्दीत मला इन्डुरेन दिसला. तो गर्दीतून वाट काढत माझ्याजवळ आला आणि त्यानं मला जवळ घेत, प्रेमानं हस्तांदोलन केलं.

‘द तूर’ मध्ये प्रत्येक टप्प्यावर विजय साजरा करायला खरं तर वेळच नसतो. पहिल्या प्रथम तुम्हाला मादक द्रव्य चाचणीसाठी नेलं जातं, मग समारंभाच्या शिष्टाचारांचं पालन सुरू होतं. कँपवर नेऊन हातपाय तोंड धुतल्यावर मग मला पिवळी जर्सी देण्याचा समारंभ झाला. मी सगळ्या ‘तूर’ची कितीही तयारी केली असली तरी ह्या समारंभाची अजिबातच केली नव्हती. ती जर्सी अंगात घालताना जे वाटतं, अंगावार त्या जर्सीच्या कापडाचा स्पर्श जाणवून जे वाटतं, त्यासाठी माझी तयारीच नव्हती!

तिकडे घरी नाइसमध्ये कीक टीव्हीवर मला पिवळी जर्सी देण्याचा समारंभ बघत होती. ती आनंदाच्या आरोळ्या ठोकत घरभर नाचत सुटली – तिच्या पोटातलं बाळही दचकलं असेल, आमचा कुत्राही भुंकायला लागला. पोडियमवरून खाली उतरून मी तंबूत गेलो आणि तिला फोन केला – “बेब!” मी म्हटलं.

पलीकडून मला फक्त “ओ माय गॉड! ओ माय गॉड!” एवढंच ऐकू आलं आणि मग तिला रडू फुटलं. मग ती म्हणाली, “लाडक्या, करून दाखवलंस की रे तू!”

यशाचा आणखी एक अत्यंत सुखाचा क्षणही आला. शेवटच्या रेषेच्या जवळच्या गर्दीतून वाट काढत मी जात होतो, तेव्हा मी कोफिदी टीमच्या जवळून गेलो. कोफिदीचे काही सभासद तिथे उभे होते – तेच लोक, जे मला ‘हा मरणार’ असं समजून हॉस्पिटलमधून निघून गेले होते! “हे झालं ते तुम्हाला बहाल बरं का!” मी जाता जाता म्हटलं.

फ्रान्सच्या उत्तर भागातल्या सपाट प्रदेशातून आम्ही निघालो. ‘तूर द फ्रान्स’

मध्ये सर्वांत पुढच्या टीममधून स्पर्धेत भाग घेणारा, अमेरिकन टीमतर्फे अमेरिकन सायकल चालवणारा मी पहिला अमेरिकन होतो. मी त्या दिवशीची तारीख बघितली – जुलै चार!

मला एकाएकी भीती वाटली. पिवळी जर्सी ही मोठी जबाबदारी होती. आता मी आक्रमकाच्या भूमिकेऐवजी ज्याच्यावर आक्रमण होईल असा स्पर्धक होतो. पिवळी जर्सी सांभाळण्याची जबाबदारी आजपर्यंत माझ्यावर कधी आलेली नव्हती.

'द तूर'चे पहिले टप्पे हे वेगानं सपाट प्रदेशात जाणाऱ्यांसाठी होते. सपाट कंटाळवाण्या रस्त्यांवरून आम्ही खूप वेगानं जात होतो, सायकलींवरून वेगाच्या बुद्धिबळाचा खेळ खेळत होतो. पेलोटोनमध्ये मनावर खूप ताण होता. एकमेकांना हलकेच धक्के देणं, चापट्या मारणं, पडता पडता वाचणं आणि एक दोघं पडून चांगलीच इजा होणारे अपघात असं सगळं होतं.

सायकलींचे हँडलबार्स एकमेकांवर आपटायचे, कुल्ल्यांचे धक्के बसायचे, टायर्सच्या टकरा व्हायच्या. पेलोटोनच्या आघाडीच्या बाजूला हे सगळं जरा कमी प्रमाणात व्हायचं, म्हणून आम्ही तिथे असण्याचा प्रयत्न करत होतो – पण प्रत्येक टीम तोच प्रयत्न करत होती आणि रस्त्याची रुंदी होती तेवढीच होती. जवळजवळ दोनशे स्पर्धक जागा मिळवण्यासाठी क्लृप्त्या करत असताना, टकरा व्हायचं टाळणं खूपच अवघड होतं. सुरुवातीच्या त्या थोड्या दिवसांत भांडणं, अपघात इ. टाळण्यासाठीच मुख्यत: प्रयत्नशील राहावं लागायचं. अर्थात हे बोलणं सोपं होतं, जमणं सोपं नव्हतं. आपली आघाडीची जागा सांभाळण्याच्या त्या लढाईत सतत होत असणाऱ्या हालचालींमध्ये बघता बघता काय होतंय समजायच्या आत मागे ढकललं जाणंही शक्य होतं. आदल्या वर्षी केव्हिन सपाट प्रदेशातच दोनदा आपटला होता आणि डोंगरांपर्यंत पोहोचण्यापूर्वीच तो पंधरा मिनिटांनी मागे पडला होता.

आमच्या काफिल्यात पाठीमागे येत राहणाऱ्या दोन गाड्या आणि एक व्हॅन होती. एका गाडीत जोहान आणि मदतनीस असायचे, त्या गाडीच्या टपावर आमच्या रिझर्व (आयत्या वेळी लागल्या तरच्या) सायकली असायच्या. दुसऱ्या गाडीत टीमची मॅनेजर मंडळी आणि स्पॉन्सर्सपैकी कोणी उपस्थित असतील तर ते असायचे. व्हॅनमध्ये आणखी सायकली, आमच्या सूटकेसेस आणि इतर तऱ्हतऱ्हेची सामुग्री असायची. कोणाचं टायर पंक्चर झालं तर मेकॅनिक असायचा, आणि आम्हाला खाण्यापिण्याची जरूर वाटली, तर ते द्यायला मदतनीस असायचे.

स्पर्धेचे डावपेच जोहान गाडीत बसून नियंत्रित करत असायचे. ऐकायला आणि बोलायला येणाऱ्या रेडिओ सिस्टिमवरून किती वेळ लागला, स्पर्धेत आपलं स्थान कुठे आहे आणि केव्हा हल्ला चढवायचा अशा सूचना ते देत राहायचे. यु.एस.पोस्टल टीमच्या प्रत्येक स्पर्धकाजवळ कॉलरभोवती अडकवलेली छोटी काळी वायर आणि

कानाला लावलेलं यंत्र असायचं, एका हार्ट मॉनिटरलाही तो जोडलेला असायचा, ज्यामुळे तणावाखाली आमची शरीरं कशी काम करत आहेत हे जोहानला समजत राहायचं.

रोज, सबंध दिवस, माझे टीममधले सहकारी माझ्यासमोर राहून सायकल चालवत असत – माझं वारा, अपघात, प्रतिस्पर्धी आणि इतर संकटांपासून रक्षण करायला. अतिउत्साही प्रे क्षक, फोटोग्राफर्स आणि त्यांचं तरतऱ्हेचं सामान, बाबागाड्या, कूलर्स, अशा अनेक गोष्टींना सदैव चुकवत राहावं लागायचं.

दुसऱ्या टप्प्यामध्ये आम्ही एका चार किलोमीटरच्या कॉजवेपर्यंत आलो. 'पासाज द्यू ग्वा' नावाचा कॉजवे होता, जो खरा वाटणार नाही इतका विचित्र होता. हा कॉजवे म्हणजे भरतीच्या वेळी पाणी घेऊन येणाऱ्या दलदलीवरून जाणारा लांब, अरुंद डांबरी रस्ता आहे. पण भरतीच्या वेळी खारं पाणी त्याच्यावरून वाहतं; आणि पाण्याखाली गेलेल्या रस्त्यांवरून जाणं अशक्य होतं. जेव्हा त्या रस्त्यावरून जाणं शक्य असतं, तेव्हाही तो बुळबुळीत आणि धोकादायक असतो, त्याच्या कडा समुद्रातील वनस्पती आणि बार्नाकल्ससारखे लहान प्राणी ह्यांनी झाकून गेलेल्या असतात.

पेलोटोन अजूनही घोळका करूनच होता, आपटाआपटी आणि डावपेच सुरूच होते आणि कॉजवे पार करणं हिकमतीचं काम असणार होतं. अगदी आघाडीला असणाऱ्या टीम्सना रस्ता ओलांडणं त्यातल्या त्यात सुरक्षित होतं; म्हणून मग जवळजवळ सगळेच पोस्टल टीममधले स्पर्धक माझ्याभोवती गोळा झाले आणि आम्ही आघाडीकडे वेगानं निघालो. जाता जाता आमच्यातले काहीजण बाजूला राहून गेले आणि त्यांचा एक वेगळा ग्रुप झाला. फ्रँकी आणि जॉर्जनी मला काही अपघात न होता पलीकडे नेलं, पण रस्ता भीती वाटेल असाच होता. रस्ता इतका निसरडा होता की, चाक थोडं वळवायलाही आम्ही कचरत होतो आणि एका बाजूनं अंगावर येणाऱ्या आडव्या वाऱ्यामुळं सायकल सरळ ठेवणं अवघड जात होतं.

आमच्या मागून येणाऱ्या स्पर्धकांचं नशीब इतकं चांगलं नव्हतं. येता येता एकमेकांवर आपटून त्यांच्या सायकली एकमेकींवर आदळल्या.

कोणीतरी ब्रेक लावले मात्र, एकाएकी त्या काळ्या रस्ताभर स्पर्धक खाली पडलेले दिसले. सायकली वर हवेत फेकल्या गेल्या, त्यांची चाकं फिरतच राहिली आणि त्यांच्यावर असलेले स्पर्धक एकामागे एक जमिनीवर आदळत गेले. पाठीमागून येणारे दुसरे स्पर्धक खाली पडलेल्या त्या स्पर्धकांच्या अंगावर पडले. आमच्यातला जोनॅथन व्हॉटर्स ह्यात कामातून गेला. त्याचं डोकं आपटलं आणि हनुवटीला मोठी जखम झाली, त्याला बाजूला व्हावं लागलं. आदल्या दिवशी जोनॅथन दुसऱ्या एका अपघातात थोडक्यात वाचला होता. तेव्हा तो त्याच्या सायकलच्या हँडलबार्सवरून

कोलांटी खाऊन डोक्यावर पडता पडता पायांवर उभा राहू शकला होता. त्या दिवशी सर्व पेलोटोननं त्याला El Gato – मांजर – हे नाव बहाल केलं होतं. पण आता मात्र त्याला बाहेर जावं लागलं. टायलर हॅमिल्टनला ह्या अपघातात गुडघ्याला मार बसला.

'पासाज द्यू ग्वा' हा स्पर्धेतला विशेष अवघड टप्पा होता, असं नंतर लक्षात आलं. पॅसेज लवकर ओलांडल्यामुळं माझा खूप महत्त्वाचा वेळ वाचला होता, उलट माझ्या पाठीमागे जे पडले, त्यांमध्ये स्पर्धेत हमखास जिंकतील असं ज्यांच्याबद्दल वाटत होतं, त्यांतले काही होते. मायकेल बूगर्ड आणि अॅलेक्स झुले दोघंही त्या अपघातात सहा मिनिटांनी मागे पडले. जसजसे दिवस गेले, तसतशी ह्या गमावलेल्या वेळाची तूट जास्त जाणवत गेली.

पहिले दहा दिवस आमचं ध्येय एकच होतं – आघाडीला राहायचं आणि काही अडचणीत सापडायचं नाही. मी समतोल साधायला बघत होतो. मला संभाव्य विजेत्यांमध्येही राहायचं होतं आणि नंतर येणाऱ्या महत्त्वाच्या टप्प्यांसाठी शक्य तितकं ताजंतवानं राहायचं होतं – मेत्‌मधली वेळेची स्पर्धा. मी तात्पुरती पिवळी जर्सी गमावलीही.

'तूर'वरचे हे दिवस अत्यंत लांबलचक दिवसांपैकी होते आणि रस्ते, तसंच सभोवतीची दृश्यं सगळी एकसारखी होती. आम्ही नॅन्टेसहून लव्हालला गेलो, तिथून अॅमिएन्सला गेलो. पण असं वाटत होतं की, कुठंच न जाता आम्ही अखंड सायकल चालवत होतो. इटलीच्या मॅरिओ सिप्पोलिनीनं ओळीनं चार टप्पे जिंकून 'तूर'मध्ये एक रेकॉर्ड केलं आणि आम्ही लढत न देता त्याला ते टप्पे जिंकू दिले. सिप्पोलिनी खूप चांगला सायकलपटू होता, पण चढावावर तो चांगला नव्हता आणि आम्हाला सगळ्यांना माहीत होतं की, अखेरच्या विजयात तो प्रतिस्पर्धी असणार नाही.

रोज रात्री आमचा सर्वांचा कार्यक्रम ठरलेलाच असे – शिणलेल्या पायांना मसाज करणं, जेवणं आणि फ्रेंच टीव्हीवरच्या आमच्या हॉटेलमध्ये मिळणाऱ्या सहा चॅनेल्सवर कार्यक्रम शोधणं. जोहाननं मला कॉम्प्युटर आणायला मनाई केली होती. कारण मला त्यावर ऑनलाइन काहीतरी चाळे करत बसण्याची सवय होती.

आम्ही मेत्‌च्या दिशेनं वेगानं जात होतो.

मी माझा जोम टिकवण्यासाठी मागे राहत होतो.

'तूर द फ्रान्स'च्या ह्या टप्प्याला 'सत्याची स्पर्धा' (The Race of Truth) म्हणतात. सुरुवातीच्या टप्प्यात कमकुवत टीम्स आणि बलवान टीम्स आपोआपच वेगळ्या होतात. इथून पुढे कमकुवत असतात ते स्पर्धेबाहेरच होतात.

वेळेच्या स्पर्धेसाठी आम्ही मेत्ला पोहोचलो. नांदीच्या स्पर्धेत तसं नव्हतं, पण ह्यामध्ये स्पर्धकांना बराच वेळ 'मिळवण्याची' किंवा 'घालवण्याची' संधी होती. स्पर्धेची लांबी छप्पन्न किलोमीटर होती. म्हणजे एक तासाहून जास्त वेळ खूप वेगानं जाणं आवश्यक होतं. जे स्पर्धक ते करू शकत नसत, ते स्पर्धेबाहेर होत असत – म्हणून ही The Race of Truth – सत्याची स्पर्धा.

कीक नाइसहून आली. पहिला आठवडा तिनं आम्हाला घरीच टीव्हीवर पाहिलं होतं, पण कंटाळा आणि मानसिक ताण यांपासून वाचण्यासाठी ती तूरचे उरलेले दिवस तिच्या आईवडिलांबरोबर युरोपमध्ये हिंडणार होती. मधून मधून मला भेटणार होती. विवाहित जोडप्यांना भेटण्यासाठी 'तूर'वर आदर्श परिस्थिती नसायची. कारण मी टीमबरोबर राहत असे. पण अजिबात न भेटण्यापेक्षा एखादा दिवस भेटणं केव्हाही चांगलं होतं आणि तिच्या गर्भारपणाबद्दल, प्रकृतीबद्दलही मला सर्व विचारून घेता येत असे. शिवाय मेत्मध्ये तिला भेटल्यामुळे ह्या स्पर्धेसाठी मी किती श्रम आणि अभ्यास केला होता ह्याची मला पुन्हा सगळी आठवण झाली.

त्या टप्प्याच्या दिवशी सकाळी लवकर जाऊन मी तो रस्ता बघून आलो. तसा तो मला आधीपासून माहीत होताच, कारण सरावशिबिराच्या वेळी आम्ही तेथे हिंडलो होतो. ह्या रस्त्यावर दोन मोठे चढाव होते – एक दीड किलोमीटर लांब व दुसरा चार किलोमीटर लांब. सुरुवातीच्या भागात वारा असणार होता, मग टेकड्या येणार होत्या, आणि नंतरच्या सपाट प्रदेशात खूप जोराचा वारा असणार होता. सशक्त व्यक्तीला ह्या टप्प्यावर फायदा होता – असा स्पर्धक, ज्याला जोराच्या वाऱ्यात मोठ्या गिअरमध्ये जाता येईल. नुसतंच वेगानं जाऊन भागणारं नव्हतं – एक तासाहून जास्त वेळ वेगानं जाता यायला हवं होतं.

सायकल एका जागी उभी करून मी सुरुवातीची तयारी करत होतो, तेव्हा आधी गेलेल्यांचे थोडे थोडे निकाल येऊ लागले. दर दोन मिनिटांनी एक स्पर्धक निघत होता. 'पासाज द्यू ग्वा' मध्ये जो दुर्दैवानं आपटला होता, तो ॲलेक्स झुले चांगली प्रगती करत होता. त्यानं एका तास आणि नऊ मिनिटं घेतली होती. मला आश्चर्य वाटलं नाही. झुले या सोनेरी केसांच्या, सशक्त, उंचनिंच तरुणाची तयारी उत्तम होती हे मला स्पर्धेच्या नंतरच्या भागातही समजत राहणार होतंच.

स्पर्धा सुरू होण्यापूर्वी संभाव्य विजेता समजला गेलेला अब्राहाम ओलॅनो माझ्यापुढेच निघाला होता. माझी निघण्याची वेळ होण्याची मी वाट बघत उभा होतो, तेवढ्यात बातमी आली की एका छोट्या वळणापाशी ओलॅनो पडला होता आणि त्यात त्याचे तीस सेकंद वाया गेले होते. तो पुन्हा सायकलवर चढून निघाला होता, पण त्याची लय बिघडली होती.

माझी वेळ झाली, मी वेगानं निघालो. कदाचित अति वेगानं. कानात जोहानचे

नेहमीसारखे सूचना आणि माहिती देणारे शब्द ऐकू येत होतेच. पहिल्या दोन तपासणी नाक्यांपर्यंत माझा वेग सर्वांत जास्त होता.

तिसरा तपासणी नाका – झुलेपेक्षा मी एक मिनिट चाळीस सेकंदांनी पुढे होतो.

माझ्यापुढे मला ओलॅनो दिसला.

आजपर्यंत वेळेच्या स्पर्धेत ओलॅनोच्या जवळ कोणीही पोहोचलं नव्हतं, आता तो मागे वळून बघत बघत जाऊ लागला. मी आणखी जोरात पॅडल्स मारू लागलो.

मी त्याच्याजवळ जाऊन पोहोचलो. ओलॅनोच्या चेहऱ्यावर अविश्वासाचे भाव होते आणि हिंमत खचल्याचे. मी त्याच्यापर्यंत पोहोचून त्याच्यापुढे निघून गेलो. माझ्या मागच्या चाकाच्याही तो मागे राहिला.

जोहान माझ्या कानात म्हणाले की, माझा श्वासांची लय १०० RPM होती, जी फार जास्त होती. मी फार जोरात पॅडल्स मारत होतो. मी वेग कमी केला.

उतारावरच्या एका मोठ्या वळणावर मी पोहोचलो. रस्त्याच्या कडेला गवताच्या गंजी रचून ठेवलेल्या होत्या. समोर मला कोणीतरी दिसलं. एक स्पर्धक रस्त्याच्या कडेला पडला होता. त्याला लागलं होतं आणि तो वैद्यकीय मदतीची वाट पाहत होता. कपड्यांच्या रंगावरून कोफिदी टीममधला होता तो –

बॉबी जूलिच.

ताबा सुटून तो वळणावर घसरला होता. नंतर मला समजलं की, त्याला छातीला आणि बरगड्यांमध्ये बराच मार लागला होता. त्याच्यापुरती स्पर्धा संपली होती.

वळणापाशी मी एका अरुंद जागेशी पोहोचलो.

कडेच्या गर्दीतून एक लहान मूल धावत रस्त्यावर आलं.

धडधडत्या हृदयानं त्याला टाळण्यासाठी मी एकदम बाजूला झालो.

लगेचच मी मनानं सावरलो आणि लय बिघडू दिली नाही. समोर आणखी एकजण दिसला. डोळे बारीक करून कोण आहे हे मी बघत होतो, तो हिरवा रंग दिसला. बेल्जियमच्या टॉम स्टील्सची जर्सी होती ती. उत्तम वेगानं धावणाऱ्यांपैकी होता तो, आधीच्या दोन वेगाच्या टप्प्यांमध्ये तो जिंकला होता आणि संपूर्ण स्पर्धा जिंकू शकणाऱ्या संभाव्य नावांमध्ये त्याचं नाव होतं.

पण स्टील्स तर माझ्या आधी सहा मिनिटं निघाला होता – मी इतक्या वेगानं आलो होतो?

नेहमी अगदी संयमी, शांत असणाऱ्या जोहाननं वेळ बघितली आणि ते रेडिओमध्ये आरोळ्या ठोकू लागले!

"अरे! तू तर 'तूर द फ्रान्स'ला सुरुंगच लावतोयस! तू उडवून टाकतोयस 'तूर द फ्रान्स!' "

मी स्टील्सच्या पुढे गेलो.

माझ्या पायांत जमायला लागलेलं लॅक्टिक ॲसिड मला जाणवू लागलं. वेदनांनी माझा चेहरा वाकडातिकडा झाला होता. मी अतिशय वेगानं गेलो होतो आणि आता त्याची फळं भोगत होतो. मी शेवटच्या भागात पोहोचलो, खूप जोराचा वारा असणाऱ्या भागात आणि मला वाटू लागलं की, मला हलताही येत नव्हतं. माझी चाकं ज्या गतीनं फिरत होती, त्या गतीनं तर मी झुलेला परत वेळ मिळवून देत होतो! खूप परिश्रमानं शेवटचे सेकंद पार करत मी अंतिम रेषेजवळ जात होतो.

सरतेशेवटी मी ती रेषा ओलांडली.

मी कॉम्प्युटरवरचं घड्याळ बघितलं. १:०८:३६. मी जिंकलो होतो. झुलेला मी अठ्ठावन सेकंदांनी हरवलं होतं.

मी सायकलवरून खाली पडलो. इतका दमलो होतो की, सरळ बघताही येत नव्हतं. कधी नसेन एवढा थकलो होतो. पण मी 'तूर द फ्रान्स'मध्ये पुन्हा एकदा आघाडीला होतो. पुन्हा एकदा पिवळी जर्सी अंगावर चढवताना त्या मऊ कापडाचा माझ्या अंगाला स्पर्श झाला आणि मी ठरवलं की, आता ती जर्सी तिथेच राहायला हवी होती.

पोडियमवरून खाली उतरून मी फुलांचा गुच्छ कीकच्या हातात दिला, तिला घट्ट मिठी मारून चुंबन घेतलं. त्या संध्याकाळी मी तिला सांगितलं, ''मला वाटतंय की मी ही स्पर्धा जिंकणार आहे.''

टीमच्या हॉटेलवर परत आल्यावर आम्ही सर्व पोस्टल टीमच्या स्पर्धकांनी शॅम्पेन घेतली. आम्ही नुसते जरा जरा घोट घेतले. कारण त्या दिवशीच्या स्पर्धेनं आम्ही इतके थकलो होतो की, एक ग्लास सबंध बाटलीसारखा वाटत होता! आमचे ग्लास रिकामे झाल्यावर जोहान उठून उभे राहिले.

''बरं, चला – आता आणखी शॅम्पेन नाही! आता ही आत्तापुरती शेवटचीच. कारण आपण इतके टप्पे जिंकणार आहोत की, पॅरिसला पोहोचेपर्यंत आपण शॅम्पेन पीतच असणार आहोत!''

आमच्या टीमनं आनंदानं हुर्रे केलं.

आम्ही आता डोंगराळ भागात पोहोचलो.

इथून पुढे, शेवटच्या रेषेपर्यंत सगळे चढ असणार होते. आल्प्सचा पहिला टप्पा खूप किल्ले असलेल्या फ्रान्स-इटली सीमेवरच्या सेस्त्रिएर गावात पोहोचणारा एकशे बत्तीस पॉइंट सात किलोमीटर्सचा होता आणि पेलोटोनला काय वाटत होतं ते मी जाणून होतो – त्यांना वाटत होतं की, मी गळाठून जाईन. माझ्या अंगावरच्या पिवळ्या जर्सीबद्दल त्यांना आदर वाटत नव्हता.

मी एकूण दोन मिनिटं आणि वीस सेकंदांनी पुढे होतो, पण डोंगराळ भागात एक दिवसात तुम्ही कितीतरी मागे पडू शकता. डोंगर चढण्याबद्दल माझी कधीच

खूप कीर्ती वगैरे नव्हती आणि आता आम्ही स्पर्धेच्या अत्यंत कठीण टप्प्यांना सुरुवात करत होतो, जिथं स्पर्धक अक्रोडांसारखे तुटून पडतात. माझे प्रतिस्पर्धी माझ्यावर जोराचा प्रतिहल्ला करतील ह्याची मला खात्री होती, पण त्यांना हे ठाऊक नव्हतं की, स्पर्धेच्या ह्या भागासाठी मी किती मेहनत आणि नेमकी तयारी केली होती. आता त्यांना दाखवून देण्याची वेळ आली होती.

स्पर्धेचा हा भाग शारीरिक श्रमांइतकाच डावपेच आणि क्लृप्त्यांवरही अवलंबून असणार होता. मला माझ्या सहकाऱ्यांवर खूपच विसंबून राहावं लागणार होतं – केव्हिन लिव्हिंग्स्टन आणि टायलर हॅमिल्टन. बरोबर आराखडा तयार करणं डोंगराळ भागासाठी अत्यंत महत्त्वाचं असतं. केव्हिन आणि टायलर ह्यांनी डोंगर चढतानाचं बरंचसं कष्टाचं काम माझ्यासमोर राहून करायचं, म्हणजे माझा जोम सेस्त्रिएरमध्ये शिरतानाच्या मोठ्या चढासाठी कायम राहील. तिथेच बाकीचे स्पर्धक माझ्याकडून जर्सी काढून घेण्यासाठी प्रयत्न करतील हे निश्चित होतं.

चढाई अशी केली जाते – काही स्पर्धक दुसऱ्या स्पर्धकांपेक्षा जास्त वरचढ म्हणून धक्का देऊ शकणारे असतात. उदा. – स्वित्झर्लंडचा ॲलेक्स झुले, स्पेनचा फर्नान्डो एस्कार्टिन हे दोघं, जे संपूर्ण स्पर्धेत मला सतत अगदी चिकटून होते. त्यांच्यातला एक – समजा झुले – एकदम पुढे जाण्याचा प्रयत्न करू लागला, तर माझा पोस्टल टीममधला एखादा सहकारी – समजा केव्हिन –ताबडतोब त्याचा पाठलाग करत असे. नाहीतर झुलेसारखा स्पर्धक काय होतंय ते समजायच्या आत निसटून दोन मिनिटांनी माझ्या पुढे जाऊ शकत असे आणि माझा पुढे असण्याचा वेळ कमी करून टाकू शकत असे.

केव्हिनचं काम हे होतं की, झुलेचा पाठलाग करायचा आणि सदैव त्याच्या सायकलीला खेटूनच राहायचं; झुलेला डोंगर चढणं अवघड करायचं. ह्याला 'मानगुटीवर बसणं' म्हणता येईल. केव्हिन हे काम करून झुलेचा वेग कमी करत असेल तेवढ्या वेळात माझे पोस्टल टीमचे बाकीचे सहकारी माझ्यापुढे सायकल चालवत राहून मला बरोबर योजना तयार करून पुढे जायला संधी देत असत. एखाद्या मोठ्या चढाईसमोर हार न खाता दिवसभर आम्ही टिकून राहू शकलो, तर पेलोटोनमधलं आमचं काम आम्ही नीट केलं असं म्हटलं जायचं.

प्रत्येक पुढे जाऊ बघणाऱ्याला आम्ही अडवत नव्हतो. संपूर्ण स्पर्धेचे संभाव्य विजेते म्हणून काही स्पर्धकांचा धोका नव्हता, त्यांचा पाठलाग करण्यात आम्ही शक्ती खर्च करत नव्हतो. अशा वेळी माझे सहकारी फक्त माझ्याकडे लक्ष द्यायचे. माझ्या सभोवती राहून मला कुठूनही धोका पोहोचणार नाही असं बघायचे. मला पाण्याची आणखी एक बाटली हवी असली तर त्यांच्यातला एकजण जाऊन आमच्या गाडीतून ती घेऊन येई.

सेस्त्रिएरला पोहोचण्याच्या मार्गावर तीन मोठाली शिखरं होती. पहिलं होतं 'कोल दु टेलिग्राफे', मग प्रचंड मोठं 'कोल दु गॅलिबिअर' – 'तूर' मधला सर्वांत उंच डोंगर – आणि मग होतं 'कोल दु मोंजेनेव्र'. ह्यानंतर शेवटी सेस्त्रिएरला पोहोचतानाचा चढ होता.

त्या दिवशीच्या दीडशे मैलांपैकी बराचसा वेळ पोस्टल टीम अगदी मशीनसारखी व्यवस्थित काम करत, एकूण स्पर्धेचं चांगलं व्यवस्थापन करत होती.

स्पॅनिश टीम सुरुवातीपासूनच आमच्यावर चढाई करत होती. 'टेलिग्राफे' डोंगरावर एस्कार्टिननं निसटून पुढे जाण्याचा प्रयत्न केला, पण आम्ही शांत राहिलो. आणि फार आधीपासून फार शक्ती खर्च न करता जात राहिलो. 'गॅलिबिअर' वर केव्हिन लिव्हिंग्स्टननं उत्तम काम केलं आणि विचलित न होता तो मला बर्फ आणि पावसातून वर नेत राहिला. मी योजनाबद्ध रीतीनं केव्हिनच्या मागे जात असताना तोंडानं सारा वेळ त्याला उत्तेजन देत राहिलो – "फार छान काम करतोयस हं तू! त्या मागे राहिलेल्या लोकांचा जळफळाट होतोय!"

पाइनच्या झाडांमधून मोठाली वळणं घेत आम्ही 'गॅलिबिअर' उतरलो. ह्या उताराचं वर्णन करतो तुमच्यासाठी. हँडलबार्सवर वाकून ताशी सत्तर मैलांच्या वेगानं, अर्धा इंच रुंद टार्यसवर, कुडकुडत, उतारावर जायचं असतं. त्यात मध्ये वळणं, चढ-उताराचे रस्ते, अगदी अरुंद हेअरपिन वळणं आणि धुकं. माझ्या मागून येत असलेला केव्हिन ह्यात मध्ये कुठेतरी पडला. तो रेनकोट घालायला गेला आणि रेनकोटची बाही चाकात अडकली. तो चटकन उठला, पण नंतर काही दिवस त्याचं अंग दुखत होतं आणि ताप वाटत होता.

नंतर मोंजेनेव्र शिखर आलं – सहा तासांमध्ये तिसऱ्या डोंगरावर चढाई. गोठवून टाकणारा पाऊस आणि धुकं होतंच. एकदम एखाद्या ठिकाणी जोराचा पाऊस पडत असायचा, त्यातून बाहेर पडून पुढे जात राहायचं. शिखरावर इतकी थंडी होती की, पाऊस माझ्या शर्टवर गोठला. उतारावर असताना गारा पडायला लागल्या. टीममधल्या बाकी सर्वांपासून मी वेगळा पडलो होतो, इतरांच्या माझ्यावर चढाया चालूच होत्या. त्यांना वाटत असावं की, मी आता कुठल्याही क्षणी हार खाईन. त्याचा मला राग आला. कमकुवत स्पर्धक लढा चालू ठेवू न शकल्यानं मागे पडले. जगातल्या सर्वोत्तम चढाईपटूंबरोबर मी आघाडीला असल्याचं आणि मी एकटाच लढा देत असल्याचं मग माझ्या लक्षात आलं. त्यांची दमछाक होईपर्यंत लढा देण्याचा माझा निश्चय होता.

मला सोबत होती फक्त कानाशी बोलणाऱ्या जोहानची. ते पाठीमागून येणाऱ्या गाडीत होते. टीमचा मुख्य पुरस्कर्ता, पोशिंदा, थॉम वीझेलही त्याच्याबरोबर होता.

मोंजेनेव्र उतरत असताना इव्हान गोट्टी आणि फर्नान्डो एस्कार्टिन दोघांनी

धुक्यातून अगदी अरुंद वळणं घेतली आणि पंचवीस सेकंदांचा वेळ वाया घालवला. पाच जणांच्या दुसऱ्या ग्रुपमध्ये मी त्यांच्यामागेच होतो.

शेवटच्या लांब, कठीण तीस किलोमीटरच्या सेस्त्रिएरमध्ये शिरण्याच्या चढावाशी आम्ही पोहोचलो होतो. एव्हाना आम्ही सायकलींवर आरूढ झाल्याला साडेपाच तास झाले होते आणि आम्ही सगळेच धडपडत होतो. इथून पुढे प्रश्न फक्त एवढाच होता की, कोण गळाठतो आणि कोण नाही.

आठ किलोमीटर अंतर बाकी राहिलं तेव्हा अगदी पुढे असलेल्यांच्या मी बत्तीस सेकंदांनी मागे होतो आणि त्या पाच जणांच्या ग्रुपमधे अडकलो होतो. ते बाकीचे सगळे वेगवेगळ्या देशांमधले, प्रसिद्ध, मान्यताप्राप्त चढाईपटू होते. त्यातला सर्वांत उत्तम होता स्वित्झर्लंडचा झुले, जो उंचापुरा होता, त्याला थकवा माहीत नव्हता आणि त्याची मला खरी धास्ती होती.

आता वेळ आली होती.

एका छोट्या वळणावर मी ग्रुपच्या आतल्या बाजूला आलो, उभा झालो, आणि वेग वाढवला. माझ्या सायकलनं जणू पुढे उडी मारली. बरोबर जे रक्षक म्हणून मोटारसायकलस्वार असायचे, मी जवळजवळ त्यांच्यावरून उडी मारून गेल्यासारखा गेलो.

मागून येणाऱ्या गाडीतून चकित झालेला जोहान म्हणाला, ''लान्स, तू मध्ये दहा फुटांचं अंतर मिळवलंयस!''

जोहाननं माझ्या छातीचे ठोके डिजिटल कॉम्प्युटर रीडआउटवर बघितले – मी किती श्रम करत होतो आणि त्याचा माझ्या शरीरावर किती परिणाम होत होता हे बघायला. मी ठीक होतो – ठोके एकशे ऐंशी होते. एखाद्या सपाट रस्त्यावरून आरामात जात असावं तसं मला वाटत होतं.

जोहान म्हणाले, ''लान्स, अंतर वाढत चाललंय.''

मी आणखी वेग वाढवला.

एका किलोमीटरमध्ये मी एकवीस सेकंद मिळवले. आता आघाडीच्या स्पर्धकांच्या मी फक्त अकरा सेकंदांनी मागे होतो. गंमत म्हणजे मला काहीही जाणवत नव्हतं – जणू काहीही श्रमच होत नव्हते!

आघाडीच्या दोघांनी – एस्कार्टिन आणि गोट्टी – मागे वळून बघितलं. मी वेगानं त्यांच्याजवळ पोहोचत होतो.

मी एस्कार्टिनच्या मागच्या चाकाजवळ पोहोचलो. खरंच वाटत नसेल तसं त्यानं माझ्याकडे बघितलं. गोट्टीनं वेग वाढवायचा प्रयत्न केला. मी त्याच्या पुढे निघून गेलो आणि एस्कार्टिनच्या बरोबर झालो.

मग मी पुन्हा जोर करून आणखी वेग वाढवला. त्यांची शारीरिक क्षमता

आणि मानसिक स्थिती दोन्हींचा अंदाज घेऊन ते काय करतील ह्याची कल्पना मी करत होतो.

मी थोडं पुढे सरकत कुतूहलानं विचारलं, "जोहान, थकलेत का ते?"

उत्तर आलं नाही.

"एका सायकलीचं अंतर आहे."

मी आणखी वेग वाढवला.

"तीन अंतर, चार अंतरं, पाच अंतरं!"

जोहान थांबले. मग सहज म्हणावं तसं म्हणाले, "आणखी थोडासा वेग का नाही वाढवत तू?"

मी वेग वाढवला.

"चाळीस फूट." ते म्हणाले.

तुम्ही अंतर वाढवता आणि तुमचे प्रतिस्पर्धी जेव्हा काहीच करत नाहीत, तेव्हा त्याचा अर्थ असा असतो की, त्यांना आता वेदना व्हायला लागलेल्या असतात. ही वेळ असते त्यांना हरवण्याची.

अंतिम रेषेपासून आम्ही चार मैल दूर होतो. मी पॅडलवर पाय रोवले.

"तुला तीस सेकंदांची बढत मिळाली आहे!" जोहानचा उत्तेजित स्वर आला.

जोहान माझ्या कानांमध्ये माझ्या प्रगतीबद्दल सांगत होते. आता ते म्हणाले की, झुले पाठलाग करू बघत होता. झुले! सदान्कदा झुलेच!

"हे बघा," मी जोहानना रेडिओवर सांगितलं, "मी आता सुटतोय, एकदाचं संपवून टाकणार आहे मी हे!"

इटलीमधल्या एका हॉटेलमधल्या खोलीत कीक भान हरपून टीव्हीसमोर बसली होती. मी सायकलच्या सीटवरून उठून जोरात सुटलो, तशी तिनं खुर्चीतून उडी मारली!

"ओः! बापरेऽ!" ती ओरडली.

टेक्सासमध्ये प्लॅनो गावात त्या दिवशी उशिरानं माझी आई ह्या स्पर्धेची रेकॉर्ड केलेली टेप टी व्ही वर बघत होती. वेळेच्या फरकामुळे, तिला अजूनही काय झालंय ते ठाऊक नव्हतं.

"बघा-बघा!" ती ओरडली, "तो चालला बघा – जिंकणार तो!"

मी पॅडल मारत होतो, तशी माझी सायकल वाकडीतिकडी फिरत होती, प्रचंड थकव्यानं माझे खांदे खालीवर होत होते. खूप दमलो होतो मी आणि माझं सबंध शरीर सायकलवर हलत होतं, नाकपुड्या फेंदारल्या होत्या. मी आणखी ऑक्सिजन

मिळण्यासाठी, श्वास घेण्यासाठी धडपडत होतो, माझे दात विचकले होते.

अजून अंतिम रेषेपर्यंत खूप अंतर बाकी होतं. मला भीती होती की, झुले इथपर्यंत येऊन पोहोचेल. पण मी माझी लय कायम ठेवली.

मी खांद्यावरून मागे वळून बघितलं – झुले दिसेल मागच्या चाकापाशी असं वाटत होतं.

तिथे कोणीही नव्हतं.

मी पुन्हा समोर बघू लागलो. मला आता अंतिम रेषा दिसत होती. उरलेला सगळा रस्ता चढणीचाच होता. मी शिखराकडे निघालो.

ते शेवटचे काही यार्ड अंतर जाताना मी कॅन्सरचा विचार करत होतो का? नाही. मी हो म्हटलं तर ते खोटं बोलणं होईल. पण मला वाटतं, प्रत्यक्ष किंवा अप्रत्यक्षपणे गेल्या दोन वर्षांमध्ये जे काही झालं होतं ते सगळं तेव्हा माझ्या मनात होतं. मी जे सहन केलं होतं, कॅन्सरशी दिलेली लढाई, मी पुन्हा सायकलस्पर्धेत परत येऊ शकतो ह्याबद्दल ह्या क्षेत्रातील लोकांना वाटणारा अविश्वास, हे सगळं मनात कुठेतरी साठवून ठेवलेलं होतं. ह्या सगळ्यांचा परिणाम म्हणून त्यांची गती तरी मंदावली होती किंवा माझी वाढली तरी होती – कोण जाणे दोन्हीपैकी काय झालं होतं ते.

मी चढत राहिलो तसतशा मला वेदना जाणवू लागल्या, पण मी माझ्या शरीरानं काय साध्य करू शकतो, ह्याबद्दल अमाप आनंदही. सायकलस्पर्धेत भाग घेऊन वेदना सहन करणं ही कठीण गोष्ट आहे. पण आठवड्यातले पाच दिवस हॉस्पिटलच्या बिछान्यावर, छातीतून कॅथेटर बाहेर लोंबत असताना, तुमच्या नसांमध्ये प्लॅटिनमनं आग आग होत असताना, चोवीस तास उलट्या होत असताना जितकं कठीण असतं, तितकं कठीण नाही.

मी कशाचा विचार करत होतो? ती मजाच आहे. Good will Hunting नावाच्या चित्रपटातलं एक दृश्य मला आठवलं. माझ्यासारखाच म्हणता येईल अशा, बोस्टनच्या गरीब वस्तीत राहणाऱ्या, जगावर चिडलेल्या, समाजानं दुर्लक्षिलेल्या, गणितामध्ये विलक्षण बुद्धी असलेल्या एका तरुण मुलाचं काम मॅट डेमॉननं केलं होतं. चित्रपटात एका बारमध्ये तो हार्वर्डमधल्या काही उच्चवर्गीय विद्यार्थ्यांशी संभाषण करण्याचा प्रयत्न करतो. एका बडेजाव दाखवणाऱ्या श्रीमंत मुलाशी झालेल्या बौद्धिक चकमकीत तो जिंकतो आणि एका मुलीला तो आवडू लागतो.

नंतर ज्या मुलाला त्यानं हरवलं त्या मुलासमोर डेमॉन बढाई मारतो,

''काय रे, तुला ॲपल्स आवडतात का?''

''हो!'' तो मुलगा उत्तरतो, ''ॲपल्स आवडतात मला.''

''हं! तिचा फोन नंबर मिळालाय मला.'' विजयी स्वरात डेमॉन सांगतो, ''तर

मग तुला कसली ॲपल्स आवडतात?''

ते शेकडो मीटर अंतर चढता चढता, डोंगरांमधली विरळ हवा छातीत भरून घेता घेता त्या चित्रपटाची आठवण येऊन मी हसत होतो.

स्पर्धेची अंतिम रेषा जशी जवळ येत गेली, तशी तेव्हा मी मागून येणाऱ्या गाडीतल्या जोहान आणि थॉम वीझेल ह्या माझ्या मित्रांशी रेडिओवर बोललो.

''ए, थॉम, जोहान,'' मी विचारलं, ''तुम्हाला ॲपल्स आवडतात?''

त्यांचं गोंधळलेलं उत्तर रेडिओच्या खरखरण्यात ऐकू आलं,

''हो! आवडतात ना आम्हाला ॲपल्स, का?''

मी रेडिओत ओरडलो, ''ती ××× ॲपल्स कशी असली तर आवडतात तुम्हाला?''

दोन्ही हात वर उचलून, डोळे आकाशाकडे लावून मी अंतिम रेषेवर पोहोचलो. मग माझाच विश्वास न बसून मी दोन्ही हातांनी चेहरा झाकला!

इटलीमध्ये तिच्या हॉटेलच्या खोलीत टीव्हीसमोर बसून माझी पत्नी हुंदके देत होती.

त्याच दिवशी उशिरानं इंडियाना पोलीसमध्ये ला त्रीस हॅनी आणि मेडिकल सेंटरच्या स्टाफमधले लोक, वॉर्डमधले सगळे रुग्ण, जे काय करत होते ते बाजूला ठेवून स्पर्धेच्या रेकॉर्डिंगची टेप बघू लागले. मी डोंगर चढत होतो आणि माझी बढत वाढवत होतो, तेव्हा ते डोळे विस्फारून टेलिव्हिजनकडे बघत होते. ''करून दाखवलं त्यानं!'' ला त्रीस म्हणाली, ''त्यानं विजय मिळवला, मिळवलान् विजय!''

सेस्ट्रिएरेच्या चढाईनंतर 'तूर द फ्रान्स' मध्ये मी सहा मिनिटं तीन सेकंदांनी पुढे होतो.

तुम्ही डोंगर चढत असता, तेव्हा त्यांच्याकडे तुम्ही नीट बघत नाही. भोवतालचं दृश्य, भव्य कडे, शिखरं आणि कपारी, ज्या तुमच्या दोन्ही बाजूंना असतात, ग्लेशियर्स आणि वरून कडेनं खाली वाकलेले खडक, खाली जाता जाता तिथे असलेली हिरवी कुरणं ह्या सगळ्यांकडे बघत राहायला वेळच नसतो. तुम्ही फक्त समोरच्या रस्त्याकडे आणि मागून येणाऱ्या स्पर्धकांकडे लक्ष ठेवून असता – कारण डोंगरांमधली कुठलीही बढत सुरक्षित नसते.

'सेस्त्रिएरे'च्या नंतरच्या सकाळी मी लवकर उठून सहकाऱ्यांबरोबर सकाळची न्याहारी घेतली. दर आठवड्याला आम्ही सीरिअल (पॉरिज, कॉर्नफ्लेक्स इ.ची) पंचवीस खोकी आणि डझनावारी अंडी ह्यांचा फडशा पाडत होतो. पहिल्यांदा मी मुस्ली खात असे, मग तीन-चार अंडी, आणि मग पास्ता. दुसरा दिवस हा आणखी

एक लांबच्या लांब, अवघड चढणी चढण्याचा दिवस असणार असायचा; आणि हे सगळं खाऊन येणाऱ्या सर्व शक्तीची मला गरज होती. 'तूर' मधल्या दुसऱ्या कुठल्याही टप्प्यांइतकंच गूढ वलय आम्ही जाणार होतो त्या 'आल्प दुएज' भोवती होतं. चौदा किलोमीटर अंतरात नऊ अंशाची चढण असलेला एक हजार मीटरचा चढ 'आल्प दुएज' वर चढायचा होता. तेवढ्या चढात शिखरावर पोहोचेपर्यंत २१ अत्यंत अरुंद कोनाची वळणं आहेत आणि अगणित ठिकाणी उलटं वळून परत वर जायचं आहे. वर चढताना खूप गरम व्हायचं आणि उतरताना गार. काही ठिकाणी हँडलबार्सच्या रुंदीइतकीच रस्त्याची रुंदी होती. विसाव्या शतकाच्या प्रारंभी ह्या डोंगराच्या चढणी 'तूर'मध्ये प्रथमच घालण्यात आल्या, तेव्हा एक स्पर्धक त्याच्या त्या तेव्हाच्या जुन्या पद्धतीच्या सायकलवर ही चढण चढल्यावर स्पर्धेच्या व्यवस्थापकांवर संतापून ओरडला होता, "खुनी आहात तुम्ही सगळे!"

'आल्प दुएज'वर मला कसल्याही तऱ्हेचा नाट्यमय प्रसंग टाळायचा होता. सेस्त्रिएरसारखी चढाई करण्याची मला गरज नव्हती, फक्त माझ्या प्रमुख प्रतिस्पर्ध्यांवर नियंत्रण ठेवायला हवं होतं : अब्राहम ओलॅनो – सहा मिनिटं तीन सेकंदांनी मागे होता, अॅलेक्स झुले चौथ्या नंबरावर होता – सात मिनिटं सत्तेचाळीस सेकंदांनी मागे, फर्नान्डो एस्कार्टिन आठव्या नंबरवर होता – नऊ मिनिटांनी मागे. त्या दिवशीचं साध्य स्थिर राहणं आणि सेस्त्रिएरमध्ये मिळवलेली वेळाची बढत हातातून निसटू न देणं हे होतं.

आम्ही 'आल्प दुएज'च्या पायथ्याशी पोहोचलो. माझी इच्छा होती की, मी अगदी चांगल्या शारीरिक स्थितीत आहे, हे माझ्या सहकाऱ्यांना कळावं. कारण अवघड चढण चढताना आत्मबळ टिकून राहणं फार महत्त्वाचं असतं. प्रत्येकाच्या कानाला श्रवणयंत्र लावलेलं होतं आणि सर्वांना वॉकीटॉकीवरचं बोलणं ऐकू येत असे, त्यामुळे मी बोललेलं त्या सर्वांना ऐकू जाईल हे मला माहीत होतं.

"जोहान!" मी म्हटलं.

"काय, लान्स?" त्यानं त्याच्या एकसुरी आवाजात विचारलं.

"हे काम तर मी तीन चाकी सायकलवरूनही करू शकेन – काहीच अवघड नाही!"

कोंबडी कलकलल्यासारखा हसण्याचा आवाज मला ऐकू आला.

चढाई करणारे कमीत कमी असावेत आणि आम्हाला आव्हान देणाऱ्यांची संख्या कमी असावी, म्हणून आम्ही वेगानं जात होतो. टायलर हॅमिल्टन डोंगर चढताना माझ्यापुढे होता. त्याच्या मागे मागे जाताना मी संपूर्ण वेळ त्याच्याशी रेडिओवर बोलत राहिलो. आम्ही ओलॅनोच्या पुढे निघून गेलो. जोहान रेडिओवर म्हणाले, "ओलॅनो गळला, फार छान!" तेवढ्यात झुलेचा एक सहकारी मॅन्युएल

बेल्ट्रॅन आला. मी टायलरच्या कानात ओरडलो, "बेल्ट्रॅनला जाऊ देणार आहेस तू?"

आम्हाला दहा किलोमीटर सरळ डोंगर सुमारे तीस मिनिटांत चढायचा होता. एकाएकी एस्कार्टिन आणि त्याचा सहकारी कार्लोस कॉन्ट्रेरस वेगानं चढण चढत आले. मग टॉम स्टील्सचा सहकारी पाव्हेल टोनकोव्ह ह्यानं हल्ला चढवला. टायलर खूप थकला होता, त्याला आता शक्ती राहिली नव्हती, म्हणून टोनकोव्हचा पाठलाग मीच केला. पाठोपाठ बेल्ट्रॅनला पुढे घालून झुले येऊन पोहचला आणि फ्रेंच स्पर्धक रिचर्ड व्हिरेन्के येऊन मला मागून चिकटला. ते सगळे मला अडकवून ठेवायला बघत होते.

पण मी थकत नव्हतो. ही जी काही धडपड चालली होती, त्याची मला काही पर्वा नव्हती, कारण जोपर्यंत मी त्यांच्याबरोबरच होतो, तोपर्यंत त्यांच्यातला कोणीही वेळाच्या बाबतीत माझ्या फारसा पुढे जाऊ शकत नव्हता. सगळीकडे लक्ष ठेवत मी चौथ्या नंबरवर राहिलो होतो. शिखरावर पोहोचायला चार किलोमीटर अंतर बाकी होतं. आणखी सुमारे साडेसहा मिनिटांचे कठोर परिश्रम. तूर ऑफ इटलीमध्ये दोनदा तिसरा येऊन, पदके मिळवलेला इटालियन गिडसेप्पे गुएरिनी ह्यानं हल्ला चढवला. पण एकूण हिशोबात गुएरिनी पंधरा मिनिटांनी मागे होता, आणि त्याला मी शह देणं आवश्यक नव्हतं. मी त्याला जाऊ दिलं. मधल्या वेळात झुलेनं अखेर माघार घेतली, त्याला वेग टिकवून ठेवता येईना.

गुएरिनी वीस सेकंदांची आघाडी मिळवत पुढे गेला आणि मग विश्वास बसणार नाही अशा रीतीनं त्याचा एका प्रेक्षकाला धक्का बसला. कित्येक दिवस प्रेक्षक धोकादायक गोष्टी करत होते – ते पेलोटोनच्या समोर रस्त्यावर उड्या मारत येत असत – आणि आता एक प्रेक्षक वेड लागल्यासारखा त्याचा इन्स्टामॅटिक कॅमेरा घेऊन रस्त्याच्या मधोमध उडी मारून आला आणि तिथे उभा राहून फोटो घेत सुटला. गुएरिनी त्याला धडकू नये म्हणून एकदा एका बाजूला, मग दुसऱ्या बाजूला सरकला, पण शेवटी त्याचे हँडलबार्स त्या माणसावर आपटले आणि त्यानं स्वत: एक कोलांटी खाल्ली! ही एक कधीही होऊ शकणारी घटना असते, जी हे शिकवते की, तुमचं आघाडीवर असणं टिकून राहीलच ह्याची काहीही शाश्वती नसते. गुएरिनी उडी मारून उभा झाला आणि पुढे निघाला, पण एव्हाना टोनकोव्हनं त्याला गाठलं होतं. सुदैवानं गुएरिनी अंतिम रेषेवर प्रथम पोहचून त्या टप्प्याचा विजय मिळवू शकला.

मी त्या टप्प्यात पाचवा आलो. आता ओलॅनोपेक्षा मी सात मिनिटं बेचाळीस सेकंदांनी पुढे होतो. एवढी मेहनत करूनही झुलेनं काही सेकंदच मिळवले होते. तो सात मिनिटं सत्तेचाळीस सेकंद मागे होता.

'तूर द फ्रान्स' मधला एक नेहमी घडतो असा दिवस.

आल्प्समध्ये मला शत्रू निर्माण होत होते. माझं डोंगर चढण्यातलं नवं कौशल्य फ्रेंच पत्रकारांना शंकास्पद वाटलं होतं. गेल्या वर्षी झालेल्या बदनामीकारक प्रसंगानंतर ते 'तसल्या' नव्या बातमीच्या मागावरच होते. म्हणून मग कुजबुज सुरू झाली – 'आर्मस्ट्राँग काहीतरी घेत असणार.' छुपे आरोप करणाऱ्या बातम्या 'लेकिप', 'ल माँद' मधून येऊ लागल्या. उघड उघड काही न म्हणता अशा गर्भितार्थाचं लिहिलं जाई की, माझं रेसमध्ये चांगलं काम करत परत येणं हा एक मोठा चमत्कार होता.

मी जाणून होतो की, 'सेस्त्रिएर'चे असे परिणाम होतील. हे जवळजवळ ठरून गेल्यासारखं झालं होतं की, जो स्पर्धक पिवळी जर्सी मिळवेल, त्याच्यावर मादक द्रव्यसेवनाची शंका घेतली जायची. पण फ्रेंच वर्तमानपत्रांमधून जे आरोप केले जात होते, त्यामुळे मला धक्काच बसला. काही पत्रकारांनी चक्क असं सूचित केलं होतं की, केमोथेरपीचा मला ह्या स्पर्धेसाठी फायदा झाला होता! त्यांनी असा अंदाज व्यक्त केला की, माझं काम सुधारेल असं कोणतं तरी रहस्यपूर्ण औषध माझ्यावर उपचार चालू असताना मला दिलं गेलं. जगातला कुठलाही, कुठल्याही देशातला कॅन्सरतज्ज्ञ हे ऐकून मुरकुंडी वळेपर्यंत हसला असता.

मला हे कळतच नव्हतं. कॅन्सरच्या उपचारांचा मला फायदा झाला होता असं कोणालाही क्षणभर सुद्धा वाटलंच तरी कसं? कदाचित कॅन्सर रुग्ण सोडून कोणालाच त्या उपचारांची कठोर तीव्रता कळत नसेल. सलग तीन महिने, अत्यंत विषारी द्रव्यं माझ्या शरीरात रोज घातली गेली. अजूनही मला विषबाधा झाल्यासारखं वाटत असे आणि आज तीन वर्षांनंतरही माझ्या शरीरातून ती पूर्णपणे निघून गेली आहेत, असं मला वाटत नाही.

माझ्याकडे लपवण्यासारखं काहीही नव्हतं; आणि मादक द्रव्य चाचण्यांमधून ते सिद्ध झालं. जेव्हा जेव्हा 'तूर'च्या व्यवस्थापकांनी आमच्या टीममधला कोणीही एकजण ह्या चाचणीसाठी निवडला, तेव्हा तेव्हा प्रत्येक वेळी त्यांनी मलाच बोलावलं, हा निव्वळ योगायोग नव्हताच. ह्या चाचण्या हा 'तूर'चा एक अत्यंत अपमानजनक भाग होता. एक टप्पा पूर्ण केल्यानंतर लगेचच मला एका उघड्या तंबूमध्ये नेलं जाई, जिथं मला खुर्चीत बसवून एक डॉक्टर माझ्या हाताभोवती एक रबर ट्यूब गुंडाळत असे आणि सुई टोचून रक्ताचा नमुना घेत असे. मी तेथे बसलेला असताना अनेक फोटोग्राफर्स माझे फोटो घेत असत. त्या डॉक्टरांना आम्ही 'व्हॅम्पायर्स' म्हणत असू. (जे माणसाचं रक्त पितात) "आले व्हॅम्पायर्स!" आम्ही म्हणायचो. पण त्या चाचण्या माझ्या मित्र ठरल्या, कारण मी निर्दोष होतो हे त्यांनी सिद्ध केलं. माझी चाचणी घेण्यात आली होती, रक्त तपासण्यात आलं

होतं. पुन्हा चाचणी घेण्यात आली होती.

वार्ताहरांना मी सांगितलं, ''माझं आयुष्य, माझी कारकीर्द, माझा आजार सर्व तुमच्यासमोर खुलं आहे.'' माझ्या दृष्टीनं मामला इथं संपायला हवा होता. सेस्त्रिएरमधल्या माझ्या कामाबद्दल गूढ काहीच नव्हतं. मी त्यासाठी मेहनत केली होती. मी सडपातळ होतो, एका ध्येयानं प्रेरित झालेलो होतो. मी त्यासाठी तयारी केलेली होती. सेस्त्रिएरचे चढ माझ्यासाठी चांगले होते, त्यांचा चढाव मला हवा तसा होता, हवामानही मला हवं तसं होतं – थंड, दमट आणि पावसाळी. माझ्या त्या दिवशीच्या कामगिरीत वेगळं जर काही असेल तर त्या ज्या काही गोष्टी होत्या त्यांत, मी श्रमच करावे लागत नसतील, अशा तऱ्हेनं सायकल चालवत होतो, तो सहजपणा होता; आणि मला असं वाटत होतं की, त्याचं कारण तो चढ चढण्यासाठी मी जिवंत होतो ह्याचा मला वाटणारा आनंद होता. पण वार्ताहर पटवून घ्यायला तयार नव्हते, म्हणून मग दोन दिवस त्यांच्याशी बोलायचंच नाही, असं मी ठरवलं.

इकडे यु.एस. पोस्टल टीम जोरात होती. आल्प्स आणि पिरेनेच्या मधल्या टप्प्यांवर आम्ही आता पोहोचलो होतो, मासीफ सांत्राल नावाच्या प्रदेशात. हा प्रदेश विचित्र होता – डोंगराळ नव्हता, पण सपाटही नव्हता, सगळीकडे सारखे चढ-उतारच, त्यामुळे पायांना विश्रांती कधी मिळतच नसे. आम्ही दक्षिणेला पिरेने डोंगरांकडे वळलो तेव्हा रस्त्यांच्या दोन्ही बाजूंना डुलणाऱ्या सूर्यफुलांची शेतं होती.

इथे सायकल चालवणं म्हणजे अतिशय क्रूर शिक्षा दिल्यासारखंच काम होतं. आम्ही सदैव टेकड्या चढत-उतरत होतो आणि सारा वेळ स्पर्धकांच्या आक्रमणांना तोंड देत होतो. रस्त्यावर जरा हळू जाता येईल, दम खाता येईल अशी एकही जागा नव्हती आणि सर्व दिशांनी स्पर्धक येत होते. कसंतरी आम्ही त्या सगळ्यांवर नियंत्रण ठेवलं आणि पेलोटोनवर वर्चस्व ठेवलं. पण दिवस अतिशय तणावाचे आणि भाजून काढणाऱ्या उकाड्याचे होते. उष्णता इतकी होती की, काही ठिकाणी आमच्या चाकांखालचं रस्त्यावरचं डांबर वितळत असे.

फ्रँकी, जॉर्ज, ख्रिश्चन, केव्हिन आणि पीटर ह्यांनी सर्वांत जास्त काम केलं. चढावर सुरुवात फ्रँकी करत असे, तो चांगली गती ठेवत असे आणि इतर स्पर्धकांना मागे टाकत असे. फ्रँकी दमला की, जॉर्ज पुढाकार घ्यायचा आणि आणखी काही स्पर्धकांना मागे टाकायचा. त्यांना आमच्या वेगाशी बरोबरी करता येत नसे. मग टायलर येऊन काम सांभाळायचा आणि आणखी काही स्पर्धकही गळायचे. शेवटी केव्हिन माझ्याबरोबर राहायचा आणि मला चढ चढायला मदत करायचा. असं करत बरेच प्रतिस्पर्धी आम्ही कमी करत असू.

आक्रमणं रोज होत असायची. इतर स्पर्धकांना अजूनही वाटत होतं की,

आम्हाला हरवणं शक्य होतं आणि आम्हाला थकवून टाकून मागे टाकायचा त्यांचा निश्चय होता. ऑम मॉर्त – द डेड मॅन्स क्लाइम्ब – नावाच्या मैलोगणती लांबीच्या उंचसखल प्रदेशात आम्ही पोहोचलो. जमीन अखंडपणे उंच-सखल अशीच होती आणि माझे सहकारी थकू लागले होते. पीटर मीनर्ट-नील्सनचा गुडघा दुखत होता, आल्प्समधल्या कमीजास्त होत राहणाऱ्या तपमानामुळं केव्हिनला अजिबात बरं वाटेनासं झालं होतं आणि सुरुवातीचं चढाचं काम करून करून फ्रँकी आणि जॉर्ज पार गळून गेले होते. सगळ्यांची पावलं दुखत होती, कारण एवढ्या उकाड्यानं आमच्या शूजच्या आत ती सुजायची.

एकदम तीस जण वेगानं रस्त्यावर येऊन पोहोचले आणि आम्हाला त्यांचा पाठलाग करून त्यांना मागे टाकावं लागलं. माझ्यातली जुनी सवय उफाळून आली आणि मी एकदम सुटलो. टायलर किंवा फ्रँकी, कोणाचीही वाट पाहत मी थांबलो नाही. मी स्वत:च जाऊ लागलो. मी त्या तीस जणांपर्यंत पोहोचलो आणि आघाडीवर एकटाच जात राहिलो. मग रेडिओतून आवाज आला आणि केव्हिन माझ्यावर खेकसला, ''अरे, काय करतोयस काय तू?'' माझी सर्वांत जुनी वाईट सवय परत उसळून वर आली होती – अविचारी आक्रमण आणि शक्तीचा अपव्यय. ''मागे रहा.'' केव्हिननं मला बजावलं, ''तू तसं करायची जरूर नाही!''

मी सरळ होऊन बसलो आणि म्हटलं, ''बरं!'' मग मी माझा जोम टिकवून ठेवण्यासाठी मागे राहिलो आणि पोस्टल टीमचे बाकीचे सगळे पाठलागाचं काम करत राहिले.

सहा-सात तास सायकल चालवत असताना मी कशाचा विचार करत असे? हा प्रश्न मला खूपच वेळा विचारला जातो आणि उत्तर काही फारसं खळबळजनक नाही! मी सायकल चालवण्याबद्दलच विचार करत असे. माझं मन भरकटत नसे. मी दिवास्वप्नात गुंग होत नसे. मी वेगवेगळ्या टप्प्यांवर वापरायच्या पद्धतींचा विचार करत असे. मी स्वत:ला पुन:पुन्हा सांगत असे की, ही अशा तऱ्हेची स्पर्धा होती, ज्यात मला पुढे राहायचं असेल, तर मला धक्के देतच जावं लागेल. मी जेवढ्या पॉइंट्सनी पुढे असेन, ते टिकवून ठेवले पाहिजेत ही मला चिंता असायची. प्रतिस्पर्ध्यांपैकी एखादा पुढे निघून जात नाही ना, हे बघायला मी त्यांच्यावर बारीक लक्ष ठेवून असे. अपघात टाळण्याच्या दृष्टीनं, माझ्या भोवताली काय चाललंय, कोण आहे, याबद्दल मी नेहमी जागरूक असे.

एकसारखे एक पाच दिवस अन् रात्री आम्ही फ्रान्सच्या मध्यभागातून पिरेनेकडे जात होतो. सें एतिएन ते सें गालमिए ते सें फ्लूर ते अल्बी ते कॅस्ट्रेस ते सें गोदाँ. दूरचा तेरावा टप्पा सगळ्यांत लांब टप्पा होता. सगळ्यांत जास्त उन्हाचा त्रास होणारा आणि अजिबात सपाट प्रदेश नसणारा. फ्रँकी म्हणाला की, ह्या रूटचा रस्ता

एखाद्या करवतीच्या पात्याच्या कडेसारखा होता आणि खरोखर तसंच वाटत होतं. गुडघा दुखावल्यानं सरतेशेवटी पीटर मीनर्ट-नील्सनला 'तूर' सोडून द्यावी लागली. काही काही हॉटेल्स इतकी लहान होती की, टॉयलेट-सीटवर बसलं की, बाथरूमच्या दारावर गुडघे आपटतात अशी फ्रँकी तक्रार करत होता! जॉर्जचं म्हणणं होतं की, ज्या एका खोलीत तो आणि फ्रँकी राहत होते, तिथे दोघांना एकदम आपापल्या सूटकेसेस उघडायला जागा नव्हती!

सायकल चालवत असताना आम्हाला सारखीच तहान आणि भूक लागलेली असायची. आम्ही कुकीज, टार्ट्स, बदामचे केक्स, ओटमील+रेझिन कुकीज, न्युट्रिशन बार्स असं काहीतरी खात असू. गोड, तहान भागवणारी पेयं पीत असू – दिवसभर सायटोमॅक्स आणि दिवस संपल्यावर मेटाबॉल.

रात्री जेवणाच्या टेबलावर जेवताना आम्ही अगदी भुक्कड काहीतरी बोलत असू, शिळ्या गोष्टी मीठमसाला लावून सांगत असू आणि जुन्या विजयांबद्दल बढाया मारत असू, ज्यात नव्व्याण्णव टक्के थापा असायच्या! आमचा शेफ विली बाल्मेट ह्याच्या गोष्टींची आम्हाला खूप मजा यायची. आत्तापर्यंत मी असलेल्या प्रत्येक टीमसाठी स्वयंपाक केलेला विली बाल्मेट हा पासष्ट वर्षांचा स्विस माणूस माझा जवळचा मित्र आहे. बिल आहे त्यापेक्षा वयानं खूप लहान दिसतो आणि सहा भाषा बोलू शकतो – स्वाहिली सोडून सगळ्या! स्वयंपाकघर हे त्याचं साम्राज्य होतं आणि जितकी वर्षं मी त्याला ओळखतो आहे तितक्या वर्षांमध्ये एकदाही कुठल्याही हॉटेलच्या स्वयंपाकघरात त्याला प्रवेश नाकारण्यात आलेला मी बघितलेला नाही. तो येऊन पोहचायचा आणि हॉटेलच्या स्टाफला ते सगळे आमच्या टीमचेच लोक आहेत असं वाटू लागेल, असं त्यांच्याशी वागायचा. आमचा पास्ता नेहमी तो स्वतः बनवायचा, दुसऱ्या कोणालाही त्या कामाला हात लावायची परवानगी नसायची.

इकडे माझी स्पर्धा चालू होती, तेव्हा कीक युरोपमधे सगळीकडे जाईल तिथे मेणबत्त्या लावत होती. ती कुठल्याही खेड्यात किंवा मोठ्या शहरात पोहोचली तरी तिथलं चर्च शोधून काढून तिथं मेणबत्ती लावायची. रोममधे तिनं व्हॅटिकनमधे मेणबत्ती लावली.

अखेर आम्ही पिरेनेपर्यंत पोहोचलो.

व्हॅन गॉगच्या पेंटिंग्जमधल्यासारख्या निसर्गपरिसरातून डोंगरांच्या पायथ्याशी असलेल्या सें गोदाँला आम्ही पोहोचलो. माझ्या स्पर्धकांना मला मागे ओढण्याची पिरेने ही शेवटची संधी होती. त्या डोंगरांमधला एक दिवस जरी वाईट गेला असता, तरी स्पर्धेत हार पत्करावी लागली असती. त्या डोंगरांवरून खाली उतरेपर्यंत मी 'तूर द फ्रान्स' जिंकेन ह्याची मला खात्री पटणार नव्हती.

ताण सतत वाढत चालला होता. सगळ्या स्पर्धकांबरोबर जात पंचावन्नाव्या

नंबरावर 'तूर द फ्रान्स' संपवणं म्हणजे कसं वाटतं ते मला ठाऊक होतं. पण पिवळी जर्सी हा अनुभव नवा होता आणि त्याचा ताणही वेगळा होता. माझ्या लक्षात येत होतं की, तुम्ही पिवळ्या जर्सीत असलात, म्हणजे खूप जणांचं लक्ष तुमच्याकडे असतं. माझे स्पर्धक रोजच्या रोज सायकलवर माझी परीक्षा बघत होते. वार्ताहरांच्या चौकशा वाढत गेल्या तसतशी सायकलवर नसतानाही माझी परीक्षा वाढत गेली.

मी त्या आरोपांना समोरासमोर उत्तर देण्याचं ठरवलं आणि सें गोदाँमधे एक पत्रकार परिषद बोलावली. ''मी काही काळ मृत्युशय्येवर होतो;'' मी म्हटलं, ''आणि मी मूर्ख नाहीये,'' EPO आणि स्टिरॉइड्सच्या वापरानं निरोगी माणसांना रक्ताचे विकार आणि पक्षाघात होऊ शकतो, हे सर्वांना ठाऊक होतं. शिवाय, मी त्यांना सांगितलं की, मी सेस्त्रिएर जिंकली ही इतकी धक्कादायक घटना नव्हती, मी पूर्वी जागतिक विजेता होतोच. ''मी अगदी निश्चितपणे सांगू शकतो की, मी कोणतीही मादक द्रव्यं घेत नाही. मला वाटलं होतं की, माझा पूर्व इतिहास आणि माझ्या प्रकृतीची अवस्था बघता एक स्पर्धक म्हणून माझ्याबद्दल इतकं आश्चर्य वाटण्याची जरूर नाही. मी नवखा स्पर्धक नाही. मी जाणून आहे की, माझ्याबद्दल माहिती काढणं, आडून चौकशा करणं, गुपितं शोधून काढणं असे प्रयत्न चालू आहेत. पण तुम्हाला काहीही सापडणार नाही. कारण सापडण्यासारखं काही नाहीच आहे.'' एकदा सगळ्यांची व्यवस्थित शोधाशोध करून झाली आणि त्यांच्या लक्षात आलं की, त्यांनी त्यांच्या पेशाला अनुरूप वागलं पाहिजे, हवं ते खोटं-नाटं छापता कामा नये. सर्वांना कळून चुकेल की, ते एका 'स्वच्छ' माणसाबद्दल लिहीत आहेत.''

मादक द्रव्यसेवनाच्या चाचण्यांना सामोरं जाणं, प्रश्नांना उत्तरं देणं आणि स्पर्धेत भाग घेत राहणं एवढंच मी करू शकत होतो. पिरेनेमधल्या पहिल्या टप्प्याला आम्ही सुरुवात केली. सात डोंगरांमधून जाणाऱ्या सें गोदो ते पिओ आन्गाली ह्या रस्त्यावर आम्हाला जायचं होतं. याच प्रदेशात कडाक्याच्या थंडीत मी गेलो होतो, पण आता आम्ही एका डोंगरमाथ्यावरून दुसऱ्या वाकड्या-तिकड्या डोंगरमाथ्यावर जात असताना उकाडा नि धूळ होती आणि स्पर्धक एकमेकांजवळ पाण्याची याचना करत होते. उतार अतिशय तीव्र, भयप्रद होते आणि रस्त्यांच्या कडा सरळ खाली दरीत जाणाऱ्या होत्या.

स्पेनच्या हद्दीच्या थोडंसंच अलीकडे हा टप्पा संपायचा होता, त्यामुळे सर्व स्पॅनिश स्पर्धकांचा हा टप्पा जिंकण्याचा निश्चय होता, त्यातही एस्कार्टिनचा विशेष. घारीसारख्या चेहऱ्याचा हा सडपातळ स्पर्धक प्रत्येक ठिकाणी माझ्या मागे असायचा. सगळ्या धमालीत आमची टीम वेगवेगळी पसरली आणि मी एस्कार्टिनच्या मागे एकटाच निघालो. तो एखाद्या श्वापदासारखा वेगानं जात होता. तो जेवढ्या वेळाची

बढत भरून काढेल त्यावर नियंत्रण ठेवण्याचा प्रयत्न करणं, एवढंच मी करू शकत होतो.

शेवटच्या चढणीच्या आधीच्या चढणीपूर्वीचा रस्ता माझ्यासमोर आला तेव्हा माझ्या मागे मागे येणाऱ्या झुलेला हुलकावणी देऊन मी दुसऱ्या नंबरवर पोहोचलो. पण तरीही एस्कार्टिनला गाठणं शक्य नव्हतं, तो दोन मिनिटांनी पुढे होता. शेवटच्या चढणीवर मी थकून गेलो आणि मागे पडलो. मी सकाळच्या न्याहारीनंतर धड काही खाल्लं नव्हतं. मी आघाडीच्या लोकांच्या मागे राहिलो आणि चौथ्या नंबरवर शेवटच्या रेषेवर पोहोचलो. एस्कार्टिन तो टप्पा जिंकून एकूण स्पर्धेत दुसऱ्या नंबरला पोहोचला. तो आता माझ्या मागे सहा पॉइंट एकोणीस मिनिटं होता आणि झुले सात पॉइंट सव्वीस मिनिटं.

मी शेवटची रेषा पार केल्यावर थोड्याच वेळात एका फ्रेंच टीव्ही वार्ताहरानं मला येऊन विचारलं की, काही बंदी असलेली मादक द्रव्यं माझ्यावर केलेल्या चाचणीत सापडली होती अशी बातमी होती. बातमी अर्थातच खोटी होती. मी टीमच्या हॉटेलवर पोहोचलो, ओरडाआरडा करणाऱ्या वार्ताहरांच्या घोळक्यातून वाट काढत पुढे गेलो आणि आणखी एक पत्रकार परिषद बोलावली. दर वेळी वर्तमानपत्रांमध्ये नव्या कंड्यांचं पेव फुटलं की, मी दृढपणे मी निर्दोष असल्याचं सांगे; एवढंच मी करू शकत होतो आणि दर तीन चार दिवसांनी अफवांचं नवं पेव फुटायचंच!

'ल माँद'नं एक अफवा छापली होती की, माझ्या लघवीत कॉर्टिकोस्टिरॉइडचे सूक्ष्म अंश सापडले होते. सीटवर बसून हुळहुळ्या झालेल्या भागाला लावण्यासाठी मी एक कॉर्टिसॉन क्रीम लावत होतो आणि 'तूर'च्या व्यवस्थापकांना स्पर्धा सुरू होण्यापूर्वीच ते दाखवून मी त्यांची परवानगी घेतलेली होती. लगेचच 'तूर'च्या व्यवस्थापकांनी एक निवेदन देऊन मी निर्दोष असल्याचं सांगितलं. ''ल माँदला मादक द्रव्यांची 'बातमी' हवी होती आणि ती त्वचेला लावायच्या मलमात त्यांना मिळाली!'' मी म्हटलं.

पत्रकारांच्या ह्या अखंड हल्ल्यांनी माझा आत्मविश्वास कमी झाला होता आणि मन दुखावलं होतं. स्पर्धेत परत येण्यासाठी मी केवढे प्रयत्न केले होते, केवढी किंमत मोजली होती आणि आता त्या प्रयत्नांची अवहेलना केली जात होती. मी सर्व अफवांबद्दल प्रामाणिकपणानं, सरळपणानं सांगायचा प्रयत्न करत होतो, पण त्याचा काही फायदा होताना दिसत नव्हता.

एक गोष्ट माझ्या लक्षात येऊ लागली. जे लोक ही कुजबुज करत होते आणि मी मादक द्रव्यं घेतो आहे असं लिहीत होते, ते तेच लोक होते, जे मी आजारी असताना म्हणत होते, 'हा संपला आहे, हा पुन्हा कधीही स्पर्धेत येऊ शकणार

नाही.’ हे तेच लोक होते, जे मी परत येण्याचा प्रयत्न करत होतो तेव्हा म्हणाले होते, ‘नाही, आम्हाला त्याला पुन्हा संधी देण्याची इच्छा नाही त्याच्याच्यानं कधी काही होणार नाही.’

आणि आता जेव्हा मी ‘तूर द फ्रान्स’च्या आघाडीला होतो, पिवळी जर्सी मिळवली होती आणि संभाव्य विजेता होणार असं दिवसेंदिवस वाटू लागलं होतं, तेव्हा तेच लोक पुन्हा तेच म्हणू लागले होते, ‘हे होणं शक्य नाही, करताच येणार नाही, त्याला जमणारच नाही. काय चाललंय काय इथं? ह्याचं काहीतरी वेगळं स्पष्टीकरण असणार, काहीतरी काळंबेरं आहे!’ त्यांच्या ‘शक्य नाही’, ‘नाही, नाही’ म्हणण्यात एकसूत्रता होती, हे खरंच!

मी आजारी असताना मी त्यांचं ऐकलं नव्हतं, हे बरंच झालं होतं!

फ्रेंच पत्रकारांना माझ्याबद्दलच इतका संशय यायचा, ह्याचं मला विशेष वाईट वाटायचं. मी फ्रान्समध्ये राहत होतो, मला तो देश आवडायचा. ‘तूर’ मध्ये गेल्या वर्षी निर्माण झालेल्या समस्यांनंतर, ह्या वर्षी १९९९ मध्ये बरेचसे आघाडीचे स्पर्धक फ्रान्सपासून दूरच राहिले होते; पण मी तसं केलं नव्हतं. इतर स्पर्धकांना पोलीस त्रास देत राहतील, किंवा सरकारी अधिकारी चौकशा करत राहतील अशी भीती वाटे, पण मी तर इथेच रोज सराव करत होतो. मादक द्रव्य सेवनाच्या बाबतीत फ्रान्स अत्यंत कडक होता, परंतु मी वसंत ऋतूत फ्रान्समधल्याच स्पर्धांमध्ये भाग घेतला होता, ‘तूर’साठीची सर्व तयारीही इथेच केली होती. फ्रेंच कायद्याप्रमाणे फ्रेंच पोलीस केव्हाही माझ्या घरावर धाड टाकू शकले असते. त्यांना परवानगीची किंवा दार वाजवून आत येण्याचीही जरूर नसायची. त्यांना केव्हाही माझे खिसे तपासता आले असते, गाडीत बघता आलं असतं. वॉरंटसुद्धा न आणता किंवा कसलीही नोटीससुद्धा न देता त्यांना काहीही करता आलं असतं.

मी पत्रकारांना म्हटलं, ‘‘मी फ्रान्समध्ये राहतो. संपूर्ण मे व जून मी फ्रान्समध्ये होतो, स्पर्धांमध्ये भाग घेत होतो, सराव करत होतो. मी जर काही लपवण्याचा प्रयत्न करत असतो, तर मी दुसऱ्या देशात राहिलो असतो.’’

परंतु हे त्यांनी छापलं नाही, त्याच्याबद्दल लिहिलंही नाही.

दुसऱ्या दिवशी आम्ही ‘तूर’वरच्या कदाचित सर्वांत प्रसिद्ध डोंगराशी पोहोचलो– ‘कोल द्यू तुर्माले’. शिखरापर्यंत चढत जाणारा रस्ता दहा मैलांहून जास्त लांबीचा होता. ही आमची शेवटची मोठी चढण व परीक्षा होती आणि पुन्हा एकदा आमच्यावर जबरदस्त आक्रमणं होणार होती. एव्हाना आघाडीला राहण्याचा, वारा तोंडावर घेण्याचा – तेही पाठीमागून पाठलाग होत असताना – आम्हाला खूप कंटाळा आला होता. पण आणखी एक दिवस जर आम्ही डोंगरांवर ताबा मिळवू

शकलो, तर पॅरिसमधली पोडियमवरची सर्वांत वरची जागा आम्हाला नाकारणं अवघड झालं असतं.

वीस किलोमीटरच्या 'तुर्माले'च्या पायथ्याशी आम्ही पोहोचलो, तसे इतर स्पर्धक आम्हाला अडवायला बघू लागले. आम्ही आमचा वेग चांगला ठेवला होता, हेतू स्पर्धकांना थकवण्याचा होता आणि आठ किलोमीटर बाकी राहिले तेव्हा आम्ही वेग वाढवला. फ्रेंच स्पर्धक व्हिरेन्के केव्हिनजवळ आला आणि रागानं म्हणाला, "काय विचार काय आहे तुझा?" केव्हिन म्हणाला की, त्याचा काहीही विचार नव्हता. व्हिरेन्केनं मग विचारलं, "तू काय पूर्ण झोकून द्यायचं ठरवलंयस काय?" केव्हिननं उत्तर दिलं, "नाही, पण तू तसं ठरवलंयस की काय?" एवढं बोलून केव्हिननं वेग आणखी वाढवला आणि तो पुढे निघून गेला. उरलेला संपूर्ण दिवस व्हिरेन्के रागानं आमच्याकडे बघत आमचा पाठलाग करत राहिला.

आम्ही वर जाण्यासाठी श्रम करत राहिलो, तेव्हा एस्कार्टिन आणि मी बरोबर बरोबर जात राहिलो. मी लक्षपूर्वक त्याचं चालवणं बघितलं. सर्वांत जास्त वाईट चढण जिथे होती, तिथे त्यानं आक्रमक होऊन माझ्यापुढे जायला बघितलं. मी त्याच्या बरोबरच राहिलो – तसाच झुलेही राहिला. शिखरावर पोहोचताना आम्हा तिघांची जणू खासगी स्पर्धा चालू होती. शिखरावरून खाली बघताना ढगांचा जाड पडदाच दिसत होता. आम्ही उतरू लागलो तेव्हा धुकं पसरलं आणि दहा फुटांवरचं दिसेनासं झालं. धुक्यातून, डोंगरकड्यांच्या, कडेला कठडे नसलेल्या रस्त्यावरून वेगाने पाठलाग करत जाणं हे भीतिदायक होतं.

आता मला काळजी फक्त माझ्या प्रमुख प्रतिस्पर्ध्यांना माझ्याबरोबर किंवा मागे ठेवण्याची होती. आमच्यासमोर 'कोल द्यू सूलो'चा चढ दिसत होता. एस्कार्टिननं पुन्हा हल्ला चढवला आणि मी पुन्हा त्याच्याबरोबरच राहिलो. दुसऱ्या धुक्यानं वेढलेल्या शिखरापाशी आम्ही पोहोचलो आणि आता 'तूर द फ्रान्स' मधली एकच चढण राहिली होती– 'कोल दोबीस्क'. साडेसात किलोमीटरचा चढाचा रस्ता. त्यानंतर डोंगर चढण्याचं काम संपणार होतं आणि मग सरळ उतारावर ताशी सत्तर मैलांपर्यंतच्या वेगानं स्पर्धेच्या अंतिम रेषेपर्यंत पोहोचायचं होतं.

आता आघाडीला तीन स्पर्धक होते – टप्पा जिंकण्याच्या लढ्यासाठी आणि त्यांच्यामागे फक्त एक मिनिटानं मागे नऊ जण अजूनही टप्पा जिंकण्याचा प्रयत्न करत होते, त्यांमधे मी, एक्सार्टिन आणि झुले होतो. मला तो टप्पा जिंकण्यात रुची नव्हती. चार किलोमीटर अंतर बाकी असताना मी सावधपणे जायचं, अपघात टाळण्यासाठी वेगानं जाण्याच्या लढाईत भाग न घेण्याचं ठरवलं. माझं ध्येय फक्त एकच होतं – पिवळी जर्सी टिकवून ठेवणं.

टप्पा संपेपर्यंत मी जात राहिलो आणि खूप थकून, पण माझी बढत कायम

ठेवण्याच्या आनंदात सायकलवरून उतरलो. परंतु पाच तास सायकल चालवल्यावर मला पुन्हा दोन तासांच्या पत्रकार परिषदेला तोंड द्यायचं होतं. मला आता वाटायला लागलं होतं की, पत्रकारांचा प्रयत्न माझं मनोबल तोडण्याचा होता, कारण बाकीचे स्पर्धक माझ्या शारीरिक बळाला तोंड देऊ शकत नव्हते. अवघड प्रदेशाइतकाच अडथळा पत्रकारांचा झाला होता.

त्या दिवशी इंटरनॅशनल सायकलिंग युनियननं आत्तापर्यंत माझ्या झालेल्या सर्व मादक द्रव्यांच्या चाचणीचे रिपोर्ट्स जाहीर केले – सर्व निर्दोष होते. शिवाय स्पर्धेचे व्यवस्थापक जॉमारी लब्लॉं ह्यांनी माझ्यावर विश्वास दर्शवणारं खूप छान विधान दिलं होतं- ''आर्मस्ट्रॉंगनं त्याच्या आजारावर केलेली मात हे दर्शवते की, 'तूर द फ्रान्स'मधल्या अनिष्ट गोष्टींवरही मात करता येईल.''

कसंतरी करून आम्ही स्पर्धकांकडून आणि बाहेरून होणारे हल्ले परतवू शकलो होतो आणि पिवळी जर्सी माझ्या अंगावर टिकून राहिली होती. आम्ही आमचं काम केलं होतं – डोंगरांवर ताबा मिळवला होता. तीन आठवडे आणि बावीसशे मैलांनंतर स्पर्धेत मी एकूण वेळ ८६:४६:२० घेऊन आघाडीवर होतो, एस्कार्टिन सहा मिनिटं पंधरा सेकंदांनी माझ्या मागे होता आणि तिसऱ्या नंबरवर सात मिनिटं अठ्ठावीस सेकंदांनी मागे झुले होता.

अजूनही पिवळी जर्सी माझ्या अंगावर होती.

विचित्र म्हणजे पॅरिस जवळ येत होतं तसतसा मी मनानं जास्त अस्वस्थ होत चाललो होतो. रोज रात्री मी घाम फुटून झोपेतून जागा व्हायचो. मी आजारी तर नाही ना, असं मला वाटायला लागलं. मी आजारी होतो तेव्हापेक्षाही आता जास्त घाम फुटत होता. मी स्वत:ला असं पटवून द्यायचा प्रयत्न केला की, जिवंत राहण्यासाठीचा लढा हा 'तूर द फ्रान्स' जिंकण्याच्या लढ्यापेक्षा कितीतरी जास्त महत्त्वाचा होता, पण एव्हाना मला दोन्ही एकसारखेच वाटायला लागले होते.

आमच्या टीममधला मी एकटाच ह्या मन:स्थितीत होतो असं नाही. आमचा प्रमुख मेकॅनिक इतका अस्वस्थ होता की, तो माझी सायकल हॉटेलमधल्या त्याच्या खोलीत ठेवून झोपायचा. कोणीतरी दगाफटका करेल म्हणून त्याला ती व्हॅनमधे ठेवायची नव्हती – मी जिंकू नये म्हणून कोण काय करेल कोणास ठाऊक! सतराव्या टप्प्याच्या शेवटी बोर्दोला पोहोचणाऱ्या सपाट लांब रस्त्यावर कोणीतरी माथेफिरूनं पेलोटोनवर मिरपुडीचा फवारा मारला! काही स्पर्धकांना स्पर्धेतून बाहेर जावं लागलं, त्यांना उलट्या झाल्या.

माझ्या 'तूर' जिंकण्यात अजून एक खराखुरा मोठा अडसरही होता, ज्यामुळे मी 'तूर' जिंकू शकलो नसतो. हा एक वैयक्तिक वेळेच्या स्पर्धेचा शेवटचा

अडथळा होता, ज्यात फ्यूत्यूरोस्कोपच्या थीम पार्क गावात पस्तीस पॉइंट चार मैल जायचं होतं. वेळेच्या स्पर्धेत अत्यंत वाईट घटनाही घडू शकत असत. खाली पडून माझं कॉलरबोनचं किंवा पायाचं फ्रॅक्चरही होऊ शकलं असतं.

मला वेळेची स्पर्धा जिंकायची होती – सायकलवरचं माझं कर्तृत्व शेवटचं एकदा दाखवायचं होतं. पत्रकारांना आणि कंड्या पिकवणाऱ्यांना दाखवून द्यायचं होतं की, त्यांच्या बोलण्याला मी किंमत देत नव्हतो. मादक द्रव्यसेवनाच्या चाचण्या अजून संपल्या नव्हत्या, तरी मला आता आणखी पत्रकार परिषदा घ्यायचा नव्हत्या. सतराव्या टप्प्यानंतर माझी पुन्हा चाचणी करण्यात आली होती! वेळेची स्पर्धा जिंकण्याचा प्रयत्न करणं हे धोक्याचं काम होतं; कारण सर्वांत जास्त वेगानं जाण्याचा प्रयत्न करणारा स्पर्धक मूर्खासारखे धोके पत्करून स्वत:ला इजा करून घेऊ शकतो – कधीकधी इतकी वाईट की, त्याला पुन्हा सायकल चालवता येत नाही.

असं झालेलं आम्ही पुष्कळदा बघत असू. मेड्झमधे बॉबी ज्यूलिचंच काय झालं बघा ना. तो ताशी पंचावन्न मैलांच्या वेगानं जात असताना अपघात झाला आणि त्याच्या छातीत जबरदस्त रक्त साकळलं. त्या स्पर्धेत मीही जवळजवळ आपटणारच होतो, जेव्हा एका अरुंद वळणावर एका लहान मुलानं माझ्यासमोर उडी मारली होती. 'आल्प दुएज' वर एका प्रेक्षकानं गुएरिनीसमोर एकदम उडी मारली होती आणि गुएरिनी खाली पडला होता. 'पासाज द्यू ग्वा' मध्ये झुलेला अपघात झाला नसता तर तो फक्त एका मिनिटानं माझ्या मागे असता.

टप्प्याच्या आदल्या रात्री बिल स्टेपलटन हॉटेलमधे मला भेटायला आला. ''लान्स, मी प्रशिक्षक नाहीये, पण ह्या वेळी तू जरा सांभाळावंस असं मला वाटतं. तुझं बरंच नुकसान होऊ शकेल. एवढी स्पर्धा नुसती संपव म्हणजे बस. मूर्खासारखं काहीतरी करू नकोस.''

शहाणपणाचा मार्ग चुका करणं टाळणे, न पडणे, इजा होऊ न देणे, अपघात झाला म्हणून दहा मिनिटांचा वेळ वाया न जाऊ देणे, हा होता.

मला कशाचीच पर्वा नव्हती.

''बिल, तू कोणाशी बोलतोयस असं वाटतंय तुला?'' मी विचारलं.

''काय म्हणालास?''

''मी माझी सर्व शक्ती पणाला लावणार आहे उद्या. ह्या 'तूर'वर माझा शिक्काच उमटवणार आहे मी.''

''ठीक आहे.'' नाइलाजानं बिल म्हणाला, ''ह्याचा अर्थ ह्या विषयावर चर्चा होणं शक्य नाही!''

मेत्पासून मी पिवळी जर्सी घालत होतो आणि मला ती जाऊ द्यायची नव्हती. एक टीम म्हणून आम्ही उत्तम काम केलं होतं, पण आता मला एक व्यक्ती म्हणून

जिंकायचं होतं. आत्तापर्यंत ‘तूर’मधल्या सर्व वेळेच्या स्पर्धा जिंकणारे फक्त तीन स्पर्धक होते आणि ते आत्तापर्यंतचे सर्वांत उत्तम स्पर्धक ठरले होते – बर्नार्ड हिनॉल्ट, एडी मर्क्स आणि मिग्युएल इन्ड्युरेन. मला त्यांच्या जोडीला जाऊन बसायचं होतं. स्पर्धेतला सर्वांत बलवान पुरुष मी होतो, हे मला सिद्ध करायचं होतं.

मी झोपू शकलो नाही. नाइकेचा स्कॉट मॅकइचर्न मला भेटायला माझ्या खोलीत आला, स्टेपलटनही आला. जोहान खोलीत डोकावला आणि त्यानं स्कॉटला माझ्या पलंगावर पसरलेलं बघितलं. मी अजून उभाच होतो. जोहाननं त्याच्या घड्याळात बघितलं – रात्रीचे साडेअकरा वाजले होते. ‘‘या सगळ्यांना बाहेर काढ आणि झोपून जा!’’ त्यानं हुकूम सोडला.

‘फ्यूत्यूरोस्कोप’ साठी माझी आई येऊन पोहोचली. टीमच्या पाठीमागून येणाऱ्या गाड्यांपैकी एका गाडीत मी तिची व्यवस्था केली. तिला ही वेळेची स्पर्धा बघायची होती. कारण तिला ती जुनी माझं रक्षण करण्याची भावना परत आली– ‘ती माझ्याबरोबर असेल, तर मला दुखापत होणार नाही.’ परंतु वेळेच्या स्पर्धांची तिला भीतीही तितकीच वाटायची, कारण सायकलस्पर्धांबद्दल तिला एवढं कळण्याएवढी पुरेशी माहिती होती की, अपघात किती थोडक्यात होऊ शकतात. आणि तिला हेही माहीत होतं की, शेवटच्या टप्प्याच्या आधीच्या ह्या टप्प्यात हार-जीत जे काय व्हायचं ते एकदाचं होऊन जाईल. त्यासाठी तिला इथे उपस्थित राहायचं होतं.

वेळेची स्पर्धा ही तशी साधीसरळ एकेकटा माणूस आणि घड्याळ ह्यांची स्पर्धा असते. साधारण एक तास पंधरा मिनिटांत सत्तावन्न किलोमीटर जायचं असतं. फ्रान्समध्ये पश्चिम-मध्य हा मोठा टप्पा आहे. रस्त्याच्या दोन्ही बाजूंना लाल कौलांची घरं आणि सोनेरी तपकिरी गवत असलेली शेतं आहेत आणि त्या गवतात कोच किंवा आरामखुर्च्या टाकून प्रेक्षक बसलेले असतात. मी अर्थात आसपासचं दृश्य फार बघू शकणार नव्हतो, कारण बराचसा वेळ मी घट्ट एरोडायनॅमिक पट्ट्यातच (Tight aerodynamic tuck) असणार होतो.

स्पर्धक उलट्या क्रमांकानं पाठवण्यात आले, म्हणजे मी शेवटचा होतो. तयारी करण्यासाठी मी स्थिर ठेवलेल्या सायकलवर बसून, जी जी गिअर्स मी वापरणार होतो, त्यांची एकदा प्रॅक्टिस केली.

मी हे करत असताना टायलर हॅमिल्टन निघाला. त्याचं काम होतं धोका असला तरी जितक्या वेगानं जाता येईल तितक्या वेगानं जाणं आणि ज्या तांत्रिक माहितीचा मला उपयोग होणं शक्य होतं, ती पाठवणं. टायलर वेगानं तर गेलाच, तो दिवसभरच सर्वांच्या पुढे राहिला. अखेर झुलेनं एक तास आठ मिनिटं आणि सव्वीस सेकंदांमध्ये ते अंतर कापून टायलरला मागे टाकलं.

आता माझी पाळी होती. मी सुरुवातीच्या रेषेपासून वेगानं निघालो आणि

वळणावळणाच्या रस्त्यांवरून सुसाट जात राहिलो. माझ्या तीन मिनिटं आधी निघालेला एस्कार्टिन माझ्यासमोर होता.

डोकं खाली घालून झाडं आणि उंच गवत ह्यांच्या मधल्या रस्त्यावरून मी त्याच्या शेजारून खूप वेगानं पुढे गेलो. माझं लक्ष माझ्या कामावरच इतकं गुंतलेलं होतं की, मी त्याच्याकडे नजरसुद्धा टाकली नाही.

पहिल्या दोन भागांत माझा वेग सर्व स्पर्धकांमधे जास्त होता. मी इतक्या वेगानं जात होतो की, मागून येणाऱ्या गाडीत बसलेल्या माझ्या आईला वळणांवर गरागरा मान फिरवावी लागली.

तिसऱ्या भागानंतरही मी पहिल्या क्रमांकावर ५०.५५ ला होतो. प्रश्न हा होता की, स्पर्धेच्या शेवटच्या भागात मी माझी गती टिकवून ठेवू शकेन की नाही?

शेवटचे सहा किलोमीटर बाकी राहिले तेव्हा मी झुलेच्या वीस सेकंदांनी पुढे होतो पण आता मला श्रमांचा परिणाम जाणवायला लागला होता. डोंगरांमधील मेहनत, खालीवर असलेल्या रस्त्यांवरचे श्रम, सपाट जमिनीवर वेळेच्या स्पर्धेचे श्रम. माझी बढत होत होती आणि मला ते जाणवू लागलं होतं. मी झुलेला हरवलंच, तर ते फक्त काही सेकंदांनीच असणार होतं. शेवटच्या दोन मोठ्या वळणांवर मी सीटवरून उठून उभा राहिलो. वळणांवर अपघात होऊ न देण्याची खबरदारी घेत, पण जितक्या वेगानं जाता येईल तितकं जात मी वेग वाढवला; आणि एका ठिकाणी जवळजवळ फुटपाथवरच उडी मारली.

स्पर्धेच्या शेवटच्या भागात एका हायवेवरून आम्ही गेलो. दात विचकून सायकल मारत मी अंतिम रेषा ओलांडली. वेळ १:०८:१७

मी नऊ सेकंदांनी जिंकलो.

गेट लावून बंद केलेल्या जागेवर पोहचून मी ब्रेक लावला आणि पाय पोटाशी घेऊन सायकलवरून खाली पडलो.

मी हा टप्पा जिंकलो होतो आणि मी 'तूर द फ्रान्स' जिंकणार ह्याची मला आता खात्री झाली होती. माझ्या सर्वांत निकटचा प्रतिस्पर्धी झुले होता आणि तो एकूण वेळात माझ्या सात मिनिटं सदोतीस सेकंदांनी मागे होता. तेवढा वेळ पॅरिसला पोहचण्याच्या अखेरच्या टप्प्यात भरून काढणं अशक्य होतं.

मी माझ्या प्रवासाच्या अखेरच्या टप्प्यावर होतो. पण खरं म्हणजे दोन प्रवास झाले होते. एक 'तूर' पर्यंत येऊन पोहोचण्याचा आणि मग प्रत्यक्ष तूरचा प्रवास. सुरुवातीला 'नांदी' झाली होती आणि भावना उंचबळून आल्या होत्या. मग विशेष काही न होता गेलेला पहिला आठवडा, मग मेत् आणि सेस्त्रिएरचे विलक्षण अनुभव आणि मग आत्मविश्वास खच्ची करणारे पत्रकारांचे आरोप. आता विजयी होऊन स्पर्धा संपवताना, सगळं केलं त्याचं चीज झाल्याचं समाधान. पिवळी जर्सी घालून

मी पॅरिसला जाणार होतो.

मी पोडियमवर उभा राहिलो तेव्हा माझ्या आईनं टाळ्या वाजवल्या, झेंडा फडकवला आणि डोळे पुसले. टप्पा सुरू होण्यापूर्वी मला ती दिसली नव्हती, पण मग मी तिला मिठी मारली आणि नंतर तिला बाहेर लंचला घेऊन गेलो. ती म्हणाली, ''तिकडे घरी काय चाललंय याची तुला कल्पनासुद्धा येणार नाही. आत्ता या घटकेला तुला ते समजून घेणं, किंवा त्याबद्दल विचार करणंही अवघड आहे याची मला कल्पना आहे, पण अमेरिकेत लोक अगदी वेडे झाले आहेत, मी असं पूर्वी कधी पाहिलेलंच नाही!''

नंतर आम्ही हॉटेलवर परत गेलो तेव्हा पत्रकारांचा आणखी एक घोळका हॉटेलच्या लॉबीत उभा होता. आम्ही त्या गर्दीतून वाट काढत माझ्या खोलीकडे चाललो होतो, तेव्हा एका फ्रेंच पत्रकारानं माझ्या आईची मुलाखत घ्यायचा प्रयत्न केला. ''आपण बोलू या?'' त्यानं विचारलं.

मी मागे वळलो आणि म्हटलं, ''ती फ्रेंच पत्रकारांशी बोलणार नाही.'' पण तरी तो तिला काहीतरी विचारायला लागला.

''तिला त्रास देऊ नका,'' तिच्याभोवती हात टाकत मी म्हटलं आणि त्या गर्दीतून वाट काढत तिला माझ्या खोलीकडे घेऊन गेलो.

त्या रात्री अमेरिकेतल्या प्रतिक्रियांची कल्पना मला येऊ लागली. 'पीपल' मासिकाचा पत्रकार येऊन पोहोचला, त्याला मुलाखत हवी होती. स्पॉन्सर्सची आमच्या हॉटेलमध्ये भेट घ्यायला आणि हस्तांदोलन करायला रीघ लागली होती. एकेक मित्र येऊन पोहचू लागले होते, त्यांनी रात्रीची विमानं पकडली होती. बिल स्टेपलटन मला जेवायला घेऊन गेला आणि त्यानं सांगितलं की, सकाळच्या आणि रात्रीच्या सर्व 'टॉक शो' वाल्यांना मी त्यांच्या कार्यक्रमांसाठी हवा होतो. त्याचं म्हणणं होतं की, 'तूर'नंतर एका दिवसासाठी मी अमेरिकेला टीव्हीवर मुलाखती देण्यासाठी जावं.

पण परंपरा अशी आहे की, 'तूर'चा विजेता पिवळी जर्सी दाखवायला युरोपभरच्या बऱ्याच स्पर्धांच्या जागी जातो आणि त्या परंपरेचा मान मला ठेवायचा होता. ''याबद्दल चर्चा करताच येणार नाही.'' मी म्हणालो, ''त्या स्पर्धांमधे जाण्याचं काम करायला मला इथं राहायचं आहे.''

''बरं! ठीक आहे,'' बिल म्हणाला, ''उत्तम!''

''मग? तुझं काय म्हणणं आहे?''

''मला वाटतंय की तू खरोखर मूर्खपणा करतो आहेस.''

''का?''

"कारण तिकडे आपल्या देशात काय चाललंय ह्याची तुला कल्पनाच नाहीये आणि ते किती महत्त्वाचं आहे ह्याचीही. पण तुला कळेलच. ज्या दिवशी हे संपेल, त्या दिवशी तुला लपून बसता येणार नाही. अमेरिकेतल्या प्रत्येकाचं लक्ष इकडे लागलेलं आहे."

नाइकेला न्यूयॉर्कमधल्या त्यांच्या खूप मोठ्या दुकानात मी पत्रकार परिषद घ्यायला हवी होती आणि न्यूयॉर्कच्या मेयरना तिथे यायचं होतं. ऑस्टिनमधल्या लोकांना मिरवणूक काढायची होती. नाइकेनं मला एका दिवसात अमेरिकेला नेऊन परत आणून पोहचवण्यासाठी प्रायव्हेट जेट देऊ केलं. मी थक्क झालो होतो. सायकलस्पर्धा जिंकण्यात मी इतकी वर्षं घालवली होती आणि अमेरिकेत कोणीही लक्ष दिलं नव्हतं.

– आता सगळे लक्ष देत होते.

पण माझ्या मनाच्या एका कोपऱ्याला अजूनही पूर्ण खात्री वाटत नव्हती की, मी जिंकणार होतो. मी स्वत:ला सांगितलं की, अजून स्पर्धेचा एक दिवस बाकी होता. जेवणानंतर मी एकटाच राहिलो. मसाज, हायड्रेशन वगैरे केलं आणि झोपून गेलो.

अर्पाजॉन ते पॅरिस हा शेवटचा एकोणनव्वद पॉइंट दोन मैलांचा टप्पा हा मुख्यत: समारंभासारखाच असतो. परंपरेप्रमाणे सर्व पेलोटोन संथ गतीनं, आयफेल टॉवर दिसायला लागून 'आर्क द त्रियाँफ'ला पोहचेपर्यंत जातो, जिथं ह्या वर्षी यु.एस. पोस्टल टीम आघाडीला राहून शांजेलीजेवर पोहोचणार होती. मग वेगानं जाण्याची स्पर्धा सुरू होणार होती आणि शहराच्या मध्यावरच्या एका रिंगणात आम्ही दहा चकरा मारायची स्पर्धा करू. सरतेशेवटी स्पर्धेनंतर मिरवणूक आणि विजयकूच असेल.

आम्ही पॅरिसकडे निघालो तेव्हा मी सायकलवरूनच मुलाखती दिल्या आणि माझ्या टीममधल्या सहकाऱ्यांशी आणि पेलोटोनमधल्या स्नेह्यांशी गप्पा मारल्या. मी एक आइस्क्रीम कोनही खाल्ला. नेहमीप्रमाणे पोस्टल टीम अत्यंत व्यवस्थित पद्धतीने जात होती. एका टीव्ही चॅनेलच्या लोकांना मी सांगितलं, "मला काहीच करावं लागलं नाही, माझे हे सगळे सहकारीच सगळं करतात."

जरा वेळानं दुसऱ्या एका चॅनेलचे लोक आले. "टेक्सासमध्ये फोर्टवर्थमधल्या केली डेव्हिडसनला 'हॅलो' म्हणायची माझी इच्छा आहे." मी सांगितलं, "केली, हे तुला बहाल हं!" केली ही छोटी कॅन्सररुग्ण मला 'राइड फॉर द रोझेस' मधे भेटली होती. ती आणि तिचं कुटुंब ह्यांच्याशी माझी दाट मैत्री झाली होती.

शेवटी आम्ही शहरापर्यंत पोहोचलो. चॅम्प्स एलिसीजवर पहिल्याप्रथम फिरताना मला भरून आलं. संपूर्ण रस्ता आमच्यासाठी इतर रहदारीला बंद केला होता. गोल दगड आणि विटांच्या बनलेल्या त्या रस्त्याच्या दोन्ही बाजूंनी उभ्या असलेल्या हजारो प्रेक्षकांचं ते दृश्य अवाक करून टाकणारं होतं. तुताऱ्या, कॉन्फेटी (रंगीबेरंगी

कागदांचे कापलेले बारीक बारीक तुकडे) आणि सगळीकडे लटकावलेल्या पताका, ह्यांनी वातावरण भारून गेलं होतं. गर्दीत इतके अमेरिकन ध्वज फडकताना पाहून मी भारावून नि:स्तब्ध झालो. गर्दीत पाठीमागून कोणीतरी एक मोठा कार्डबोर्डचा बोर्ड वर धरला. त्यावर लिहिलं होतं, 'टेक्सास!'

आम्ही पुढे जात असताना माझ्या लक्षात आलं की, सगळे ध्वज स्टार्स आणि स्ट्राइपचे नव्हते, त्यात काही एकच स्टार असलेल्या प्रांताचे होते, हे बघून मला मजा वाटली.

दहा फेऱ्यांची ती स्पर्धा अगदी शांत आणि काहीशी अपेक्षाभंग करणारी होती. ती औपचारिक स्पर्धाच होती आणि मी आपला फक्त चुकून कुठे टक्कर होऊ नये एवढी काळजी घेत राहिलो; आणि शेवटी स्पर्धेची अंतिम रेषा ओलांडली. अखेर मी खरोखरच विजेता झालो होतो.

मी खाली उतरलो तेव्हा सगळीकडे गोंधळ, कोलाहल होता. सर्वत्र फोटोग्राफर्स, सुरक्षा पथकं, समारंभाचे अधिकारी, पाठीवर शाबासकी देणारे मित्र होते. ऑस्टिनचे पन्नास तरी लोक असतील, त्यांत बार्ट नॅग्ज, माझा जवळचा मित्र जेफ गार्व्हे आणि खोटं वाटेल, पण जिम हॉइटही होता! हा खास घरचा माणूस आमच्यात येऊन पोहोचला होता!

विजयाच्या समारंभासाठी मला पोडियमपर्यंत नेण्यात आलं, मग मला ट्रॉफी देण्यात आल्यावर मी ती उंच उचलून धरली. आता मात्र मला राहवेना! मी खाली उडी मारली आणि कडेच्या स्टँडकडे माझ्या बायकोला आलिंगन द्यायला धावलो! "माझी आई कुठाय?" गर्दी बाजूला झाली आणि ती मला दिसली. मी तिला ओढून जवळ घेतलं. पत्रकार तिच्याभोवतीही गोळा झाले. कोणीतरी तिला विचारलं की, माझा विजय हा अनेक संकटांवर मात करून मिळालेला होता का?

"लान्सचं सारं आयुष्यच संकटांवर मात करत चाललं आहे!" ती म्हणाली.

मग स्पर्धेचा सगळ्यांत छान भाग सुरू झाला – विजयकूच, ज्यात मी शेवटची माझ्या टीमबरोबर सायकल चालवली. शांजेलीजेवर फक्त आम्ही अगदी सावकाश जात होतो. तीन आठवडे आम्ही सदैव बरोबर राहिलो होतो. आता प्रत्येक क्षणाचा आनंद अनुभवत आम्ही अगदी हळू जात राहिलो. एक अनोळखी मनुष्य धावत मधेच आला आणि त्यानं ध्वजदंडावर लावलेला एक मोठा अमेरिकन ध्वज माझ्या हातात दिला. तो माणूस तिथे कसा आला मला माहीत नाही, पण भावना उचंबळून येऊन उत्तेजित होऊन मी तो ध्वज उंच उचलून धरला.

शेवटी मी स्पर्धा संपते त्या भागात पोहोचलो आणि अश्रू थोपवून धरत भरल्या गळ्यानं पत्रकारांशी बोललो — "मी बधिर झालोय – बधिर झालोय – बधिर झालोय. मला एकच गोष्ट सांगावीशी वाटते की, कुठलंही काम करायला आयुष्यात

कधी दुसऱ्यांदा संधी मिळाली, तर आपण प्रयत्नांची शर्थ केली पाहिजे.''

आमच्या सबंध टीमला रात्रीच्या पार्टीसाठी तयार व्हायला घेऊन जाण्यात आलं. 'म्यूजे दोर्से' ह्या जगातील काही अत्युत्तम कलाकृतींनी भरलेल्या जागी अडीचशे लोकांसाठी मोठी पार्टी होती. आम्ही सगळेच अत्यंत दमलो होतो. तीन आठवडे कठीण परिश्रम केल्यावर काही शक्तीच राहिली नव्हती – पण आजच्या पार्टीची मात्र उत्सुकता होती.

उत्तम सजवलेली टेबलं असलेल्या त्या म्युझियममध्ये आम्ही येऊन पोहचलो. प्रत्येक टेबलावर मात्र शोभेची मध्यावर ठेवण्याची वस्तू म्हणून एक विचित्र गोष्ट होती; जी कल्पना थॉम वीझेलची असल्याचं कळलं.

प्रत्येक टेबलाच्या मध्यावर ॲपल्स छान रचून ठेवली होती!

'मेत्'नंतर प्रथमच आम्ही शॅम्पेनचे ग्लासेस उचलले आणि मी माझ्या टीमच्या सहकाऱ्यांना अभिवादन करायला उभा राहिलो. ''पिवळी जर्सी मी घातली, पण मला वाटतं त्यातली फक्त झिपच माझी म्हणता येईल – जर्सीचा अगदी छोटा भाग! बाकी सगळ्यावर खरा हक्क माझ्या सहकाऱ्यांचा आहे – बाह्या, पुढचा भाग, मागचा भाग!''

माझ्या सहकाऱ्यांनी हात उंचावले.

प्रत्येकाच्या मुठीत काहीतरी होतं.

ॲपल! लाल चकचकीत ॲपल्स – माझ्या चारी बाजूंना!

त्या रात्री क्रिस्टीन आणि मी रिट्झ हॉटेलमध्ये राहिलो. तिथे आम्ही एक खूप महाग, खूप मोठा स्यूट रिझर्व केला होता (स्यूट - दोन-तीन खोल्यांची मिळून एक जागा). कपडे बदलून हॉटेलचे बाथरोब्ज आम्ही घातले आणि शॅम्पेनची दुसरी बाटली उघडली; आणि माझा विजय दोघांनी खासगी तऱ्हेनं साजरा केला. अखेर एकदाचे आम्ही दोघं, एकत्र, एकटेच होतो. ती प्रचंड मोठी खोली बघून आम्हाला खिदळायला होत होतं. जेवण आम्ही खोलीवरच मागवलं, मग गाढ झोपून गेलो.

दुसऱ्या दिवशी सकाळी जागा झालो आणि उशीत डोकं खुपसून त्या अपरिचित वातावरणाशी मनानं जुळवून घ्यायला बघू लागलो. माझ्या शेजारी झोपलेल्या कीकनं डोळे उघडले आणि हळूहळू आम्ही पूर्णपणे जागे झालो. ती डोळे विस्फारून माझ्याकडे बघत असतानाच दोघांच्याही मनात काय चाललं होतं ते आम्ही ओळखलं.

''खरंच रे देवा, मी 'तूर द फ्रान्स' जिंकलो!'' मी म्हणालो.

''हॅट! शक्यच नाही!'' कीक म्हणाली.

आम्ही दोघं हसत सुटलो.

सीरिअलचा डबा

खरं सांगायचं तर मला जर 'तूर द फ्रान्स' जिंकणं आणि कॅन्सरवर मात करणं ह्यांमधलं एक निवडायला सांगितलं, तर मी कॅन्सर निवडेन! हे कदाचित विचित्र वाटेल, पण मला 'तूरचा विजेता' ह्या बिरुदापेक्षा 'कॅन्सरवर मात केलेला' हे बिरूद मिरवायला जास्त आवडेल. त्याचं कारण त्या बिरुदामुळं माझ्यामधे माणूस म्हणून, पुरुष म्हणून, नवरा, मुलगा आणि वडील म्हणून जो बदल झाला, तो आहे.

पॅरिसमध्ये स्पर्धा जिंकल्यानंतरच्या पहिल्या काही दिवसांमधे मी खूप लोकांचं लक्ष वेधून घेतलं; पण त्यामुळे मनाचा समतोल ढळू न देण्याचा मी प्रयत्न करत असतानाच, मला प्रश्न पडायचा की, माझ्या विजयाचा लोकांवर इतका प्रभाव का पडला असावा? कदाचित कारण हे असेल की, दुखणं हे जगात कोणालाही येऊ शकतं, कोणीही त्यातून मुक्त राहीलच असं नाही. म्हणून मी तूर जिंकणं हे एक द्योतक होतं; असं सिद्ध करणारं की, आपण कॅन्सरमधून बरे होऊ शकतो एवढंच नव्हे, तर त्यानंतरही खूप प्रगती करू शकतो. असंही असेल की, माझा मित्र फिल नाइट म्हणतो त्याप्रमाणे मी मूर्तिमंत आशेचं प्रतीक आहे.

बिल स्टेपलटननं अखेरीस मला पटवून दिलं की, मी एक दिवस न्यूयॉर्कला जाणं आवश्यक होतं. नाइकेनं माझ्यासाठी खासगी जेट विमान दिलं. कीक माझ्याबरोबर आली. न्यूयॉर्कमध्ये माझ्या विजयाचा पूर्ण प्रभाव आणि विस्तार आमच्या एकदम लक्षात आला. नाइकेटाउनमध्ये माझी एक पत्रकार परिषद झाली. मेयर उपस्थित होते आणि डोनाल्ड ट्रम्पही आले होते. मी 'टुडे' प्रोग्रॅममधे भाग घेतला आणि 'डेव्हिड लेटरमन' प्रोग्रॅममधेही. वॉल स्ट्रीटमधे काम सुरू होतं, तेव्हाची घंटा वाजवायला मला एक दिवस निमंत्रण होतं. मी ट्रेडिंग फ्लोअरवर पोहोचलो, तेव्हा बराच वेळ टाळ्यांचा कडकडाट करून ट्रेडर्सनी मला चकित करून टाकलं. आम्ही त्या इमारतीतून बाहेर पडत असताना रस्त्याच्या कडेला खूप मोठा जमाव जमलेला दिसला. मी बिलला म्हटलं, "ही एवढी गर्दी इथं का जमली असेल?"

"तुझ्यासाठी, लान्स!" बिल म्हणाला, "आता तरी लक्षात यायला लागलंय

का तुझ्या?''

नंतर मी आणि कीक Babies Я Us मधे गेलो. दुकानाच्या मधल्या मोकळ्या जागांमधून उभे असलेले कितीतरी लोक माझ्याशी हस्तांदोलन करायला आणि स्वाक्षरी घ्यायला आले.

मी गारच झालो होतो, पण कीक शांत, स्वस्थ होती. ती मजेत म्हणाली, ''मला वाटतं आपल्याला एक लंगोटांचं पुडकं आणि लंगोटांसाठी एक बादली घ्यावी लागणार आहे.''

आमच्यासाठी आयुष्यातली आणखी एक महत्वाची घटना अजून व्हायची होती – मातापिता होणं!

सुरुवातीला मला भीती वाटायची, माझं माझ्या वडिलांशी काही नातं राहिलं नव्हतं म्हणून कदाचित मी चांगला बाप होणार नाही.

मी 'डॅडी' व्हायचा सराव करायचा प्रयत्न केला. पाठीवर अडकवायची बाळ ठेवायची एक झोळी मी विकत घेतली आणि घरी असताना ती रिकामीच पाठीवर बांधून ठेवू लागलो. सकाळची न्याहारी बनवताना ती बांधून मी स्वयंपाकघरात वावरत असे. ऑफिसची पत्रं लिहिताना किंवा फोनवर बोलताना मी ती बांधूनच बसत असे. ती घालून आत एक लहानसं बाळ ठेवलेलं आहे, अशी कल्पना करत मी मागच्या अंगणात हिंडत असे.

हॉस्पिटलमधे काय काय सोयी आहेत ते बघायला मी आणि कीक गेलो. आणि कीकला प्रसूतीवेदना सुरू होतील तेव्हा काय काय होईल याची आम्हाला एका नर्सनं कल्पना दिली.

''बाळाचा जन्म झाला म्हणजे त्याला क्रिस्टीनच्या छातीवर ठेवण्यात येईल आणि मग गर्भनाळ कापण्यात येईल.'' ती म्हणाली.

''मी कापेन नाळ.'' मी सांगून टाकलं.

''हरकत नाही.'' नर्सनं होकार दिला. ''मग एक नर्स बाळाला आंघोळ घालेल–''

''मी घालणार आंघोळ!''

''चालेल की.'' नर्स म्हणाली, ''त्यानंतर आम्ही बाळाला हॉलमधून घेऊन जाऊ–''

''मी घेऊन जाईन बाळाला,'' मी सांगितलं, ''माझं बाळ असणार आहे ते.''

कीकचे दिवस भरत आलेले असताना एका दुपारी आम्ही दोघं दोन गाड्यांमधून काहीबाही कामं करत हिंडत होतो. आम्ही घरी परत येत असताना ती पुढे नि मी मागे असे बरोबरच येत होतो. ती फार वेगानं गाडी चालवत होती असं मला वाटलं,

म्हणून मी तिच्या कार फोनवर फोन केला.

"कमी कर वेग." मी म्हटलं, "माझं बाळ आहे तुझ्या पोटात."

गर्भारपणाच्या त्या शेवटच्या आठवड्यांमधे कीक सगळ्यांना थट्टेनं सांगायची, "मला दुसरं बाळ होणार आहे!"

बाळाच्या अपेक्षित जन्मतारखेच्या दोन आठवडे आधी, ऑक्टोबरच्या सुरुवातीला बिल स्टेपलटन आणि मी लास व्हेगासला गेलो. मला तिथं एक भाषण द्यायचं होतं आणि दुसऱ्या दोन कामांच्या बैठकींना हजर राहायचं होतं. मी घरी फोन केला तेव्हा कीकनं मला सांगितलं की, तिला कसंतरीच होत होतं आणि घाम येत होता. प्रथम मला त्याचं विशेष काही वाटलं नाही.

मी माझं काम करत राहिलो आणि काम संपलं तेव्हा बिलनं आणि मी धावत-पळत जाऊन डलासची दुपारची फ्लाइट पकडली, तिथून संध्याकाळी ऑस्टिनला जायला फ्लाइट होती.

डलासहून मी कीकला फोन केला. ती म्हणाली की, तिला घाम येतच होता आणि आता कळाही येऊ लागल्या होत्या.

"खरंच?" मी विचारलं, "बाळ येऊ घातलंय का? कदाचित उगीचच तसं होत असेल."

"लान्स, ही गंमत नाहीये." कीक म्हणाली, तेवढ्यात तिला कळ आली.

"बरं, बरं. मी येतोच आहे." मी म्हटलं.

आम्ही ऑस्टिनला जाणाऱ्या प्लेनमधे बसलो. तेव्हा स्टेपलटन म्हणाला, "तुला वैवाहिक आयुष्याबद्दल थोडासा सल्ला देतो. तुझ्या बायकोला आज रात्रीच बाळ होईल की नाही मला ठाऊक नाही, पण आपण विमान हवेत पोहचलं की, तिला पुन्हा एकदा फोन कर."

प्लेन जमिनीवरून उड्डाण भरू लागलं, पण ते निघेपर्यंत मला दम निघेना. म्हणून मी तिला रनवेवरूनच फोन केला.

"काय चाललंय ग?" मी विचारलं.

"कळा आल्या की एक-एक मिनिट चालू राहतायत आणि दर पाच मिनिटांनी येतायत. कळा जास्त वेळ टिकतायतही." ती म्हणाली.

"कीक, आपलं बाळ आज रात्री जन्माला येईलसं वाटतंय तुला?"

"होय, मला वाटतंय आपलं बाळ आजच जन्मणार आहे!"

"प्लेन खाली उतरलं की, लग्गेच मी फोन करेन तुला."

मी फोन ठेवून दोन बिअरच्या बाटल्या मागवल्या आणि बाळाच्या होणार असलेल्या आगमनाचा आनंद साजरा केला. ऑस्टिनला पोहचायला चाळीस मिनिटंच लागणार होती, पण माझे पाय सारा वेळ कापत होते. आम्ही उतरल्याबरोबर

मी तिला पुन्हा फोन केला. नेहमी कीकला फोन केला की 'हाय' म्हणते, तेव्हा तिच्या आवाजात छान उत्साह असतो. ह्या वेळी मात्र तिचा आवाज क्षीण 'हाय' असा आला.

"कसं वाटतंय, बेबी?" मी शांत आवाज काढण्याचा प्रयत्न करत म्हटलं.

"बरं नाही वाटत."

"कसं चाललंय?"

"थांब जरासा." तिला पुन्हा एक कळ आली. मिनिटभरानं ती थांबली.

"डॉक्टरांना फोन केलास?"

"हो."

"काय म्हणाले ते?"

"ते म्हणाले की तू आलास की लगेच हॉस्पिटलमधे यायचं."

"बरं." मी म्हटलं, "येतोच मी."

पस्तीस मैल वेगाची परवानगी असलेल्या रस्त्यावर एकशेपाचच्या वेगानं जात मी घरी पोहचलो. कीकला गाडीत बसवलं. मग जरा बेताच्या वेगानं सेंट डेव्हिड्स हॉस्पिटलमध्ये पोहचलो. जिथे माझं कॅन्सरचं ऑपरेशन झालं होतं तेच हॉस्पिटल.

बाळाच्या जन्माच्या चमत्काराबद्दल आणि तो तुमच्यासाठी सर्वांत महान अनुभव कसा असतो ह्याबद्दल तुम्हाला कोणीही काहीही सांगेल, ते विसरा. तो अनुभव भयंकर होता, घाबरवून टाकणारा होता. माझ्या आयुष्यातल्या सर्वांत वाईट रात्रींपैकी ती एक रात्र होती. कारण मला कीकबद्दल, आमच्या बाळाबद्दल, आम्हा सगळ्यांबद्दल खूप काळजी वाटत होती.

तीन तास बाळंतपणाच्या कळा सोसल्यानंतर कीकची किती प्रगती झाली होती, ते एका नर्सनं येऊन मला सांगितलं. बाळ उलटं वळलं होतं, पाय आधी बाहेर येणार होते, त्यामुळे कीकला खूप त्रास होत होता, रक्तस्राव होत होता. मग डॉक्टर म्हणाले की, 'आपल्याला व्हॅक्यूम लावावा लागेल.' बाथरूम साफ करायच्या दट्ट्यासारखं काहीतरी आणून त्याचा त्यांनी कीकवर उपचार केला आणि मग लगेच बाळ बाहेर आलं. मुलगा होता. ल्यूक डेव्हिड आर्मस्ट्राँगचा जन्म झाला होता.

त्याला बाहेर काढलं तेव्हा तो छोटासा, निळसर आणि बरबटलेला होता. त्यांनी त्याला कीकच्या छातीवर ठेवलं आणि आम्ही सगळे भोवताली जमलो. पण तो रडत नव्हता. एक-दोनदा त्यानं फक्त हळूच उहँ केलं तेवढंच. डिलिव्हरी रूममधल्या स्टाफला तो रडत नव्हता म्हणून काळजी वाटत होतीसं दिसलं.

'रड ना!' मी मनाशी म्हटलं, 'अरे, रड ना!' खोलीतलं वातावरण तंग होत चाललेलं जाणवत होतं.

''त्याला जरा मदत करावी लागणार आहे.'' कोणीतरी म्हटलं.

ते त्याला आमच्याजवळून घेऊन गेले.

कीकच्या हातातून बाळाला घेऊन एक नर्स शेजारच्या खोलीत गेली, तिथे कसली कसली साधनं दिसत होती.

एकाएकी लोक इकडून तिकडे धावू लागले.

''काहीतरी बरोबर नाहीये का?'' कीकनं विचारलं, ''काय चाललंय?''

''मलाही ठाऊक नाही.'' मी म्हटलं.

आणीबाणीची परिस्थिती असेल, तशी हॉस्पिटलची माणसं आतबाहेर धावत होती. मी कीकचा हात धरून ठेवला होता आणि मान वळवून शेजारच्या खोलीत काय चाललंय ते बघायचा प्रयत्न करत होतो. मला आमचं बाळ दिसत नव्हतं. काय करावं ते मला समजत नव्हतं. माझा मुलगा तिथे आत होता, पण कीकला सोडून मला जायचं नव्हतं, ती खूप घाबरली होती. मला म्हणत होती, ''काय चाललंय? काय करतायत ते त्याला?''

शेवटी तिचा हात सोडून मी त्या खोलीत डोकवायला गेलो.

त्यांनी त्याला ऑक्सिजनचा छोटासा मास्क लावला होता.

'रड रे! प्लीज, रड! प्लीज, प्लीज रड!' मी मनात म्हणत होतो.

मी भयंकर घाबरलो होतो. त्या क्षणी त्याला नुसतं रडताना ऐकायला मी काहीही केलं असतं. अगदी काहीही. मला तोपर्यंत भीती म्हणून जे काही माहीत होतं, ते त्या वेळी त्या खोलीत जे वाटलं, त्याच्या तुलनेत काहीच नव्हतं. मला कॅन्सर झाला आहे असं निदान झालं, तेव्हा भीती वाटली होती आणि कॅन्सरवरचे उपचार चालू होते तेव्हा भीती वाटली होती; पण आमचं बाळ ते लोक आमच्याजवळून घेऊन गेले तेव्हा वाटलेल्या भीतीपुढे ते सगळं काहीच नव्हतं. मला अगदी असहाय वाटलं, कारण या वेळी आजारी मी नव्हतो – दुसरं कोणीतरी – माझा मुलगा होता!

त्यांनी मास्क काढला. त्यानं तोंड उघडलं, वेडंवाकडं केलं आणि मग एकदम मोठ्यांदा ट्यांहाऽऽ केलं! अगदी जगातलं सगळ्यांत मोठ्यानं रडणारं बाळ म्हणता येईल एवढ्या मोठ्यांदा! त्याबरोबर त्याचा रंग बदलला आणि सगळ्यांच्याच मनावरचा ताण कमी झालेला दिसला. त्यांनी त्याला आमच्याकडे आणलं. मी त्याला घेतलं आणि त्याची पापी घेतली.

मी त्याला अंघोळ घातली आणि नर्सनं त्याला कपड्यात कसं लपेटायचं ते मला दाखवलं. मग आम्ही – कीक, ल्यूक आणि मी मिळून हॉस्पिटलमधल्या आमच्या मोठ्या खोलीत गेलो. तिथं हॉस्पिटलमधे असते तशी कॉट आणि इतर सामान होतं, पण तिथं भेटायला येणाऱ्या लोकांसाठी एक सोफा आणि कॉफी टेबलही होतं. थोडे तास आम्ही जवळजवळ झोपून राहिलो आणि मग सगळेजण

भेटायला यायला लागले. माझी आई आली, कीकचे आईवडील आले, बिल आणि लॉरा स्टेपलटनही आले. संध्याकाळी आम्ही पिझ्झा पार्टी केली. हॉस्पिटलमधे भेटायला येणारे इतर लोक आमच्या खोलीत डोकावून जात होते, त्यांना कीक अंथरुणात उठून बसलेली, शाइनर बॉकचे घोट घेत पिझ्झाचा तुकडा खाताना दिसत होती.

हॉस्पिटलच्या कॉरिडॉर्समधून मी आणि आईनं एक चक्कर मारली. ल्यूकच्या बाबतीत आज मला आलेला अनुभव माझ्या मनात घोळत होता. माझ्यामागे, स्वत:च्या मुलामागे ती जिवंत राहील अशी जेव्हा शक्यता होती, तेव्हा तिला कसं वाटलं असेल, हे मला आता चांगलं समजलं होतं.

आम्ही माझ्या त्या जुन्या खोलीजवळून गेलो. ''आठवतंय ते?'' मी तिला विचारलं.

आम्ही एकमेकांकडे बघून स्मित केलं.

एक प्रश्न अजून मनात रेंगाळतो तो असा की, मी कॅन्सरमधून वाचलो ह्यात माझा वाटा किती, वैद्यकीय शास्त्राचा वाटा किती आणि दैवी चमत्काराचा वाटा किती?

माझ्याकडे ह्या प्रश्नाला उत्तर नाही. लोक माझ्याकडे उत्तराच्या अपेक्षेनं बघतात हे मला ठाऊक आहे. पण ह्याचं उत्तर मला देता आलं असतं, तर आपल्याला कॅन्सरचा इलाज कळला असता, एवढंच नाही, तर आपल्या आयुष्याचा खरा अर्थही समजला असता. मी प्रोत्साहन देण्याचं काम करू शकतो, स्फूर्ती, आशा, धैर्य देऊ शकतो आणि सल्लाही देऊ शकतो, पण जे समजणं शक्य नाही, त्याचं उत्तर देऊ शकत नाही. एक व्यक्ती म्हणून मला प्रयत्न करण्याची जरूरही वाटत नाही. हे जे गूढ आहे, त्याचा आनंद मिळवायला मी जिवंत आहे एवढ्याचं मला समाधान आहे.

एक गमतीदार गोष्ट–

एक मनुष्य पुरात सापडला आणि पाणी चढू लागलं तसा तो त्याच्या घराच्या छपरावर चढून बसला आणि त्याला सोडवायला देव येईल याची वाट बघू लागला. मोटरबोट घेऊन एक माणूस आला आणि त्याला म्हणाला, ''चल, मार उडी बोटीत, मी वाचवतो तुला.''

''आभारी आहे, पण नको.'' छपरावरचा माणूस म्हणाला, ''माझा देव मला वाचवेल.''

पण पुराचं पाणी आणखी वर चढलं. काही मिनिटांनी बचावासाठी आलेलं विमान आलं आणि पायलटनं दोरी खाली सोडली.

“धन्यवाद! पण नको,” छपरावरचा माणूस म्हणाला, “माझा देव मला वाचवेल.” पण पुराचं पाणी आणखी वर चढलं, शेवटी छप्पर पाण्यात गेलं आणि तो माणूस बुडाला. स्वर्गात पोहचल्यावर त्यानं देवाला विचारलं,

“परमेश्वरा! का मला तू नाही वाचवलंस?”

“मूर्खा!” देव म्हणाला, “तुझ्यासाठी मी बोट पाठवली होती, विमान पाठवलं होतं.”

मला वाटतं, एका रीतीनं आपण सगळी त्या माणसासारखीच आहोत. घटना घडत जातात, प्रसंग घडत राहतात आणि परिस्थिती बदलत राहते, नेहमीच आपल्याला त्यांचा हेतू कळतोच असं नाही. पण आपली जबाबदारी आपण उचलू शकतो आणि खंबीर राहू शकतो.

आपल्या मृत्यूच्या बाबतीत आपली प्रत्येकाची वृत्ती निराळी असते. काही लोक त्याला तोंड देणंच नाकारतात. काही प्रार्थना करतात, काही मती गुंग होण्यासाठी मद्याचा आधार घेतात. मला ह्या सगळ्यातलं थोडं थोडं करण्याचा मोह झालाच होता. पण मला वाटतं, आपण सगळ्यांनीच त्याला सरळ सामोरं जाऊन धैर्यानं तोंड देणं एवढंच करायचं असतं. आपल्या स्वभावातला तो गुण, ज्यामुळं आपल्याला भीती वाटू न देता धोक्याला तोंड देता येतं, ते धैर्य अशी धैर्याची व्याख्या करता येईल.

कॅन्सर झालेल्या मोठ्या लोकांपेक्षा कॅन्सरग्रस्त लहान मुलांमधे बरं होण्याचं प्रमाण जास्त आहे, हे खरं आहे आणि मला कधीकधी वाटतं की, ह्याचं कारण त्यांचं नैसर्गिक, फार विचार न करण्याचं धैर्य, हे असेल का? लहान मुलं कॅन्सरशी जास्त चांगल्या तऱ्हेनं झुंज देऊ शकतात असं दिसतं. ती खंबीर मनाची असतात आणि त्यांना त्यांचं मनोबल वाढवण्यासाठी भाषणं द्यावी लागत नाहीत. वयानं मोठ्या माणसांना संभाव्य अपयशाची जास्त जाणीव असते. ती मनानं कडवट झालेली, हार खाल्लेली आणि भयभीत असतात. मुलं म्हणतात, ‘मला खेळायला जायचंय, मला लवकर लवकर बरं कर.’ त्यांना फक्त एवढंच हवं असतं.

‘तूर द फ्रान्स’नंतर ‘व्हीटीज’ कंपनीनं त्यांच्या सीरियलच्या कागदी डब्यावर माझं चित्र द्यायचं ठरवलं. माझ्या मुलाचा जन्म झाला त्याच हॉस्पिटलच्या मुलांसाठीच्या कॅन्सर वॉर्डमधे, एक पत्रकार परिषद आपण बोलवू या असं मी त्यांना सुचवलं. मी त्या मुलांना भेटायला गेलो, थोड्या स्वाक्षऱ्याही दिल्या, तेव्हा व्हीटीजचा एक डबा घेऊन एक छोटा मुलगा माझ्याकडे आला आणि तो डबा छातीशी घट्ट धरून माझ्या गुडघ्यांना खेटून उभा राहिला.

“मी हा डबा घेऊ?” त्यानं विचारलं.

“हो, घे ना!” मी म्हटलं, “तुझाच आहे तो.”

तो डब्याकडे बघत नुसताच तिथं उभा राहिला आणि मग त्यानं माझ्याकडे बघितलं. मला वाटलं (त्यावर माझं चित्र बघून) त्याला खूप कौतुक-आदर वाटला असावा.

मग त्यानं विचारलं, ''आकार कसा असतो त्यांचा?''

''काय?'' मी विचारलं.

''आकार, आकार कसा असतो त्यांचा.''

''असं होय?'' मी म्हणालो, ''ते सीरिअल आहे, ते वेगवेगळ्या आकाराचे तुकडे असतात.''

''हं हं! बरं.'' तो म्हणाला.

बघितलंत ना, कॅन्सरबद्दल त्याला काही विचारायचं नव्हतं, फक्त सीरिअलबद्दलच तो विचारत होता.

मुलांना जर अडचणी आणि टक्केवारीकडे दुर्लक्ष करता येत असेल, तर मला वाटतं, आपण सगळ्यांनी ते त्यांच्याकडून शिकण्यासारखं आहे. आपण त्याच्याबद्दल विचार करतो, तेव्हा केवळ आशा करण्यापलीकडे आपल्याला काय करता येतं? औषधोपचारांनी काय किंवा भावनांनी काय, आपल्यासमोर दोन विकल्प असतात– आशा सोडून द्यायची किंवा जिवाच्या आकांतानं लढा द्यायचा.

बरा झाल्यावर मी डॉ. निकोल्सना विचारलं की, मी बरा होण्याची खरी किती शक्यता होती. ''तुझी स्थिती वाइटच होती.'' ते म्हणाले. त्यांनी मला सांगितलं की, त्यांनी बघितलेल्या रुग्णांपैकी अत्यंत वाईट स्थिती असलेल्यांच्यातला मी एक होतो. मी विचारलं, ''किती वाईट? पन्नास टक्के अत्यंत वाईट?'' त्यांनी मान हलवली. ''वीस टक्के अत्यंत वाईट?'' त्यांनी पुन्हा मान हलवली, ''दहा टक्के अत्यंत वाईट?'' तरीही त्यांनी मान हलवली.

मी तीन टक्क्यांवर आलो तेव्हा त्यांनी होकारार्थी मान हलवली.

काहीही होणं शक्य असतं. तुम्हाला सांगण्यात येऊ शकतं की, तुम्ही बरं होण्याची नव्वद टक्के शक्यता आहे, किंवा पन्नास टक्के किंवा एक टक्का. पण तुम्ही श्रद्धा ठेवली पाहिजे आणि लढा दिला पाहिजे. लढा द्यायचा म्हणजे माझ्या दृष्टीनं असं करायचं की, शक्य ती सर्व माहिती गोळा करायची, दुसऱ्या डॉक्टरांचं मत घ्यायचं, तिसऱ्या, चौथ्या डॉक्टरांचं. तुमच्या शरीरावर कोणी हल्ला चढवला आहे हे समजून घ्यायचं आणि त्यावर काय उपाय करता येणं शक्य आहे, हेही. कॅन्सरबद्दलची दुसरी वस्तुस्थिती ही आहे की, जास्त जाणून घेणारा आणि लढा देणारा रुग्ण जास्त दिवस जिवंत राहण्याची शक्यता जास्त असते.

मी हरलो असतो तर? मला पुन्हा कॅन्सरनं गाठलं असतं तर? मला अजूनही

खात्रीनं वाटतं की, त्या लढ्यातून मी काहीतरी मिळवलं असतं. कारण जेवढा वेळ माझ्याकडे शिल्लक होता, तेवढ्या वेळात मी जास्त परिपूर्ण, जास्त कनवाळू, जास्त समज असलेला माणूस झालो असतो आणि म्हणून मी जास्त चांगलं आयुष्य जगलो असतो. एक खेळाडू म्हणून मला आलेल्या अनुभवांपेक्षा, ह्या आजारानं जास्त निःसंशयपणे मला एक शिकवलंय की, आपल्याला वाटत असतं त्यापेक्षा आपण खूप जास्त चांगले असतो. आपल्याला कल्पना नसते अशी सुप्त शक्ती आपल्यामध्ये असते, जी आणीबाणीच्या, संकटाच्या वेळीच प्रकट होते.

तेव्हा कॅन्सरमुळं सहन कराव्या लागणाऱ्या वेदनांच्या मागे जर काही हेतू असेल, तर तो हा असेल की, त्यामुळे एक माणूस म्हणून आपण जास्त चांगले होतो.

मला अगदी खात्रीपूर्वक विश्वास वाटतो की, कॅन्सर हा मृत्यूचाच एक प्रकार नाही. मी त्याची वेगळी व्याख्या करतो – तो आयुष्याचा एक भाग आहे. मी आजारातून उठल्यानंतर दुखणं उलटतं की काय ह्या प्रतीक्षेत होतो, तेव्हा एका दुपारी कॅन्सर ह्या शब्दाच्या स्पेलिंगमधील अक्षरांमधून पहिली अक्षरं घेऊन एक शब्द (Acronym) तयार केला होता – **C**ourage, **A**ttitude, **N**ever give up, **C**urability, **E**nlightenment and **R**emembrance.

आम्ही बोलत बसत असू तेव्हा मी डॉ. निकोल्सना एकदा विचारलं होतं की, त्यांनी कॅन्सरतज्ज्ञ होण्याचं का ठरवलं, ते अत्यंत अवघड आणि मनाला खूप त्रास देणारं काम आहे, तरी? ''कदाचित तू जे करतोस, ते तू ज्या कारणांनी करतोस, त्यांतलीच काही कारणं असतील.''

''एका दृष्टीनं,'' ते म्हणाले, ''कॅन्सर हा आजारांचा 'तूर द फ्रान्स' आहे!''

ते पुढं म्हणाले, ''कॅन्सरवर उपचार करताना मनावर प्रचंड ओझं असतं, पण ह्याहून मोठं आव्हान काय असू शकतं? ते उमेद खच्ची करणारं, दुःखद असतं ह्यात शंकाच नाही, पण तुम्ही लोकांना बरं करू शकत नसला तरी तेव्हासुद्धा तुम्ही त्यांना मदत तरी करत असताच. तुम्ही केलेले उपचार यशस्वी होऊ शकले नाहीत तरी आजार शक्य तितका सावरायला तरी तुम्ही मदत करू शकता. तुम्ही लोकांशी भावबंध जोडता. दुसऱ्या कुठल्याही क्षेत्रापेक्षा जास्त माणुसकीचे क्षण कॅन्सरवर उपचार करताना तुम्हाला अनुभवता येतात. तुम्ही कधी निर्ढावून जात नाही, पण लोक किती मानसिक सामर्थ्य दाखवू शकतात ते बघून तुम्हाला कौतुक वाटतं.''

माझ्याबरोबर असलेल्या एका कॅन्सर पेशंटनं मला लिहिलं होतं, ''तुमच्या अजून हे लक्षात आलं नाहीये, पण खरे भाग्यवान आपण आहोत.''

कॅन्सरनं मला जे शिकवलं ते माझ्या कायम लक्षात राहील. कॅन्सररुग्णांच्या जमातीचा मी सभासद आहे असं मी समजतो. माझी अशी श्रद्धा आहे की, जास्त

चांगलं आयुष्य जगणं ही आता माझी जबाबदारी आहे; तसंच या आजाराशी लढत असलेल्या माझ्या बांधवांना मदत करण्याचीही. ही जमात एकमेकांचे अनुभव वाटून घेणारी आहे. ज्या कोणी 'तुला कॅन्सर झाला आहे,' हे शब्द ऐकले असतील आणि वाटलं असेल, ''अरे देवा! आता मी मरणार!'' तो प्रत्येकजण या जमातीतला असतो. एकदा तुम्ही त्यांच्यातले झालात की तुम्ही कधी सोडून जात नाही.

म्हणून जेव्हा जेव्हा जग निरर्थक, नीरस वाटतं, मनुष्यस्वभाव नीच वाटतो, तेव्हा तेव्हा मी माझं ड्रायव्हिंग लायसन्स काढतो आणि तो फोटो बघतो. मी ला त्रीस हॅनी, स्कॉट शिपेरो, क्रेग निकोल्स, लॉरेन्स ऐनहॉर्न आणि सीरिअलमधल्या तुकड्यांच्या आकारांमुळं सीरिअल आवडणारा तो छोटा मुलगा, ह्यांचा विचार करतो; माझ्या दुसऱ्या आयुष्याचं प्रतीक असलेल्या माझ्या मुलाचा विचार करतो – त्यानंच माझ्या वैयक्तिक आयुष्यापलीकडे माझ्या आयुष्याला अर्थ दिला.

कधीकधी मी रात्री जागा होतो आणि तो मला जवळ हवासा वाटतो. पाळण्यातून उचलून मी त्याला माझ्या कॉटवर नेतो आणि माझ्या छातीवर ठेवतो. त्याच्या रडण्याची मला मजा वाटते. छोटंसं डोकं मागे करून, हनुवटी थरथरत असताना, हाताच्या मुठी हवेत हलवत तो टँहँऽऽ करतो. मला ते जीवनाचं प्रतीक वाटतं. ''होय, होय! अगदी बरोबर! चालू दे तुझं!''

तो जेवढ्या जास्त मोठ्यानं रडेल, तितकी मला जास्त मजा वाटते!

पुनःश्च

वेदना तात्पुरत्या असतात. त्या मिनिटभर, तासभर, दिवसभर, वर्षभर टिकतील, पण मग त्या जातील आणि त्यांची जागा दुसरं काहीतरी घेईल. पण मी हार मानली, तर त्या कायम राहतील. पण ते माघार घेणं, आशा क्षणभरही सोडून देणं, हे कायम माझ्याबरोबर राहतं. म्हणून जेव्हा मला हार मानावीशी वाटते, तेव्हा मी स्वत:लाच विचारतो, 'मला कशाबरोबर जगणं जास्त पसंत असेल?' अडचणींना सामोरं जाणं, त्यातून मार्ग काढणं, हेच खरं बक्षीस आहे, कुठल्याही बक्षिसाच्या ट्रॉफीपेक्षा चांगलं. हे मला २००० साली पुन्हा एकदा कळलं.

एव्हाना तुमच्या लक्षात आलं असेल की, मी वेदनांबद्दल बोलतो आहे. का? कारण वेदनांमधून खूप समजतं म्हणून. प्रत्येक स्पर्धेत असा एक क्षण येतो, जेव्हा आपला खरा प्रतिस्पर्धी समोर येतो आणि आपल्या लक्षात येतं की, तो आपण स्वत:च असतो. सायकलवर अत्यंत वेदना होत असताना मला सर्वांत जास्त कुतूहल वाटतं, मी वेदनांना कसं तोंड देईन याचा मी प्रत्येक वेळी विचार करतो. माझा अत्यंत अंत:स्थ दुबळेपणा मला समजेल, का माझ्या अगदी आत असलेली सुप्त शक्ती सापडेल? मी स्पर्धा पुरी करू शकेन की नाही, हे सांगता येणार नसतं. असंही म्हणता येईल की, मानवी मनाचा मागोवा मी वेदनांमधून घेतो.

नेहमीच मी जिंकत नाही. कधीकधी मी स्पर्धेत भाग घेतो आणि ती पूर्ण करतो एवढंच. पण प्रत्येक स्पर्धेच्या निमित्तानं मी माझी जगण्याची लायकी ठरवतो. म्हणून मी स्पर्धेत भाग घेतो आणि भाग घेतो तेव्हा प्रयत्नांची शिकस्त करतो – तसं करण्याची मला काही गरज नसली, तरी. मला काही अमर व्हायची इच्छा नाही, जगून संपेल तेव्हा मी मृत्यू पावेन. पण तोपर्यंत मी सायकल चालवत राहणार आहे – कदाचित मी सायकलवरूनच कलून पडेन आणि मरण पावेन.

ज्या प्रत्येक वर्षी मी 'तूर द फ्रान्स'मध्ये भाग घेऊन जिंकण्याचा प्रयत्न करतो, ते मी माझ्या आजारावर मात करून जिवंत राहिल्याचं आणखी एक वर्ष असतं. म्हणूनच कदाचित 'तूर द फ्रान्स' दुसऱ्यांदा जिंकणं माझ्यासाठी महत्त्वाचं होतं, कारण माझ्या लेखी जिवंत राहणं आणि सायकल चालवणं हे एकच आहे. मला

आणखी एक 'तूर' जिंकायची होती आणि त्याचं कारण हे होतं की, मी ती जिंकू शकेन असं कोणालाही वाटत नव्हतं. त्यांना वाटत होतं, १९९९ मध्ये मी जिंकलो तेवढा चमत्कार पुरेसा होता! पण मी आता माझ्या करिअरकडे केवळ पुनरागमन म्हणून बघत नव्हतो. एक कॅन्सरमधून बरा होऊन एवढं करून दाखवलेला माणूस म्हणून मला हे काम करत राहायचं होतं.

'तूर' खेरीज दुसरं काहीतरी करणं म्हणजे मला माघार घेण्यासारखं वाटलं असतं. पुन्हा एकदा जिंकणं हे सोपं नव्हतं, पण प्रयत्न करण्यातली हीच गोष्ट मला सगळ्यांत जास्त आवडत असे. १९९९ च्या विजयापासून माझं आयुष्य जास्त धकाधकीचं आणि गुंतागुंतीचं झालं होतं. अर्थात सुखाचं तर होतंच. मी पिता झालो होतो. तसंच कॅन्सरशी लढाई देणाऱ्यांना मदत करण्याचं माझं काम पूर्वीपेक्षाही जोरात चालू होतं. प्रोफेशनल आणि औद्योगिक क्षेत्रात जबाबदाऱ्या वाढत होत्या– विशेषत: माझ्या दुखण्यात जे माझ्या पाठीशी राहिले होते त्या माझ्या स्पॉन्सर्ससाठी. काहीजणांना शंका होती की, जगातली सर्वांत अवघड रेस ओळीनं दुसऱ्यांदा जिंकण्याइतकी मला शक्ती नसेल, किंवा मी इतर कामात फार गुंतलेला असेन. पण मला जर कुठली गोष्ट ऐकायला आवडत नसेल, तर 'ते करायला जमणार नाही' असं माझ्याबद्दल कोणी म्हणणं. असं कोणीही म्हणणं म्हणजे मी आता ते नक्कीच करेन ह्याची खात्री देणं आहे.

२००० च्या 'तूर'च्या वेळेपर्यंत ज्या काही चर्चा चालल्या होत्या, त्यात माझं नाव अजूनही, ज्याची शक्यता वाटत नव्हती असा चॅम्पियन, एका ऐतिहासिक घटनेची नोंद घ्यावी असा चॅम्पियन, कॅन्सरमधून बरा होऊन जिंकणारा, कौतुक करण्यासारखा चॅम्पियन, पहिल्या संपूर्ण अमेरिकन टीममधला, अमेरिकन सायकल चालवणारा, 'तूर' जिंकणारा पहिला अमेरिकन अशा सर्व रीतींनी होती.

इतर सर्वांच्या नावांची चर्चा होत असे. १९९९ मध्ये ज्यांनी भाग घेतला नव्हता असे – तेव्हा दुखापतीमुळे बाहेर राहिलेला जर्मनीचा जॅन उल्‌रिच, मादक द्रव्यसेवनांच्या अफवांमुळे ज्यानं तूरमधून तात्पुरती माघार घेतली होती तो भूतपूर्व विजेता इटलीचा मार्को पान्टानी, डोंगरांमध्ये ज्याच्याशी अतिशय अवघड स्पर्धा होऊ शकते असा फ्रेंच स्पर्धक रिचर्ड व्हिरेन्के, अब्राहाम ओलॅनो, अलेक्झांडर झुले, हे सगळे. माझं नाव आलंच, तर पान्टानी आणि उल्‌रिचशी मी अजून स्पर्धा करून जिंकून दाखवलं नव्हतं असं सांगत घेतलं जाई. पण २००० साली आम्ही सगळे तब्येतीनं आणि तयारीनं चांगले होतो; तेव्हा सर्वांत अटीतटीची आणि खूप जास्त संख्येनं चांगले स्पर्धक असलेली, दशकातील सर्वांत जास्त स्पर्धेनं खेळली गेलेली, म्हणून या 'तूर' कडून अपेक्षा निर्माण झाल्या होत्या. या वेळी माझे अत्यंत कुशल असे प्रतिस्पर्धी स्पर्धेत असणार होते.

माझ्या यु.एस. पोस्टल टीमच्या सहकाऱ्यांना मात्र माझ्या विजयाची खात्री होती, पण त्या वर्षी उन्हाळ्याच्या सुरुवातीच्या दिवसात मी जेव्हा एकदा चांगलाच आपटलो, तेव्हा त्यांनाही मी पुन्हा विजय मिळवू शकेन का नाही असं वाटलं. पुन्हा एकदा आम्ही सरावासाठी शिबिर आयोजित केलं होतं. एप्रिल-मे मध्ये दोन आठवडे आम्ही फ्रान्समधल्या डोंगरशिखरांमध्ये कसून मेहनत करत, ज्या रस्त्यांवरून स्पर्धा व्हायची होती त्यांचा नीट अभ्यास करण्यात घालवले.

पाच मे ला आम्ही पिरेनेच्या डोंगरांमध्ये सरावासाठी खूप लांबचं अंतर काटायला गेलो. २०००च्या तूरमधला जो सगळ्यांत अवघड चढ असणार होता, त्या हौटाकाम डोंगरात आम्ही सराव करत होतो. त्या दिवशी खूप गरम होतं म्हणून मी चढावर माझं हेल्मेट काढलं आणि मागून येणाऱ्या गाडीतल्या टीमच्या मदतनिसाला दिलं. वेगानं उतारावरून जेव्हा परत जायला निघालो, तेव्हा मी ते परत घालायचं विसरलोच.

एकाएकी माझं पुढचं चाक दगडावर आपटलं आणि टायर फुटलं. माझे हँडलबार्सवरचे हात सुटले. रस्ता अरुंद होता आणि माझ्या सायकलला एकच मार्ग होता – विटांची एक भिंत. मी त्या भिंतीवर खाली डोकं वर पाय असा आपटलो. डोळ्यांपुढे चांगलेच काजवे चमकले आणि मग अंधारी आली.

भिंतीजवळ थोडं गवत होतं, त्यावर एक पिकनिक टेबल होतं. तिथं एक फ्रेंच-कॅनेडियन टूरिस्ट जोडपं बसलेलं होतं आणि माझ्या सुदैवानं दोघंही डॉक्टर होते. मी त्यांच्यापासून दहा फुटांपेक्षाही कमी अंतरावर त्या भिंतीवर कोसळलो.

तिथं पडल्या पडल्या मी पटदिशी हातपाय मोडले नाहीयेत ना एवढं बघितलं आणि माझ्या लक्षात आलं की, डोकं सोडून बाकी काही फार दुखत नव्हतं. कानांमधून सणका मारत होत्या, ती दोघं मला 'उठू नको' म्हणून सांगत होती. माझ्या चेहऱ्याचा उजवा भाग तेवढ्यात सुजायलाही लागला होता. मी तसा पडलो होतो तेवढ्यात जोहाननं त्याच्या मोबाइलवर फोन करून ॲम्ब्युलन्स मागवली, डॉक्टर जोडपं माझ्या डोक्याला बर्फ लावत होतं. त्या फ्रेंच कॅनेडियन गृहस्थांनी माझं नशीब किती बलवत्तर होतं ते जोहानला सांगितलं.

''त्याचं डोकं भिंतीवर आपटताना त्याचा आवाज जसा आला, त्यावरून माझी शंभर टक्के खात्री होती की, मी इथवर येईपर्यंत मृत मनुष्यच बघेन.''

त्यांना तसं म्हणताना ऐकल्यावर मी जरा अस्वस्थच झालो. एकदाचे हॉस्पिटलचे लोक आले, त्यांनी मला तपासलं आणि लूर्दमध्ये थोडे दिवस हॉस्पिटलमध्ये वैद्यकीय देखरेखीखाली ठेवायला सांगितलं. रात्रभर मला तसं ठेवण्यात आलं. मग मी दोन आठवडे विश्रांती घ्यायला नाइसला घरी गेलो. डोळ्यांखालचा बराच भाग काळानिळा झाला होता. डोक्याचा आकार पूर्ववत होण्याची वाट बघत मी कोचावर

पडून राहायचो. कीक मायेनं, सहानुभूतीनं बोलायची, पण हेल्मेट घालायला विसरण्याचा हलगर्जीपणा तिला फारसा मजेचा वाटला नव्हता! ''मी मांजर असणार,'' मी म्हटलं, ''दोनदा आयुष्य वाचलं!'' ('A cat has nine lives' अशी म्हण आहे.)

एक महिन्यानंतर मी ओताकॅमला परत गेलो. जोहान सोडला तर मी एकटाच होतो. हा टप्पा धोक्याचा होता, म्हणून मनात रेंगाळणारी थोडीफार शंका की, मी जिथं आपटलो होतो, तिथं परत डळमळेन की काय, ही मला काढून टाकायची होती. अतिशय गारठा होता आणि पावसाचे शिडकावेही होत होते. वरपर्यंत चढायला मला चार तास लागले व खूप श्रमही पडले. पाठीमागून येणाऱ्या गाडीत बसलेल्या जोहाननं मला घालायला जॅकेट आणि गरम चॉकलेट प्यायला दिलं. ''फार छान! आता ह्यानं तुला ऊब येईल.'' तो म्हणाला. पण माझं समाधान झालं नव्हतं.

''मला वाटतं, मला ही चढण नीट कळलेलीच नाही.'' मी म्हटलं.

''म्हणायचंय काय तुला?''

मला असं म्हणायचं होतं की, मी त्या चढावर पूर्णपणे काबू मिळवला नव्हता असं मला वाटत होतं. त्या अवघड चढणीवर मात करू शकण्याबद्दल मला माझी खात्री वाटत नव्हती. ती चढण खाली-वर जाणारी होती. काही ठिकाणी कमी चढ होते, काही ठिकाणी खूप जास्त. एखादी चढण नीट लक्षात येण्यासाठी आपल्याला कुठल्या जागी खूप त्रास होईल, कुठे थोडी विश्रांती घेता येईल, कुठे जोर मारता येईल, ह्या सर्वांचा अंदाज यावा लागतो म्हणजे आपण स्वत:ला त्यासाठी तयार करू शकतो.

''काय करायचंय मग तुला?'' जोहाननं विचारलं.

''मी परत जाणार आहे वरपर्यंत.'' मी म्हटलं.

आणि तसंच मी केलं. आम्ही गाडीतून खाली गेलो आणि मी तो चढ पुन्हा चढलो, पुन्हा चार तासांचे श्रम केले. मला ठाऊक होतं की, त्या हवेत दोनदा तर सोडा, एकदासुद्धा तो चढ चढणारा मूर्ख मीच असणार, पण तोच तर मुद्दा होता!

एकूण असं वाटलं की, तो अपघात ही मला होणारी सगळ्यांत वाईट गोष्ट नव्हती. थोड्या दिवसांनी मी पुन्हा सरावाला सुरुवात केली आणि मला अतिशय छान वाटायला लागलं. मला एक भीती अशी होती की, माझी सर्वोत्तम तयारीची वेळ (Peak) फार लवकर येईल आणि जोम कायम ठेवून तूर संपवण्यासाठी पुरेशी शक्ती राहणार नाही.

२०००ची तूर फ्रान्सच्या भोवती गेल्या वर्षीच्या रूटच्या उलटी जाणार होती आणि आम्ही सर्वांनी आत्तापर्यंत चढले असतील त्यांतले सर्वांत अवघड टप्पे त्यात असणार होते. फ्यूत्यूरोस्कोपपासून आम्ही सुरुवात करणार होतो. वेळेची स्पर्धा फक्त दहा मैलांची असणार होती. तिथून पुढे सपाट भूभागावरून वेगाने जाऊ

शकणाऱ्यांसाठी सोपे, असे बरेच टप्पे असणार होते. आणि मग माझ्या दृष्टीने दहाव्या टप्प्यावर पिरेनेमध्ये आल्यावर खरी स्पर्धा सुरू होणार होती.

फ्यूत्यूरोस्कोपला आल्यावर असं वाटलं की, आत्ता थोड्या दिवसांपूर्वीच तर येथे येऊन गेलो होतो – खरं म्हणजे पूर्ण एक वर्ष गेलं होतं. वेळेचं गणित काहीच्या काहीच वाटत होतं आणि 'इथे येऊन गेलो आहोत' ही भावना आणखी वाढायचं कारण म्हणजे, गेल्या वर्षी राहिलो होतो, त्याच हॉटेलमध्ये आम्ही पुन्हा राहिलो! एका तऱ्हेनं त्यामुळे एक आश्वासक भावनाही आली की, 'तूर द फ्रान्स' कशी जिंकायची हे मला माहीतच आहे! माझ्या टीममधल्या सहकाऱ्यांनाही तसंच वाटलं. आम्ही बहुतेक सर्वजण पोस्टल टीममध्ये आता सलग चार वर्षं होतो. सुरुवातीला आमच्याकडे अगदी कसलेतरी दोन तंबूच होते, आता सर्व सुविधा असलेला ट्रक्स आणि बसेसचा तांडा होता.

'तूर' वर जर अपेक्षित काही असेल, तर ते हे की, अनपेक्षित गोष्टी होतात! त्या तीन आठवड्यांत प्रतिस्पर्ध्यांकडून एकाएकी होणारे चढाई करण्यासाठीचे हल्ले, हादरवून सोडणारे अपघात आणि अनपेक्षित असलेल्या स्पर्धकांनी आघाडी मारणं, अशा गोष्टी होतात. फ्यूत्यूरोस्कोपमध्ये त्याचं लगेचच प्रात्यक्षिक मिळालं, जेव्हा माझा मित्र स्कॉटलंडचा डेव्हिड मिलर ह्यानं माझ्याकडून पिवळी जर्सी जिंकून घेतली.

सर्व एकशे ऐंशी स्पर्धकांसाठी दिवस नेहमीसारखा रक्ताच्या तपासणीनं सुरू झाला. आम्ही सुरुवातीच्या भागात होतो तेव्हाच मी ऐकलं की, रक्तातली हेमॅटोक्रिटची पातळी जास्त आहे म्हणून तीन स्पर्धकांना बाहेर काढण्यात आलं होतं. तेव्हा आता मादक द्रव्यसेवनाची नवी बातमी मिळाली होती– ! ह्या विषयावरची चर्चा ऐकण्याचा मला आता कंटाळा येऊ लागला होता.

पण मग मिलर ही नवी बातमी झाली! पुढे येण्याची खूप शक्यता असलेला, शांत, चांगल्या स्वभावाचा, उंच, सडपातळ, तेवीस वर्षांचा मिलर. मजा करायला त्याला आवडतं आणि प्रत्येक नव्या वर्षाची पार्टी वेगळ्या देशात करायला त्याला आवडतं. तो 'तूर'मध्ये प्रथमच भाग घेत होता, पण त्या वेळेच्या स्पर्धेत त्याच्याकडे बघून कोणालाही तसं वाटलंच नसतं; कारण एखाद्या सराईत स्पर्धकाच्या वेगानं जाऊन एकोणीस पॉइंट तीन मिनिटांत तो जिंकला! गेल्या वर्षीच्या माझ्या ह्या टप्प्यातल्या विजयाची पुनरावृत्ती करण्याचा माझा पक्का इरादा होता, पण डेव्हिडनं जेवढ्या वेळात ती संपवली, ते पाहिल्यावर मला कळून चुकलं की, वाटलं होतं, त्याहून हे अवघड जाणार होतं!

माझी निघण्याची वेळ झाली. मी पहिली टेकडी चढलो तेव्हा मी मिलरपेक्षा चार सेकंदांपेक्षा थोड्या जास्त वेळानं पुढे होतो आणि उल्‌रिचच्याही. पण नंतरचा रस्ता काही द्राक्षांच्या मळ्यांमधून आणि सूर्यफुलांच्या शेतांमधून जात होता आणि

तेथे जोराचा वारा लागत होता. मी अर्धं अंतर काटलं, तेव्हा मी मिलरच्या तीन सेकंदांनी मागे होतो. मग चार किलोमीटर बाकी असताना मी पुन्हा वेग पकडला आणि मिलरपेक्षा एक सेकंदानं पुढे गेलो. पण एव्हाना मी पार दमून गेलो होतो. शेवटचा एक किलोमीटर अत्यंत उकाडा असलेला आणि वेदनादायक ठरला. मी अंतिम रेषेपर्यंत पोहचलो आणि तिथे उभारलेल्या प्रचंड पडद्यावर माझा वेळ दाखवलेला बघितला आणि मग मिलरचा, तो मी डोळे विस्फारून बघतच राहिलो! त्यानं एक सेकंदानं मला हरवलं होतं. तो जिंकलाय हे डेव्हिडनं बघितलं तेव्हा त्याला रडू आलं! त्या रात्री तो पिवळी जर्सी घालूनच झोपला! हे समजलं तेव्हा माझा विरस जरा कमी झाला आणि आमच्या पोस्टल टीमला आता पिवळी जर्सी कायम ठेवण्यासाठी धडपड करत राहावी लागणार नाही ह्याबद्दल जरा सुटल्यासारखंही वाटलं. डेव्हिडच्या कोफिदी टीमला आता ती काळजी करावी लागणार होती.

एक मोठं वळण घेऊन 'तूर'चा रस्ता लिमोनेसकडे निघाला. टायलर हॅमिल्टन पहिल्या दिवशी आपटला. का कोण जाणे, सगळ्यांनाच 'डोमिनो'चा खेळ खेळत असल्यासारखंच काहीतरी झालं आणि सगळ्यांनी कचाकच ब्रेक्स लावले. ताशी साठ मैलांच्या वेगानं जात असलेला टायलर एकदम थांबलाच आणि त्याच्या सायकलवरून पडला. अपघात टाळायचाच विचार सगळेजण करत राहिले. कदाचित सगळ्यांत मोठा धोका फ्रेंच कॅमेरेवाल्यांच्या एका गाडीपासून होणार होता. आम्ही सगळे सराव करत असताना ती गाडी आम्हाला जवळजवळ घसटूनच गेली.

पहिल्या टप्प्यांमधून आम्ही सहीसलामत बचावून पुढे गेलो, टीममधल्या कोणाचाही वेळ अपघातामध्ये वाया गेला नव्हता. पहिल्या आठवड्याच्या मध्यावर मात्र एक मोठा अपघात होता होता टळला. संपूर्ण टीमसाठीच्या, अवघड अशा वेळेच्या स्पर्धेमध्ये ल्वारमधून नान्त ते सें लाझेऽरला जाताना हे झालं. संपूर्ण टीमच्या वेळेच्या स्पर्धेमध्ये प्रत्येक टीमचा त्या टप्प्याचा वेळ, हा पाचवा मनुष्य अंतिम रेषेवर किती वेळात पोहोचतो, त्यावर ठरवला जातो, तो वेळ मग टीममधल्या प्रत्येक स्पर्धकाच्या एकूण वेळात मिळवला जातो. आम्हाला पाचजणांना मिळून ती स्पर्धा खेळायची होती, नाहीतर मी माझ्या एकूण वेळातला बराच वेळ गमावला असता आणि संपूर्ण 'तूर'वरही त्याचा परिणाम होऊ शकला असता.

सें लाझेऽरमध्ये शिरता शिरता एक खूप मोठा पूल होता. त्याचा चढ, एखादी उंच टेकडी चढल्यासारखा होता. तो चढ आम्ही चढत असताना खूप जोराचा वारा आला. वाऱ्याचा वेग ताशी पन्नास मैलांचा होता. आणखी वाईट म्हणजे तो तिरका येत होता आणि त्याचा घोंघावणारा आवाज एवढा होता की, आम्हाला एकमेकांचं बोलणं ऐकू येत नव्हतं. फ्रँकी ॲन्ड्रू जेव्हा ओरडला की, 'हळू जा', तेव्हा समोर असलेल्या माझ्यासकट कोणालाही, काहीही ऐकू गेलं नाही. आमची टीम सबंध

पूलभर पसरली होती. खूप शर्थीच्या प्रयत्नांनी फ्रँकी आणि टायलर कसेबसे आमच्यापर्यंत येऊन पोहचले आणि आम्ही अंतिम रेषा एकत्र ओलांडली. आम्ही दुसरे आलो, पण ती स्पर्धा किती महागात पडू शकली असती ह्याचं उदाहरण म्हणजे त्यांच्या टीम्सच्या कामांचे एकत्र गुण कमी पडल्यामुळे झुलेची चार मिनिटं गेली आणि एस्कार्टिनची दोन. त्यांच्यासाठी स्पर्धा सुरू होण्यापूर्वीच जवळ जवळ संपली होती.

वेगानं जाण्याचे टप्पे चालूच होते. टोर्स ते लिमोनोस ते डॅक्स. ताशी एकोणपन्नास किलोमीटरचा वेग दमवून टाकणारा असायचा. बरंचसं काम टायलर करायचा आणि आमच्या टीममध्ये नव्यानं आलेला, वेगानं जाऊ शकणारा व्हाचेस्लाव एकिमोव्हही. कधीकधी इतक्या जोरानं पाऊस पडायचा की, आमच्या गॉगल्समधून काही दिसायचंच नाही. आणि पेलोटोनमध्ये नेहमीची फसवाफसवी, राजकारण, हे चालूच असायचं. O.N.C.E. टीमनं आमच्यावर आरोप केला की, मला जास्त पॉइंट्स मिळावेत म्हणून आम्ही मुद्दाम त्यांचा उत्तम स्पर्धक लॉरेन्ट जलाबर्टला, अडवून धरलं. दुसऱ्या दिवशी जलाबर्ट अगदी पुढे होता, तेव्हा तो 'जरा जाऊन यायला' बाजूला झाला. एक अलिखित नियम आहे की जो म्होरक्या असेल, तो अशा कारणासाठी थांबेल, तेव्हा 'हल्ला चढवायचा' नाही. पण तरी एकानं चढवला आणि पेलोटोनमधल्या सर्वांना राग आला आणि आपला राग दाखवायला सर्वांनी त्याचा पाठलाग केला!

नवव्या टप्प्यात पुन्हा एकदा डोमिनो खेळासारखी परिस्थिती होऊन टायलर दुसऱ्या कोणाच्या तरी हँडलबार्सवर जाऊन आदळला आणि त्याच्या छातीला मार बसला, पण मग एकदाचे सपाट जमिनीवरचे टप्पे संपले. आम्हाला जे हवं होतं, ते आम्ही मिळवलं होतं, कोणाला फार लागलं नव्हतं आणि वेळही फार गमावला नव्हता. मला मी असायला हवा होतो तिथं, सोळाव्या नंबरावर होतो – सर्व खऱ्या स्पर्धकांच्या पुढे. उल्रिचच्या त्रेचाळीस सेकंद पुढे, झुलेच्या चार पॉइंट पाच सेकंद, पन्टानीच्या पाच पॉइंट बारा सेकंद आणि विरेन्केच्या पाच पॉइंट बत्तीस सेकंद.

आता डोंगर चढायची वेळ झाली होती. पिरेने समोर होतं. धुकं, तपमान चाळीसच्या आसपास, उन्हाळ्याच्या सुरुवातीचा माझा अपघात, डोक्याला मार बसणं आणि दहाव्या टप्प्यावर ओताकॅमच्या डोंगरशिखरावरच्या गावी सरळ तेरा किलोमीटरचा चढ चढून जाणं. त्या दिवशी सकाळी डॅक्समध्ये जागा झालो तेव्हा पुन्हा पाऊस पडत होता. माझ्या मते हल्ला चढवण्यासाठी आदर्श हवा होती, ह्याचं मुख्य कारण, मला हे माहीत होतं की, इतरांना ती हवा आवडत नसे. पहिल्या दहा टप्प्यांपैकी नऊ टप्पे पाऊस पडलाच होता आणि तो थांबलाच नसता तरी मला पर्वा नव्हती. पुन्हा एकदा मला वाटून गेलं की, शारीरिक त्रास सहन करणं माझ्यापेक्षा जास्त चांगलं कोणालाच जमत नसेल. 'चांगला दिवस आहे माझ्यासाठी,' मला वाटलं.

पण मी बेत केले तेव्हा जेव्हियर ऑट्क्सोआ नावाच्या बास्कच्या स्पर्धकाची मला कल्पना नव्हती. त्यानं दिवसभर माझ्यावर हल्ला चढवला. टप्पा सुरू झाल्यानंतर तासाभरानं ऑट्क्सोआ आणि दुसरे दोघेजण खालच्या बाजूच्या टेकड्यांपासून एकदम जोरानं पुढे निघाले आणि इतर सर्वांपेक्षा सतरा मिनिटांनी पुढे गेले. आम्ही डोंगर चढत गेलो, तसे आम्ही सर्व पावसात कुडकुडायला लागलो. आम्ही ओताकॅमच्या जवळ पोहचलो तेव्हा मी अजून ऑट्क्सोआच्या दहा मिनिटं मागे होतो आणि मला मदत करायला माझे कोणी सहकारी उरले नव्हते. कारण दिवसभर पाठलाग केल्यानं आणि त्या हवेनं ते थकून गेले होते.

ओताकॅम समोर दिसलं तसं मी स्वत:ला सांगितलं की, ही चढण ही अडचण नसून संधी होती. इतका वेळ ह्या टप्प्यात आघाडीला असणारा ऑट्क्सोआ आता दमेलच आणि मी त्याच्यापुढे जाईन अशी मी आशा करत होतो. पण इतर स्पर्धकांपैकी पान्टानी आणि उल्‌रिच ह्यांनीही हाच विचार केला होता. त्यांना मी आपला चुकून एकदा जिंकलेला, पुन्हा जिंकण्याची ताकद नसलेला वाटत होतो. तेव्हा डोंगरावर एकमेकांना भिडण्याची माझी आणि त्यांची वेळ आता आली होती.

चढणं सुरू झाल्यावर एखादा किलोमीटर झाला असेल तेव्हा पान्टानीनं हल्ला चढवला. झुले त्याच्याबरोबर गेला. मी पटदिशी सीटवरून उभा राहिलो आणि पान्टानीच्या मागच्या चाकाजवळ पोहचलो. नंतर मी तोच वेग सातत्यानं ठेवत चढत राहिलो, झुलेच्या पुढे गेलो आणि पान्टानीच्याही. दहा किलोमीटर बाकी राहिले होते. मी एक मिनिटभर सीटवर बसलो आणि मग परत उभा झालो; आणि व्हिरेन्केसकट दुसऱ्या सात स्पर्धकांच्या बरोबर झालो. त्यांच्या जरा पुढे गेल्यावर मी पुन्हा जोरात पॅडल मारलं. आता ऑट्क्सोआ आणि मी ह्यांच्यामध्ये कोणीही नव्हतं. फक्त ती चढण आणि आम्ही दोघं.

जोहाननं माझ्या कानात सांगितलं की ऑट्क्सोआ चार पॉइंट अठ्ठावन मिनिटांनी माझ्या पुढे होता, अंतर कापायचं होतं पाच किलोमीटर. मग तीन पॉइंट एकवीस मिनिटं, अंतर तीन किलोमीटर, मग दोन पॉइंट चौदा मिनिटं, अंतर दोन किलोमीटर.

मला हा टप्पा जिंकायचा होता, पण माझ्यापुढे विश्वास बसणार नाही अशा धैर्यानं ऑट्क्सोआ चालला होता. त्यानं दीडशे किलोमीटर अंतरात आघाडी कायम ठेवली होती, आणि ओताकॅम चढायला लागून अर्धा तास झाला होता, पण तो हार मानायला तयार नव्हता. जरी थकव्यानं त्याची सायकल वाकडीतिकडी जात होती, तरी त्याला गाठणं अशक्य होतं.

अंतिम रेषेवर तो माझ्यापुढे एकेचाळीस सेकंदांनी पोहचला. मी प्रचंड लढा दिला होता. त्यानं माझ्यापुढे दहा पॉइंट तीस मिनिटं शेवटची चढण सुरू केली होती आणि मी त्यातली जवळजवळ दहा मिनिटं मिळवली होती; पण तेवढं पुरेसं

नव्हतं. मला निराश होण्याइतकीही शक्ती उरली नव्हती, इच्छाही नव्हती. ऑट्क्सोआच्या पराक्रमी स्पर्धेबद्दल मी फक्त त्याला सलाम करू शकत होतो. मला हवी असलेली पिवळी जर्सी आत्तापर्यंतचा आघाडीचा स्पर्धक म्हणून मला परत मिळाली होती आणि इतर स्पर्धकांच्या मी बराच पुढे होतो – एस्कार्टिन एक पॉइंट वीस, झुले तीन पॉइंट पाच, उल्रिच तीन पॉइंट एकोणीस आणि पान्टानी पाच पॉइंट दहा. ओताकॅमच्या अवघड डोंगरावर मी स्वत:चं कौशल्य इतर तूर विजेत्यांशी स्पर्धा करत असताना सिद्ध केलं होतं. तो टप्पा मी अगदी जिंकलो जरी नाही, तरी गेल्या वर्षीच्या सेस्त्रिएरच्या माझ्या कामगिरीइतकाच हा महत्त्वाचा ठरणार होता.

पण जगातल्या अत्यंत अवघड चढणींमधील आणखी एक अजून यायचा होता – जिथे जेमतेम श्वास घेता येतो अशा माउंट व्हेनटॉक्सच्या ६२६३ फूट उंच शिखरावर पोहचायचा. व्हेनटॉक्सचं शिखर अगदी उजाड, खूप वारा असलेलं, चंद्राच्या पृष्ठभागासारखं आहे. हवा नाही, झाडं नाहीत. प्रत्येक स्पर्धकाला त्याची भीती वाटत असे. १९७० मध्ये माझा मित्र सुप्रसिद्ध सायकलपटू एडी मर्क्स व्हेनटॉक्सच्या शिखरावर चढायची स्पर्धा जिंकला, पण अंतिम रेषेवर पोहचल्यावर थोड्याच वेळात तो बेशुद्ध झाला आणि ऑक्सिजन देऊन त्याला ॲम्ब्युलन्समध्ये घालून न्यावं लागलं होतं. आणि सायकलिंगच्या क्षेत्रात अर्थात सर्वांनाच १९६७ मध्ये झालेल्या ब्रिटनच्या टॉमी सिंप्सनच्या दु:खद निधनाबद्दल माहीत होतं. शिखराजवळ पोहचता पोहचता सिंप्सन कोसळला होता. अल्कोहोल आणि ॲम्फिटामाइनचं मिश्रण घेतल्यामुळे आणि उष्माघातामुळे. पण मुळात तो डोंगर हे कारण होतंच.

तो टप्पा तसा कमी अंतराचा एकशे एकोणपन्नास किलोमीटर्सचा होता, पण टप्पा संपताना एकवीस किलोमीटर्सची अत्यंत अवघड चढण होती. मला नंतर समजलं की, तीन लाखांहून जास्त प्रेक्षक आमची व्हेनटॉक्सवरची चढाई बघायला आले होते. आम्ही चढावर निघालो तेव्हा माझ्याबरोबर सहा स्पर्धक होते. त्यांत उल्रिच, व्हिरेन्के, पान्टानी हे कदाचित स्पर्धेतले सर्वांत बलवान म्हणता येतील असे स्पर्धक होते. शिखर पाच किलोमीटर राहिलं तेव्हा पान्टानीनं हल्ला चढवला. मी सीटवरून उठून त्याच्या मागे निघालो आणि शिखर तीन किलोमीटर दूर असताना त्याला गाठलं. माझ्या मोडक्यातोडक्या इटालियनमध्ये मी त्याला म्हटलं, "व्हिन्स," म्हणजे 'तू जिंकशील. घे जिंकून.'

पण पान्टानीचा गैरसमज झाला. त्याला वाटलं, मी म्हणतोय 'व्हिटेस!' ज्याचा फ्रेंचमध्ये अर्थ 'घाई कर!' असा होतो. त्याला वाटलं, मी मुद्दाम वाकड्यात शिरतोय.

आम्ही बरोबरच, एकाच वेगानं जात राहिलो. भयंकर वारा आणि आमचा थकवा ह्यांच्याशी सामना करत राहिलो. शेवटचा एक किलोमीटर राहिला होता,

त्यानंतर मी काहीतरी निर्हेतुकपणे केलं, ज्यानं तो आणखी चिडला. अंतिम रेषा जवळ येत चालली आणि आम्ही पॅडल मारत राहिलो, तसं मी तो टप्पा जिंकण्यासाठी त्याच्याशी स्पर्धा न करण्याचं ठरवलं. माझ्या मते पान्टानी हा फार चांगला सायकलपटू होता आणि मादक द्रव्यांच्या अफवांमुळे त्याला हे वर्ष त्रासाचं गेलं होतं. तो त्याचं मनोबल आणि आत्मविश्वास परत मिळवायला धडपडत होता. स्वत:ला 'पायरेट' हे टोपणनाव घेतलेला हा स्पर्धक, त्याचे गुलाबी घट्ट कपडे, टक्कल असलेल्या डोक्यावर बांधलेला रुमाल आणि कानात रिंग अशा पोशाखानं उठून दिसायचा. त्या दिवशी त्यानं खूप धैर्यानं स्पर्धेत आघाडी टिकवली होती आणि मला वाटलं की, त्याला विजय मिळायला हवा होता. मी वेग कमी केला. त्याला तो टप्पा जिंकू दिला आणि २००० च्या तूरमध्ये तिसऱ्यांदा मी दुसरा आलो.

या निर्णयाचा नंतर मला पश्चात्ताप होणार होता.

तेव्हापासून मला विचारण्यात आलं आहे की, मी टप्पा जिंकायचा प्रयत्न करायला हवा होता का? आणि उत्तर आहे होय! मी सीटवरून त्या दिवशी का उठलो होतो? तुम्ही एक लक्षात घेतलं पाहिजे की, तूरवरती फार जास्त टप्पे जिंकायचा प्रयत्न करणं चुकीचं आहे. डावपेचांच्या दृष्टीनंही आणि परस्परसंबंधांच्या दृष्टीनंही. पेलोटोनवर वैयक्तिक हाव न दाखवणं हा अलिखित नियम आहे आणि मी त्याचा मान राखतो. तुम्ही इतर स्पर्धकांना शक्य असेल तर मदत करायची असते आणि तुम्हाला जरूर नसलेले टप्पे जिंकत राहायचं नसतं. अमेरिकन लोकांना हे कदाचित माघार घेणं वाटेल, पण असं करण्यातच आपला मान राखणं असतं. मी पिवळी जर्सी मिळवली होती आणि त्यानंतर टप्पा जिंकण्याचा अट्टाहास करणं हा हावरेपणा ठरला असता.

एकूण तूरच्या हिशोबात मी आघाडीवर असताना, विनाकारण टप्पे जिंकत राहणं हे इतर स्पर्धकांचा अवमान केल्यासारखं झालं असतं, त्यांच्या करिअरच्या दृष्टीनं नुकसानकारक होऊ शकलं असतं. टप्पे जिंकणंही मानाचं असतंच आणि टीमला ज्यांचा आर्थिक पाठिंबा असतो, ते ह्या विजयांनी खुश राहतात. पेलोटोनमध्ये आपसात हे सर्वांनी स्वीकारलेलं असतं की, आमचा हा व्यवसाय आहे, आमच्यावर जबाबदाऱ्या असतात. आम्हाला कुटुंबं पोसायची असतात. मी 'तूर'च्या एकूण हिशोबात पुढे असताना टप्पे जिंकत राहण्याची फार गरज होती, असं मला वाटत नव्हतं. तसं जिंकत राहण्यानं मी फक्त शत्रू निर्माण केले असते, ज्यांनी नंतर मला त्रास देण्याचा प्रयत्न केला असता.

मला वाटलं होतं पान्टानी हा सभ्य माणूस आहे, पण तसा तो नव्हता. माझ्या कृतीचा सरळ मनानं स्वीकार करण्याऐवजी त्यानं सगळ्यांना सांगितलं की, मी त्या दिवशीचा सर्वांत ताकदवान स्पर्धक होऊ शकलो नाही! मलाही मग हा अपमान

वाटला आणि आमच्यात वितुष्ट आलं. जे मग पुढे पान्टानी स्पर्धेत जिथपर्यंत होता तिथपर्यंत टिकलं. ''त्यानं आपलं खरं स्वरूप दाखवलं हे वाईट झालं.'' मी पत्रकारांना सांगितलं. मग मी त्याचा 'एलिफन्टानो' ह्या त्याच्या दुसऱ्या टोपणनावानं उल्लेख केला, जे त्याला अजिबात आवडत नाही, कारण ते त्याच्या कानांच्या आकारावरून पडलं होतं – त्याला 'पायरेट' म्हटलेलं जास्त पसंत होतं. पान्टानीनं उत्तर दिलं, ''आर्मस्ट्राँगला जर वाटत असेल की, आमचा एकमेकांशी झगडा संपला, तर ती त्याची गैरसमजूत आहे.'' पुढे दोन दिवसांनी पान्टानी आणखी एक डोंगर चढण्याचा टप्पा कार्चेव्हेलच्या स्की रिसॉर्टमध्ये जिंकला, तेव्हा तो म्हणाला की, त्याला माझा सूड घ्यायचा होता ''आणि आज आपण ते बघितलंच!''

सोळावा टप्पा कार्चेव्हेलहून मॉर्झीनला जायचा होता आणि सुरुवात एका दुर्दैवी घटनेनं झाली. 'तूर'मधल्या एका मोटारीचा धक्का लागून बारा वर्षांचा एक मुलगा मृत्यू पावला. त्याला श्रद्धांजली वाहण्यास सभा घेतली गेली. दिवसाची सुरुवात करायला हा हृदयद्रावक प्रसंग होता आणि त्यामुळे नंतर 'तूर'च्या स्पर्धकांना जो शारीरिक त्रास सोसावा लागला, तो जणू योग्यच होता असं वाटलं.

पान्टानी आणि मी ह्या दोघांसकट सगळ्यांनाच ह्या टप्प्यासाठी आम्हा दोघांचा संघर्ष होईलसं वाटतच होतं आणि तसंच झालं असतं, पण पान्टानीनं पहिल्याच चढावर, योग्य वेळेच्या आधी आणि निरर्थक हल्ला चढवला. नंतर तो म्हणाला की परिणाम काही झाले, तरी त्याला 'तूर'चा धुव्वा उडवायचा होता. त्यानं तसं जवळजवळ केलंही आणि परिणामी आम्हा सर्वांना त्रास सहन करावा लागला. तो खूप जास्त वेगानं जात राहिला, त्यामुळे पेलोटोनला, विशेषत: माझ्या सहकाऱ्यांना त्याचा पाठलाग करणं भाग पडलं. त्या श्रमांनी सगळे थकून गेले होते. अखेर अडीच तासांनी पान्टानी पार थकला, मागे पडला आणि टप्पा संपला तेव्हा तेरा मिनिटांनी आमच्या मागे राहिला. पान्टानीसाठी तो शेवटचा टप्पा ठरला, कारण दुसऱ्या दिवशी पोटात कळा येत होत्या म्हणून त्यानं माघार घेतली, परंतु त्रास आम्हा सर्वांनाच सहन करावा लागला होता.

इकडे मीही एक वेड्यासारखी चूक केली होती. आम्ही त्या दिवशीच्या शेवटच्या चढावर चढलो, तेव्हा माझे सहकारी पान्टानीबरोबर जाता जाता थकून मागे पडले होते. मी एकटाच होतो आणि मला भूक लागली होती. मग माझ्या लक्षात आलं की, एवढ्या श्रमांच्या दिवसासाठी मी पुरेसं खाऊन घेतलं नव्हतं आणि मला येऊन मदत करायला कोणी सहकारीही उरले नव्हते. हल्ला करणारे इतर स्पर्धक वर येत होते, मी एकटाच होतो आणि माझ्यामध्ये चढण्यासाठी जरूर तो नेहमीइतका जोम राहिला नव्हता. मी घाबरून न जाण्याचा प्रयत्न केला, पण मला खरोखरीच काळजी वाटत होती. माझ्या शरीरानं जर साथ दिली नाही, तर मी

बराच वेळ गमावू शकलो असतो.

कुठलीही गोष्ट, अगदी क्षुद्र वस्तूपासून ते 'तूर' पर्यंत, जिंकणं अवघड अशामुळे होतं की, शरीर आणि मन एकमेकांशी सहकार्य करून जवळजवळ कधीच वागत नाहीत. आपण बरेचदा आपल्याशीच झगडत असतो आणि सायकलिंग स्पर्धकांसाठी हे विशेष खरं आहे की, तुमचं शरीर जेव्हा थकतं, तेव्हा थांबण्याच्या नैसर्गिक इच्छेला दडपून पुढे जात राहणं हे मनाचं काम असतं. किंवा जे मिळवता येण्यासारखं असेल त्यापेक्षा जास्त जेव्हा मन करू इच्छितं, तेव्हा शरीराचं काम आहे की, आणखी काही करण्यापूर्वी त्याला अन्नपाण्याची गरज आहे, हे मनाला सांगणं. मधून कधीतरी दोघं एकमतानं काम करतात; तसं होतं तेव्हा तुम्ही ओताकॅम सर करता. ती एकमेकांविरुद्ध जातात तेव्हा मॉर्झिनच्या वाटेवर तुम्ही ढेपाळता.

शिखर सहा किलोमीटर दूर असताना मी मागे पडू लागलो. उल्‌रिच किंवा व्हिरेन्केच्या बरोबरीनं मला राहता येईना. मला माझे पाय ज्या वेगानं जायला हवे होते, त्या वेगानं ते जाऊ शकतच नव्हते. माझं तोंड वासलेलं राहत होतं. एस्कार्टिन माझ्यापुढे गेला, मग आणखी एक स्पर्धक, मग आणखी एक. मी कसाबसा त्या डोंगरावर तग धरून राहिलो, एवढंच. अखेरीस उतारावर लागल्यावर मी अंतिम रेषेपर्यंत घसरत गेलो, व्हिरेन्केनं तो टप्पा जिंकला.

ह्या डोंगरावर मी फारच हरलो नाही, हे नशीबच. शेवटी उल्‌रिचनं एक पॉइंट सदोतीस मिनिटं मिळवली आणि मी त्याच्या एकूण पाचच मिनिटं पुढे राहिलो. पण तीन मिनिटं, किंवा त्याहूनही जास्त न घालवायला फार कष्ट करावे लागले. मी काही स्पर्धकांना भुकेनं कासावीस होऊन दहा मिनिटं मागे पडलेलंही बघितले आहे. सायकलवरचा माझ्या आयुष्यातला तो सर्वांत वाईट दिवस होता.

'तूर' मध्ये दुसऱ्यांदा विजय मिळवणं शक्य वाटू लागलं होतं. पण अशी चर्चा सुरू झाली होती की, त्या दिवशीचं माझं ढेपाळून जाणं हे माझ्या गंभीर अशक्तपणाचं चिन्ह होतं. आणि शेवटच्या थोड्या टप्प्यांमध्ये मी हरणं शक्य होतं. मी जाणून होतो की, मला हरवता येतं का बघायला इतर स्पर्धक – विशेषत: दुसऱ्या क्रमांकावर असलेला उल्‌रिच – माझ्या मागे येतीलच.

मी अगदी पूर्णतया असा कोणता टप्पाच अजून जिंकलो नव्हतो. एक संधी शिल्लक होती – शेवटची वेळेची स्पर्धा एकोणीसाव्या टप्प्यात असणार होती – फ्राइबर्ग ते मलहाउस – जर्मनीमध्ये. उल्‌रिच हा मार्डिनगेनचा आहे, आणि आमचा रस्ता तिथून जाणार होता. प्रेक्षकांचा तो नक्कीच खूप आवडता स्पर्धक असणार होता. पॅरिसच्या पोडियमवर मला मागे टाकायची ही त्याची शेवटची संधी होती. अत्यंत वेगानं तासाभरात आम्हाला अठ्ठावन्न पॉइंट पाच किलोमीटर जायचं होतं. अनपेक्षित अपघाताचा धोका नेहमीच असायचा. ''काहीतरी प्रचंड नुकसान व्हायला

फक्त एक व्यक्तीही पुरेशी असते.'' मी पत्रकारांना सांगितलं. एखादा प्रेक्षक एकाएकी मधेच रस्त्यात आला, तर तेवढ्यानं तुम्हाला अपघात होऊ शकतो. मला टप्पा जिंकायची खूप इच्छा असली, तरी संपूर्ण तूरवरची आघाडी कायम ठेवायला मला सुरक्षित राहून टप्पा पूर्ण करणं आवश्यक होतं.

उल्‌रिच माझ्याआधी तीन मिनिटं निघाला. तो निघाल्याबरोबर प्रेक्षकांमधून त्याच्या बाजूनं आरोळ्या सुरू झाल्या; आणि तासभर तरी त्या चालू होत्या असं मला वाटलं. मी निघालो तेव्हा ह्या आरोळ्या जणू अंगाला येऊन भिडत गेल्या. मागून येणाऱ्या गाडीत यु.एस. पोस्टमास्टर जनरल बिल हेन्डरसन होते.

टप्प्याच्या सुरुवातीला मी माझ्या शारीरिक क्षमतेच्या बाहेर जात नाही ना, वाजवीपेक्षा जास्त जोरात जात नाही ना, ह्याकडे लक्ष ठेवायला मी माझ्या हार्ट मॉनिटरकडे बघत होतो. मग जोहाननं सांगितलं की, अकरा किलोमीटर झाल्यावर जोहानचा आणि माझा वेळ एकच होता, तेव्हा आता मी जिंकण्याचा प्रयत्न करायला हरकत नव्हती.

मी माझा वेग वाढवला आणि हळूहळू उल्‌रिचच्या पुढे जाऊ लागलो. जोहान माझ्या कानात मला माहिती पुरवतच होता. पंधरा किलोमीटर्सना मी उल्‌रिचच्या दोन सेकंदांनी पुढे होतो, वीस किलोमीटरला पाच सेकंदांनी, तेहतीस किलोमीटरला पंधरा सेकंदांनी, बावन किलोमीटरला एकोणतीस सेकंदांनी. उल्‌रिच लढा द्यायचा प्रयत्न करत होता, पण माझा वेग खूपच होता. १९८९ मध्ये ग्रेग लमाँचं वेळेच्या स्पर्धेचं रेकॉर्ड ताशी चोपन्न किलोमीटरचं होतं, त्यापेक्षा थोडासाच कमी.

मी उल्‌रिचच्या आधी पंचवीस सेकंदांनी अंतिम रेषा पार केली. 'तूर द फ्रान्स' च्या वेळेच्या स्पर्धेत माझा वेग दुसऱ्या नंबरचा झाला होता. लमाँचं रेकॉर्ड अजूनही अबाधित होतं. पण २०००च्या तूरच्या कष्टांच्या स्पर्धेत मला प्रथमच मी नक्की जिंकणार असं वाटलं. मला कबूल करायला आवडलं नसतं, पण तूरच्या पोडियमवर एकही टप्प्याची रेस न जिंकता चढण्यात मला काहीतरी उणीव जाणवली असती.

तूरचा सर्वांत लांबचा टप्पा अजून यायचा होता, पण पोस्टल टीम त्यातून सुरक्षित बाहेर पडली आणि त्या रात्री मग आम्ही विजय साजरा केला. जेवणाबरोबर आम्ही बिअर आणि आइस्क्रीम घेतलं. आम्हाला आइस्क्रीम इतकं आवडलं की, स्वयंपाकघरातून आम्ही सबंध पिंपंच बाहेर आणवली आणि अधाशासारखे त्यावर तुटून पडलो. त्याच रात्री कीक तिचे आईवडील आणि ल्यूक ह्यांना घेऊन पॅरिसला पोहोचली होती. त्यांनाही आता विजय साजरा करण्याची खात्री वाटली. जॉर्ज द फिफ्थ हॉटेलमध्ये त्यांनी ऑस्टिनहून तेथे येऊन पोहचू लागलेल्या माझ्या स्नेह्यांना पार्टी दिली. दुसऱ्या दिवशी सकाळी आमची टीम ओरिएंट एक्सप्रेसनं शेवटच्या समारंभाच्या सायकलरेसमध्ये भाग घ्यायला पॅरिसला निघाली.

तिथं अमेरिकन आणि टेक्सन ध्वज सगळीकडे फडकत असताना मी शेवटची रेषा ओलांडली. 'तूर'चा मार्ग इतका अवघड होता की, फक्त आमचीच टीम सर्व नऊजणांना सायकलींसकट घेऊन येऊन पोहचली होती. आता शंकाकुशंका घेणाऱ्यांना बोलायला तोंड नव्हतं. मी पोडियमवर उभा राहिलो तेव्हा कीकनं माझ्यासाठी एक 'सरप्राइज' आणलं होतं. तिनं ल्यूकला पिवळी जर्सी घातली होती! तिनं त्याला माझ्या हातात दिलं आणि त्याला मी माझ्या खांद्यांवर बसवलं!

त्या रात्री 'म्यूजेदोर्से' मध्ये नक्षीकाम केलेल्या छताच्या खासगी हॉलमध्ये सुमारे अडीचशे लोकांना आम्ही पार्टी दिली. पॅरिसमध्ये सूर्यास्त होत असताना माझ्या टीमच्या सहकाऱ्यांसाठी मी पुन्हा एकदा अभिवादनाचा ग्लास उंचावला! ''हे कसं करायचं ते आपण शिकलो,'' मी त्यांना सांगितलं, ''आता आपल्याला हे कसं करायचं ते कळलं आहे!'' पण सगळ्यात उत्तम भाषण केलं रॉबिन विल्यम्स नावाच्या सायकलस्पर्धांचं वेड असलेल्या नटानं. स्पर्धेचा शेवट बघायला तो पॅरिसला आला होता आणि त्याला आमच्या समारंभात सामील व्हायचं होतं. रॉबिननं आमच्या टीमला सांगितलं, ''तुम्ही माझ्या काळजालाच हात घातलात!'' आम्हाला सगळ्यांना खूप भरून आलं.

१९९९ च्या तुलनेत २०००चा विजय कसा होता? शारीरिकदृष्ट्या जिंकणं जास्त कठीण गेलं. त्या रात्री मी तिथे बसलो होतो, तेव्हा मी जास्त थकलेला खेळाडू होतो. मला वाटतं, स्पर्धेतल्या प्रत्येकालाच स्पर्धा संपली म्हणून सुटल्यासारखं वाटत होतं. कुठल्याही स्पर्धेसाठी तीन आठवडे ही खूप लांब स्पर्धा असते आणि ती एकदाची संपली म्हणजे तुम्ही पहिले या की दहावे, स्पर्धा संपली ह्यावर विश्वासच बसत नाही. आपण काहीतरी मिळवून, करून दाखवलं, ही भावना स्पर्धकाला पुढच्या सगळ्या करिअरमध्ये बदलूनच टाकते.

आणखी एक लक्षात येण्यासारखा फरक असा होता की, माझा कॅन्सर ही आता फार मोठी घटना राहिली नव्हती – तो एक गौण मुद्दा होता. मला ते आवडलं नाही. मला जो संदेश लोकांपर्यंत पोहचवायचा होता, त्यासाठी ती गोष्ट प्रसिद्धीझोतात राहणं महत्त्वाचं होतं.

हे पुस्तक प्रसिद्ध झाल्यापासून लोकांनी मला विचारलं आहे की, मी जेव्हा म्हणतो की 'तूर द फ्रान्स' जिंकणं आणि कॅन्सर ह्यात मी कॅन्सर पसंत करेन, तेव्हा मला काय अभिप्रेत असतं? मला असं म्हणायचं असतं की, मला कॅन्सरशी झुंजावं लागलं नसतं, तर मी जे सगळं शिकलो ते शिकलो नसतो. माझ्या त्या लढ्याशिवाय मी एकही 'तूर' जिंकलो नसतो, कारण कॅन्सरनं मला खूप शिकवलं. मला खरोखरच तसं वाटतं. माझं आजारपण मला खूप त्रासदायक झालं, पण मला त्याची शरम तर वाटत नसेच, पण त्याचं खूप मोल वाटत असे.

उदाहरणार्थ, पूर्वीही मी खूप सराव करत असे. मी कधीही आळशी नव्हतो, पण आता मी जास्त सराव करू लागलो. मी शायनर बॉक प्यायचो आणि मेक्सिकन पदार्थ खायचो, पण आता मी काय खातो ह्याबद्दल मी अतिशय दक्ष झालो, कृश दिसण्याइतका सडपातळ झालो. आजाराच्या सुरुवातीला, मी जे खाईन त्याचा मला उपयोग झाला पाहिजे म्हणून मी काळजी घेत असे, पण आता एक खेळाडू म्हणून माझ्या शरीराची काळजी घेण्याचं महत्त्व मला कळलं.

भावनिक पातळीवरही कॅन्सरनंतर वेगळ्या इंधनाची मला गरज होती. राग सोडून काहीतरी वेगळं. कॅन्सरमुळे आयुष्यासाठी काही योजना करायला मला भाग पडलं आणि त्यामुळे लहान लहान ध्येयं — 'तूरचा प्रत्येक टप्पा' अशीही मिळवायची योजना करायला मी शिकलो.

मनानं अपयश स्वीकारणं हेही मला कॅन्सरनं शिकवलं. मी हे शिकलो की, कधीकधी काहीतरी हातचं जाण्याचा अनुभव, प्रकृती असो, आपलं घर असो किंवा एक व्यक्ती म्हणून स्वत:ची जाणीव असो, आयुष्याच्या संपूर्ण योजनेत आपल्याला काहीतरी महत्त्वाचं शिकवून जातो.

त्या उन्हाळ्यात माझ्या मनात आणखी एक ध्येय होतं – सिडने ऑलिंपिक्समध्ये सुवर्णपदक मिळवायचं आणि मला ते मिळवणं जमलं नाही. पण तो अनुभवही मोलाचा ठरला. मी त्या ऑलिंपिक्सची चार वर्षं वाट बघत होतो, कारण ह्यापूर्वीच्या अॅटलांटामधल्या ऑलिंपिक्सच्या वेळी मला माहीत नव्हतं, पण मी आजारी होतो आणि त्यामुळे माझी कामगिरी चांगली झाली नव्हती. रस्त्यावरच्या स्पर्धेत बारावा आणि वेळेच्या स्पर्धेत सहावा येणं या त्या वेळी अगदी विरस करणाऱ्या गोष्टी होत्या. मला नंतर समजलं होतं की, तेव्हा माझ्या छातीत डझनभर गाठी घेऊन मी स्पर्धेत उतरलो होतो. पण आता मी निरोगी होतो आणि तसं असणं मला सिडनी गेम्सच्या निमित्तानं साजरं करायचं होतं. योगायोगानं ऑलिंपिक्स दोन ऑक्टोबरला संपत होत्या, ज्या तारखेला मला कॅन्सर असल्याचं निदान झालं होतं.

'तूर' नंतर ऑलिंपिक्ससाठी फार दिवस उरलेले नव्हते. त्या तेवढ्या दिवसांमध्ये माझी तयारी उत्तम असेल असं बघणं हे महत्त्वाचं होतं. मी असं ठरवलं की, आत्ता आहे तशी शारीरिक तयारी कायम ठेवण्यापेक्षा मी जरा विश्रांती घेऊन मग सिडनीसाठी तयारी करावी. कीक आणि मी थोडे दिवस नाइसला घरी गेलो आणि मग मी न्यूयॉर्क, लॉस एन्जेलिस आणि ऑस्टिनला 'तूर'च्या विजयानंतरच्या, माझ्या स्पॉन्सर्सनी योजलेल्या कार्यक्रमात भाग घ्यायला धावत्या भेटी दिल्या. परत एकदाचा नाइसला पोहोचलो तेव्हा परत सरावाला सुरुवात करणं हेच सुट्टी मिळाल्यासारखं वाटलं!

रोज सकाळी टायलर हॅमिल्टन, फ्रँकी अॅन्ड्र्यू आणि मी नाइसजवळच्या

डोंगरांवर जात असू आणि गर्दी नसलेले लांब लांब रस्ते सरावासाठी शोधत असू. सहा तासांच्या सरावात आम्ही दहा-पंधरा मैलांचे चढाव तीनदा करत असू. नाइसजवळच्या डोंगरांमध्ये असे डझनभर तरी चांगले चढणीचे रस्ते आहेत. त्यांतले काही तर मला माझ्या घराबाहेरच्या रस्त्यांइतके चांगले माहितीचे आहेत.

ऑगस्टमधल्या एका दुपारी आम्ही एका अरुंद आणि वळणावळणाच्या रस्त्यावरून जात होतो, जिथं मोटरगाड्या कधीच नसायच्या. मी त्या डोंगरांमध्ये जितकी वर्षं सराव केला, त्या वर्षांमध्ये कुठल्या रस्त्यांवर रहदारी खूप असते आणि कुठले रस्ते शांत आणि सरावासाठी चांगले आहेत, हे मला ठाऊक झालं होतं. ह्या रस्त्यावर आत्तापर्यंत कधीही मी गाड्यांची रहदारी बघितली नव्हती.

मी एका अरुंद वळणावर सायकल वळवली, टायलर माझ्या मागे होता. वळणापलीकडे कुठलीही गाडी नसणार अशा पूर्ण खात्रीनं मी वळलो, कारण यापूर्वी शेकडो वेळा मी तेथून गेलो होतो आणि रस्ता दर वेळी मोकळाच सापडला होता. मी वळलो आणि एक गाडी सरळ माझ्या अंगावर आली! थांबायला किंवा जरा बाजूला व्हायलाही वेळच नव्हता. गाडी सरळ माझ्यावर आपटली आणि मी हवेत उडालो!

टायलरला अपघात दिसण्यापूर्वी त्यानं आवाज ऐकला. "तो आवाज इतका भीतिदायक होता की मला वाटलं तू खलासच झालास!" तो नंतर म्हणाला. धातू एकमेकांवर आपटल्याचा आणि काहीतरी मोडल्याचा आवाज त्यानं ऐकला, मग मी हवेतून डोक्यावर गाडीच्या पुढच्या बॉनेटवर पडताना त्यानं पाहिलं आणि मग मी डोकं खाली अशा स्थितीतच रस्त्यावर पडलो! ड्रायव्हरनं कचकन ब्रेक लावून गाडी थांबवली आणि तो गाडीतून उडी मारून माझ्याकडे धावला आणि अत्यंत घाबरून तत पप करत 'मी ठीक आहे का?' असं विचारू लागला. पहिल्यांदा मला वाटलं की ठीक होतो, मी शुद्धीवर होतो आणि कुठली हाडं मोडल्यासारखी वाटत नव्हती. माझ्या सायकलची दशा माझ्यापेक्षा वाईट झालेली दिसली. तिचा चुराडा होऊन तुकडे झाले होते.

मी ड्रायव्हरला कसंबसं शांत केलं, सगळं ठीक आहे, मला काही मदतीची जरूर नाही असं मी त्याला सांगितलं. कीकला सेलफोनवर फोन करून तिथं येऊन आम्हाला घेऊन जायला सांगितलं. गाडीशी समोरासमोर टक्कर झाली, हे मला खरंच वाटत नव्हतं – कशामुळं ते सांगतो. पुढचा एक तास आम्ही तिथे कीकची वाट बघत रस्त्याच्या कडेला बसून होतो, पण ती येईपर्यंत मधल्या वेळात एकही गाडी तिथे फिरकली नाही!

दुसऱ्या दिवशी सगळं अंग ठणकेल असं मला वाटत होतं आणि ते ठणकतच होतं. पण मान आणि खांदे प्रचंड दुखायला लागले होते. जरा मान

वळवली की सुरा भोसकल्यासारखं दुखायचं. आम्ही हॉस्पिटलमध्ये पोहचलो; आणि एम.आर.आय. मशीन ह्या माझ्या जुन्या मित्राबरोबर थोडा वेळ घालवला. त्यावरून C-७ मणक्याला फ्रॅक्चर झालं असल्याचं लक्षात आलं. थोडक्यात, माझी मान मोडली होती. बरीच वर्षं प्रयत्न केल्यावर सरतेशेवटी मी हे केलं होतं!

बरेच दिवस मी झोपून होतो. बातमी पसरली तसे पत्रकार मी सिडनीला सायकल चालवू शकेन की नाही ह्याबद्दल तर्कवितर्क करू लागले. जाहीररीत्या तर मी सांगितलं की, 'डॉक्टर काय सांगतील त्यावर अवलंबून आहे.' पण खरी गोष्ट अशी होती की, डॉक्टरांनी जिवाला धोका आहे असं सांगितलं, तरच न जाण्याचा प्रश्न, नाहीतर मी जाणारच होतो! मी सगळीकडे जगभर जाऊन आलो होतो, पण ऑस्ट्रेलियाला गेलो नव्हतो आणि जाण्यासाठी जास्त चांगलं कारण ह्या जन्मी तरी मिळणार नव्हतं!

जितक्या लवकर सुरुवात करता आली तितक्या लवकर मी पुन्हा सराव सुरू केला. मला माझं डोकं फारसं हलवता येत नव्हतं, त्यामुळे माझ्या बाजूला काय चाललंय ते बघणं अवघड होत होतं. पण माझी शारीरिक क्षमता पूर्ववत होण्यासाठी पुरेसा सराव मी करू शकत होतो आणि मान हळूहळू सुधारत होती. माझ्या वाढदिवसाच्या दिवशी आम्ही सिडनीला जाणाऱ्या प्लेनमध्ये बसलो; तोपर्यंत मी ऐंशी टक्के बरा झालेलो होतो. ऑस्ट्रेलियात एक आठवडा मला आणखी बरं व्हायला आणि सरावाला मिळणार होता. ऑलिंपिक्समध्ये दोन स्पर्धा होत्या – एक दिवसभराची रस्त्यावरची स्पर्धा आणि दुसरी त्याहून कमी अंतराची वेळेची स्पर्धा. रस्त्यावरील दिवसभराच्या स्पर्धेत मला जिंकण्याची संधी कमी आहेसं मला वाटत होतं. तशी स्पर्धा ही खूप वेगानं सपाट रस्त्यावर जाऊ शकणाऱ्यांना फायद्याची असते, पण वेळेच्या स्पर्धेत सुवर्णपदक मिळवण्याची मला आशा होती.

आम्ही कल्पना केली होती तशीच होती सिडनी. उंच उंच इमारतींपर्यंत पाचूसारखा हिरवागार आखाताचा भाग पोहचला होता आणि दलदलीतल्या झाडांनी जुन्या व्हिक्टोरियन पद्धतीच्या इमारतींना सावली मिळत होती. निराशा फक्त माझ्या ऑलिंपिक्समधल्या कामानं झाली. सपाट रस्त्यावरच्या स्पर्धेत मी तेरावा आलो. ती स्पर्धा जॅन उल्रिचनं जिंकली. ह्या अपयशानं मला फार जास्त हताश वाटलं नाही, कारण सपाट रस्त्यावरची स्पर्धा मला फार जमत नसेच. मला जास्त रास्त अपेक्षा – पदक मिळवण्याच्या – वेळेच्या स्पर्धेत होत्या.

पण त्या स्पर्धेतही माझ्याहून जास्त चांगले निघाले आणि मला कांस्यपदक मिळालं.

सिडनी क्रिकेट ग्राउंडपासून बीचपर्यंत आणि परत, अशा त्या वळणावळणांनी जाणाऱ्या तीन टप्प्यांच्या स्पर्धेच्या रस्त्यावर मी एकटाच निघालो, तेव्हा माझ्या

पोस्टल टीममधला माझा सहकारी व्ह्याचेस्लाव्ह एकिमॉव्हनं खूप कमी वेळात ते अंतर कापलं होतं, हे मला समजलं होतं. मी सुरुवात चांगली केली आणि पहिला टप्पा संपला तेव्हा मी त्याच्या फक्त एक सेकंदानं मागं होतो, पण दीड टप्पा होईपर्यंत तीन सेकंदांनी मागे पडलो होतो. मला त्याहून वेग वाढवता येतच नव्हता असं वाटत होतं. माझ्या हार्ट मॉनिटरच्या आकड्यांवरून मी अगदी शक्य तितक्या जास्त वेगानं जात होतो आणि तरी मागे पडत होतो. दुसरा टप्पा संपला तेव्हा मी सहा सेकंदांनी मागे होतो आणि शेवटच्या तिसऱ्या टप्प्याला मी आणखी मागे पडत असल्याचं मला जाणवत होतं. अंतिम रेषेपर्यंत मी हे अंतर कमी करू शकलो नाही. ऑलिंपिक्समध्ये मला काही चमत्कार करता आला नाही. मी स्पर्धा अठ्ठावन मिनिटं चौदा सेकंदांत पूर्ण केली– एकिनॉव्हच्या चांगले चौतीस सेकंद मागे आणि उल्‌रिचपेक्षा सव्वीस सेकंदांनी मागे असल्याने, मी कांस्यपदक जिंकलो.

त्याहून जास्त वेगानं मी जाऊच शकलो नसतो. आपण एखाद्या स्पर्धेसाठी सराव करतो, तेव्हा आपल्याकडून उत्तम प्रयत्न करून, शक्य तितक्या जास्त वेगानं जातो आणि तरी यशस्वी होत नाही, तेव्हा हेच म्हणावं लागतं की, 'मी जिंकण्याइतका चांगला नव्हतो.' आणि मी नव्हतोच. एकिनॉव्हनं सुवर्णपदकातलं सगळं सोनं मिळवण्याची लायकी दाखवली होती. मी हरल्याचं मला वाईट वाटलं तरी तो जिंकला ह्याचा मला आनंद झाला, कारण मला 'तूर' जिंकायला मदत करण्यासाठी त्यानं प्रयत्नांची शिकस्त केली होती.

पदकदान समारंभानंतर मी माझ्या सायकलपलीकडे गेलो आणि प्रसन्न मनानं कीकचं चुंबन घेतलं. कीकला माझा अभिमान वाटला. ती नंतर म्हणाली, 'जे काय त्या दिवशी झालं ते कळण्याइतका ल्यूक मोठा असायला हवा होता,' कारण पराभवाला माणसानं कसं तोंड द्यावं हे त्यानं शिकावं, असं तिला वाटत होतं. तिच्या उपस्थितीत मी जे जे केलं त्या सर्व इतर गोष्टींइतकाच मग मला त्या घटनेचा अभिमान वाटला.

मला कधीकधी वाटतं की, कॅन्सरनं केलेली सर्वांत मोठी गोष्ट म्हणजे माझ्या मनातला एक अडसर काढून टाकला. कॅन्सर होण्यापूर्वी मी स्वतःबद्दल फक्त 'विजयी' किंवा 'अपयशी' एवढाच विचार करत असे. पण आता माझ्यामध्ये तसा ताठर अहंकार राहिलेला नाही. माझ्या केसांसारखं झालंय हेही. मी कसा दिसतो ह्याबद्दल मी खूप काळजी घ्यायचो. त्याबद्दल नेहमी विचार करायचो, दारातून बाहेर पडण्यापूर्वी माझे केस अगदी व्यवस्थित आहेत ना, हे बघायचो. आता मी ते सगळे कापून टाकले. माझी बायको ते कापून छोटे करते आणि तसे ते नीट ठेवणं इतकं सोपं आहे की, उरलेलं आयुष्य मी ते तसेच ठेवेन.

आजारातून उठल्यापासून लोकांना मी आवडतो का नाही, ह्याची मी फार कमी फिकीर करतो. अजूनही जरासं वाटतं, पण माझ्या मुलाच्या जन्मानंतर ती भावना

आणखी कमी झाली आहे. माझ्या बायकोला मी आवडतो आणि माझ्या मुलाला आवडेन अशी मला आशा आहे. त्यांच्या मताचंच मला आता महत्त्व वाटतं. आम्हाला एका पार्टीला जायचं होतं. ऑक्टोबरची एक तारीख होती आणि दुसऱ्या दिवशी ऑक्टोबर दोनला कॅन्सरचं निदान होऊन चार वर्षं होणार होती. कॅन्सर रुग्णांसाठी तो महत्त्वाचा दिवस असतो आणि माझ्या दृष्टीनं माझ्या आयुष्यातला तो सर्वांत महत्त्वाचा दिवस होता, कुठल्याही वाढदिवसापेक्षा किंवा सुट्टीच्या दिवसापेक्षा महत्त्वाचा. कुठल्याही विजयाची किंवा पराजयाची ह्याच्याशी बरोबरी होत नाही.

कीक माझ्या ह्या दिवसाला Carpe Diem Day म्हणते, 'प्रत्येक क्षण जगावा' ह्याची आठवण करून देण्यासाठी. दर वर्षी तो दिवस आम्ही आमचं 'असणं' साजरं करतो. आम्ही स्वत:ला आठवण करून देतो की, मी कॅन्सरला हरवलं हे म्हणणं चूक आहे. औषधांनी हरवलं कॅन्सरला. डॉक्टरांनी हरवलं कॅन्सरला. मी नुसता त्याच्यातून वाचलो. आम्ही एकमेकांना आठवण करून देतो की, कॅन्सरमधून बरे होणाऱ्यांची अगदी आत्ताची टक्केवारी बघितली, तर मी जिवंत नसणारच!

माझं उरलेलं आयुष्य, मी कसा वाचलो, हे कोडं सोडवण्यातच जाईल. कॅन्सरचे विचार आता माझं आयुष्य, माझं जगणं व्यापून राहिलेले नाहीत, पण त्यामुळे जे बदल घडून आले, ते कधी बदलणार नाहीत. मी हे शिकलो आहे की, खूप हालचाल करत राहणं हे माझ्या जीवनात श्वास घेण्याइतकंच आवश्यक आहे. मला नाही वाटत मी वेगळ्या तऱ्हेनं जगू शकेन. याखेरीज मी जास्त विचारीही झालो आहे आणि पहिल्या झटक्यात तोंडाला येईल ते बोलून टाकत नाही. सर्वांत महत्त्वाचं म्हणजे माझा आठवडा जर त्रासदायक गेला, तर स्वस्थ बसून कुठे चुकलो ह्याचा विचार करायला मी शिकलो आहे. 'ह्या गोष्टींनी मी फार डोक्याला त्रास करून घेत नाही.' असं म्हणणं मला आता सोपं जातं.

म्हणून ज्या दिवशी मी सुवर्णपदक गमावलं आणि कांस्यपदक मिळवलं, त्या रात्री मी आणि कीकनं आमच्या काही निकटच्या स्नेह्यांना सिडनी बंदरात बोटीवर पार्टी दिली; आणखी दुसऱ्या स्पर्धा होतील हे सत्य साजरं केलं; आणि माझी प्रकृती चांगली असणं साजरं केलं. मग आम्ही सगळे कुटुंबीय आनंदात ऑस्टिनला गेलो.

ऑस्टिनबाहेरच्या डोंगराळ प्रदेशात मी अजूनही माझी सायकल घेऊन जातो, आणि ट्रक्स तसेच हॉर्न वाजवत जातात. पण आता बरेच ट्रक ड्रायव्हर्स माझ्या यु.एस. पोस्टल टीम जर्सीमध्ये मला ओळखतात. काहीजण हात हलवून अभिवादन करतात, काहीजण टक लावून बघत राहतात आणि काहीजण अजूनही मला रस्त्याच्या कडेला ढकलू बघतात. मी सायकल चालवत राहतो, उंच उंच डोंगरशिखरांवर, जिथे शीतल उन्हात हिरवी पानं सळसळत असतात, त्या डोंगरउतारांच्या कडाकडांवरही.